प्रा.डॉ.म.बा. कुलकर्णी

मेहता पब्लिशिंग हाऊस

Please contact us at **Mehta Publishing House,** Pune 411030.
✆ +91 020-24476924 / 24460313 / Mob. No. 9545000513
Email : production@mehtapublishinghouse.com
Website : www.mehtapublishinghouse.com

- *या पुस्तकातील लेखकाची मते, घटना, वर्णने ही त्या लेखकाची असून त्याच्याशी प्रकाशक सहमत असतीलच असे नाही.*

SHABDACHARCHA by DR. MANOHAR B. KULKARNI

शब्दचर्चा : डॉ. म.बा. कुलकर्णी / संदर्भग्रंथ

Email : author@mehtapublishinghouse.com

मराठी पुस्तक प्रकाशनाचे हक्क : मेहता पब्लिशिंग हाऊस, पुणे.

प्रकाशक : सुनील अनिल मेहता, मेहता पब्लिशिंग हाऊस,
१९४१, सदाशिव पेठ, माडीवाले कॉलनी, पुणे - ४११ ०३०

मुद्रक : ट्रिनिटी ॲकॅडमी फॉर कॉर्पोरेट ट्रेनिंग लिमिटेड

मुखपृष्ठ : फाल्गुन ग्राफिक्स

प्रकाशनकाल : ऑगस्ट, २०११ / पुनर्मुद्रण : ऑक्टोबर, २०१७

किंमत : ₹ ४००

P Book ISBN 9788184982732
E Book ISBN 9789387319097
E Books available on : amazonkindle Apple Books Google Play Books

---

आपण मराठी भाषिक आहोत
याचा अभिमान बाळगणारांना
सादर अर्पण.

प्रस्तावना

आपण विचार करतो. म्हणजे काही वेळा आपण ठरवून विचार करतो. काही वेळा विचार आपोआप सुरू होतात. काही वेळा कोणी तरी आपणाला उद्युक्त करतो. काही वेळा विचार आपणावर लादले जातात. काही वेळा आपण कोणावर तरी ते लादत असतो. असे नाना प्रकार. जोपर्यंत विचार मनातल्या मनात असतात, तोपर्यंत शब्द-भाषा-व्याकरण-शुद्धता यांचा काही संबंध नसतो; पण जेव्हा मनातले विचार आपण उघडपणे बोलू लागतो, लिहू लागतो तेव्हा शब्द-भाषा-व्याकरण-शुद्धता या मांडवांखालून सहीसलामत जावेच लागत; इलाजच नसतो.

भाषा लवचिक असते. जशी वाकवावी तशी वाकते. वाकवणारा जितका निष्णात; तितके त्याचे बोलणे, लिहिणे परिणामकारक. ऐकणाराला आणि वाचणारालाही गुंगवून टाकणारे आणि संपन्न करणारे. भाषाप्रभुत्व ही सहजसाध्य गोष्ट नव्हे. म्हणूनच तर कोणीही उत्तम वक्ता लेखक होऊ शकत नाही. मात्र भाषेला नको तेथे, नको तितकी वाकवून, पिरगाळून तिची मोडतोड करणारे जागोजागी भेटतात. वारंवार त्यांचे ऐकून आणि वाचून आपणही कावळ्याला कोकीळ आणि बदकाला राजहंस समजू लागतो. भाषा खालावत जाते. जाणिवा बोथट होऊ लागतात. चुकीचेच बिनदिक्कत रेटून नेण्याची सवय लागते. शुद्ध-अशुद्ध, चूक-बरोबर, योग्य-अयोग्य यांचा विधिनिषेध अशक्त होत जातो. एक प्रकारे 'हम करे सो कायदा' अशी प्रवृत्ती बळावत जाते.

उदाहरणे देऊन मुद्दा स्पष्ट करता येतो. 'अठरा विश्वे दारिद्र्य' असे सर्रास बोलले, लिहिले जाते. कोणती अठरा विश्वे? नावे सांगता येतील? नाहीतच तर कोठून सांगणार? मग हा शब्दप्रयोग आला कोठून? डॉ.म.बा. कुलकर्णी सांगतात, 'अठराविसे' असा शब्दप्रयोग असायला हवा. अठराविसे = ३६०. म्हणजे बाराही

महिने दारिद्र्य. पटण्यासारखीच व्युत्पत्ती आहे.

'खांदेपालट' हा शब्दही आपण सर्रास वापरतो. मूळ अर्थ किती जणांना ठाऊक असतो? जवळजवळ नसतोच. प्रेत तिरडीवर बांधून ती तिरडी, अथवा शवपेटीत घालून ती पेटी आपल्या खांद्यावर घेऊन माणसे स्मशानापर्यंत जातात. वाटेतच प्रेतवाहकाच्या खांद्याला कळ लागल्यावर किंवा लागण्यापूर्वी दुसरा माणूस तेथे आपला खांदा पुढे करतो. त्याला म्हणतात 'खांदेपालट'. हा शब्दप्रयोग सर्रास वापरताना आपण नकळतच एखाद्या महत्त्वपूर्ण कामाचे अवमूल्यन करीत असतो. 'मंत्रिमंडळात खांदेपालट' हा शब्दप्रयोग वरील संदर्भात वाचताना, ऐकताना कसे वाटते?

'४२०' म्हणजे काय? लबाड माणसाला '४२०' म्हटले जाते. '४२०'च का? दुसरा कोणता आकडा का नाही? तर लांडीलबाडी, आर्थिक फसवणूक, खरेदी-विक्रीच्या व्यवहारातील लुच्चेगिरी अशा प्रकारचे गुन्हे 'इंडियन पीनल कोड'च्या ४५व्या भागात '४२०' या क्रमांकाने नोंदवलेले आहेत. म्हणजे हे गुन्हे करणाराला या कलमाखाली शासन करण्याची व्यवस्था आहे. '४२०' माणूस म्हणजे वरील प्रकारे गुन्हा करणारा माणूस. कोणालाही ४२० कसे म्हणणार?

उदाहरणे उदंड आहेत. आणखी एकच सांगतो – रीतसर लग्नाची पत्नी म्हणजे 'धर्मपत्नी'. शे-दीडशे वर्षांपूर्वी लग्नाच्या पत्नीखेरीज अन्य एखाद्या स्त्रीशी पत्नीवत संबंध ठेवणाऱ्या रसिक धनिकांची समाजात लक्षवेधी संख्या असे. त्याबाबत उघडपणे बोललेही जाई. कमीपणा मानला जायचा नाही. अश्या वेळी लग्नाच्या बायकोसाठी 'धर्मपत्नी' हा शब्द वापरणे योग्य होते. आता विवाहबाह्य अंगवस्त्र नसतानासुद्धा लग्नाच्या बायकोला 'धर्मपत्नी' संबोधल्यास त्या नवऱ्याच्या बाबतीत काय अर्थ सूचित होतो?

असो. सांगायचे तात्पर्य, मूळ शब्द/व्युत्पत्ती माहीत नसताना असे अनेक शब्द सरधोपटपणे वापरले जातात. डॉ.म.बा. कुलकर्णी यांनी या पुस्तकात महत्त्वपूर्ण विषयाला हात घातला आहे. तब्बल एक हजार शब्दांच्या मुळाशी वाचकाला नेऊन भिडवले आहे.

वारंवार वापरून वापरून चुकीचे शब्द आता रूढ होत चालले आहेत. कसे ते पाहा. कंसामध्ये योग्य शब्द दिलेला आहे. अबालवृद्ध (आबालवृद्ध), अध्यात्मिक (आध्यात्मिक), दुरावस्था (दुरवस्था), अधुनिक (आधुनिक). सारखे अर्थ आहेत असे वाटणारे पण भिन्नार्थक शब्द लक्षात ठेवले पाहिजेत. उदा. आवाहन-आव्हान, उपहार-उपाहार, वादातीत-वादग्रस्त, व्यस्त-व्यग्र असे किती तरी शब्द आहेत. पुस्तकात त्यांचा आवर्जून निर्देश करण्यात आला आहे. बऱ्याचदा व्याकरणिक रचना लक्षात न घेताच दणकून शब्द लिहिले जातात. पुढे काही उदाहरणे दिली

आहेत व कंसात बरोबर शब्द दिले आहेत – घेवून (घेऊन), ठेऊन (ठेवून), जेऊन (जेवून), जावून (जाऊन), रहाणे-राहणे (राहाणे), पहाणे-पाहणे (पाहाणे) असे किती तरी.

'शब्द' हे अत्यंत प्रभावी माध्यम आहे. शब्दाला रंग-रूप असते. रस-गंध असतो, हे सर्व समजले पाहिजे; जाणीवपूर्वक वापरता आले पाहिजे. शब्दकोषामध्ये तर सर्वच शब्द असतात, पण तेथे ते एक प्रकारे निर्गुण-निराकार अवस्थेत असतात. शिल्पकार देव-देवतांची मूर्ती बनवतात. त्यांच्या कलागारात असेपर्यंत त्या 'मूर्ती' असतात. देवळांमध्ये प्राणप्रतिष्ठा झाल्यानंतर त्यांना 'देवत्व' प्राप्त होते. शब्दांचे तसेच आहे. वापरातून त्यांच्यात प्राणप्रतिष्ठा होते. ते सजीव होतात. बोलू लागतात, डोलू लागतात. ही किमया डॉ.म.बा. कुलकर्णी यांनी या पुस्तकात उलगडून दाखवली आहे. मराठीचे अभ्यासक, साहित्यिक, पत्रकार यांच्यासाठी हा खजिनाच आहे. वापरण्याने समृद्ध होणारा आहे. न वापरण्याने गंजून जाणारा आहे. दिवसेंदिवस अशा मार्गदर्शनाची नितांत गरज भासणार आहे. त्याच वेळी असे मूलभूत मार्गदर्शन अत्यंत सोप्या आणि रंजक पद्धतीने सांगणारे दुर्मिळ होत जाणार आहेत. डॉ.म.बा. कुलकर्णी यांनी विद्यमान पिढ्यांसाठी, तसेच भावी पिढ्यांसाठी मोलाची कामगिरी बजावली आहे. मी त्यांचे मन:पूर्वक आभार मानतो. या पुस्तकाचा जेव्हा जाणीवपूर्वक वापर होईल तेव्हाच लेखकाचे आणि प्रकाशकांचेही श्रम सार्थकी लागतील. शुभेच्छा!

- दत्ता सराफ

विद्यार्थी, शिक्षक, प्राध्यापक, लेखक, पत्रकार यांना उपयुक्त

मनोरंजक शब्दार्थबोध

काही दिवस दै. लोकमतच्या नाशिक आवृत्तीत 'शब्दरूप' व नंतर काही दिवस दै. गांवकरीच्या 'जागरण' पानावर 'शब्दचर्चा' ही सदरे नियमितपणे लिहून मी जवळजवळ बाराशे मराठी शब्दांबद्दल व्युत्पत्ती, अर्थ, शुद्धाशुद्धता, वाक्यातला उपयोग, शब्दाच्या रूपाबद्दल वा अर्थाबद्दल असलेले काही गैरसमज इत्यादींच्या संदर्भात लेखन केले.

त्या-त्या वेळी प्रकाशित सर्व शब्दांची कात्रणे माझ्याकडून नियमितपणे ठेवली गेली नाहीत. तथापि अनेकांनी या शब्दचर्चेचे पुस्तक व्हायला हवे असा आग्रह धरल्यामुळे मी या ठिकाणी तब्बल एक हजार प्रकाशित शब्दांची जुळवाजुळव केलेली आहे.

चर्चेसाठी मराठी शब्दांची इतकी मोठी संख्या उपलब्ध होईल असे मला प्रारंभी मुळीच वाटले नव्हते. माझे मित्र व दै. लोकमतच्या नाशिक आवृत्तीचे तत्कालीन संपादक श्री. दत्ता सराफ यांच्या सूचनेनुसार मी हे काम सुरू केले आणि एकेक शब्द माझ्यासमोर येऊन उभे राहू लागले. अनेक वाचकांनी फोनवरून आपल्या काही शंका विचारून अनेक शब्द सुचविले. प्रश्न विचारणारांमध्ये नाशिकच्या स्थानिक पत्रकारांची विशेष नोंद केली पाहिजे. शिवाय वृत्तपत्रांमध्ये चुकीच्या अर्थाने वापरले गेलेले अनेक शब्द मला चर्चेसाठी घेता आले. शब्दाने शब्द वाढत गेले!

इथे हे शब्द मी अकारविल्हे लावलेले आहेत. तथापि प्रत्यक्ष चर्चेसाठी शब्द घेताना कोणत्याही प्रकारचा क्रम ठेवलेला नव्हता. शब्द सुचला की, त्यासंबंधी लेखन करायचे हीच पद्धत होती. वाचकांनीही हे पुस्तक वाचताना अगदी क्रमाने

वाचावे अशी अपेक्षा नाहीच. कोणतेही पान उघडून त्यावरचा शब्द पाहावा अथवा आपल्या मनात असलेला शब्द इथे शोधून पाहावा.

या शब्दचर्चेचा उपयोग मराठी भाषेचा अभ्यास करणाऱ्या विद्यार्थ्यांना, त्याचप्रमाणे शिक्षक-प्राध्यापकांनाही व्हावा. त्याबरोबरच मराठी भाषेच्या दैनंदिन वापरात, विशेषत: वृत्तपत्रसृष्टीत व वैचारिक लेखनात ही शब्दचर्चा उपयोगी पडेल असे मला वाटते.

ही शब्दचर्चा करण्यासाठी वैचारिक प्रेरणा देऊन त्याप्रमाणे कृतीलाही प्रवृत्त केल्याबद्दल आणि त्याशिवाय या पुस्तकाला सुंदर प्रस्तावना लिहिल्याबद्दल श्री. दत्ता सराफ यांचे विशेष आभार! त्याचप्रमाणे दै. लोकमत व दै. गांवकरी या पत्रांचे संपादक-उपसंपादक यांचेही या शब्दचर्चेचे संगोपन केल्याबद्दल आभार!

ही शब्दचर्चा पुस्तकरूपाने प्रकाशित व्हावी यासाठी प्रसिद्ध पत्रकार व लेखिका श्रीमती अपर्णा वेलणकर यांनी आत्मीयतेने केलेल्या विशेष साहाय्याची कृतज्ञतापूर्वक नोंद करीत आहे.

पुस्तक प्रकाशित करणाऱ्या मेहता पब्लिशिंग हाऊस या प्रकाशन-संस्थेचा मी आभारी आहे.

प्रा. डॉ.म.बा. कुलकर्णी

शब्दसूची

ॐ

ॐ : सर्व भारतीय भाषांमध्ये आढळणारा ॐ हा एक शब्द आहे. शब्द म्हटला की, त्याला अर्थ असायलाच हवा. अन्यथा शब्द म्हणजे केवळ ध्वनी, आवाज असेही समजता येईलच. त्या अर्थानेही ॐ हा एक शब्द आहेच. हा शब्द सृष्टीच्या आरंभी निर्माण झालेला ध्वनी समजला जातो आणि नंतर या ध्वनीच्या लहरींमधूनच सर्व विश्व क्रमाक्रमाने निर्माण झाले, असेही मानले जाते. ही कल्पना फक्त भारतीयांनीच केलेली आहे असे नाही. आधी शब्द होता, शब्दातून सर्व विश्व निर्माण झाले हा विचार मध्यपूर्वेतील धर्मप्रवर्तकही मानतातच.

ॐचे येवढेच महत्त्व नाही. भाषेतील हा एक मंगलवाचक शब्द आहे. त्यामुळे कोणत्याही मंगल कृतीच्या प्रारंभी, कोणत्याही मंत्राचा उच्चार करण्यापूर्वी ॐ म्हटला जातो. म्हणजेच ओंकार उच्चारला जातो. इतकेच नव्हे, तर मंत्र संपल्यावरही त्याला जोडून ओंकाराचा उच्चार करतात, त्यामुळे या दोन ओंकारांत मधे मंत्र बांधून ठेवला जातो असे मानतात.

ॐला प्रणव असे म्हणतात. नित्य नूतन, कधीही जुना न होणारा असा 'प्रणव' या शब्दाचा एक अर्थ आहे.

या ॐनेच आपण या शब्दचर्चेचा प्रारंभ करीत आहोत.

■ ■

अकस्मात्

अकस्मात् : 'असे अकस्मात् कसे काय आलात तुम्ही? आधी कळवायचं नाही का? स्टेशनवर घ्यायला आलो असतो तुम्हाला!'

या वाक्यांमध्ये आलेल्या 'अकस्मात्' शब्दाचा अर्थ काय आहे? न कळवता? पूर्वसूचना न देता? असा अर्थ कुणी सांगितलाच, तर संदर्भानुसार तो बरोबरच वाटेल, नाही का? परंतु अकस्मात् शब्दाचा तो अर्थ नाही. अकस्मात् हा एक

अगदी शुद्ध संस्कृत शब्द आहे. कस्मात् म्हणजे कशामुळे? कोणत्या कारणाने? अ-कस्मात् म्हणजे काहीही कारण घडलेले नसताना, एकाएकी!

आपण हा शब्द अचानक, एकाएकी, पूर्वसूचना न मिळता, या अर्थाने भाषेत वापरतो आहोत. अकस्मात् पडलेला पाऊस, कुणाची तरी अकस्मात् झालेली बदली असे आपल्या परिचयाचे शब्दबंध आहेत. त्यात ही अचानकता असते. पण खरे म्हणजे, काय कारण घडले हो असे, की ही बदली झाली? असाच प्रश्न आपल्या मनात असतो.

■ ■

अक्करमाशा

अक्करमाशा : अकरमाशा किंवा अक्करमाशा हा शब्द अनौरस संतती, व्यभिचारातून जन्मलेली संतती या अर्थाने सामान्यत: वापरतात; आणि तोही एखाद्याचे हीनपण दाखवून त्याचा कमीपणा दूषणाच्या रूपात प्रकट करण्याच्या इच्छेनेच! पण अशी एक प्रकारची शिवीच देणारा, त्यामुळे खरे तर स्वत: असभ्यच वर्तन करणारा मनुष्य त्या शब्दाचा मूळ अर्थ जाणत असतोच असे नाही! गुंज, मासा, तोळा, छटाक, आदपाव इत्यादि वजने प्रचारात होती, तेव्हा आठ गुंजांचा एक मासा व बारा माशांचा एक तोळा असे या वजनांचे प्रमाण असे. त्यात बारा माशांच्या ठिकाणी अकराच मासे वजन भरले, तर तो 'तोळा' अकरमाशा म्हणजे अपेक्षित तोलामोलाचा होत नसे. माणसाचे मोल जन्मावरून ठरविणाऱ्या समाजात त्यामुळेच हीन जन्माचा म्हणून अकरमाशा हा शब्द आला. आता खरे तर हा शब्द कर्मभ्रष्ट माणसांसाठीच वापरायला हवा!

■ ■

अक्षता/अक्षदा

अक्षता/अक्षदा : 'एकदा तुझ्या डोक्यावर अक्षदा टाकल्या की, मी सुटले!' असं एखादी आई आपल्या मुलीला उद्देशून म्हणते. लग्नसमारंभात मंगलाष्टके म्हणताना व म्हणून झाल्यावर लगेच वधूवरांवर जे तांदूळ टाकतात त्यांना अक्षदा म्हटले जाते.

वास्तविक पाहाता हा शब्द अक्षदा असा नाही, तो आहे 'अक्षता' असा.

क्षत म्हणजे इजा, जखम. हे जे तांदूळ वधूवरांच्या मस्तकांवर टाकायचे, ते

न तुटलेले (म्हणजेच अ-क्षत), पूर्ण असलेले असेच हवेत ही एक मांगल्यसूचक इच्छा इथे सूचित होते. म्हणून या अक्षता. परंतु उच्चारायला आपल्याला 'ता' हे अक्षर इथे कठोर वाटते आणि त्याचे सहज सहज रूपांतर 'दा'मध्ये होऊन जाते. म्हणून उच्चार होतो, अक्षदा.

अर्थात, अक्षता म्हटले तरी सगळे तांदूळ काही संपूर्ण, फूट-तूट नसलेलेच आपण इथे वापरू असे होतच नाही, नाही का? परंतु त्यामागे भावना असते ती अखंडतेची!

■ ■

अक्षरे/वर्ण

अक्षरे/वर्ण : देवनागरी लिपीमध्ये स्वर आणि व्यंजने, शिवाय अनुस्वार व विसर्ग अशी अक्षरे आहेत. म्हणजेच निरनिराळ्या उच्चारांसाठी निरनिराळी चिह्ने आहेत.

या चिह्नांना 'अक्षर' असे का म्हणतात? अक्षर हा शुद्ध संस्कृत शब्द आपण तत्सम स्वरूपात मराठीत वापरतो.

क्षर् या संस्कृत धातूचा अर्थ आहे 'नाहीसे होणे'. अ-क्षर म्हणजे जे (दीर्घकालपर्यंत) नाहीसे होत नाही ते. शिलालेखांमध्ये म्हणजे दगडावर कोरलेल्या लेखांमध्ये ही अक्षरे कोरलेली असतात आणि दगडात असल्यामुळे ती दीर्घजीवी असतात. अक्षरांना 'वर्ण' असेही म्हणतात. म्हणूनच अ ते ज्ञ या सर्व अक्षरांना मिळून आपण वर्णमाला असे म्हणतो.

वर्ण म्हणजे रंग. याचा अर्थ लेखन करण्यासाठी वेगवेगळे रंग वापरण्याची पद्धत आहे. अक्षर, वर्ण हे प्राचीन संस्कृत शब्द लेखन कलेचे प्राचीन काळापासूनचे भारतातले अस्तित्व दाखवितात.

■ ■

अक्षरलेखन

अक्षरलेखन : लेखन करायचे म्हणजे ते कोरून काढायचे! शिलालेख या शब्दातला लेख, हा कोरूनच काढलेला असतो. लाकडावर, दगडावर अथवा इतर कोणत्याही वस्तूवर उकरून वा उचकून काढलेला भाग म्हणजे उल्लेख अथवा लेख. लेखणी ही एके काळी कोरणीच होती!

लेखनकलेचा प्रारंभ हा असा दगडावर अथवा लाकडावर अक्षरे कोरून झालेला असला पाहिजे. गुहांमधील लेख याची साक्ष देतील.

■■

अखंड सौभाग्यवती

अखंड सौभाग्यवती : जिचे सौभाग्य (म्हणजे पतिसहवास) कधीही खंडित होत नाही ती अखंड सौभाग्यवती. हा शब्दबंध गणिकांसाठी, वारांगनांसाठी म्हणजेच वेश्यांसाठी वारपण्याची प्रथा आहे. अर्थातच उपरोधाने! रोजच नवा भर्ता! म्हणून सौभाग्य अखंड!

परंतु अलीकडे हा औपरोधिक अर्थ लक्षात न घेताच अनेकदा नवविवाहितेला नेमका 'अखंड सौभाग्यवती भव' असा आशीर्वाद दिला जात असतो. आशीर्वाद द्यायचाच असल्यास 'इष्टपुत्रा सौभाग्यवती भव' असाच देणे इष्ट नाही का?

■■

अखिल

अखिल : 'अखिल मानव जातीला....' किंवा 'अखिल भारतात' असे काही शब्दबंध आपण वापरीत असतो. अखिल या शब्दाचा अर्थ काय? संपूर्ण! असाच की नाही? या शब्दाचे स्वरूप पाहिले, तर ते अ-खिल असे दिसते. म्हणजे जे खिल नाही किंवा ज्यात खिल नाही हे अखिल! नाही का? मुळात 'खिल' म्हणजे शेतजमीन नांगरून होत असताना नांगरायचा शिल्लक राहिलेला (किंवा कदाचित मुद्दाम ठेवलेला) जमिनीचा मोकळा भाग! 'खळं' हा शब्द या 'खिल'चेच परिवर्तित रूप दिसते. खिल हा शेतीशास्त्रातला संस्कृत शब्द. वेदामधल्या काही विशेष सूक्तांसाठी तो वापरला जातो. व्यासांनी ऋग्वेदाच्या दहा मंडाळांमध्ये सर्व सूक्तांची वाटणी केल्यावरही त्यांच्या लक्षात आले की, तरीही काही सूक्ते शिल्लक राहिलीच! मग त्या शिल्लक अथवा बाकी राहिलेल्या सूक्तांना नाव दिले गेले, 'खिल सूक्ते'. म्हणून खिल म्हणजे बाकी! अशी बाकी ज्यात नाही, त्याला म्हणायचे अखिल! म्हणजे पूर्ण!

■■

अगणित

अगणित : अगणित म्हणजे काय? 'अगणित अचडणींमधून मार्ग काढीत

त्यांनी आपले ध्येय साध्य केले.' या वाक्यात हा शब्द आला आहे. ध्येयपथावर अनेक अडचणींना त्यांना तोंड द्यावे लागले, असेही इथे म्हणता आले असते. म्हणजेच अगणित शब्दाचा सामान्यत: अर्थ 'अनेक' असा आपण करतो.

गणित म्हणजे जे मोजले आहे ते. गण् असा संस्कृत धातू आहे. गण् म्हणजे मोजणे. त्यावरूनच गण म्हणजे सैनिक हा शब्द तयार होतो. गणपती म्हणजे सैनिकांचा प्रमुख. सैन्यात प्रत्येक मनुष्याची गणती करावीच लागते. म्हणजे नेमके किती कोण कोण लोक आहेत, हे प्रमुखाला ठाऊक असायलाच हवे. अन्यथा कुणीही बाहेरचा माणूस हेर म्हणून तिथे घुसू शकेल! गणित म्हणजे मोजलेले.

अगणित म्हणजे ज्याची गणती (म्हणजे मोजणी) केलेली नाही, ते. आता हा शब्द जर अडचणींसारख्या स्त्रीलिंगी शब्दाचे विशेषण म्हणून आला, तर त्याचा अर्थ ज्यांची मोजणी केलेली नाही त्या, असा होईल. ध्येयमार्गावर वाटचाल करणारा निष्ठावान कार्यकर्ता अडचणींचा विचारच करीत नसतो, तर मोजणी तरी कशी करणार?

■ ■

अगतिक/अगतीक

अगतिक/अगतीक : मराठी शुद्धलेखनात ह्रस्वदीर्घाचा विचार करण्याचे काहीच कारण नाही असे मानणारांचा एक मोठा वर्ग आहे. परंतु ह्रस्वदीर्घामुळे वेगवेगळ्या अर्थाचे शब्द आपल्याला मिळू शकतात. याची अनेक उदाहरणे दाखविता येतात. ज्याला गती राहिलेली नाही, म्हणजे आता यापुढे काय करावे हे समजेनासे झालेले आहे; नाईलाज म्हणूनच एखादी विशिष्ट गोष्ट स्वत:च्या मनाविरुद्ध ज्याला करावी लागते, अशा व्यक्तीचे विशेषण म्हणून 'अगतिक' हा शब्द वापरला जातो. 'अगतीक' हा शब्द मात्र मार्गाचे विशेषण आहे. जो मार्ग यापुढे जात नाही, इथेच थांबतो आणि त्यामुळे ज्याच्यावरून पुढे जाणे आता शक्य नाही, अशा मार्गाला अगतीक मार्ग म्हणतात. हा शब्द मराठीत तेवढा रूढ नाही. पण खड्डे पडलेल्या मार्गासाठी, त्याबरोबरच 'डेड एंड' दाखविणाऱ्या मार्गासाठी हा शब्द रूढ करता येईल.

■ ■

अगाध

अगाध : 'आपल्या अगाध ज्ञानाने त्यांनी सभेला चकित करून सोडले!' अशासारख्या वाक्यात हा अगाध शब्द येतो. किंवा मग, अगाध सागराच्या तळाशी

असंख्य रत्ने पडलेली असतात, अशाही एखाद्या वाक्यात तो येतो.

या 'अगाध' शब्दाचा नेमका अर्थ काय आहे? गाह् (गाहते) असा संस्कृत धातू आहे. पाण्यात बुडी मारणे, पोहोणे हा त्याचा अर्थ. अगाध हे त्या धातूपासून बनलेले, नकारात्मक अर्थ दर्शविणारे विशेषण आहे. ज्यात बुडी मारता येणार नाही (इतके खोल) असा त्याचा अर्थ आहे. त्यामुळे अगाध ज्ञान म्हणजे ज्याची खोली कळत नाही इतके ज्ञान; अगाध सागर म्हणजे इतका खोल की, त्याचा तळ गाठता येणार नाही.

ज्ञान-विषयातले अवगाहन हा शब्दही 'गाह्' धातूला 'अव' हा उपसर्ग लावूनच तयार होतो.

■ ■

अगोचरपणा

अगोचरपणा : 'असा अगोचरपणा करणं बरं नाही हं!' असा प्रेमाचा सल्ला एखादी वयस्कर व्यक्ती केव्हा तरी आपल्या पाल्याला देताना आढळते. काय अर्थ असतो या अगोचरपणाचा? कुठलं तरी अनिष्ट वर्तन, जे नेमकं कशासाठी केलेलं आहे तेही नीट ध्यानात येत नाही, असा या अगोचरपणाचा अर्थ असू शकतो.

अगोचर या शब्दाचा अर्थ आहे, आपल्या इंद्रियांना (अथवा इंद्रियांच्या माध्यमातून) ज्यांचे ज्ञान होत नाही अश्या गोष्टी. गो म्हणजे इंद्रिय. आपल्या ज्ञानेंद्रियांना ज्या गोष्टी समजू शकतात त्यांना म्हणायचे 'गोचर'. आपली इंद्रिये त्या विषयांमध्ये प्रवेश करू शकतात, त्या दृष्टीने ते विषय गोचर असतात. जे विषय असे नसतात त्यांना म्हणायचे अ-गोचर विषय. हे विशेषण आहे त्या विषयांचे; पण अगोचरपणा हा शब्द मात्र आपल्या वागण्यासाठी वापरला जातो.

■ ■

अग्रपूजा

अग्रपूजा : अग्र म्हणजे प्रारंभाचे टोक. म्हणजेच सुरुवात. सुरुवातीस किंवा प्रथम केली जाणारी पूजा ती अग्रपूजा. महाभारतात युधिष्ठिराने केलेल्या यज्ञात अग्रपूजेचा मान भीष्मांच्या सांगण्यावरून कृष्णाला देण्यात आला, त्या वेळी शिशुपाल संतापला व कृष्णासंबंधी अद्वातद्वा बोलू लागला. तेव्हा कृष्णाने शिशुपालाचा वध केला, असा एक प्रसंग आहे. ही अग्रपूजा म्हणजे यज्ञाच्या

प्रारंभी केलेली पूजा मात्र नव्हती, तर यज्ञ समाप्तीनंतर, पाहुणे मंडळी परत जायला निघाली असताना त्यांचा यजमानांकडून सत्कार या स्वरूपाची ती पूजा होती. आजही लग्नकार्यात समाविष्ट झालेल्या मंडळीपैकी काहींचा काही भेटी वगैरे देऊन सत्कार करण्याची प्रथा आहेच. अशा सत्कारातही मानापमानाचे प्रसंग येत असतातच. तेव्हा अग्रपूजा म्हणजे प्रथम क्रमांकाने करावयाची माणसांची पूजा. कार्याच्या प्रारंभी करावयाची पूजा नव्हे. ती तर नेहमीच गणेशासारख्या देवतेची केली जात असते.

■ ■

अग्रेसर

अग्रेसर : अग्रेसर या शब्दामध्ये 'अ'चा उच्चार थोडा बदलून 'ॲ' असा जर केला, तर तो एक इंग्रजी शब्द होऊन त्याचा अर्थ 'आक्रमक' असा होईल. ॲग्रेसर म्हणजे आक्रमण करणारा.

परंतु अग्रेसर हा एक शुद्ध संस्कृत शब्द असून तो त्याच स्वरूपात व अर्थात बदल न करता मराठीत वापरला जात असतो. 'सामाजिक सुधारणेच्या बाबतीत महाराष्ट्र नेहमीच अग्रेसर राहिलेला आहे' या वाक्यातून आपल्याला काय समजते? तर महाराष्ट्र या बाबतीत सर्वांच्या पुढे राहिलेला आहे, असाच अर्थ आपण घेतो ना? इतर कुठल्या नाही, तरी निदान लोकसंख्या वाढीच्या क्षेत्रात भारत अग्रेसर आहे, असेच आपण म्हणतो ना?

अग्र म्हणजे पुढचे टोक; पुढचा भाग. अग्रे म्हणजे पुढील भागामध्ये. सर म्हणजे सरकणारा, येणारा. या अर्थाचा आक्रमणाशी काही संबंध नाही. परंतु अर्थातच आक्रमणातही विजयासाठी शूर व मुत्सद्दी लोकांना अग्रेसर राहावेच लागत असते! आक्रमण या शब्दाचा एक अर्थ 'पुढे जाणे' असाही आहेच. हल्ला करणे हा भाग त्यानंतर येतो.

■ ■

अंक

अंक : अंक म्हणजे काय? एक दोन (१, २) इत्यादि संख्यांना अंक म्हणतात, पण तिथेही चार अंकी संख्या, सहा अंकी संख्या इत्यादि शब्दबंध असताच. नुसते चार (४) ही एक अंकी संख्या आहे. म्हणजे चार ही संख्या एका अंकाने युक्त,

एका अंकावर अधिष्ठित, एका अंकावर बसलेली आहे!

अंक म्हणजे मांडी हा अर्थ माहीत आहे ना? आई लहान मुलाला मांडीवर घेते म्हणजेच तिचा अंक त्या मुलाचा आधार होतो. पर्यंक म्हणजे पलंग. तोही आधारच. परि अंक म्हणजे सर्व बाजूंनी आधार. नाटकाचे अंक असतात ना? पहिला अंक, दुसरा अंक वगैरे! केवळ संख्येने मोजायचे म्हणून त्यांना अंक म्हणत नाहीत. कारण एका अंकाचेही नाटक असू शकते. तिथे मुद्दाम अंक असे वेगळे सांगायचे काही वास्तविक कारणच नसते. तरीही त्याला अंक असेच म्हणतात. का माहीत आहे? नाटकाचा जो आशय, तो व्यक्त करण्याचा तो आधार, म्हणून! एकेक अंक हा त्या-त्या भागाचा आधार असतो. भरतमुनींनी हा शब्द या अर्थाने वापरलेला आहे.

■ ■

अंकित

अंकित : 'आपला स्नेहांकित' असा मायना पत्राच्या शेवटी आपण वापरतो. स्नेहांकित म्हणजे स्नेहाने स्वाधीन, स्नेहाच्या स्वाधीन! अंकित म्हणजे स्वाधीन. शिष्याने गुरूच्या अंकित राहिले पाहिजे, सेवक स्वामीच्या अंकित असतो, ही वाक्ये अर्थदृष्ट्या स्पष्ट आहेत; पण मुळात अंकित म्हणजे काय? आजही बैल, म्हशी इत्यादि जनावरे आपल्या मालकीची आहेत हे दर्शविण्यासाठी त्यांच्या पाठीवर एक शिक्का उठविण्याची काही मालकांची पद्धत आहे. हा शिक्का किंवा चिह्न ज्यावर उमटविले जाते, तो अंकित म्हणजे चिह्नित होतो! अंकित म्हणजे चिह्नित! गुलामांवरही पूर्वी अशी चिह्ने उमटवीत असत, असे म्हणतात! अंक म्हणजे चिह्न. अंकित म्हणजे ज्याच्यावर चिह्न उमटविले आहे असे काहीही!

■ ■

अंगरखा

अंगरखा : शर्ट, बंडी, सदरा इत्यादि शब्दांच्या ऐवजी अंगरखा हा शब्दही अनेकांच्या बोलण्यात आढळतो. शर्ट या शब्दाऐवजी अंगरखा हा शब्द वापरणारी व्यक्ती सामान्यत: गावंढळ समजली जात असते, पण या व्यक्तीच्या तोंडचा अंगरखा हा शब्द किती अर्थवाही आहे, हे कधी आपण लक्षात घेतो का?

अंगरखा म्हणजे अंगरक्षक. आपल्या शरीराच्या एक भागाचे, अंगाचे रक्षण

करणारा वस्त्राचा हा एक प्रकार आहे. थंडी, वारा, ऊन यांपासून हे वस्त्रच आपल्या शरीराचे रक्षण करते की नाही?

हा शब्द आंगरखा, आंगर्खा, अंगर्खा असा उच्चारणे वा लिहिणे कसे चूक आहे हे लक्षात आले ना? 'अंगरखा' हे रूप योग्य.

■ ■

अंगारकी

अंगारकी : गणेशाची भक्ती करणारे लोक सामान्यपणे चतुर्थीचा उपवास करतात. चतुर्थी ही तिथी महिन्याच्या दोन्ही पक्षांमध्ये म्हणजे पंधरवाड्यांत येतेच, परंतु उपवासाची चतुर्थी वद्य पक्षातली असते. पौर्णिमा होऊन गेल्यावर चंद्रोदय जरा उशिरा उशिरा होऊ लागतो. या वद्य पक्षातल्या चतुर्थीला रात्री साधारणपणे ९ ते १०च्या दरम्यान चंद्रोदयाची वेळ असते. पूर्ण चंद्रातून चार कला वजा झालेला चंद्र तेव्हा क्षितिजावर दिसतो.

अशी चतुर्थी केव्हा केव्हा 'अंगारकी' चतुर्थी असते. आणि त्या दिवशी गणेश भक्त अधिकच भक्तिभावाने ती पाळतात.

या चतुर्थीला अंगारकी का म्हणतात? काय विशेष असते तिच्यात?

'अंगारक' हे मंगळ या ग्रहाचे एक नाव आहे. मंगळ वर्णाने तांबूस असतो; जणू काही अंगारच! म्हणून त्याला अंगारक म्हणतात. मंगळाचा वार तो मंगळवार. मंगळवारी चतुर्थी आली की, तिला म्हणतात अंगारकी चतुर्थी. गणेशाला मंगळ, मंगळवार, इतकेच काय, पण रक्त वर्ण हे सारे प्रिय. म्हणून अंगारकी चतुर्थी देखील विशेष प्रिय!

हा शब्द नीट उच्चारला, लिहिला पाहिजे. आंगार्खी, अंगारखी असे त्याचे काही तरी विकृत रूप करता कामा नये.

■ ■

अच्छा!

अच्छा! : रस्त्याने भेटलेल्या, मनसोक्त गप्पा मारून एकमेकांचा निरोप घेणाऱ्या मित्र-मैत्रिणींचा परस्परांशी निरोपाचा अलीकडचा शब्द 'सी यू' असा असतो. काही जण अजूनही 'अच्छा' असे म्हणून एकमेकांचा निरोप घेतात. अच्छा हा अतिशय सुंदर, अर्थवाही शब्द आहे. 'च्छ' म्हणजे आच्छादन, झाकून ठेवणे,

लपविणे! अच्छा म्हणजे आता आपण एकमेकांपासून काही लपवून ठेवलेले नाही, सारे काही उघड केलेले आहे.

■ ■

अच्युत/पदच्युत

अच्युत/पदच्युत : अच्युत हे एक विशेषनाम आहे, हे आपण जाणतो. अच्युत हे विष्णूच्या सहस्र नावांपैकी एक नाव आहे. त्याचा अर्थ आहे, जो च्युत नाही तो.

च्युत म्हणजे? आपल्याला पदच्युत हा शब्द माहीत आहे. पदावरून म्हणजे विशिष्ट अधिकाराच्या स्थानावरून च्युत झालेला म्हणजेच खाली आलेला तो पदच्युत. सामान्यपणे स्वत: होऊन आपले अधिकारपद कोणी सोडत नसतो, म्हणून कुणालाही काय, पदच्युत केले जात असते! म्हणजे व्याकरणाच्या भाषेत ही प्रयोजक रचना करावी लागते. पण मुळात च्युत हा शब्द (आपल्या स्थानावरून) घसरलेला, खाली आलेला, अशा अर्थाचा आहे. च्युत् (च्योतते) या संस्कृत धातूपासून हा विशेषणवाचक शब्द मिळतो.

अच्युत, पदच्युत हे शब्द मराठीत रूढ झालेले आहेत. त्यांचा अर्थ नीट लक्षात येण्यासाठी च्युत हा शब्द उपान्त्य ह्रस्व अक्षरानेच युक्त हवा. च्युतचे 'च्यूत' असे रूप करून चालणार नाही. पदच्यूत नव्हे, पदच्युत. अच्यूत नव्हे, अच्युत. या उच्चारात 'च्यु' या जोडाक्षरापूर्वीच्या अक्षरावर आघात येतो.

■ ■

अजागळ

अजागळ : 'काय अजागळ माणूस आहेस रे तू!' असे उद्गार तुम्ही एखाद्या व्यक्तीला उद्देशून कधी काढले असतील! त्यातील अजागळ या शब्दाचा कोणता अर्थ तुम्हाला अभिप्रेत असतो?

नीटनेटका नसलेला, टापटीप नसलेला, अस्वच्छ, आपल्या वस्तू जागच्या जागी न ठेवणारा वगैरे. होय ना? कडक इस्त्रीचे कपडे घातलेल्या कुणाही व्यक्तीला तुम्ही अजागळ म्हणणार नाही. मळकट धोतराचा सोगा अर्धवट सुटलेला, पायातील वहाण तुटलेली, असा मनुष्य? अजागळ! बरोबर?

अजागळ शब्द कुठून आला माहीत आहे? अजा म्हणजे शेळी. तिच्या हनुवटीखाली गळ्याशी कित्येकदा, गायीचे स्तन असतात तसे नुसते लोंबणारे दोन

सड असतात! म्हणजे ते तसे दिसतात! ते नुसते हलतात. त्यांचा दूध काढण्यासाठी तर उपयोग नसतोच! त्यांना अजागलस्तन म्हणतात. ते गलिच्छ व चमत्कारिक दिसतात आणि उपयोगशून्यही असतात! तिथून आला आहे हा शब्द, अजागळ! शब्दाचा हा प्रवास कुठून कुठे झालेला आहे पाहा!

■ ■

अजातशत्रु

अजातशत्रु : अनेक सज्जन असे असतात की, त्यांची त्यांच्या सर्व परिचितांशी मैत्रीच असते. कुणाच्याही संबंधात त्यांना कधी राग, चीड येतच नाही! कुणाशीही ते कधी भांडतच नाहीत! अशा सज्जनांचे वर्णन पुष्कळदा 'अजातशत्रु' या शब्दाने केले जाते. पण त्याऐवजी त्यांच्यासाठी निर्वैर हे विशेषण वापरणे अधिक योग्य होईल. कारण त्यांचे कुणाशी वैर नसते! अजातशत्रु या शब्दाचा अर्थ आहे, ज्याचा किंवा जिचा शत्रु अद्याप जन्मलेलाच नाही, असा मनुष्य अथवा अशी स्त्री! पण सज्जन व्यक्ती स्वत: जरी कुणाशी शत्रुत्व करीत नसल्या, तरी त्यांच्याबद्दल जगात कुणाच्याही मनात शत्रुत्व नसेलच अशी ग्वाही कोण देऊ शकेल? ह्या दृष्टीने पाहाता, अजातशत्रु व्यक्ती अद्याप जन्मायचीच आहे असेच म्हटले पाहिजे. नाही का? (अजातशत्रु हा संस्कृत समास असल्याने 'त्रु'चा उकार ह्रस्वच असावा. मात्र विभक्ती प्रत्यय लावल्यास किंवा अनेकवचन झाल्यास ऊकार दीर्घ करावा.)

■ ■

अजापुत्र

अजापुत्र : सरकारी कार्यालयातले एखादे भ्रष्टाचाराचे प्रकरण उघडकीस आले की, कधी कधी तिथल्या एखाद्या कारकुनाला किंवा चपराश्याला शिक्षा होते आणि त्या भ्रष्टाचारात सहभागी असलेला, किंबहुना त्या भ्रष्टाचाराचे उगमस्थान असलेला वरिष्ठ अधिकारी मात्र निर्दोष ठरतो!

अश्या वेळी पत्रकार लिहितात - 'अजापुत्राला बळी जावे लागते, हा जगाचा न्यायच आहे!' अजापुत्र म्हणजे बोकड. त्याला 'बळीचा बकरा' म्हणतात. या शब्दप्रयोगाचा उगम एका संस्कृत सुभाषितात आहे. ते असे आहे-

व्याघ्रं नैव गजं नैव सिंहं नैव च नैव च ।

अजापुत्रं बलिं दद्यात् देवो दुर्बलघातक:।।

अर्थ असा- बळी द्यायचा झाला तरी कुणी वाघाला किंवा हत्तीला बळी देत नाहीत. सिंहाला तर नाहीच नाही! मग? बळी कुणाला द्यावे? अजापुत्राला! बोकडाला! अहो, देवही दुर्बलांवरच वार करीत असतो.

■ ■

अजिंक्य

अजिंक्य : अजिंक्य हे मुलाचे नाव म्हणून लोकप्रिय झालेले आहे. ज्याला जिंकता येणार नाही त्याला म्हणायचे अजिंक्य, न जिंकण्यासारखा, जिंकण्यास कठिण तो अजिंक्य. मग त्याच्या विरुद्ध अर्थाचा शब्द काय सांगावा? जिंक्य?पण असा शब्द भाषेत नाही. या अजिंक्य शब्दाचे एक वैशिष्ट्य आहे.

संस्कृतमध्ये य (किंवा त्य) प्रत्यय लावून विध्यर्थी विशेषण तयार करण्याची पद्धत आहे. जसे प्रेष्य म्हणजे पाठविण्यासारखे, देय म्हणजे देण्यासारखे, कार्य किंवा कृत्य म्हणजे करण्यासारखे वगैरे. या सर्वांची नकारर्थक रूपे मागे अ जोडून केली जातात. जसे – अप्रेष्य, अदेय, अकार्य किंवा अकृत्य वगैरे.

पण 'जिंक्य'चे नकारत्मक रूप म्हणून काही आपण अजिंक्य म्हणत नाही. जिंक्य असा शब्दच वापरात नाही ना! यात वैशिष्ट्य असे की, 'जिंक्' असा संस्कृत धातू असता, तर त्याचे जिंक्य असे रूप झाले असते, पण जिंक् असा धातूच संस्कृतमध्ये नाही. मराठीत मात्र 'जिंकणे'आहे! या मराठी धातूचे संस्कृत पद्धतीने बनविलेले, नकारत्मक अर्थ देणारे विध्यर्थी विशेषण आहे, अजिंक्य. (ही मराठीने स्वीकारलेली संस्कृत पद्धत आहे.).

■ ■

अजीर्ण

अजीर्ण : अन्नाचे पचन नीट झालेले नसेल, करपट ढेकर येत असतील, तर अश्या वेळी आपल्याला अजीर्ण झालेले आहे असे आपण म्हणतो. जीर्ण म्हणजे जुने असा सरधोपट अर्थ घेतला, तर जुने नसलेले, म्हणजेच नवे ते अजीर्ण असा अर्थ प्राप्त होईल. परंतु तसे नाही. 'जरा' म्हणजे म्हातारपण. हा शब्द ज्या जॄ धातूपासून तयार होतो, त्याच धातूचे जीर्ण हे भूतकालवाचक धातुसाधित विशेषण आहे. परिपूर्ण अवस्थेला गेलेले, असा या जीर्ण शब्दाचा अर्थ आहे. अन्न परिपूर्ण

अवस्थेला जाणे म्हणजेच त्याचे पूर्ण पचन होणे. ते न होणे म्हणजेच अजीर्ण. हा शब्द 'आजीर्ण' असा लिहून चालणार नाही.

■ ■

अठराविश्वे/अठराविसे

अठराविश्वे/अठराविसे : दारिद्र्याची परिसीमा सांगण्याकरिता 'अठराविश्वे दारिद्र्य' असा शब्दप्रयोग करण्याची प्रथा आहे. आणि मग ही अठरा विश्वे कोणती असाही प्रश्न उपस्थित केला जात असतो. विश्व तर खरोखर यच्चयावत् सर्वच गोष्टींना सामावणारे एकच एक आहे. त्यालाच तर विश्व म्हणतात. मग त्याचे आधिक्य दाखविण्यासाठी अठरा ही संख्या घेतली आहे काय?

संभवत: हा शब्द 'अठरा विसे' असा दिसतो. कारण अठरा गुणिले वीस म्हणजे तीनशे साठ होतात. वर्षाचे तीनशे साठ दिवस लक्षात घेतले, म्हणजे मग वर्षभर दारिद्र्याचा अनुभव येणे म्हणजे अठराविसे दारिद्र्य या शब्दप्रयोगाची संगती लागते.

■ ■

अडसर

अडसर : 'आमच्या योजनेत तुम्ही हा जो अडसर घालता आहात ना, त्यामुळे तुमचंही नुकसान होण्याची शक्यता आहे!'

हे अडसर घालणे म्हणजे कुठली तरी अडचण उत्पन्न करणे, ज्यामुळे त्या विशिष्ट कामाची अथवा योजनेची पुढची प्रगती थांबते.

'अडसर' हा शब्द अद्यापही ग्रामीण भागात घराच्या दरवाजाच्या संबंधात वापरला जातो. दाराच्या फळ्या बंद केल्यावर त्या दोन फळ्यांना जोडणारी एखादी लोखंडी कडी तर असतेच, पण त्याशिवाय बाजूच्या एका भिंतीतून बाहेर येणारा व समोरच्या भिंतीपर्यंत जाणारा एक लाकडी दांडा या दोन्ही फळ्यांवर आडवा लावला जातो, त्याला अडसर म्हणतात.

या अडसरामुळे दाराच्या फळ्या उघडणे केवळ अशक्य होऊन जाते. दार फोडण्याचा प्रयत्न केला, तरी तो प्रयत्न असफल होण्याचीच शक्यता असते. या अडसराने दाराच्या उघडण्याला म्हणजेच गतीला पूर्ण प्रतिबंध केलेला असतो.

■ ■

अतिथी

अतिथी : 'अतिथिदेवो भव' असा एक उपदेशांश (म्हणजे उपदेशाचा भाग) आहे. अतिथी हा ज्याला देव आहे, असा तू हो, असा या वाक्याचा अर्थ आहे. यातला 'अतिथी' हा शब्द मुळात 'अतिथि' असा आहे. मात्र अलीकडच्या मराठी उच्चारानुसार आपण तो अतिथी असा लिहितो. (संस्कृतमध्येही क्वचित कुठे तरी 'तिथी' असा दिवसवाचक स्त्रीलिंगी शब्द सापडतो.) अतिथी म्हणजे काय? ज्याला येण्याला नेमकी कोणतीही तिथी (नेमका अमुकच दिवस) आवश्यक वाटत नाही, म्हणजेच जो अचानक कोणत्याही दिवशी येतो, असा पाहुणा म्हणजे अतिथी! असे अचानकपणे कोणीही कधीही तुमच्याकडे आल्यास त्याबद्दल नापसंती व्यक्त न करता त्याच्याशी सौजन्यानेच वागा, असा या उपर्युक्त (म्हणजे वर सांगितलेल्या) उपदेशाचा अर्थ आहे. आपण अलीकडे मुद्दाम ठरवून, विशिष्ट वेळ देऊन सन्मानाने बोलावलेल्या पाहुण्याला अतिथी म्हणू लागलो आहोत!

■ ■

अतीत

अतीत : 'अतीत' हा शब्द कालदृष्ट्या 'भावी' या शब्दाच्या विरुद्ध अर्थ सांगणारा आहे. अतीताचा मागोवा घेत घेत भावी योजना आखावयाच्या असतात. या वाक्यात अतीत व भावी या शब्दांचा परस्परविरोधी अर्थ जाणवेल. अतीत म्हणजे निघून गेलेले, मागे पडलेले. अति आणि इ या दोन घटकांपासून हा शब्द बनतो. कालातीत म्हणजे काळाच्या पलीकडे गेलेले! एखाद्या विषयाचे महत्त्व कालातीत असते, म्हणजे काळाच्या मर्यादा त्याला नसतात, त्या मर्यादा त्याने ओलांडलेल्या असतात.

■ ■

अथ/इति

अथ/इति : अथ शब्द मराठीत आपण वापरतो का? हो तर! अथपासून इतिपर्यंत म्हणजेच प्रारंभापासून शेवटापर्यंत हा एक वाक्प्रयोग मराठीत आहे की नाही? याचा अर्थ, अथ म्हणजे प्रारंभ! मुळात अथ शब्दाचा हा अर्थ नाही;

तर कोणत्याही गोष्टीचा प्रारंभ करताना 'अथ' असे म्हणून तो प्रारंभ करावा, असा संकेत आहे! 'अथातो ब्रह्मजिज्ञासा' किंवा 'अथातो धर्मजिज्ञासा' अशा संस्कृत सूत्रांमध्ये प्रारंभी 'अथ' शब्द येतो, तो 'आता नवा विषय सुरू झाला आहे' हे सांगण्यासाठी. म्हणजेच नव्या विषयाला प्रारंभ करताना 'अथ' असे म्हणायचे!

मग 'अथ' शब्दाला नेमका अर्थ कोणता आहे? तर अथ हा केवळ एक मंगलवाचक, मांगल्य दर्शविणारा शब्द म्हणून संस्कृत भाषेत वापरला जात असतो. तोच त्याचा अर्थ. मराठीत मात्र आपण एखादी अप्रिय, दुर्वर्तनाची कथा सांगायची असली तरी तीदेखील अथपासून इतिपर्यंत अशीच सांगतो! त्यामुळे अथची मांगलिकता जाऊन केवळ प्रारंभ हा अर्थ या 'अथ'ला प्राप्त झालेला आहे.

■ ■

अथपासून इतिपर्यंत

अथपासून इतिपर्यंत : पूर्वी कोणत्याही ग्रंथाची सुरुवात करताना 'अथ' या शब्दाने ती करीत. अथ श्री गणेशपुराणम् प्रारभ्यते। म्हणजे आता श्रीगणेश पुराणाचा प्रारंभ केला जात आहे! आणि इति शब्द वापरून ग्रंथाची अखेर केली जात असे. इति श्री गणेशपुराणम् समाप्तम्। म्हणजे असे हे गणेशपुराण संपले!

म्हणजेच, अथ म्हणजे आता आणि इति म्हणजे असे; परंतु या शब्दांनी ग्रंथाचा अनुक्रमे प्रारंभ आणि शेवट होत असल्याने 'अथपासून इतिपर्यंत' म्हणजे प्रारंभापासून शेवटापर्यंत असा अर्थ त्यांना प्राप्त झाला!

■ ■

अथर्व

अथर्व : मुलींची अथवा मुलांची नावे ठेवताना जरा मॉडर्न नाव ठेवले जावे, अशी सामन्यपणे आई-बापांची इच्छा असते. त्यामुळे अलीकडे नवीन नवीन नावे प्रचारात येऊ लागलेली ऐकिवात येतात. त्यापैकीच अथर्व हे एक नाव आहे.

वेद वाङ्मयात चार संहिता आहेत. त्यांची नावे ऋग्वेद, यजुर्वेद, सामवेद आणि अथर्ववेद अशी आहेत, हे आपण जाणतो. तसे हे सर्वच वेद अग्नीच्या उपासकांचे आहेत. तथापि अथर्व-आंगिरस या नावाचा कुणी एक ऋषिसंघ होता,

त्यांचा या अथर्ववेदाशी विशेष संबंध असल्याचे मानले जाते. या वेदामध्ये पारलौकिक विषयांपेक्षा लौकिक विषयाचे चिंतन अधिक प्रमाणात आहे. म्हणजेच त्यात इहलोकाबद्दलचे विचार अधिक आहेत.

एरवी अथरि या शब्दाचा अग्नी असा एक अर्थ असून अथर्व म्हणजे अग्नीचा उपासक असा अर्थ सांगता येईल.

■ ■

अदृष्ट

अदृष्ट : दृष्ट म्हणजे दिसलेले! अदृष्ट म्हणजे न दिसलेले. खरे म्हणजे, अदृश्य म्हणजे जे पाहाता येत नाही ते. अश्या अदृश्य वस्तू पुष्कळच असतात आणि त्याचे पुष्कळदा कारण म्हणजे त्या मुळी अस्तित्वातही नसतात!

पण अदृष्ट वस्तू ही अस्तित्वात असून ती आपल्याला दिसलेली नसते.

अदृष्ट हा शब्द जुन्या पिढीतल्या काही व्यक्तींच्या तोंडी ऐकायला मिळतो. 'आपल्या अदृष्टात काय लिहिलंय, कुणास ठाऊक!' असं ही माणसं म्हणतात.

हे अदृष्ट म्हणजे काय? नशीब? नाही!

आपण जे काही कर्म करतो, त्याचे फळ आपल्याला केव्हा तरी मिळणारच, ते भोगायला लागणारच, हा सिद्धांत मानला की, या अदृष्टाचा अर्थ कळतो. कर्माचे फल जरी त्वरित मिळाले नाही, तरी ते 'अदृष्ट'च असते! ते नंतर केव्हा तरी मिळणार असते. म्हणून आज न मिळालेले, अथवा आज भोगावे न लागणारे, आजच्या कर्माचे उद्या मिळणारे वा भोगावे लागणार असलेले फल, ते अदृष्ट! यज्ञाचे फल अदृष्ट समजले जाते.

■ ■

अद्ययावत्

अद्ययावत् : अप टु डेट या इंग्रजी शब्दाचा प्रतिशब्द म्हणून मराठीत अनेक ठिकाणी 'अद्यावत्' असा शब्द वापरलेला आढळतो. तो 'अद्ययावत्' असा हवा. 'अद्य' म्हणजे 'आज' आणि 'यावत्' म्हणजे 'जोपर्यंत'. त्यामुळे अद्ययावत् म्हणजे अगदी आजच्या काळापर्यंत. केवळ कालपर्यंतचा नव्हे, केवळ भूतकाळाशी संबंधित नव्हे, तर अगदी 'आज' आहे ना, तिथपर्यंतचा! म्हणजे अप टु डेट. नाही का? अद्ययावत् पोषाख, अद्ययावत् विचार, अद्ययावत् योजना अशा अनेक संदर्भात हा

शब्द वापरता येतो. अर्वाचीन आणि आधुनिक या शब्दांपेक्षाही अद्ययावत् या शब्दातून वर्तमानकाळाशी अधिक जवळीक साधता येते.

उच्चारात काटकसर करण्याच्या आपल्या प्रवृत्तीतून या शब्दाचे अद्यावत् असे रूप तयार होते, पण शक्यतो अद्ययावत् असेच म्हणावे, लिहावे, छापावे.

■ ■

अ द्वा त द्वा

अ द्वा त द्वा : 'असं अद्‌वातद्‌वा बोलून तुम्ही या विचारमंथनाची पातळी बिघडवीत आहात, असं नाही तुम्हाला वाटत?' सभेचे अध्यक्ष एखाद्या वेळी केवळ आरडाओरड करणाऱ्या व नेमका मुद्दा मांडू न शकणाऱ्या एखाद्या वक्त्याला वरील स्वरूपाचे वाक्य ऐकविण्याची शक्यता असते.

यात हे 'अद्‌वातद्‌वा' बोलणे म्हणजे काय? सामान्यत: मुद्याला सोडून केवळ मोठ्या आवाजात, पण बरेचसे असंबद्ध असे बोलणे असेल, तर त्या बोलण्याला अद्‌वातद्‌वा बोलणे म्हणतात.

मुळात हा संस्कृत शब्दबंध – 'एतद् वा तद् वा' या स्वरूपाचा असावा असे वाटते. त्याचा अर्थ 'हे नाही तर ते' असा आहे. म्हणजेच निश्चित असे काहीच नाही! वक्ता जेव्हा असे कोणतेही निश्चित मत धारण करीत नसेल, तेव्हाच त्याच्याकडून अद्‌वातद्‌वा बोलणे होत असते. मात्र या शब्दाला मराठीत 'मोठ्या आवाजात' असा एक जास्तीचा अर्थ प्राप्त झालेला दिसतो.

■ ■

अधाशी

अधाशी : अधाशी शब्दाचा अर्थ आहे प्रमाणाबाहेर खाणारा किंवा खाणारी! पानात वाढलेले अन्न शांतपणे न खाता बकाबका बोकणे भरीत सारखे अधिकाधिक मागत राहाणाऱ्या व्यक्तीचे वर्णन अधाशी या शब्दाने करता येईल. संस्कृतमधील अत्याशी या शब्दाचे हे मराठी रूप आहे. 'अति आशी' म्हणजे फार खाणारा. हे दोन्ही घटक एकत्र उच्चारले की, होतो 'अत्याशी'; पण हा जोडाक्षरयुक्त शब्द उच्चारायला कठिण वाटू लागून त्याचेच रूपांतर 'अधाशी' शब्दात झाले आहे. त्यामुळे त्याचा प्रारंभ 'अ' ने होतो; 'आ' ने नव्हे. तरीही अनेक लोक त्याचा उच्चार 'आधाशी' असा करतात. ती शब्दपरिवर्तनाची पुढची पायरी होईल. अत्याशी या

शब्दात 'अ' वर जोर येतो, त्यामुळे त्या 'अ'च्या उच्चाराच्या दोन मात्रा आधाशीमधील 'आ'ने घेतलेल्या आहेत. पण मुळात अत्याशीमधील 'अ'चा जोर देऊन उच्चार नकोसा झाला म्हणून तर अधाशी शब्द अवतरलेला आहे ना! अधाशी हा शब्द फक्त खाद्यपदार्थांपुरता मर्यादित न राहाता तो कोणत्याही गोष्टींच्या बाबातीतील हव्यासासाठीही वापरला जातो.

■ ■

अधिकार/अधिकारी

अधिकार/अधिकारी : अधिकारी हा शब्द अनेक क्षेत्रांमध्ये वापरला जातो. सामान्यत: या शब्दाचा उपयोग अनेकांचा वरिष्ठ, अनेकांवर हुकूमत गाजविणारा या अर्थाने केला जात असतो. त्यावरून अधिकार गाजविणे असा एक वाक्प्रयोग प्रचारात आहे. त्यामुळे अधिकारी व्यक्तीबद्दल बहुदा एक प्रकारचा दुरावा देखील त्या व्यक्तीच्या दृष्टीने कनिष्ठ असलेल्या व्यक्तींच्या मनात निर्माण होत असतो.

अधिकारी या शब्दाचा अर्थ मात्र ती हुकूमत सांगणारा नाही. ज्याच्याकडे काही अधिकार आहे तो अधिकारी; आणि अधिकार म्हणजे कर्तुम्-अकर्तुम्-सामर्थ्य नव्हे, तर कर्तव्य म्हणून सोपविलेले एखादे विशेष काम! उदाहरणार्थ ब्राह्मणांना वेदपठणाचा अधिकार होता, याचा अर्थ ते त्यांचे त्यांनी करायलाच हवे असे कर्तव्य होते. इंग्रजीत अधिकारी या शब्दासाठी ऑफिसर हा शब्द वापरतात. ऑफिस म्हणजे देखील नियुक्त काम. ते सांभाळणारा तो ऑफिसर, परंतु कर्तव्य विसरणारे ऑफिसर्स अथवा अधिकारी केवळ अधिकारच गाजवीत असतात.

■ ■

अधोगती

अधोगती : 'एकंदरीत तुझी प्रगती थांबली. आता खरे तर तुझ्या अधोगतीला प्रारंभ झालेला आहे!' या वाक्यात प्रगती या शब्दाचा विरुद्धार्थक शब्द म्हणून अधोगती हा शब्द वापरलेला आहे. या अर्थाने हा शब्द रूढ झालेला आहे. तथापि स्वतंत्रपणे अधोगती या शब्दाच्या नेमका उलट अर्थ व्यक्त करणारा शब्द विचारल्यावर, जर कुणी ऊर्ध्वगती असा शब्द सांगितला तर? बरोबर आहे ना? अध:गती-अधोगती-म्हणजे खालच्या दिशेने जाणे, तर ऊर्ध्व गती म्हणजे वरच्या दिशेने

जाणे! मग प्रगतीच्या उलट गती कोणती? खरे तर प्रगतीच्या उलट अर्थाने परागती – पाठीमागची गती असा शब्द वापरायला हवा. पण या अधोगतीने आता आपले स्थान भाषेत पक्के केले आहे! भाषिक संकेत रूढ करताना विद्वानांनी थोडा अधिक विचार करायला हवा, हेच खरे!

■ ■

अध्यात मध्यात

अध्यात मध्यात : अधे मधे म्हणजे मधे मधे!

अर्ध आणि मध्य असे दोन शब्द आहेत. नदीच्या पात्राचा विचार केला तर दोन्ही काठांच्या बरोबर मधला बिंदू या दोनही शब्दांनी निर्देशिता येईलच. म्हणजेच या दोन्ही शब्दांचा अर्थ जवळजवळ एकच आहे. एकाच अर्थाचे दोन दोन शब्द उदा. साखरबिखर, मुलंबिलं असे द्विरुक्त शब्द वापरण्यामागे अर्थ अधिक तीव्र करण्याचा हेतू असतो. अधे मधे हा असा द्विरुक्त शब्द होतोच.

या शब्दाचेही पुन्हा (मनात, गावात लिखाणात याप्रमाणे) अध्यात मध्यात असे रूप करता येते. कुणाच्याही कोणत्याही विचारात, कामात, योजनांमध्ये लुडबुड करणे म्हणजे त्याच्या अध्यात मध्यात करणे! 'मी तुमच्या अध्यात मध्यात नाही, तरी तुम्ही मला का त्रास देता?' असे विचारता येते ते यामुळेच!

■ ■

अध्यादेश

अध्यादेश : ऑर्डनन्स या इंग्रजी शब्दासाठी अध्यादेश हा शब्द आपण वापरतो. ऑर्डनन्सचा अर्थ आहे – 'A rule established by authority'. अध्यादेश हा अगदी अन्वर्थक शब्द त्यासाठी वापरता येतो. हा एक आदेशच असतो. म्हणजेच अमुक एक गोष्ट अशी अशी करा, अशी ही आज्ञा असते; असा हा नियम असतो. आणि हा नियम 'अधि' म्हणजे वरच्या पातळीवरून, कुणी तरी श्रेष्ठत्वाच्या भुमिकेतून सांगितलेला असतो. हा जनादेश नसतो. म्हणूनच लोकशाही राज्यव्यवस्थेत अशा अध्यादेशाला लोकांची मान्यता आहे की नाही हे पाहिले जात असते.

■ ■

अध्वर्यु

अध्वर्यु : भारतीय स्वातंत्र्य लढ्यातील क्रांतिपर्वाचे अध्वर्यु अशी स्वा. सावरकरांची ओळख करून दिली जाते. इथे अध्वर्यु म्हणजे 'प्रमुख' असा अर्थ आपण समजून घेतो. हा शब्द यज्ञ-संस्थेतून भाषेत आलेला आहे.

कोणत्याही यज्ञामध्ये चार प्रमुख ऋत्विज असतात. होता, अध्वर्यु, उद्गाता आणि ब्रह्मा. त्यांच्यापैकी यज्ञात देवतांना आहुती अर्पिण्याचे काम अध्वर्यूला करावयाचे असते. होता हा वेदांमधील मंत्र म्हणून देवतांना आवाहन करतो. उद्गाता ते मंत्र कलात्मक पद्धतीने गातो आणि ब्रह्मा सर्व प्रक्रियेवर देखरेख ठेवतो; पण देवतांना प्रत्यक्ष आहुती अर्पण करण्याचे काम अध्वर्यु करतो. त्यामुळे तोच या यज्ञामध्ये सर्वांचे व विशेषत: देवतांचेही लक्ष वेधून घेतो. त्यालाच महत्त्व प्राप्त होते. कारण त्याचे काम सर्वात महत्त्वाचे असते. कोणत्याही कामात असे महत्त्वपूर्ण स्थान असणाऱ्या व्यक्तीला अध्वर्यु असे म्हणतात.

■ ■

अन्

अन् : अभिजित्, विद्वान्, आयुष्मान् असे काही संस्कृत शब्द मराठीत अभिजित, विद्वान, आयुष्मान असे लिहिण्याचा प्रघात आहे. याचा अर्थ संस्कृतमध्ये अंत्य व्यंजन हे व्यंजन या स्वरूपात (त् न्) दाखविले जाते. तसे मराठीत करण्याची गरज नाही, असे मानले जाते. परंतु अन् हा असा एक मराठी शब्द आहे, ज्याचा अंत्य वर्ण न् असा व्यंजन स्वरूपातच दाखविला जातो! अन् म्हणजे आणि. तो अन् ती म्हणजे तो आणि ती. अन् मग ती म्हणाली – आणि मग ती म्हणाली वगैरे. संस्कृत भाषेतही अन् असा एक शब्द आहे. नकारात्मक किंवा अभावात्मक अर्थ व्यक्त करण्यासाठी तो भावात्मक अर्थाच्या शब्दामागे जोडला जातो. उदाहरणार्थ अन् उदार – अनुदार, अन् इष्ट – अनिष्ट वगैरे. हा अन् ज्या शब्दामागे जोडायचा तो शब्द मात्र स्वरादीच असावा लागतो. म्हणजे अ आ इ ई इत्यादिनी सुरू होणारा. हे सर्व अनुदार, अनावश्यक इ. शब्द मराठीत तत्सम स्वरूपात वापरात आहेत.

■ ■

अनघा

अनघा : मुलींच्या नावांपैकी अनघा हे एक प्रसिद्ध नाव आहे. परंतु ते नाव धारण करणाऱ्या स्त्रियांना अथवा त्यांना ते नाव देणाऱ्या त्यांच्या मातापित्यांना (अथवा पतीला) या नावाचा नेमका अर्थ माहीत असतोच असे नाही. त्यामुळे अन्घा असा या नावाचा चुकीने उच्चार केला जातो.

अघ (नपुं) या शब्दाचा अर्थ आहे पाप. त्या शब्दाला अन् हा नकारवाचक पूर्वप्रत्यय लावून निष्पाप या अर्थाचा अनघ शब्द तयार होतो. त्याचे स्त्रीलिंगी रूप अनघा. म्हणजेच निष्पाप स्त्री. या शब्दाचा उच्चार करताना अन्घा असा न चा अर्धवट उच्चार केला तर हा अर्थ नाहीसा होईल. म्हणून अ न घा असा प्रत्येक अक्षराचा पूर्ण उच्चार केला पाहिजे.

विशेष लक्षणीय हे की, कुणाही पुरुषाचे अनघ असे विशेषण वापरण्याची पद्धत आपण ठेवलेली नाही. कारण बहुदा कुणीही पुरुष या विशेषणाला पात्रच नसावा. सर्वच्या सर्व तर निष्पाप असणारच नाहीत! सर्व पापी असू शकतात. अबला या स्त्री-विशेषणाबद्दल समाजावर रागावणारांनी अनघा शब्दाबद्दल समाजाला धन्यवाद द्यायला हवेत.

■ ■

अनय/अनया

अनय/अनया : नवजात मुलांसाठी नवनवीन नावे शोधण्याच्या प्रयत्नात अनेक माता-पिता असतात. अश्या वेळी अनया/अनय ही नावे कुणाला सुचू शकतात. यापैकी अनया हे सरळ सरळ अनय या शब्दाचे स्त्री लिंगी रूप आहे, हे लक्षात येऊ शकते.

पण अनय म्हणजे काय?

अनय हे विष्णूच्या सहस्त्र नावांपैकी एक नाव आहे. (विष्णु या देवतेचे हे एक नाव असूनही ते जुनाट वाटत नाही ना?) अ-नय असे हे नाव असून 'नय' शब्दाचा अर्थ आहे 'नेणारा'. (नयन हेही 'नय'चेच विस्तारित रूप आहे. नयन आणि नेत्र हे एकार्थक शब्द आहेत.)

अ-नय हा व्याकरणाच्या भाषेत बहुव्रीही समास आहे. ज्याला पुढे नेणारा दुसरा कुणी नाही, म्हणजेच जो स्वत:च स्वत:च्या प्रेरणेने पुढे जातो तो अनय.

आणि अर्थातच अनया म्हणजेही मार्ग दाखविण्यासाठी जिला अन्य कुणाची अपेक्षा नसते ती; स्वत: पुढे जाणारी.

■ ■

अनशन

अनशन : अनशन हा शब्द आज फारसा प्रचारात नसला, तरी काही पुस्तकांमधून तो आढळेलच. 'अंदमानातील राजबंदींनी आपल्यावर होणाऱ्या अन्यायाला वाचा फोडण्यासाठी अनशन आरंभिले' असे एखादे वाक्य वाचताना अनशन म्हणजे 'उपोषण' हा अर्थ संदर्भामुळे लक्षात येईलही, परंतु खरे म्हणजे अनशन आणि उपवास अथवा उपोषण यांचे मूळ अर्थ एकमेकांपासून थोडे भिन्नच आहेत.

अनशन हा शब्द अन् अशन असा आहे. अशन म्हणजे खाणे. अन् हा त्याचा नकार. अनशन म्हणजे खाणे नसणे. म्हणून मग उपवास हा त्या शब्दाचा आपण समजून घेत असलेला अर्थ. कारण उपवास म्हणजे आपल्या दृष्टीने न खाणे.

■ ■

अनसूया

अनसूया : अत्रि ऋषींच्या पत्नीचे नाव अनसूया होते. परंतु अनसूया हा शब्द नीट न समजल्याने अनेक लोक तो 'अनुसया', 'आनुसया' असा उच्चारतात. अनसूया (अन् असूया) म्हणजे जिच्या ठिकाणी कुणाबद्दलही असूया नाही अशी स्त्री. पौराणिक कथेनुसार अनसूया ही दत्तात्रेयाची माता आहे. म्हणजेच तिने ब्रह्मा-विष्णु-महेश या तीनही देवतांना एकत्र करून एका नव्या, सर्वसमावेशक देवतेला जन्म दिलेला आहे. यांपैकी कोणत्याही देवतेबद्दल तिच्या मनात असूया नसल्यानेच हे तिला शक्य झाले.

■ ■

अनहंकारिता

अनहंकारिता : काही शब्द थोडे अवघड वाटले, तरी त्यांचा अर्थ एकदा लक्षात आला की, ते सोपे वाटू लागतात. कारण मुळात शब्द अवघड किंवा सोपा नसतोच. त्या शब्दाशी आपला परिचय नसला की, तो अवघड वाटतो, इतकेच.

असाच एक सर्वसामान्यपणे अपरिचित शब्द आहे – अनहंकारिता.

यातला अन् बाजूला केला की, राहातो तो शब्द अहंकारिता.

हाही शब्द समजून घेताना प्रथम 'अहंकार'शब्द लक्षात घ्यायला हवा आणि अहंकार हा शब्द कोण जाणत नाही? आपल्या ठिकाणी अहंकार नाही, आपण

अहंकार बाळगीत नाही, असे आपण स्वत:संबंधी म्हणत असतोच ना?

अहंकारिता म्हणजे अहंकार बाळगण्याची वृत्ती आणि अन् या पूर्वप्रत्ययाने सांगितला जातो तो या वृत्तीचा अभाव म्हणजेच अहंकार नसणे!

■■

अनामिका

अनामिका : हाताच्या पाच बोटांची नावे क्रमाने कनिष्ठिका किंवा करांगुली (करंगळी), अनामिका, मध्यमा, तर्जनी आणि अंगुष्ठ (अंगठा) अशी आहेत. अनामिका म्हणजे नाव नसलेली! (हे तिचे नावच बरं का!)

अनामिका शब्दाच्या या विशेष अर्थाचा उपयोग एका कवीने कालिदासाची थोरवी गाण्यासाठी करून घेतला आहे. तो म्हणतो –

पुरा कवीनां गणनाप्रसंगे कनिष्ठिकाधिष्ठितकालिदास:।
अद्यापि तत्तुल्यकवेर् अभावाद् अनामिका सार्थवती बभूव॥

पूर्वी एकदा कवींची मोजदाद सुरू झाली त्या वेळी प्रथम करंगळीवर स्थान मिळाले कालिदासाला, पण पुढे त्याच्या तोडीचा अन्य कवी शेजारच्या बोटावर मोजण्यासाठी अद्यापही न मिळाल्याने अनामिकेचे नाव सार्थ झाले की!

अनामिका हे मुलीला ठेवायचे एक नाव आहे. मात्र 'हिला नावच नाही' असा त्याचा अर्थ होईल बरे!

■■

अनावरण

अनावरण : अन् आवरण असा हा शब्द आहे. आवरण काढून टाकणे, हा या शब्दाचा अर्थ. सामान्यपणे हा शब्द 'पुतळ्याचे अनावरण' या शब्दबंधामध्ये आपल्याला आढळतो. पुतळ्याचे अनावरण करण्यापूर्वी हा समारंभ साजरा करता यावा यासाठी तो पुतळा मुद्दाम झाकून ठेवतात. म्हणजेच तो आवरणयुक्त करतात आणि मग ते आवरण समारंभपूर्वक दूर केले गेले की, होते ते त्या पुतळ्याचे अनावरण!

पण हा इतका सोपा शब्द विचारात घ्यायचे कारणच काय? तर आवरण या शब्दाच्या उलट अर्थाचा जसा अनावरण हा शब्द आहे, तसाच विवरण हाही एक शब्द आहे, पण त्याचे कार्यक्षेत्र वेगळे आहे. ते वेगळेपण समजून घेतले पाहिजे.

■■

अनावृत

अनावृत : वृत्तपत्रांमधून '...स अनावृत पत्र' या शीर्षकाने एखादे पत्र प्रकाशित झालेले आपण पाहातो. परंतु या शीर्षकात पुष्कळदा 'अनावृत्त' असा शब्द छापलेला असतो. वास्तविक हा शब्द 'अनावृत' असा हवा. म्हणजेच 'त्त' असे जोडाक्षर त्यात नको आहे.

अन् आवृत म्हणजेच अनावृत. अन् म्हणजे नाही. अन् एक – अनेक. म्हणजे तरी काय, तर 'एक नाही ते अनेक'! इंग्रजीतला Unwanted, Unjust, Unaware वगैरे शब्दांमधला Un आणि हा संस्कृत अन् एकच आहेत. आवृत म्हणजे आवरणयुक्त, झाकलेले, उघडे नसलेले. म्हणून अनावृत म्हणजे न झाकलेले, उघडे, कुणीही वाचावे असे. एरवी पत्र हा खासगी व्यवहार आहे. 'अनावृत पत्र' हा सार्वजनिक व्यवहार असतो.

■■

अनाहूत/अनाहुत

अनाहूत/अनाहुत : शुद्धलेखनात ह्रस्वदीर्घांचे महत्त्व काय, हे लक्षात घेण्यासाठी हे दोन शब्द अवश्य पाहावेत. अर्थात हे दोन्ही शब्द संस्कृत असल्याने मराठी शुद्धलेखनाशी याचा काही संबंध नाही, असे प्रतिपादन काही विद्वान करतीलच! परंतु मराठीत वापरले जाणारे व वापरले जाऊ शकणारे सर्व शब्द मराठीच आहेत असे म्हटले पाहिजे.

आता या शब्दांचे अर्थ! 'अनाहूत' म्हणजे जो आहूत नाही तो. आहूत म्हणजे ज्याला बोलावलेले आहे तो. न बोलावता येणाऱ्या पाहुण्याला अनाहूत पाहुणा म्हणतात. पूर्वी प्लेगची साथ यायची. तेव्हा त्या रोगाला अनाहूत पाहुणा म्हणत असत. 'अनाहुत' म्हणजे जो आहुत नाही तो. हुत म्हणजे यज्ञात अर्पण केलेले काहीही. आहुत म्हणजे सर्व दृष्टींनी समर्पित. अनाहुत म्हणजे ज्याची अशी आहुती दिली गेलेली नाही, असे काहीही. तेव्हा कोणत्याही पाहुण्याची, तो नकोसा वाटत असेल, तर फार तर 'अनाहूत' म्हणून संभावना करावी, पण तो 'अनाहुत' आहे असे तरी निदान म्हणू नये! म्हणजेच त्याची आहुती देण्याची मनात कल्पना नसावी.

■■

अनिकेत

अनिकेत : अनिकेत हे मुलाला ठेवायचे एक नाव आहे. त्याचा अर्थ काय? वर वर पाहाता निकेत म्हणजे घर आणि ज्याला घर नाही तो अनिकेत! म्हणजे फूटपाथवर पथारी टाकणारा गृहहीन माणूस!

पण तरी देखील हे नाव हौसेने का ठेवले जाते?

कारण आहे. अनिकेत हे परमेश्वराचे एक विशेष लक्षण आहे. तो सर्वव्यापी असल्याने नेमक्या अमुक एका घरात राहातो असे सांगता येत नाही ना! सर्व विश्वच त्याचे वसतिस्थान किंवा त्याही पलीकडे तो दशांगुळे उरला आहे! अनिकेत या शब्दाला हा एक सुंदर अर्थ आहे आणि याच अर्थाने हे नाव ठेवले जात असते.

■■

अनिल

अनिल : अनिल हे मुलाचे नाव असते. हे नाव लिहिताना 'अनील' असे लिहून चालणार नाही. उच्चार करतानाही नि ह्रस्व उच्चारायला हवा. अनिल आणि अनील या शब्दांचे अर्थ भिन्न आहेत. 'अनील' म्हणजे जे निळ्या रंगाचे नाही ते; पण नक्की कसे ते समजणार नाही! कारण काळे, पांढरे, हिरवे इत्यादि सर्व रंग अनीलच की! 'अनिल' म्हणजे वायु. अन् अनिति या संस्कृत धातूचा अर्थ आहे जिवंत असणे. प्राण हा शब्द प्र-अन् या धातूपासून तयार होतो. अन् धातूला इल (इलच्) प्रत्यय लागून अनिल शब्द तयार होतो. ज्याच्या साहाय्याने आपण जिवंत असतो, त्या वायूला अनिल म्हणतात. अनील असे लेखन करून या वायूची ही प्राणरक्षक शक्तीच आपण नाकारत असतो, नाही का? अनिल म्हणजे आपला प्राण, आपल्याला जिवंत ठेवणारा वायु.

■■

अनुकूल/प्रतिकूल

अनुकूल/प्रतिकूल : अनुकूल आणि प्रतिकूल हे दोन शब्द परस्पर विरोधी अर्थाचे आहेत, हे स्पष्ट आहे. त्यामुळे यांपैकी एका शब्दाचा अर्थ नीट समजला, तर दुसऱ्याचाही अर्थ सहज लक्षात येईल.

मग अनुकूल म्हणजे नेमके काय? ‘सध्याचे त्यांचे धोरण पक्षहिताला अनुकूल नाही’ असे एखादे वाक्य विचारात घेतले, तर हे धोरण पक्षहित साधणारे नाही, पक्षहिताला बाधक आहे हा अर्थ ध्यानात येतो. मग अनुकूल म्हणजे साधक का? हितकारक, योग्य असेही काही प्रतिशब्द देता येतील.

अनुकूल यातील ‘कूल’ या शब्दाचा अर्थ आहे, नदीचा काठ. त्या काठाकडे येणारे म्हणजे अनुकूल आणि काठापासून लांब, दूर जाणारे प्रतिकूल. नदीत पडणाऱ्या व्यक्तीला प्राण वाचविण्यासाठी काठाच्या जवळ यावे लागेल. काठापासून तो दूर जाऊ लागला, तर ते त्याला प्राणघातक ठरेल.

या दृष्टीने मग अनुकूल म्हणजे हितकारक आणि प्रतिकूल म्हणजे अहितकारक.

■ ■

अनुनय

अनुनय : प्रणय आणि अनुनय या दोनही शब्दांमध्ये नी म्हणजे नेणे याच धातूचा उपयोग आहे. प्रणयात प्रेमाची याचना आहे, तर अनुनयात आपल्या मागून येण्याची अपेक्षा करून केलेली मनधरणी आहे. अनु म्हणजे मागून, नी म्हणजे नेणे. इतर कुणाला तरी आपल्या मागून ओढीत नेण्यासाठी खरे तर अनुनय हा शब्दप्रयोग करावा. परंतु अलीकडे तो स्वतःच कुणाच्या तरी मागे जाण्याच्या वृत्तीचा निदर्शक म्हणून केला जात असतो. स्वतःलाच कुणाच्या तरी मागे ‘नेणे’ म्हणजेच मुळात जाण्याची आवश्यकता नसताना स्वतःलाच तसे भाग पाडणे या अर्थाने मात्र अनुनय शब्द योग्यच होईल!

■ ■

अनुराग

अनुराग : अनुराग म्हणजे प्रेम. शब्दार्थ म्हणून बरोबरच आहे, पण प्रत्येकच शब्द काही विशेष अर्थ घेऊन येत असतो. नाही तर उगीचच भाषेत त्याच त्या अर्थाचे वाचक असे भारंभार शब्द हवेत कशाला?

अनुराग म्हणजे केवळ एकतर्फी प्रेम नव्हे. प्रेम करणाऱ्या एखाद्या व्यक्तीबद्दल जे प्रेम तुमच्याही ठिकाणी निर्माण होईल, त्याला म्हणायचे अनुराग. अनु शब्दाचा अर्थ आहे – पाठीमागून, नंतर. जसे – अनुयायी म्हणजे (नेत्याच्या) मागून जाणारा. आणि राग म्हणजे प्रेम!

राग हा शब्द रंज् या संस्कृत धातूपासून सिद्ध होतो. रंग हा शब्दही त्याचेच रूपांतर. रंज् म्हणजे प्रेमात पडणे, आकृष्ट होणे. आपण मराठीत राग हा शब्द केवळ क्रोध या अर्थाने वापरतो; पण अनुराग म्हणजे मात्र मागून येणारा क्रोध असे मानीत नाही. तिथे मुळातला संस्कृतमधला अर्थच घेतो. अनुरक्त हाही शब्द याच संबंधात आपण जाणतोच.

■ ■

अनुवाद

अनुवाद : भाषांतर या शब्दाऐवजी अनुवाद हा शब्द अलीकडे रूढ करण्याचा प्रयत्न होताना दिसतो आहे. परंतु या शब्दांच्या अर्थांमध्ये फार भेद आहे. भाषांतर म्हणजे दुसरी भाषा (आशय तोच!) अनुवाद म्हणजे काय?

अनु वद् या संस्कृत धातूचा अर्थ आहे, पाठीमागून म्हणणे, बोलणे! आवृत्ती करणे. अनु वच् याही धातूचा तोच अर्थ आहे. पूर्वी गुरु शिष्याला एखाद्या पाठाची संथा देत असत, त्या वेळी आपल्या मागून तेच शब्द उच्चारायला त्याला सांगत असत. असे गुरूच्या मागून उच्चारण करणे म्हणजे अनुवचन किंवा अनुवाद. त्यात दुसरी भाषा वापरली जात नाही, तर तेच ते शब्द पुन्हा तसेच्या तसे उच्चारले जातात. असा उच्चार करणाऱ्या शिष्याला अनूचान आणि शिष्येला अनूचाना अशी विशेषणे लावली जातात. म्हणून एखाद्या साहित्य कृतीचे प्रस्तुतीकरण जेव्हा दुसऱ्या भाषेतून केले जाते तेव्हा ते भाषांतरच असते; अनुवाद नव्हे.

■ ■

अनुलोम/प्रतिलोम

अनुलोम/प्रतिलोम : वर्णव्यवस्था प्रचारात राहिली पाहिजे, आंतरवर्णीय विवाह शक्यतो होऊ नयेत, असे ज्या काळात भारतात मानले जात होते, त्या काळातही असे विवाह व्हायचे राहात नव्हतेच. आजही बहुतांश लग्ने जातीतल्या जातीतच होत आहेत व तशीच ती व्हावीत, असे अनेकांना वाटते; तरीही आंतरजातीय लग्ने मुळीच होत नाहीत असे नाही.

वर्ण अथवा जातींच्या बाबतीत समाजात एक अनिष्ट अशी श्रेष्ठ-कनिष्ठतेची जाणीव असते. त्यामुळे आंतरवर्णीय वा आंतरजातीय विवाहातही वराचा वर्ण श्रेष्ठ की वधूचा, असा विचार होतो.

अशा वेळी श्रेष्ठ वर्णाचा/जातीचा वर आणि कनिष्ठ वर्णाची/जातीची वधू यांच्या विवाहाला 'अनुलोम विवाह' असे म्हणतात.

त्याउलट श्रेष्ठ वर्णाची /जातीची वधू व कनिष्ठ वर्णाचा/जातीचा वर यांच्या विवाहाचे वर्णन 'प्रतिलोम विवाह' असे केले जाते.

■ ■

अनुशासन

अनुशासन : अनुशासन हा शब्द आपण शिस्त, सुव्यवस्था या अर्थाने वापरतो. स्वर्गीय विनोबा भावे यांनी १९७५च्या आणीबाणीच्या काळासाठी 'अनुशासन पर्व' हे शब्द वापरले होते. आणीबाणीच्या या काळात सर्व सरकारी कर्मचारी व अधिकारी बरीचशी शिस्त पाळू लागले होते. त्यामुळे त्या काळात अनुशासन पर्व हे नाव शोभूनही दिसत होते.

शास् म्हणजे शिकविणे. या संस्कृत धातूपासूनच शासन हा शब्द तयार झालेला आहे. म्हणजे पर्यायाने शासनाचे (म्हणजे सरकारचे) काम समाजाला योग्य मार्गावर ठेवण्याचे आहे, हे या शब्दातून सुचविले गेले आहे. अनुयायी, अनुगमन, अनुकरण वगैरे शब्दांमध्ये अनुचा जो अर्थ आहे तोच अर्थ अनुशासन शब्दातही घेतला, तर शासनाने सांगितल्याप्रमाणे, शासनानुसार, असा अनुशासन शब्दाचा अर्थ होईल. म्हणून मग अनुशासन म्हणजे शिस्त. आपण सर्वांनी असे अनुशासन पाळायलाच हवे, नाही का?

■ ■

अनुष्ठान

अनुष्ठान : शास्त्रीबुवांचे सध्या अनुष्ठान चाललेले आहे. त्यामुळे ते प्रवचनासाठी बाहेरगावी कुठे येऊ शकणार नाहीत.

या वाक्यात अनुष्ठान हा शब्द आलेला आहे. कुठल्याही धार्मिक व्रताच्या संबंधात शास्त्रीबुवांचा सर्व वेळ जातो आहे, या व्रतासाठी त्यांना नियमित वेळी नियमित कृती कराव्या लागत आहेत, असा साधारणपणे एक अर्थ वरील वाक्य ऐकणाऱ्याच्या लक्षात येतो. अनुष्ठान म्हणजे असे एखादे धार्मिक व्रत का?

होय, असा त्याचा अर्थ आहेच. सध्या हा शब्द केवळ धार्मिक संदर्भात वापरला जातो; पण अनुष्ठान अन्यही क्षेत्रात असू शकते.

अनु-स्था या संस्कृत धातूपासून तयार झालेले हे एक नाम आहे. स्था म्हणजे असणे, राहाणे. (स्थान म्हणजे ठिकाण, जागा, स्थिर असण्याचे चिह्न आहे).

अनु म्हणजे मागून, एका मागून एक. याप्रमाणे सातत्य सांगण्यासाठी अनु हा उपसर्ग वापरतात. अनु + स्थान (अनुष्ठान) म्हणजे असे एकाच गोष्टीच्या संदर्भात सातत्याने राहाणे.

■ ■

अनुस्वार

अनुस्वार : केसरीचे संपादक साहित्याचार्य नरसिंह चिंतामण केळकर यांच्याच काळात मराठी शुद्धलेखनातून अनुच्चारित अनुस्वारांचे उच्चाटन झालेले आहे. लेखक-वाचकांच्या ते पचनी पडायला जरा काळ जावा लागला; पण आता ते इतके अंगवळणी पडलेले आहे की, काही ठिकाणी आपण प्रत्यक्ष उच्चारीत नसलो, तरी काही शब्दांच्या अंत्य अक्षरांवर अनुस्वार आवश्यक असतो, हेही अनेकांच्या लक्षात येत नाही!

पूर्वी फूलचे फुलें, मूलचे मुलें, पुस्तकांचे पुस्तकें अशी एकारांत अनुस्वारयुक्त अनेकवचने होत असत. पुढे हा ए कार बोलण्यातून गळाला. त्यामुळे फुलं, मुलं, पुस्तकं अशी रूपं येऊ लागली. पण असं असलं, तरी हा अखेरचा अनुस्वार उच्चारला जातोच असं नाही. त्यामुळे अनुच्चारित अनुस्वार म्हणून तो गाळून फुल, मुल, पुस्तक असे लेखन (आणि मुद्रणही) अनेक ठिकाणी आढळते. परंतु हा उच्चार नाकातून करायचा नसला, तरी त्यातले दीर्घत्व दाखविण्यासाठी अनुस्वार देणे अत्यावश्यक आहे, हे लक्षात घेतले पाहिजे. नाही तर फुल्, मुल्, पुस्तक् असे या शब्दांचे उच्चार होऊ लागतात आणि अर्थदृष्ट्या ते अनाकलनीय होते.

अनुस्वार नेहमी स्वरानंतरच उच्चारला जातो. तो अक्षराच्या डोक्यावर लिहिला जात असला, तरी त्याचा उच्चार मात्र त्या अक्षरानंतर होतो.

■ ■

अंतिमेत्थम्

अंतिमेत्थम् : अंतिमेत्थम् हा काय शब्द आहे हो? जरा अपरिचित वाटतो ना?

पण मग अल्टिमेटम् हा शब्द? शेवटी पक्ष कार्यकारिणीने त्यांना अल्टिमेटम् दिला की, राजीनामा द्या, नाही तर शिस्तभंगाच्या कारावाईसाठी तयार राहा, तेव्हा

कुठे त्यांनी राजीनामा दिला. या वाक्यातला अल्टिमेटम् शब्द आपल्याला कळतो. अखेरचे सांगणे, शेवटचा इशारा वगैरे शब्दबंधांनी आपण त्याचे मराठीकरण करू पाहातो. कारण अल्टिमेटम् शब्दासाठी नेमका मराठी-मराठीच काय, कोणत्याही भारतीय भाषेतील शब्द नाहीच, अशी आपली समजूत असते.

ही समजूत आता दूर झाली पाहिजे. कारण कौटिल्याने आपल्या अर्थशास्त्र या ग्रंथात अंतिमेत्थम् – अंतिम (शेवटचे) इत्थम् (हे असे) हा शब्द अगदी या अर्थाने वापरलेला आहे; तेवीसशे वर्षांपूर्वी! आणि अल्टिमेटम् हा शब्द या संस्कृत शब्दाचे इंग्रजी रूपांतर आहे.

■ ■

अन्तेवासी

अन्तेवासी : पूर्वी गुरूच्या घरी जाऊन, तेथेच राहून विद्याध्ययन करण्याची प्रथा असे. त्या वेळी त्या विद्यार्थ्याला अंतेवासी असे म्हणत असत. अंते म्हणजे जवळ आणि वासी म्हणजे राहाणारा.

पण जरी अनेक विद्यार्थी एकाच वेळी अश्या रीतीने अंतेवासी होत असले, तरी पण हा शब्द नंतर काही विशिष्ट विद्यार्थ्यांच्याच बाबतीत वापरू लागले असावेत. गुरूच्या अगदी जवळ, निकट म्हणजेच अगदी त्यांच्या मनात वास करणारा असा एखादाच विद्यार्थी असतो, नाही का? अशा गुरूला अत्यंत प्रिय असणारा, त्याच्या नित्य सहवासात असणारा असा जो शिष्य, तो अंतेवासी. आपल्या जवळची गुह्यात् गुह्यतमम् म्हणजे रहस्यांमधली रहस्यमय अशी विद्या त्यामुळेच गुरु त्याला देत असावेत.

■ ■

अंत:करण

अंत:करण : अंत:करण, मन, हृदय हे तीन शब्द पुष्कळदा भावनांच्या संबंधात बोलताना एकमेकांच्या ऐवजी वापरले जातात. उदाहरणार्थ भीती जशी मनात दाटते, तशी ती हृदय कंपित करते किंवा अंत:करण व्यापते! अर्थदृष्ट्या मन आणि अंत:करण हे एकार्थक शब्द आहेत. खरे म्हणजे अंत:करण हे मनाचे वर्णन आहे!

कारण 'करण' म्हणजे 'इंद्रिय'. आपली पाच कर्मेंद्रिये आणि पाच ज्ञानेंद्रिये आहेत; ती बाह्यत: आपण बघू शकतो, पण मन हे असे एक इंद्रिय आहे की, ते

आपण बघू शकत नाही. म्हणून ते आत कुठे तरी आहे असे मानून त्याला अंत:करण – आतले इंद्रिय म्हटले जाते. मनाला इंद्रिय किंवा करण ही संज्ञा दिल्यामुळे त्याची क्रियाशीलता अधोरेखित होते. मन विचार करते, संकल्प करते, भावनांची अनुभूती घेते. आपल्या अन्य दहाही इंद्रियांना या अंत:करणाची साथ असावी लागते, तरच त्या-त्या इंद्रियांची कामे सुरळीत पार पडतात.

■ ■

अंत्येष्टि

अंत्येष्टि : मनुष्य मरण पावल्यावर त्याच्या प्रेतावर जो अंत्यसंस्कार केला जातो त्याचाच उल्लेख अंत्येष्टि या शब्दानेही करतात. इष्टि हा एक प्रकारचा यज्ञच असतो. अमावास्या व पौर्णिमा या दोन दिवशी केले जाणारे दर्श आणि पौर्णमास हे यज्ञ इष्टि समजले जातात. अग्नीला मनुष्याचे प्रेत अर्पण करणे, हाही एक यज्ञच समजला जातो. त्या यज्ञासाठी आवश्यक तो अग्नी त्याच व्यक्तीच्या घरातून त्याच्या प्रेताबरोबरच नेला जातो. प्राणोत्क्रमण झाल्यामुळे त्या व्यक्तीला यापुढे कोणताही यज्ञ करणे शक्यच नसते. हे प्रेतदहन हाच त्याच्या दृष्टीने अखेरचा, शेवटचा यज्ञ असतो. म्हणून या संस्काराला अंत्येष्टि म्हणायचे. अंत्य इष्टि म्हणून अंत्येष्टि.

■ ■

अन्वयार्थ

अन्वयार्थ : वृत्तबद्ध अथवा छंदोबद्ध कविता वाचताना आपल्या लक्षात एक गोष्ट येते की, तिच्या ओळीतले सर्वच शब्द अर्थाच्या दृष्टीने सुसंगत क्रमाने आलेले नसतात. सामान्य गद्य वाक्यातले सर्व शब्द हे जसे क्रमबद्ध असावे लागतात तसे ते कवितेत असलेच पाहिजेत, असे आपण मानीत नाही.

त्यामुळे कवितेचा अर्थ लावताना प्रथम त्या इतस्तत: पसरलेल्या शब्दांची नीट संगती लावावी लागते. अशी संगती लावण्याच्या क्रियेलाच अन्वय लावणे असे म्हणतात. असा शब्दांचा अन्वय लावून झाला की, अर्थ सहज समजतो. हाच त्या कवितेचा अन्वयार्थ. अन्वय हा शब्द अनु-इ म्हणजे मागून जाणे या अर्थाच्या धातूपासून सिद्ध होतो. अन्वयामध्ये कवितेतील पदे अर्थाच्या दृष्टीने एका मागून एक अशी सुसंगतपणे जातात. अन्वय या शब्दाचा एक अर्थ वंश असाही आहे.

कारण वंशामध्ये एका मागून एक अश्या व्यक्ती येत असतात. अन्वयी म्हणजे (विशिष्ट) वंशामधला. जसे रामान्वयी म्हणजे रामाच्या वंशातला. (त्याचेच पुढे रामाणी असे रूप झालेले असणे शक्य दिसते.)

■ ■

अपर्णा

अपर्णा : मुलीचे नाव ठेवताना अपर्णा या नावाची काही वेळा निवड केली जाते. (त्याचे लेखन कित्येक जण चुकीने अर्पणा असे करतात.) अपर्णा हे पार्वतीचे एक नाव आहे. पौराणिक कथेनुसार हे नाव पडण्याचे कारण असे की, शंकराच्या प्राप्तीसाठी तपश्चर्या करीत असताना पार्वती प्रथम वृक्ष-वेलींच्या पानांवर आपली उपजीविका करीत असे, पण कालांतराने तिने त्या पानांचाही त्याग केला. तेव्हा तिला लोक अपर्णा म्हणू लागले! अश्या या पौराणिक कथा त्या-त्या लेखकाच्या प्रतिभेतून, कल्पनाशक्तीतून निर्माण झालेल्या असतात! अपर्णा शब्दातून एक वेगळा अर्थ ध्वनित होतो, तो अधिक सुंदर आहे. सुंदर स्त्रीच्या सडसडीत देहयष्टीला (वृक्षाला आलिंगन देणाऱ्या) वेलीची, लतेची उपमा देतात. पण अशी ही सुंदर वेलही कधी कधी सुकून जाते! पर्णहीन होते! पार्वती आपल्या तपश्चर्येच्या काळात अशी क्षीण झालेली होती हा अर्थ तिच्या अपर्णा या नावातूनच सुचविला जातो. अर्थात ही क्षीण पार्वतीही लतेसारखी सुंदर असल्याचेही त्याच तिच्या नावातून सांगितले जाते आहे.

■ ■

अपरिहार्य

अपरिहार्य : 'काही अपरिहार्य कारणांमुळे आजचे वक्ते आज इथे येऊ शकलेले नाहीत, त्यामुळे....' वगैरे स्वरूपाची भाषणे आपण ऐकली असतील.

अपरिहार्य म्हणजे टाळता येणार नाहीत, अशी (कारणे). अपरिहार्य हे एक विशेषण आहे. ते अशा काही कारणांसाठीच वापरावे असे नाही! आपली झोपसुद्धा कित्येकदा अपरिहार्य होत असते. आपण आपल्या उपजीविकेसाठी जे काम स्वीकारलेले असते, ते करणेही आपल्याला अपरिहार्य असते.

अपरिहार्य हा शब्द कसा तयार होतो? हृ या धातूला परि हा उपसर्ग लावला. परि-हृ – परिहरण करणे म्हणजे बाजूला सारणे. परिहार्य हे त्यापासून बनलेले

विध्यर्थी विशेषण आहे. बाजूला सारण्यास योग्य. (जसे कार्य म्हणजे करण्यास योग्य.)

'अ' हा अकरणात्मक म्हणजेच नकारात्मक अर्थ देणारा एक पूर्वप्रत्यय त्या शब्दाला जोडला की, आपल्याला हवा असलेला अपरिहार्य हा शब्द मिळतो.

पण तेवढ्यासाठी इतकी ही व्याकरणिक प्रक्रिया अपरिहार्य आहे!

■ ■

अबला

अबला : स्त्री या अर्थाने अबला हा शब्द अनेकांना खटकतो. 'अ'चा अर्थ इथे नकारात्मक आहे असे मानून अबला म्हणजे दुर्बल किंवा बलहीन असा अर्थ केला जातो. वास्तविक संस्कृत भाषेत अबला या शब्दातील 'अ' हा अल्पत्व सांगणारा आहे आणि अल्प हा कमी या अर्थाचा शब्द. कमीपणा देखील सापेक्षतेने व्यक्त होतो. आडदांड पुरुषाच्या संदर्भात एखाद्या सुंदर, सडपातळ, नाजूक स्त्रीचा विचार करून पाहा, म्हणजे अबला शब्दाचा नेमका अर्थ लक्षात येईल; आणि मग संस्कृतमधून सर्व भारतीय भाषांमध्ये आलेला अबला हा स्त्रीवाचक शब्द तुच्छतेने वापरण्यात आलेला नसून नाजूकपणा म्हणजे एका अर्थाने सुंदरता दर्शविण्यासाठी आलेला आहे हे लक्षात येईल. आणि शिवाय भारतीय भाषांमध्ये स्त्री या अर्थाचा केवळ अबला एवढा एकच शब्द आहे असेही नाहीच!

■ ■

अब्द/वर्ष

अब्द/वर्ष : एखाद्या संस्थेच्या स्थापनेला शंभर वर्षे पूर्ण झाली म्हणजे तिचा शताब्दी समारंभ करतात. या ठिकाणी शताब्दी शब्दाचा अर्थ सांगावा लागत नाही. शंभर वर्षे म्हणजे शत अब्द. पाहा, अब्द शब्दसुद्धा किती अर्थपूर्ण आहे! अब् (अप्) म्हणजे पाणी! पाऊस! शंभर पावसाळे म्हणजे शत अब्द. आपण आपल्या वयाचा उल्लेख करताना सुद्धा म्हणतो ना, 'मी तुझ्यापेक्षा चार पावसाळे जास्त पाहिले आहेत. म्हणजेच माझे वय तुझ्यापेक्षा निदान चार वर्षांनी जास्त आहे.'

काळामधील वर्षे अशी पावसाळ्यांच्या भाषेत मोजण्याची पद्धत फक्त भारतातच आहे म्हणतात! नियमित ऋतूंमध्ये पाऊस ही निसर्गाची कृपा फक्त हिमालयाच्या

दक्षिण भागाकडच्या भूमीवरच आहे!

अहो, वर्ष हा कालवाचक शब्द तरी कोणत्या विशेष अर्थाचा आहे? वर्ष म्हणजेही पाऊसच की!

■ ■

अभिजात

अभिजात : अभिजात वाङ्मय, अभिजात कलाकृती, अभिजात संगीत असे शब्द आपण ऐकतो, वाचतो, भाषणात व लेखनात वापरतो.

अभिजात हे विशेषण इथे कोणत्या विशेष अर्थाने आपण वापरतो?

कोणतीही गोष्ट उच्च दर्जाची, श्रेष्ठ अशी असल्याचे सांगायचे असेल, त्या वेळी त्या गोष्टीला 'अभिजात' हे विशेषण वापरण्याची प्रथा आहे. खरे म्हणजे त्यातील अभि हा उपसर्गच मुळात विशिष्टता, श्रेष्ठता, इतरांपासूनचा वेगळेपणा हे गुण दाखविणारा आहे. अभिमान, अभिलेख, अभियोग इत्यादि शब्दांमध्ये हा अर्थ आपल्याला जाणवेल. अभिजात या शब्दात जात म्हणजे निर्माण झालेली कोणतीही गोष्ट. (जात यातील 'ज' चा उच्चार जीवनमधील 'ज'प्रमाणे करायचा!) अभिजात म्हणजे निर्माण होतानाच जी गोष्ट श्रेष्ठ, वैशिष्ट्यपूर्ण, उच्च दर्जाची, सर्वसाधारण तत्सम गोष्टीपेक्षा वेगळी आहे ती गोष्ट. अभिजात संगीत, अभिजात कलाकृती इत्यादि शब्दबंधांमधून हाच अर्थ आपल्याला जाणवेल.

■ ■

अभिनेता

अभिनेता : अभिनेता म्हणजे नट.

पण का? नट काय करतो? जी कोणती भूमिका तो करीत असेल त्या भूमिकेला तो आपल्यापुढे साकार करतो. नाटक चालू असते, तेव्हा आपण नट ही स्वतः कोण व्यक्ती आहे हे क्षणभर विसरतो आणि त्याच्या जागी नाटकातील ते ते पात्र पाहू लागतो. त्या पात्राच्या स्वभावाला, प्रवृत्तीला, त्या त्या संदर्भाच्या संभाषणाला योग्य असा अभिनय हा नट करीत असतो. म्हणजेच शब्दोच्चार, शारीरिक हालचाली आणि मनोभावांचे बाह्य आविष्करण (जसे घाम येणे, अंगावर काटा येणे) इ.च्या साहाय्याने नट नाटककाराचे ते ते पात्र आपल्यापुढे आणून उभे करीत असतो. यालाच अभिनय म्हणतात. अभि म्हणजे विशिष्ट प्रकारे. नी म्हणजे

नेणे. त्यावरून तयार झालेला हा शब्द आहे – अभिनय. ती कृती करणारा नट म्हणजेच अभिनेता.

■ ■

अभिनेत्री

अभिनेत्री : अभिनेत्री म्हणजे नटी, ॲक्ट्रेस हे आपण जाणतो. पण आत्ताच्या 'नेत्री' शब्दाचे काय, असा आपल्याला प्रश्न पडत असणार.

अभिनेत्री हे अभिनेता या पुंलिंगी शब्दाचे स्त्रीलिंगी रूप आहे. म्हणजे अभिनेता हा (पुरुष) नट, तर अभिनेत्री ही (स्त्री) नटी.

'नेतृ' असा संस्कृत शब्द आहे. त्याचे पुंलिंगी रूप होते नेता आणि स्त्रीलिंगी रूप होते नेत्री. आपण हे रूप अभिनेत्री शब्दात तर सहजपणे वापरतो; पण राजकारणात वा समाजकारणात नेतृत्व करणाऱ्या स्त्रियांसाठी मात्र हा नेत्री शब्द आपण प्रचारात आणू शकलेलो नाही. पुढारीण, नेती असे शब्द वापरण्याऐवजी 'नेत्री' म्हणायला काय हरकत आहे?

■ ■

अभीष्टचिंतन

अभीष्टचिंतन : पुढारी मंडळींना नेहमी प्रकाशात राहावे लागते. अन्यथा लोक आपल्याला विसरूनच तर जाणार नाहीत ना, अशी त्यांना सतत चिंता लागून राहिलेली असते. त्यामुळे आपल्या विशेष कर्तृत्वामुळे लोकांच्या सतत स्मरणात राहाणारे काही थोडे पुढारी सोडले, तर बाकीचे अनेक जण नेहमी आपले नाव लोकांच्या लक्षात यावे यासाठी प्रसिद्धी माध्यमांचा हुशारीने उपयोग करून घेत असतात.

वाढदिवस (अरेरे, वर्षातून एकदाच येतो हा!) ही एक प्रसिद्धीची मोठीच संधी पुढाऱ्यांना अथवा त्यांच्या वतीने त्यांच्या अनुयायांना मिळते आणि मग त्यांचे वाढदिवसानिमित्त अभीष्टचिंतन करणाऱ्या जाहिराती अनेक ठिकाणी झळकतात.

आपणही त्यांचे अभीष्टचिंतन अवश्य करू या. पण इथे आता शब्दचर्चेच्या संबंधात आपण लक्ष द्यायला हवे ते या शब्दाकडे. हा शब्द अभिष्टचिंतन, आभीष्टचिंतन असा लिहून चालणार नाही. अभीष्ट हा या शब्दातील घटक अभि+इष्ट या दोन भागांचा मिळून बनतो. भि मधील 'इ' आणि इष्ट मधील 'इ' एकत्र येऊन त्यांचा 'ई' बनतो व

म्हणून अभीष्ट असे रूप प्राप्त होते. 'इष्ट' दिशेने जाणारे, असा या 'अभि-इष्ट'चा (म्हणजे अभीष्टचा) अर्थ आहे. आपले चिंतन (म्हणजे मनातला विचार) असे इष्ट दिशेने जाणारे हवे!

■ ■

अभूतपूर्व

अभूतपूर्व : भूतपूर्व हा शब्द पूर्वी झालेले (भूत) या अर्थाने वापरात आहे. भूतपूर्व राष्ट्रपती, भूतपूर्व मंत्री इत्यादि शब्दबंधांतून तो आढळतो.

अभूतपूर्व या शब्दातील प्रारंभीचा 'अ' हा नकार दर्शविणारा आहे. त्यामुळे हा भूतपूर्व या शब्दाच्या उलट अर्थाचा शब्द आहे, असे म्हणता येईल. यापूर्वी न झालेले, हा त्याचा अर्थ, परंतु केवळ पूर्वी न झालेले इतकाच अर्थ व्यक्त करण्यासाठी हा शब्द वापरला जात नाही. आता अस्तित्वात आलेली, पण पूर्वी कधीही न झालेली अशी गोष्ट यापूर्वी का घडू शकली नाही, असा प्रश्न निर्माण करून खरं तर अशी गोष्ट घडणे केवळ अशक्यच होते, असे या प्रश्नाचे उत्तरही त्यात अध्याहृत असते आणि अशी आजवर घडू न शकलेली अशक्य कोटीतील गोष्ट आज घडली, हे एक आश्चर्यच नव्हे का, असा भावही या शब्दातून व्यक्त होत असतो. इतके या शब्दाचे सामर्थ्य आहे. वानरसैन्य लंकेत नेण्यासाठी नल या वानरसेनानीने समुद्रात बांधलेल्या सेतूचे वर्णन रामायणात रावणाने 'अभूतपूर्व' या शब्दाने केलेले आहे.

■ ■

अभ्यागत

अभ्यागत : अतिथि-अभ्यागतांची सेवा करणे हे पूर्वी एक पुण्यकारक कर्म समजले जात होते. या वाक्यात अतिथि (किंवा अतिथी) आणि अभ्यागत असे दोन वेगळे शब्द वापरण्याचे काय कारण? दोन्ही शब्द एकाच अर्थाचे नाहीत काय?

सर्वसाधारणपणे हे दोन्ही शब्द समानार्थक म्हणून वापरले जात असले, तरी ते वास्तवात तसे नाहीत. अतिथि (अतिथी) म्हणजे न बोलावता स्वत:होऊन आणि तेही अचानक येणारी, नेमक्या विशिष्ट तिथीस म्हणजे नेमक्या दिवशी न येता केव्हाही येणारी व्यक्ती. अभ्यागत – अभि-आगत म्हणजे सन्मानाने बोलाविली गेल्यामुळे विशिष्ट दिवशी व विशिष्ट प्रयोजनासाठी आलेली व्यक्ती. म्हणून खरे तर

व्याख्यानासाठी बोलावलेल्या व्यक्तीचा उल्लेख अतिथि (अतिथी) म्हणून न करता अभ्यागत असा करणे योग्य होईल.

■■

अभ्यास

अभ्यास : अभ्यास म्हणजे कोणतीही गोष्ट पुन्हा पुन्हा करणे. पौनःपुन्येन करणम् अभ्यासः! अशी अभ्यास या शब्दाची व्याख्या आहे. म्हणून अभ्यास म्हणजे Repetition. कोणतीही गोष्ट आपल्या बुद्धीत अथवा कृतीतही स्थिर व्हायची असेल, तर त्या त्या गोष्टीची बौद्धिक किंवा कार्मिक आवृत्ती आवश्यक असते. या आवृत्तीलाच अभ्यास म्हणतात. म्हणूनच अभ्यास केवळ पुस्तकी विद्येचाच नसतो; गायनवादनाचा, अभिनयाचाही असतो! युद्धविद्येचाही असतो.

■■

अमरावती

अमरावती : अमरावती हे विदर्भातील एक प्रसिद्ध शहर आहे. तिथे एक विद्यापीठ आहे. वगैरे माहिती आपल्याजवळ आहे.

पण अमरावती हा शब्द मुळात देवांच्या निवासस्थानासाठी, म्हणजे इंद्राच्या राजधानीसाठी वापरला गेलेला आहे, हे माहीत आहे का? यातला 'अमर' हा शब्द देव या अर्थाचा आहे, कारण देवांना मृत्यू नसतो म्हणतात!

अयोध्या नगरीचा उल्लेख एका गीतामध्ये भूलोकीची अमरावती म्हणून झालेला आपल्याला आठवत असेल. (मनोरथा चल त्या नगरीला, भूलोकीच्या अमरावतीला.)

विदर्भातल्या अमरावतीचे पूर्वीचे नाव होते उमरावती! अमीरउमरावांची नगरी! तशी ती आजही आहे. उमरावतीचे अमरावती रूपांतर केव्हा झाले आहे, हा एक संशोधनाचा विषय आहे. अमरावतीतील वयोवृद्धांना विचारायला हवे.

■■

अमावास्या

अमावास्या : अमावास्या हा दिवस अनेक लोक शुभकार्यासाठी अशुभ मानताना दिसतात. 'प्रवासाला निघायचे आहे आणि आज अमावास्या आहे, तर

उद्या निघाले तर नाही का चालणार?' किंवा 'मोठा आर्थिक व्यवहार करायचा आहे, पण आज अमावास्या. नको! असे उद्गार आपल्याला ऐकायला मिळतात.

आहे काय या अमावास्येत येवढे घातक सामर्थ्य?

खरे तर अमावास्या हा दिवस दर्श या नावाचा याग म्हणजे यज्ञ करण्याचा दिवस. दर्श आणि पौर्णमास असे दोन याग गृहस्थाने नित्य नेमाने, अमावास्या आणि पौर्णिमा या दिवशी करावेत, असा पूर्वी संकेत होता. त्याचा परिणाम म्हणूनच अलीकडे सत्यनारायण करायचा झाला, तर या दोन तिथी उत्तम म्हणून सांगितल्या जातात. त्यातही अनेकांना अमावास्या नकोशीच वाटते. इतर कोणतेही महत्त्वाचे काम या दिवशी करू नये, हा संकेत धर्मदृष्ट्या निर्माण होण्याचे कारण खरे तर त्या दिवशी दर्श यागासाठी वेळ दिला जावा हेच असू शकते. आता आपण दर्श याग तर करीतच नाही! मग इतर धर्मकृत्य करायला किंवा निदान आपली कौटुंबिक कामे करायला काय हरकत आहे?

अमावास्या शब्दाचा अर्थ आहे, एकत्र राहाण्याचा दिवस. अमा म्हणजे एकत्र. या दिवशी चंद्र व सूर्य हे दोघेही आकाशात एकाच राशीत एकाच अंशात असतात! म्हणून त्या दिवसाला म्हणतात अमावास्या.

■ ■

अमित

अमित : अमित हा शब्द अलीकडे मुलाचे नाव म्हणून प्रचारात आहे. त्याचे नेमके स्वरूप न कळल्यामुळे अमित ऐवजी आमित, अमीत, आमीत अशी विकृत रूपे वापरली जातात.

शिवाय उच्चारामध्ये 'त'चा उच्चार 'त्' असा केला जातो, तोही या शब्दाचे अर्थपूर्ण रूप बदलणाराच ठरत असतो. अमित या शब्दातला 'मित' हा घटक वापरून आपण मितभाषी हा शब्द बोलण्यात वापरतो ना? मितभाषी म्हणजे मोजके बोलणारा. (म्हणजे कमी बोलणारा) मित हा शब्द 'मा' म्हणजे मोजणे या धातूचे भूतकालवाचक विशेषण आहे.

मित म्हणजे मोजलेले. इथे मोजणे हे क्रियावाचक केवळ एक-दोन अश्या संख्येसाठी वापरलेले नाही, तर वस्तूचे एकूण स्वरूप, तिची एकूण योग्यता मोजणे असा या 'मा' धातूचा अर्थ आहे. ज्याचे असे सर्व स्वरूप आपण जाणून घेतलेले नाही, त्याला म्हणायचे अमित.

■ ■

अमूल्य

अमूल्य : वस्तूचे मूल्य तिच्या वेष्टनावर छापलेले असते अथवा ती वस्तू खरेदी करू इच्छिणाऱ्या ग्राहकाला ते मूल्य विक्रेता सांगतो. मूल्य म्हणजे किंमत, त्या वस्तूच्या मोबदल्यात द्यावयाचे धन. पण मग जेव्हा एखाद्या वक्त्याला आपला अमूल्य वेळ खर्च करून कार्यक्रमासाठी आल्याबद्दल धन्यवाद दिले जात असतात, त्या वेळी त्या अमूल्य शब्दाचा नेमका अर्थ काय समजायचा? अमूल्य म्हणजे अजिबात किंमत नसलेला की अमूल्य म्हणजे ज्याची किंमत करता येणार नाही असा? अति मूल्यवान?

त्या दृष्टीने अमूल्य वेळ असे न म्हणता मूल्यवान वेळ असे म्हणणेच श्रेयस्कर ठरणार नाही का? आणि अनेकदा तसा वाक्प्रयोग केलाही जात असतोच की! पण अमूल्य शब्दाला एक विशेष अर्थ आहे – काढून घेण्यास अयोग्य. वस्तूचे मूल्य म्हणजे त्या वस्तूसाठी ग्राहकाच्या खिशातून काढून घ्यायचे (धन). या अर्थाने वक्त्याचा वेळ अमूल्य असतो, म्हणजेच तो वेळ त्यांच्यापासून काढून घ्यावा हा अधिकार त्यांचे भाषण ठरविणाऱ्या संयोजकांना नसतो. असा हा अमूल्य वेळही तो वक्ता देतो म्हणून त्याबद्दल त्यांचे आभार मानले जातात.

■ ■

अमेय

अमेय : अमेय हे मुलाचे नाव म्हणून आता प्रचारात आहे. परंतु ज्या मुलाचे हे नाव आहे त्यालाही या शब्दाचा अर्थ माहीत असेलच, असे खात्रीपूर्वक सांगता येणार नाही.

मेय म्हणजे मोजण्यास योग्य. मा म्हणजे मोजणे या धातूचे हे विध्यर्थी विशेषण आहे. पेय – पिण्यास योग्य, देय – देण्यास योग्य, नेय – नेण्यास योग्य, तसे मेय – मोजण्यास योग्य.

अमेय म्हणजे जे मोजायला नको असे काहीही. आणि मोजणे म्हणजे काही केवळ लांबी-रुंदी-उंचीने अथवा संख्येने ती वस्तू कशी आहे हे पाहाणे नव्हे; तर वस्तूच्या सर्व गुणसंपदेची दखल घेणे होय.

या दृष्टीने पाहाता, अमेय वस्तू इतकी गुणसंपन्न असण्याची शक्यता असते की, तिच्या गुणांचे मोजमाप न करणेच इष्ट! या अर्थाने अमेयता पाहिली पाहिजे.

■ ■

अयाचित

अयाचित : अयाचित हे महाराष्ट्रात काही कुटुंबांचे आडनाव असल्याचे आढळते. ही मंडळी आपले नाव लिहिताना उगीचच आयाचित, अयाचीत, आयाचीत अशी रूपे लिहितात! अयाचित या शब्दाचा अर्थ लक्षात आला, तर असे घडणार नाही.

अयाचित हे वृत्ती या नामाचे विशेषण आहे आणि वृत्ती म्हणजे आपली स्वतःची उपजीविका करण्याची पद्धती, रीत.

ज्यातून अर्थोत्पादन होण्याची मुळीच शक्यता नव्हती, असे वेदपठण केवळ वेदांचे रक्षण करण्याच्या कर्तव्यबुद्धीने करणारांना दक्षिणा (म्हणजे सौजन्य) म्हणून जे द्रव्य मिळे, त्यावर त्यांची उपजीविका चाले. परंतु ही दक्षिणा कुणाकडे मागायची नसे. आपण होऊन कुणी जे काही देईल, ते आणि तेवढेच स्वीकारायचे आणि संतुष्ट राहायचे. याचना करायची नाही. अश्या पद्धतीने उपजीविका करण्याच्या पद्धतीला अयाचित वृत्ती म्हणतात. याचित म्हणजे मागितलेले, त्या उलट अर्थाचा शब्द आहे अयाचित. ज्यांचे हे आडनाव आहे, त्यांचे कुणी पूर्वज असे अयाचित वृत्तीने जगत असले पाहिजेत.

■ ■

अरण्य/वन

अरण्य/वन : अरण्य आणि वन हे दोन शब्द समानार्थक असल्याप्रमाणे आपण वापरतो. पण कुठे तरी आपल्या मनात एक जाणीव असतेच की, या दोन शब्दांच्या अर्थात थोडा तरी भेद असावा. वन शब्दापासून आपण उपवन हा शब्द बनवतो. तसा काही उपारण्य (उप अरण्य) असा शब्द आपण तयार करीत नाही.

अरण्य म्हणजे नेमके काय?

रण् या संस्कृत धातूचे अनेक अर्थ आहेत. त्यातले आनंदित होणे, गर्जना करणे, युद्ध करणे हे अर्थ एकमेकांशी संबंधित असेच आहेत.

रण्य म्हणजे जिच्यासाठी युद्ध करावे, अशी कोणतीही गोष्ट. आणि अरण्य म्हणजे? त्याउलट! म्हणून अरण्य म्हणजे ज्या प्रदेशासाठी मुद्दाम रण (युद्ध) करू नये, असा प्रदेश.

माणसे भूमीवर नगरे वसवून राहू लागली आणि नंतर एकमेकांची नगरे युद्ध करून जिंकू लागली! जिथे निसर्गक्रमानुसार सूर्यप्रकाशालाही प्रवेश न देणारी

अरण्ये वाढलेली होती तिथे युद्ध करायची गरजच नसायची ना! म्हणून त्या प्रदेशाला म्हणायचे अरण्य!

■ ■

अरण्यरुदन

अरण्यरुदन : स्वातंत्र्याला पन्नास वर्षे झाल्याच्या निमित्ताने लोकसभेत राष्ट्रपतींनी सर्वांना केलेले आवाहन शेवटी अरण्यरुदनच ठरले तर! या वाक्यात अरण्यरुदन या शब्दाचा अर्थ काय? अरण्यातले रुदन (म्हणजे रडणे किंवा ओरडणे) असे या लोकसभेतल्या भाषणाबद्दल का बरे म्हणायचे? अरण्यात म्हणजे निर्मनुष्य अशा ठिकाणी उभे राहून आपण कितीही पोटतिडिकीने एखादी चांगली गोष्ट सांगत राहिलो, तरी आपले म्हणणे ऐकून घ्यायलाच कुणी नसल्याने त्या आपल्या बोलण्याचा (अथवा ओरडून बोलण्याचा) उपयोग शून्य असतो! जेव्हा केव्हा आपण चांगला विचार मांडीत असतानाही तो विचारात घ्यायची कुणाची तयारी नसते (मग भलेही ते कुणी अगदी आपल्या जवळ का असेनात), त्या वेळी आपली स्थिती अशी अरण्यात ओरडणाऱ्या माणसासारखी होते. म्हणून आपले ते म्हणणे हे अरण्यरुदन ठरते!

■ ■

अर्वाचीन/प्राचीन

अर्वाचीन / प्राचीन : 'भारताच्या अर्वाचीन इतिहासाकडे नजर टाकली, तर असे दिसते की ...' अशा एखाद्या वाक्यांशामधे आलेल्या अर्वाचीन या शब्दाचा अर्थ काय, ते कित्येकांना एकदम नाही सांगता येत. पुष्कळ लोक तर जुना इतिहास, पूर्वीचा इतिहास असा अर्थ सांगतात.

'परंतु अर्वाचीन इतिहासाप्रमाणे प्राचीन इतिहासातही...' असे म्हटले, तर अर्वाचीन हा प्राचीनच्या उलट अर्थाचा शब्द असावा, एवढे तरी लक्षात येऊ शकते. आणि मग प्राचीन म्हणजे जुन्या काळातला, फार पूर्वीचा असा बोध होऊन अर्वाचीन म्हणजे अलीकडचा, येवढे समजते! प्राचीन हा शब्द प्राक् म्हणजे पूर्वी या शब्दापासून मिळतो. त्याच प्रमाणे अर्वाक् म्हणजे आता, अलीकडे, शब्दापासून अर्वाचीन हा शब्द प्राप्त होतो.

प्राक् आणि अर्वाक् या दोन्ही शब्दांमधल्या 'क' चे रूपांतर 'च'मध्ये होत

असते. 'क'चा 'च' होणे हे अनेक ठिकाणी घडते. काका ऐवजी चाचा, काकी ऐवजी चाची हे आपल्या परिचयाचे आहे.

■ ■

अर्वाच्य

अर्वाच्य : अर्वाच्य हा शब्द नेहमी शिव्यांचे विशेषण म्हणून येत असतो. खरे म्हणजे शिव्या या नेहमीच अर्वाच्य असतात. त्यामुळे हे खास विशेषण ज्यांना जोडण्याचे काही कारणच नसते. अर्वाच्य नसलेल्याही काही शिव्या असू शकतील, असे तर आपल्याला या विशेषणातून सूचित करायचे नसते?

अर्‍वाच्य हा शब्द खरे तर केवळ अवाच्य येवढाच आहे आणि अवाच्यचा अर्थ आहे उच्चार करू नये असे काहीही! पण अवाच्य मधे आणखी एक र् आणून आपण हा उच्चार जरा जोरदार करतो इतकेच! धूमपानचे नाही का आपण धूम्रपान करीत! तसेच अवाच्यचे अर्वाच्य!

■ ■

अर्हत्/ अर्हता

अर्हत्/अर्हता : अर्ह् असा संस्कृत धातू आहे. पात्र असणे हा त्याचा अर्थ. त्यावरूनच अर्हता म्हणजे पात्रता असा शब्द तयार होतो. एखाद्या आस्थापनेमध्ये नियुक्ती करावयाच्या व्यक्तीची अपेक्षित पात्रता, अर्हता या शब्दाने सांगितली जाते. त्यामुळे त्या संबधीच्या जाहिरातीत अर्हताप्राप्त व्यक्तींनी अर्ज करावे असे म्हटलेले असते.

आपल्याला आपल्या जीवनात अनेक क्षेत्रांतील आपली अर्हता वाढविण्याची संधी असते. ही अर्हता केवळ कागदी प्रमाणपत्रांनी नव्हे, तर प्रत्यक्ष आचरणातून सिद्ध व्हायला हवी असते. बौद्ध भिक्खु किंवा जैन मुनी यांना अर्हत् किंवा अर्हन्त असे म्हणतात, ते त्यांच्या गुणसंपन्न वर्तनामुळे. अर्हत् पद हे मानवी जीवनातील अत्युच्च पद मानले जाते.

■ ■

अलंकार

अलंकार : अलंकार म्हणजे दागिने, होय ना? त्यांचा उपयोग काय? अंगचे

सौंदर्य वाढविण्यासाठी स्त्रिया दागिने घालतात. सुवर्णालंकार ल्यालेल्या स्त्रीचा मूळचा (सु) वर्ण अधिक खुलून दिसतो. पण हे अलंकार घालताना त्यांचा अतिरेक केला तर? नुसते भारंभार दागिने अंगावर घातलेली स्त्री सुंदर दिसण्याऐवजी बेडौल दिसण्याचीच शक्यता अधिक. अलंकार या शब्दाच्या अर्थातच अलंकारांचे प्रयोजन सांगितले गेलेले आहे. जे अलम् करणारे, ते अलंकार! अलम् म्हणजे पर्याप्त (पुरेसे), म्हणजे अधिक नाही की कमी नाही, जसे भाजी आमटीत मीठ किती हवे? नेमके, पुरेसे! कमी नको,की अधिक नको, म्हणजेच अलम् हवे! दागिने देखील किती हवेत? नेमके पुरेसे! अधिक नकोत की कमी नकोत, तेच तेवढे अलंकार म्हणावे. त्यामुळे ते अलंकार धारण करणाऱ्या व्यक्तीचे सौंदर्य देखील अलंकृत होते, म्हणजेच नेमके, जेवढे हवे तेवढे आणि पूर्ण तेवढे व्यक्त होते. साहित्यात शब्दालंकार आणि अर्थालंकार (उभायालंकार देखील) असतात. त्यांचाही अतिरेक, ते साहित्य वाचणाराला उद्वेग उत्पन्न करतात. भाषिक अलंकार देखील मनाला व बुद्धीला सुखद वाटतील इतकेच हवेत. त्यांनाच अलंकार म्हणतात. एरवी सर्व भाषिक फुलोरा किंवा कसरत.

■ ■

अवडंबर

अवडंबर : 'येवढंसं काम, पण काय पण अवडंबर माजवता आहात त्याचं? जसं काही कुणी कधी असं काम केलेलंच नाही!'

अशासारख्या वाक्यात वापरला जाणारा अवडंबर हा शब्द नेमका काय अर्थ सांगतो? गोष्ट लहान असली तरी ती फुगवून मोठी करून दाखविणे, केवळ देखावा करणे, भपका करणे, फुकटचा मोठेपणा मिरवणे हा आहे अवडंबर माजवण्याचा अर्थ. मुळात संस्कृतमध्ये हा शब्द केवळ डंबर असा आहे. देखावा, भपका, लक्षवेधकपणा हा त्याचा अर्थ. पण त्यातही थोडी निंदेची झाक आहेच. या 'डंबर'ला 'आ' हा उपसर्ग लावून 'आडंबर' असाही तो वापरला जातो. मराठी भाषेने डंबर या शब्दाला आणखी (अवनती, अवमान इत्यादि शब्दातल्या प्रमाणे) 'अव' हा उपसर्ग लावून डंबरच्या अर्थात असलेली निंदेची छटा आणखी गडद केलेली आहे. कुठल्याही गोष्टीचे अवडंबर माजविणे हे चांगले नसते, नाही का?

■ ■

अवैध

अवैध : अमूक एक नियम न्यायालयाने अवैध ठरविला किंवा अवैध मार्गाने मिळवलेली ही संपत्ती शासनाने जप्त करायला हवी, अशा वाक्यांमध्ये अवैध हा शब्द आपल्याला आढळतो. शब्दाचे स्वरूप नीट माहीत नसल्याने पुष्कळ लोक त्याचे अवैद, अवैध्य, अवैद्य, आवैद्य असे काहीतरी विकृत रूप वापरताना आढळतात. वि+धा असा संस्कृत धातू आहे. वि-धा म्हणजे नक्की, निश्चित स्वरूपात अमूक एक गोष्ट आहे अथवा ती अशा रूपाचीच असणे गृहीत आहे, असे सांगणे. विधान हा शब्द या धातूपासूनच मिळतो आणि त्यावरूनच पुढे विधान सभा, विधान परिषद, विधान मंडळ असे शब्द आपण तयार केले आहेत.

संविधान (म्हणजे आपली राज्यघटना) हा शब्दही या विधान शब्दाला सम् (सम्यक् – नीट विचार करून या अर्थाचा) हा आणखी एक उपसर्ग अथवा पूर्वप्रत्यय जोडून तयार झालेला आहे. विधि म्हणजे कायदा अथवा नियम. हा शब्दही या वि+धा धातूपासूनच तयार होतो. विधानसभेत असे विधी म्हणजे कायदे केले जातात. विधीला अनुसरून ते वैध (हे तद्धित रूप आहे). विधीला अनुसरून नाही ते अवैध.

■ ■

अव्यय

अव्यय : अव्यय हा शब्द मराठी व्याकरणातील एक संज्ञा म्हणून आपल्या परिचयाचा आहे. आणि, व, परंतु, अहाहा इत्यादि अव्यये देखील आपण जाणतो. व्याकरणात या शब्दांसाठी ही जी 'अव्यय' संज्ञा वापरली जाते, ती किती अर्थवाही आहे, याचा विचार नेहमी केला जातोच असे नाही. व्यय म्हणजे मूळ स्वरूपात होणारा बदल. आपल्या जवळच्या द्रव्यामधून आपण जो खर्च करीत असतो, त्यालाही आपण व्यय म्हणतोच. तोही एक प्रकारे त्या मूळ द्रव्यात झालेला बदलच असतो. वाक्यरचनेत अनेक शब्द वापरताना आपण ते नेहमीच जसेच्या तसे वापरीत नसतो. वृत्तपत्र शब्द घेतला, तर त्याची वृत्तपत्राने, वृत्तपत्रात, वृत्तपत्राला, अशी विविध रूपे भाषेत होतात. आणि, व, परंतु अशा काही शब्दांमधे असा कोणताही बदल होताना आढळत नाही, म्हणून त्यांना अ-व्यय असे म्हणतात.

■ ■

अवसायक/अवसायन

अवसायक/अवसायन : आर्थिक क्षेत्रात व्यवहार करणाऱ्या बँकांसारख्या काही व्यावसायिक संस्था किंवा काही कंपन्या केव्हा तरी अवसायनात (काढल्या) गेल्याचे वृत्त आपण वाचतो. हे अवसायन म्हणजे सामान्य भाषेत 'दिवाळे निघणे' किंवा 'बंद पडणे'. पण मग हा एवढा अवघड, अपरिचित असा अवसायन शब्द का वापरायचा?

एक गोष्ट लक्षात घेतली पाहिजे की, कोणताही शब्द प्रथम आपल्याला अपरिचितच असतो आणि तो परिचित होईपर्यंत अर्थदृष्ट्या अनाकलनीय म्हणजेच अवघडही वाटतोच. शब्द वापरता वापरता तो परिचयाचा होऊन सोपा वाटू लागतो.

अवसायन हा संस्कृत तत्सम शब्द असून तो सर्व भारतीय भाषांमध्ये वापरता येतो. दिवाळे या शब्दाचे तसे नाही. अव + सो या संस्कृत धातूचा अर्थ आहे, पूर्ण करणे, संपविणे, थांबविणे. एखादी चालू असलेली गोष्ट मधेच थांबविणे हा अर्थ व्यक्त करण्यासाठी अव-सो (अवस्यति) या धातूचा उपयोग करतात. या धातूपासून अवसायन हे नाम तयार केलेले आहे. त्यावरूनच पुढे अवसायक म्हणजे अवसायनाची जबाबदारी घेणारा अधिकारी हाही शब्द मिळतो; दिवाळे शब्दावरून असा एक शब्द नाही मिळत.

■■

अशौच

अशौच : घरातील कुणी व्यक्ती मरण पावली, तर घरातले सारेच वातावरण दुःखी,कष्टी,मलूल, चेतनाहीन असे होऊन जाते. या काळात दहा दिवस घरात कोणताही आनंदोत्सव करीत नाहीत. मृत व्यक्तीच्या जवळच्या नातेवाईकांना सुतक असते असे मानतात. हे सुतक दहा दिवसानंतर सुटते.

मृत्यूमुळे घरात जे काळवंडलेले वातावरण असते, त्यालाच अशौच म्हणतात. शुचि म्हणजे पवित्र, निर्मल. त्यावरून शौच हा निर्मलतावाचक शब्द तयार होतो. त्याच्या उलट अर्थाचा शब्द म्हणून अशौच. सुतक या अर्थाने तो वापरला जातो. शौच हा शब्द मात्र साधारण पावित्र्यासाठी न वापरता प्रातर्विधीसाठी वापरण्याची प्रथा पडलेली आहे!

■■

अशा/अश्या

अशा/अश्या : अश्या वेळी अशा माणसाची गय करणे योग्य होणार नाही. या वाक्यात अश्या आणि अशा असे दोन वेगवेगळे शब्द वापरलेले आहेत. अश्या वेळी, असे न लिहिता अशा वेळी असे लिहिले तर चालेल का? किंवा अशा माणसाची ऐवजी अश्या माणसाची असे लिहिले तर? या दोन शब्दांमध्ये श्या/शा असा फरक का करायचा? त्याचे कारण येथील शब्दांच्या मूळ विशेष्यांमध्ये आहे. असा माणूस आणि अशी वेळ, असे हे शब्दबंध आहेत. असा माणूस, असा प्रसंग, असा देव... या ठिकाणी अशा माणसाचे, अशा प्रसंगातून, अशा देवाने, हे ठीक होईल; पण अशी वेळ, अशी जाणीव, अशी कविता या ठिकाणी अश्या वेळी, अश्या जाणीवेने, अश्या कवितांमधून.... असेच हवे.

■ ■

अश्रुपूर्ण/साश्रु

अश्रुपूर्ण/साश्रु : वृतपत्रातून कित्येकदा पुढील स्वरूपाचे वाक्य वाचायला मिळते –

उपस्थितांनी त्यांना साश्रुपूर्ण नयनांनी अखेरचा निरोप दिला.

या वाक्याचा आशय आपल्याला सहज समजतो. अखेरचा निरोप देताना उपस्थितांच्या डोळ्यांना अश्रू येणे स्वाभाविकच असते, पण म्हणून त्यांचे नयन साश्रुपूर्ण कसे होतात? अश्रुपूर्ण होणे बरोबर आहे! किंवा मग साश्रु होणे!

'साश्रु' या शब्दाचा अर्थ आहे 'अश्रूंसह'. जसे सादर म्हणजे आदरासह, साष्टांग म्हणजे अष्टांगांसह, तसे साश्रु म्हणजे अश्रूंसह. म्हणजेच अश्रुपूर्ण, अश्रूंनी भरलेले.

साश्रु आणि अश्रुपूर्ण यांचा अर्थ सामान्यपणे एकच. (कारण साश्रु हे अश्रूंसह असले, तरी अगदी पूर्ण भरून आलेले असतीलच असे नाही.) साश्रुपूर्ण हा शब्द मात्र अयोग्य आहे.

■ ■

अश्लील

अश्लील : काही विषय प्रकटपणे चारचौघात बोलणे, लिहिणे हे अश्लील

समजले जाते. (उदाहरणे देण्याची आवश्यकता नाही!) पण अश्लील या शब्दाचा नेमका अर्थ काय? हा शब्द मुळात अश्रीर असा आहे. श्री म्हणजे सौंदर्य, वैभव, मांगल्य. जे जे इष्ट ते ते सर्व श्री या शब्दातून व्यक्त होऊ शकते. श्रीर म्हणजे असे श्रीयुक्त. जे काही आहे, ते प्राप्त करून देणारे आणि तसे नसलेले ते सर्व अश्रीर. बोलण्यामध्ये 'र' ची जागा 'ल' या अक्षराने घेतली जात असते, कारण र पेक्षा ल उच्चारायला सोपा! संस्कृत भाषावैज्ञानिक तर मुळी 'रलयो: अभेद:' म्हणजे 'र' आणि 'ल'मध्ये भेद नाही, असेच सांगतात!

■ ■

असंख्य

असंख्य : अगणित आणि असंख्य हे दोनही शब्द जवळजवळ एकाच अर्थाचे म्हणून भाषेत वापरता येतात, परंतु एकाच भाषेत अगदी एका अर्थाचे दोन शब्द असत नाहीत. प्रत्येक शब्दाला थोडी तरी वेगळी अर्थच्छटा असते. अगणित म्हणजे ज्यांची मोजणी केलेली नाही ते. पण असंख्य म्हणजे ज्यांची गणती करता येणार नाही ते! म्हणजे अर्थात फरक आहे ना? 'ख्या' असा संस्कृत धातू आहे. त्याचा अर्थ 'एखाद्या गोष्टीचे वर्णन करणे' असा आहे. ख्याती म्हणजे कीर्ती या शब्दात हा धातू काम करतो. या 'ख्या' धातूच्या मागे 'सम्' हा उपसर्ग जोडला की, या वर्णनामध्ये एक नेमकेपणा येतो, तो संख्येचा! म्हणजे एक-दोन-तीन अशी मोजणी करून वर्णन करणे असा अर्थ सम्+ख्या या उपसर्गयुक्त ख्या धातूने प्राप्त होतो. असंख्य हे एक विध्यर्थी विशेषण आहे. अपेय – न पिण्यासारखे, अदेय – न देण्यासारखे, तसे असंख्य किंवा असंख्येय म्हणजे न मोजण्यासारखे.

■ ■

असहाय

असहाय : कुणी मित्र, मदतनीस, साहाय्यकारक नाही अश्या एकाकी पडलेल्या व त्यामुळे परिस्थितीशी मुकाबला करताना केवळ अडचणींना तोंड द्यावे लागणाऱ्या व्यक्तीचे वर्णन करताना असहाय असे विशेषण वापरता येते. पुष्कळदा ते 'असहाय्य' असे लिहिले अथवा छापले जाते. उच्चारातही 'य'चा दुहेरी उच्चार केला जातो, परंतु ते योग्य नाही. सहाय याचा अर्थ मित्र, बरोबर चालणारा, सहप्रवासी. म्हणून

मदतनीस अथवा साहाय्यकारी. 'अ-सहाय' म्हणजे ज्याला असे साहाय्य करणारा कोणीही मित्र नाही असा किंवा 'अ-सहाय' स्थिती म्हणजे ज्या स्थितीत कोणी सहाय, सहप्रवासी मित्र नाही. 'सहाय्य' हा शब्द अयोग्य असल्याने असहाय्य देखील अयोग्यच! असहाय्य नव्हे, असहाय.

■ ■

असिधाराव्रत

असिधाराव्रत : असिधारा म्हणजे तलवारीची धार! या धारेचे व्रत म्हणजे काय? अत्यंत कठिण, आचरायला जवळजवळ अशक्य, प्रसंगी प्राणांचेही मोल मागणारे व्रत, असा या शब्दाचा अर्थ नक्कीच करता येईल आणि तसा तो केलाही जात असतो. पण तलवारीच्या धारेवरून चालण्याचे हे व्रत आहे का? प्रत्यक्षात तर असे कुणालाच चालता येणार नाही! तरी पण मग हा शब्द आला कसा? या व्रताचे प्रत्यक्ष स्वरूप वेगळे आहे. मंचकावर एकमेकांच्या सान्निध्यात पहुडलेल्या स्त्री-पुरुषांच्या मध्ये एक तलवार अशी ठेवायची की, त्या दोघांपैकी कुणीही इतर व्यक्तीशी जवळीक करण्याचा थोडा जरी प्रयत्न केला, तरी त्या तलवारीच्या धारेचा प्रसाद मिळाल्याशिवाय राहाणार नाही! अश्या स्थितीत मनाचे नियंत्रण करण्याच्या व्रताला म्हणायचे असिधाराव्रत! असे व्रत प्रत्यक्षही पाळता येईल आणि लाक्षणिक अर्थानेही ते साध्य होईल.

■ ■

असूया

असूया : अत्रि ऋषींच्या पत्नीचे नाव होते अनसूया. जिच्या ठिकाणी असूया नाही ती अनसूया. पण असूया म्हणजे काय?

हेवा, मत्सर, ईर्ष्या, द्वेष या शब्दांनी असूया या शब्दाचा अर्थ नेमकेपणाने व्यक्त होणार नाही. ज्या व्यक्तीच्या गुणांचाही आपल्याला तिरस्कार वाटतो त्या व्यक्तीच्या ठिकाणी असलेल्या, आपल्या सूक्ष्म नजरेलाच भावणाऱ्या दोषांकडेच तेवढे आपण लक्ष देतो. त्या व्यक्तीबद्दल आपण असूया बाळगतो असे म्हणता येईल. यात त्या व्यक्तीच्या गुणांचा हेवा नाही की ते गुण आपणही आत्मसात करावेत अशी ईर्ष्याही नाही. द्वेष मात्र आहे, पण निव्वळ द्वेष नाही, तर द्वेषित व्यक्तीच्या ठिकाणाचे दोष दाखविण्याची खास वृत्ती आहे. म्हणून संस्कृत भाषेत

असूया शब्दाचे स्पष्टीकरण 'दोषारोपो गुणेष्वपि' गुण असले, तरी तिथे दोषच पाहाणे, असे दिले जाते.

■ ■

अस्मिता

अस्मिता : आपल्या राष्ट्राला काही अस्मिता आहे की नाही? आपण आपल्या अस्मितेला जपले पाहिजे. अशासारख्या वाक्प्रयोगांमधून आपल्याला अस्मिता हा शब्द आढळतो. अस्मिता म्हणजे नेमके काय? अस्मि हे संस्कृत भाषेतील एक क्रियापद आहे. 'मी आहे' हा या क्रियापदाचा अर्थ. मी हा त्या वाक्यातला कर्ता देखील या क्रियापदातूनच सुचविला जातो. कारण मी खेरीज कुणासाठीही हे क्रियापद वापरता येत नाही. अस्मि म्हणजे मी आहे! ही जाणीव म्हणजे अस्मिता! म्हणून स्वत:च्या अस्तित्वाची, स्वत:बद्दलची (स्वत:लाच असायला हवी अशी) जाणीव म्हणजे अस्मिता.

■ ■

अस्पृश्य/ अस्पृष्ट

अस्पृश्य/अस्पृष्ट : भारत स्वतंत्र झाल्यानंतर अस्पृश्यतेला कायद्याने तिलांजली देण्यात आली आहे. तत्पूर्वी ब्रिटिशांनी मात्र आम्ही धार्मिक बाबतीत काही ढवळाढवळ करणार नाही अशी मानभावी भूमिका घेऊन अस्पृश्यता हा सामाजिक दोष कायद्याने संरक्षित ठेवलेला होता. अस्पृश्यता निर्मूलनासाठी या काळात अनेक सामाजिक कार्यकर्ते काम करीत होते. त्यातलेच एक श्री. श्री. म. माटे. त्यांनी आपल्या भाषण-लेखनात नेहमी अस्पृश्य या शब्दाऐवजी अस्पृष्ट असाच शब्द वापरला. अस्पृश्य म्हणजे ज्याला स्पर्श करू नये असा; तर अस्पृष्ट म्हणजे ज्याला लोक स्पर्श करीत नव्हते असा. हा भूतकालवाचक शब्द वापरून त्यांनी भाषेतूनही आपली भावना व्यक्त केलेली आहे.

■ ■

अस्मानी सुलतानी

अस्मानी सुलतानी : ज्याचा प्रतिकार करणे अशक्य असते, अथवा अत्यंत कठिण असते, अशा संकटाला म्हणतात अस्मानी सुलतानी संकट! उदाहरणार्थ, कोणताही भूकंप. खरे म्हणजे ही दोन वेगवेगळी संकटे असतात. अस्मानी संकट वेगळे आणि सुलतानी संकट वेगळे. अस्मानी संकट म्हणजे दैवी संकट, निसर्गाने आणलेले संकट! त्याला प्रतिबंध करणे खरोखरच फार कठिण असते; अतिवृष्टी थांबवणार कशी? अवर्षणात हवा तेवढा पाऊस पाडणार कसा? भूकंपाचे धक्के तर मुळीच थांबवता येणार नाहीत! सुलतानी संकट म्हणजे सुलतानाने, म्हणजे राज्यकर्त्यांनी निर्माण केलेले संकट. राज्यकर्त्याचा जुलूम! खरे तर लोकशाहीत त्याचा प्रतिकार करता येईलच! तथापि लोकशाहीचा परिचय नसतानाच निर्माण झालेला हा वाक्‌प्रयोग आहे ना? शिवाय ही दोन्ही संकटे वेगवेगळी असूनही एकाच संकटासाठी हे दोन्ही शब्द एकदमच वापरण्याचीही प्रथा पडलेली आहे. अस्मानी संकट हे सुलतानी संकटामुळे अधिक तीव्र होत असते ना!

■■

अस्खलित

अस्खलित : एखाद्या भाषणाचे वर्णन करताना ते 'अस्खलित' या विशेषणाने केले जात असते. न अडखळता, संततधार पद्धतीने केलेल्या भाषणाला अस्खलित भाषण म्हणतात.

स्खलन हा शब्द नियत मार्गावरून घसरणे, खाली पडणे, बाजूला सरकणे या अर्थाने वापरतात. भाषणातील विचारांची साखळी तुटणे किंवा योग्य शब्दरचना न सुचल्यामुळे भाषणाच्या ओघात खंड येणे, म्हणजे भाषणातील स्खलन. या दृष्टीने विचारांच्या व शब्दरचनेच्या दृष्टीने ओघवते भाषण म्हणजे अस्खलित भाषण.

■■

अहमहमिका

अहमहमिका : 'शाळेचे पटांगण साफ करताना सर्व विद्यार्थी अगदी अहमहमिकेने काम करीत होते.' या वाक्याचा अर्थ काय आहे? सगळे विद्यार्थी अगदी झटून काम करीत होते. कुणीही कामचुकारचणा करीत नव्हते, असाच की नाही? प्रत्येक जण

काम करीत होता, असे आणखीही याचे स्पष्टीकरण करता यईल.

हा अर्थ कसा आला? 'अहम् अहम्' या संस्कृत शब्दांचा अर्थ आहे, 'मी, मी!' मी-मी असे करण्याची म्हणजे स्वत:हून पुढे येण्याची प्रत्येकाची वृत्ती म्हणजे अहम् अहमिका! त्यामुळे अहमहमिका म्हणजे स्पर्धा असाही अर्थ प्रसंगवशात होत असतो.

काम करण्यामध्ये अशी अहमहमिका आवश्यक असते, पण प्रत्यक्षात मात्र ती लाभ मिळवण्याच्या वेळी सुरू होते!

■ ■

अहर्निश

अहर्निश : हे यश प्राप्त होण्याकरिता त्यांना अहर्निश श्रम करावे लागत आहेत – या वाक्यातील अहर्निश शब्दाचा अर्थ काय? अह: म्हणजे दिवस आणि निशा म्हणजे रात्र. रात्रंदिवस असा याचा अर्थ आहे. आपल्या नित्याच्या बोलण्यात आपण अनेक ठिकाणी अतिशयोक्ती करीत असतो. त्याचेच हे एक उदाहरण आहे. कारण केवळ रात्रीचा दिवस व दिवसाची रात्र करून नव्हे, तर दिवसाला जोडून रात्री आणि पुन्हा त्या रात्रीला जोडून दिवस, पुन्हा त्याला जोडून पुढच्या रात्री.... याप्रमाणे काही कोणी श्रम किंवा प्रयत्न करू शकत नसतो. सातत्याने, न कंटाळता, मधेच न थांबता, अविश्रांतपणे येवढाच या शब्दाचा त्यामुळे अर्थ होतो. त्यातही रात्रंदिवस असे म्हणण्यापेक्षा अहर्निश असे म्हणणे जरा अधिक प्रतिष्ठित वाटते, नाही का?

■ ■

अहोरात्र

अहोरात्र : अहोरात्र कष्ट करून त्यांनी आपला व्यवसाय वाढविला आहे, असे एखादे वाक्य आपल्या वाचनात असेल. कष्टाची परिसीमा दर्शविण्यासाठी अशी वाक्यरचना केली जात असते.

अहोरात्रम् हा संस्कृत भाषेतील एक शब्द आहे. अव्यय या स्वरूपातला हा शब्द. त्यामुळे तो नपुंसक लिंगात एकवचनात वापरला जातो. त्याचे मूळ रूप अहोरात्र असेच आहे आणि ते जसेच्या तसे म्हणजे तत्सम स्वरूपात मराठीत आलेले आहे. अहन् म्हणजे दिवस. त्याचे अह: व नंतर अहो असे रूपांतर होते. (मन: भूमिका याचे मनोभूमिका असे रूप होते ना?) अहोरात्र म्हणजे रात्रंदिवस.

माणसाला विश्रांतीची गरज असते. त्यामुळे शब्दशः कुणालाही अहोरात्र श्रम करता येत नाहीत. कारखाने अहोरात्र चालविता येतात.

■■

अळणी

अळणी : नावडतीचे मीठ अळणी, अशी एक म्हण मराठीत वापरली जाते.

अळणी शब्दाचा नेमका अर्थ काय?

मीठ या अर्थाचा संस्कृत शब्द आहे – लवण. खनिज लवणासाठी सामान्य जन शब्द वापरतात, पादेलोण. काळे मीठ असाही शब्दप्रयोग त्यासाठी आहे. त्यातील लोण म्हणजे लवण. लवण हा एक क्षार आहे आणि त्याची चव असते, खारट! खरे म्हणजे लवण हेच या चवीचेही वर्णन आहे. ज्या चवीत लवणत्व नसेल ती चव म्हणजे अलवण. 'अ'ने नकार दर्शविला जातो. या अलवणचेच रूपांतर आहे अळणी. मीठ कधीच अळणी असणार नाही. पण नावडत्या व्यक्तीचे मीठही अळणीच लागणार!

■■

आकाश

आकाश : प्रकाश शब्द आपण जाणतो. प्रकाश म्हणजे उजेड. त्यामुळे आपले डोळे वस्तू बघू शकतात. यात 'काश' हाच घटक खरे तर उजेड या अर्थाचा आहे. 'प्र'ने त्याची तीव्रता, व्यापकता दाखविली जाते.

आ-काश यात हा प्रकाशवाचक, उजेडवाचक 'काश' शब्द आहे. 'आ' हा मर्यादा दाखविणारा उपसर्ग आहे. जसे आमरण म्हणजे मरणापर्यंत.

आकाश म्हणजे जिथपर्यंत उजेड भासतो तिथपर्यंतची जागा. आकाशाच्या पलीकडे सर्वत्र अंधारच आहे!

■■

आकाशवाणी

आकाशवाणी : आज आपण आकाशवाणी हा शब्द रेडिओलहरींच्या साहाय्याने प्रसृत झालेल्या आवाजासाठी व त्याच संदर्भात या प्रक्रियेसाठी सिद्ध असलेल्या

सर्व यंत्रणेसाठी, संस्थेसाठी वापरतो. परंतु पौराणिक कथांमधून येणारा आकाशवाणी हा शब्द खासच या अर्थाने वापरात नसावा, कारण त्या काळात आजच्यासारखी आकाशवाणी संस्था होती असे सांगता येणार नाही. पौराणिक कथांमध्ये पुष्कळदा, '...तेव्हा आकाशवाणी झाली....' अशी वाक्ये आढळतात. उदाहरणार्थ कंसाने देवकीजवळची कन्या हातात घेऊन तिला ठार करण्यासाठी जमिनीवर आपटले, तेव्हा आकाशवाणी झाली की 'कंसा, तुझा शत्रू, देवकीचा आठवा पुत्र सुखरूप असून तो तुला ठार करीलच करील!' आता ही आकाशवाणी म्हणजे कुठली वाणी? श्रद्धाळू माणसे मानतात की खरोखरच अवकाशात हे शब्द उमटत असले पाहिजेत आणि ते बहुदा ईश्वरी शक्तीचेच असले पाहितेत. पण अंधश्रद्धा निर्मूलकांनी असे न मानले तर त्यात नवल नाही. मग या आकाशवाणीचा अर्थ काय? 'हृदयाकाश' हा एक शब्द भाषेत आहे. त्या आकाशात उमटलेली वाणी म्हणजे 'स्वत:च्याच मनात उत्पन्न झालेला विचार' असा या आकाशवाणी शब्दाचा अर्थ घेतला पाहिजे.

■ ■

आकृती

आकृती : आकृती हा शब्द आपण मराठी लेखनपद्धतीनुसार ईकारांत लिहितो, ते ठीकच आहे. मुळात हा शब्द 'आकृति' असा आहे. संस्कृतमधील गणितशास्त्रानुसार कृति शब्दाचा अर्थ आहे क्षेत्रफळ! आ म्हणजे जोपर्यंत. 'आ-कृति' म्हणजे अशी रचना की, जी काही क्षेत्रफळ दाखविते. जोपर्यंत हे क्षेत्रफळ असते, तोपर्यंतच ती आकृति असते. म्हणजेच केवळ एखादी रेषा ही आकृति होत नाही; तर त्रिकोण, चौकोन, पंचकोन, षट्कोन इत्यादि अथवा वर्तुळ वगैरे, ज्यामध्ये काही भाग सामावला जातो, ती होते आकृति!

गणितामधील संस्कृत संज्ञांनुसार कृति म्हणजे स्क्वेअर, वर्ग. चारचा वर्ग सोळा, या अर्थाने आणि क्षेत्रफळ हे नेहमीच वर्गात मोजतात, म्हणजे चौरसात. चौरस हीच मुळात एक आकृति आहे! मराठीत आकृती.

■ ■

आगळे-वेगळे

आगळे-वेगळे : डोंगरावरून दिसणारे ते दृश्य आज अगदी आगळे-वेगळे

दिसत होते, असा एखाद्या वाक्यात आपण वापरलेला आगळे-वेगळे हा जोडशब्द कोणता अर्थ देतो? विशेष निराळे दृश्य असे आपल्याला इथे म्हणायचे आहे. निराळे, इतर दिवशी दिसणाऱ्या दृश्यांपेक्षा फारच निराळे अशी या निराळेपणाची तीव्रता वाढविण्याचा आपला हेतू आहे.

आगळे-वेगळे हा भाषणबिषण, डोंगरबिंगर अशा प्रकारचा जोडशब्द आहे का? मुळीच नाही. काही वेळा एकाच अर्थाचे दोन शब्द एकत्र वापरतो ना आपण, जसे कायदाकानू, पाऊसपाणी वगैरे. त्या प्रकारचा हा जोडशब्द आहे. आगळे आणि वेगळे हे दोनही शब्द एकमेकांऐवजी देखील वापरता येतील इतके अर्थदृष्ट्या जवळचे आहेत. अलग आणि विलग या संस्कृत शब्दांपासून ते तयार झाले आहेत. अलग म्हणजे मूळ वस्तूशी संबंध नसलेला, विलग म्हणजे मूळ वस्तूपासून दूर गेलेला. म्हणजेच आता तो अगदी निराळा आहे. मुलगा आता वेगळा राहायला लागला आहे, यात विलग शब्दाचा नेमका अर्थ आला आहे.

■ ■

आचार्य/ आचार्या/ आचार्यानी

आचार्य/आचार्या/आचार्यानी : अलीकडे काही महाविद्यालयांत प्राचार्यपदावर असलेल्या स्त्रिया आपले बिरुद दर्शविण्यासाठी प्राचार्या असे स्त्रीलिंगी रूप वापरतात. यातील 'प्रगत' या अर्थाचा 'प्र' हा उपसर्ग बाजूला केला की, आचार्या हा स्त्रीलिंगी शब्द शिल्लक राहातो. आचार्य हा ह्याच अर्थाचा पुल्लिंगी शब्द आहे. मराठीत मास्तराच्या पत्नीसाठी मास्तरीण, डॉक्टराच्या पत्नीसाठी डॉक्टरीण (बाई) असे शब्द रूढ आहेत. संस्कृतमधील आचार्य या शब्दाने निर्देशित पुरुषाच्या पत्नीसाठी आचार्यानी असा शब्द आहे. आणि शिवाय आचार्या हाही शब्द संस्कृतमध्ये रूढ आहेच. या दोन शब्दांमधला फरक अमरकोश या संस्कृत शब्दकोशानुसार असा आहे की, आचार्यानी म्हणजे आचार्याची पत्नी, तर आचार्या म्हणजे आचार्यपदावर स्वत: विराजमान असलेली स्त्री. भाषेतील शब्दही सामाजिक वास्तव दाखवीत असतात. आजच्याप्रमाणेच पूर्वीच्या काळातही आचार्या (व प्राचार्याही) होत्या, असा याचा अर्थ आहे. अमरकोश हा संस्कृत शब्दकोश विक्रमादित्याच्या काळात रचला गेला असल्याचे मानले जाते. म्हणजे सुमारे दोन हजार वर्षांपूर्वी!

■ ■

आच्छादन

आच्छादन : आच्छादन हा शब्द लिहिताना किंवा उच्चारतानाही अनेकांकडून 'अच्छादन' असा बदलला जातो. परंतु असे करणे योग्य नाही. का बरे? कारण स्पष्ट आहे. आणि ते असे की, आच्छादन या शब्दाच्या नेमका उलट अर्थ अच्छादन या शब्दातून व्यक्त होतो! 'छ' या वर्णाची एक विशेष सवय आहे. ती अशी की, त्यापूर्वी अ आ इ वगैरे स्वर आले, तर हा 'छ' आपल्या आधी एक 'च' वर्ण घेऊन येतो! छादन म्हणजे झाकण. आ म्हणजे सर्व दृष्टींनी, सर्व बाजूंनी परिपूर्ण. आ-छादन – आच्छादन. पण अच्छादन म्हणजे काय? 'अ' ने नकार दर्शविला जाईल त्यामुळे झाकण काढून टाकणे असा त्याचा अर्थ होईल. अर्थात असा अच्छादन शब्द भाषेत रूढ मात्र नाही. आपण मात्र 'आच्छादन' शब्दाचे 'अच्छादन' असे रूप करू नये हे बरे!

■ ■

आजन्म

आजन्म : 'आमरण'चा अर्थ मरणापर्यंत. यातील 'आ'चा अर्थ 'पर्यंत' असा आहे, तर 'आजन्म' या शब्दातील 'आ'चा अर्थ 'पासून' असाही आहे. आजन्म म्हणजे जन्मापासून.

अर्थात 'पासून' प्रमाणेच 'पर्यंत' हाही अर्थ देण्यास इथला 'आ' समर्थ आहेच! कारण आजन्म म्हणजे जन्मभर, म्हणजेच जीवनभर, जीवन संपेपर्यंत! आजन्म ब्रह्मचर्य, आजन्म सत्यनिष्ठा अशा काही शब्दांमधून हा अर्थ दिसतो.

■ ■

आजोबा

आजोबा : आजोबा या शब्दाचे मूळ आहे आर्य या संस्कृत शब्दामधे! आर्य म्हणजे सज्जन, गुणसंपन्न व्यक्ती. या आर्य शब्दाचे रूपांतर प्रथम 'अज्ज' या प्राकृत शब्दात व नंतर 'आजा' या मराठी शब्दात झाले आहे. या 'आजा'चेच पुढे बहुमानार्थी रूप झाले 'आजोबा'!

पूर्वीच्या स्त्रिया आपल्या पतीचा उल्लेख आर्यपुत्र या शब्दाने करीत असत.

तेव्हा आर्य हा अर्थातच पतीच्या वडिलांचा वाचक शब्द होता. त्यांना घरातील सर्वच जण आर्य म्हणून संबोधीत. स्वाभाविकपणे घरातील लहान मुलेही तेच संबोधन वापरीत असतील.

आज मात्र केवळ नातवंडेच या संबोधनाचा उपयोग करतात. या आर्य व्यक्तीचे सज्जनत्व केवळ त्यांच्याच तोंडून व्यक्त होत असते, असे समाजायचे का?

■ ■

आढ्यताखोर

आढ्यताखोर : गर्विष्ठ या अर्थाने आढ्यताखोर हा शब्द प्रचारात आहे. परंतु खरे म्हणजे या दोन शब्दांचे अर्थ एकमेकांपासून पुष्कळच भिन्न आहेत. आढ्यता म्हणजे आढ्य असण्याचा गुण. मग आढ्य म्हणजे तरी काय? हा शब्द आपल्याला धनाढ्य, गुणाढ्य असा काही सामासिक पदांमध्ये आढळतो. धनाने आढ्य तो धनाढ्य, गुणांनी आढ्य तो गुणाढ्य. इथे आढ्य म्हणजे संपन्न. धनसंपन्नाला धनाढ्य म्हणता येते. परंतु मग हळूहळू आढ्य येवढाच शब्द श्रीमंत या अर्थाने वापरात येऊ लागला असावा. धनसंपन्नता आली म्हणजे अनेकांना धनहीनांबद्दल घृणा, तिरस्कार वाटू लागतो व त्यांच्याशी संबंध नकोच, अशी त्यांची भावना बनते. हा आढ्य असण्याचा गुण (किंवा दुर्गुण) म्हणजेच अशी आढ्यता ज्याच्या ठिकाणी सहजपणे दिसू शकते, म्हणजेच इतरांना जाणवते, त्याला आढ्यताखोर म्हणावे. गर्विष्ठाला जो गर्व असतो तो केवळ संपत्तीचाच असेल असे नाही. आढ्यता मात्र प्रामुख्याने सांपत्तिक स्थितीशी संबंधित असते.

■ ■

आणि

आणि : परंतु व आणि हे दोन शब्द असे आहेत की, ज्यांचे अंत्य स्वर (शब्दातील अंत्य स्वर दीर्घ असतो हा शुद्ध-लेखनातील सर्वसामान्य नियम डावलून) ह्रस्वच लिहिले जातात. या दोन शब्दांपैकी परंतु हा शब्द संस्कृतमधील परं आणि तु अशा दोन स्वतंत्र शब्दांचे एकत्रीकरण असून त्याचा संस्कृत पद्धतीनेच ह्रस्वांत उच्चार होणे स्वाभाविकच आहे. मात्र 'आणि' हा शब्द काही असा संस्कृत शब्द नाही! अर्थात त्याचे मूळ संस्कृतमधील 'अन्य' या शब्दामध्ये आहे. त्यामुळे तो संस्कृतोद्भव तर आहेच. त्याला 'आणि' हे मराठी रूप येताना अन्य मधील

आघातयुक्त 'अ'चे रूपांतर 'आ' या दीर्घ स्वरात झालेले दिसते आणि त्या 'आ'चा दीर्घ उच्चार होत असताना स्वाभाविकपणेच पुढचा 'णि' ह्रस्वच उच्चारला जातो. आणि म्हणूनच हा 'णि' ह्रस्वच लिहिला जाणे योग्य आहे आणि असा उच्चार केला, तर त्या शब्दाचा नेमका अर्थ प्रतीत होऊ शकतो! (आणी म्हणजे आणत असे).

■ ■

आतंककारी/ आतंकवादी

आतंककारी/आतंकवादी : अलीकडे ज्या विशेष शब्दांची भाषेत भर पडलेली आहे, त्यापैकी एक आहे 'आतंकवादी' हा शब्द.

आतंक म्हणजे एक तर शारीरिक अथवा मानसिक रोग, अस्वस्थता आणि दुसरे म्हणजे भय, शंका, बिघडलेली परिस्थिती. आ-तंच् असा संस्कृत धातू आहे. त्याचा अर्थ वस्तूचे मूळ रूप बिघडवून टाकणारी एखादी गोष्ट तिच्यात मिसळणे. दुधात विरजण घालण्याला 'आतंचन' असा संस्कृत शब्द आहे. आ-तंच् धातूवरूनच 'आतंक' हा शब्द तयार झालेला आहे. त्यामुळे मुळात शांत असलेली व आता बिघडलेली स्थिती म्हणजे आतंक. हा शब्द भाषेत पुल्लिंगात वापरतात.

असा आतंक निर्माण करणारा तो खरे तर आतंककारी! पण आपण मात्र त्याला आतंकवादी म्हणू लागलो आहोत. आतंकाचा विचार स्वीकारणारा असा त्याचा अर्थ होऊ शकेल.

समाजवादी, पुंजीवादी, स्त्रीमुक्तिवादी अशासारखा हा शब्द मानता येईल, परंतु खरे म्हणजे आतंककारी हेच विशेषण योग्य!

■ ■

आततायी

आततायी : 'इतकी आततायी वृत्ती चांगली नाही!' असे एखादे वाक्य आपल्या द्वाड मुलाला किंवा नातवाला उद्देशून आई-वडिलांनी अथवा आजोबा-आजीने उच्चारलेले आपण ऐकले असेल. आततायी या शब्दाचा अविचारीपणाने दांडगाई करीत, नासधूस करणारा एवढाच मर्यादित अर्थ इथे अभिप्रेत असतो. हा शब्द संस्कृत भाषेतून मराठीत आलेला आहे. संस्कृत भाषेत या शब्दाचे स्पष्टीकरण असे आहे –

अग्निदो गरदश् चैव शस्त्रोन्मत्तो धनापहः।

क्षेत्रदारहरश् चैतान् षड् विद्याद् आततायिन:।।

आग लावणारा, विषप्रयोग करणारा, उन्मतपणे शस्त्र चालविणारा, धनाचे, भूमीचे, स्त्रियांचे अपहरण करणारा अशा सहा प्रकारच्या माणसांना आततायी असे जाणावे.

आजचे अतिरेकी शस्त्रोन्मत आहेत, त्यामुळे त्यांना आततायी हे विशेषण लावता येईल. केवळ दांडगाई करणाऱ्या मुलांसाठी हे विशेषण वापरणे बरे नाही.

■ ■

आत्मसमर्पण

आत्मसमर्पण : देवाच्या पूजेमध्ये 'समर्पयामि' असे म्हणून पूजाद्रव्यांचे समर्पण पुजारी करीत असतो. समर्पणात ही पूजेची, भक्तीची उदात्त भावना असते. देशभक्तांनी देशासाठी आत्मसमर्पण केले होते, म्हणजे स्वत:च्या जीवनाची आहुती दिली होती.

मग अशा स्थितीत एखादा चोर, दरोडेखोर, गुन्हेगार जेव्हा आपण होऊन पोलिसांच्या स्वाधीन होतो तेव्हा त्याच्या या कृतीला आत्मसमर्पण म्हणू नये हे बरे! या शब्दाच्या अर्थाला त्यामुळे आपण फारच खाली खेचत असतो!

समर्पण म्हणजे सम्यक् अर्पण. विचारपूर्वक, उदात्त भावनेने, दोषरहित पद्धतीने केलेले अर्पण, असे स्वत:चे समर्पण म्हणजे आत्मसमर्पण.

■ ■

आदरांजली

आदरांजली : श्रद्धांजली आणि आदरांजली या दोन्ही शब्दांमध्ये असलेला अंजली हा शब्द ओंजळ या अर्थाचा आहे. कुणालाही कोणतीही गोष्ट अर्पण करावयाची असेल, तर ती वस्तू आपल्या ओंजळीत घेऊन, ओंजळी भरभरून ती देण्याची पद्धत आहे. ही वस्तू म्हणजे श्रद्धा असेल, आदरही असेल. या अर्थांनी श्रद्धांजली व आदरांजली हे शब्द सिद्ध आहेतच. जसा पुष्पांजली हा शब्द. पण त्याखेरीज श्रद्धेने अर्पण केलेली ओंजळ भरून वस्तू आणि आदराने अर्पण केलेली ओंजळभरून वस्तू या अर्थांनी सुद्धा हे शब्द वापरता येतातच. श्रद्धा आणि आदर यात मात्र फरक आहे. आदर हा साक्षात ज्ञात गोष्टींमुळे निर्माण होत असतो. श्रद्धा ही अज्ञाताशी संबद्ध असते. त्यामुळे श्रद्धांजली दिवंगतासाठी असते, तर आदरांजली जिवंत व्यक्तीसाठी असते.

■ ■

आदर्श

आदर्श : 'अलीकडे तरुणांपुढे चांगले आदर्श आहेत कुठे?' असे नेहमी म्हटले जाते ना? आदर्श म्हणजे? चांगला अनुकरणीय वर्तनाचा नमुना! हा नमुना इतर कुणाचा तरी असावा; आपण फक्त त्यांचे अुनकरण करावे! परंतु आदर्श या संस्कृत शब्दाचा अर्थ आहे आरसा! आपल्यापुढे असा एक आरसा ठेवून, आपले रूप त्यात पाहून ते अधिक सुंदर करण्याचा आपण प्रयत्न करतो की नाही? याच पद्धतीने आपल्या वर्तनाचे आपणच परीक्षण करून, त्यात आवश्यक त्या सुधारणा करण्याची तयारी ठेवली, तर आपल्यासमोर आदर्श नाहीत अशी तक्रार करावी लागणार नाही.

■ ■

आध्यात्मिक

आध्यात्मिक : अध्यात्म या शब्दावरून आध्यात्मिक असा नवीन शब्द तयार होतो. (व्याकरणाच्या परिभाषेत याला तद्धित असे म्हणतात.) हा शब्द अनेक लोक 'अध्यात्मिक' असा लिहितात, उच्चारतातही. 'अध्यात्म' या शब्दात 'अ' आहे, तर मग पुढे त्याचा 'आ' कशाला करायचा, असा प्रश्न या मंडळींना पडतो. परंतु 'धर्म'पासून धार्मिक, 'जगत्'पासून जागतिक, 'प्रगत'पासून प्रागतिक, 'प्रमाण'पासून प्रामाणिक, 'संसार'पासून सांसारिक, 'शरीर'पासून शारीरिक अशी अनेक रूपे आपण भाषेत स्वीकारतोच की नाही? तसेच हे 'अध्यात्म'पासून आध्यात्मिक. शब्दांच्या घडणीतही एक शिस्त असते, ती ही अशी.

■ ■

आपत्ती, विपत्ती, संपत्ती

आपत्ती, विपत्ती, संपत्ती हे तीन शब्द आपण 'ई'कारान्त म्हणजे 'ई' या दीर्घ अक्षराने शेवट करून लिहीत असलो, तरी मुळात ते 'इ'कारान्त म्हणजे ह्रस्व 'इ'ने शेवट होणारे – आपत्ति, विपत्ति, संपत्ति असे आहेत. (याच मालिकेत प्रतिपत्ति हाही शब्द आहे, पण तो मराठीत क्वचितच वापरात आहे.)

आ + पत्, वि + पत् आणि सम् + पत् असे पत् या धातूला वेगवेगळे आ, वि, सम् असे उपसर्ग लागले की, या धातूचे अर्थही बदलतात. त्यांच्यापासून आपत्ति,

विपत्ति, सम्पत्ति असे शब्द मिळतात. एकदम कोणतीही कल्पना नसताना एखादी गोष्ट आपल्यापुढे येऊन पडते तेव्हा ती आपत्ती असते. ती जेव्हा विपरीत किंवा विकृत असते म्हणजेच संकटयुक्त असते तेव्हा ती विपत्ती असते. आणि ती जेव्हा सम् म्हणजे सम्यक्, चांगल्या, आकर्षक, स्वीकार्य स्थितीत आपल्याकडे येते तेव्हा ती संपत्ती असते. इथे आपल्या लक्षात येईल की, वास्तविक आपत्ती आणि विपत्ती यांचे अर्थ पुष्कळच भिन्न आहेत, परंतु आपण ते समानार्थक असल्यासारखेच वापरत असतो.

■ ■

आपद्धर्म

आपद्धर्म : धर्म म्हणजे कर्तव्यकर्म. ते अर्थातच नैतिकदृष्ट्या योग्यच असावे लागते. परंतु कित्येक वेळा वरवर अनैतिक वाटणारेही एखादे वर्तन 'अंततो गत्वा' हितकारकच होत असते. त्या वेळी असे वर्तन करणे हेच धर्मस्वरूप समजले जाते. गायीमागे धावणाऱ्या कसायाला गाय कोणत्या दिशेला पळाली याबद्दलचे असत्य निवेदन करणे, हेच धर्मानुसार योग्य वर्तन असते, असे एक उदाहरण यासाठी देतात. हाच तो आपद् धर्म. एरवी अधार्मिक वाटणारी कृती आपत्तीत असताना धर्मच ठरते. आपत्ती दूर करण्यासाठी तेच वर्तन आवश्यक असते. परंतु अशी आपत्तीत सापडल्यावर केलेली व धर्म म्हणून मानली गेलेली कृती नेहमीकरता मान्य होण्यासारखी नसते. म्हणूनच हा नुसता धर्म नव्हे, तर आपद्धर्म!

■ ■

आपादमस्तक/नखशिखांत

आपादमस्तक/नखशिखांत : 'समोर उभ्या असलेल्या विद्यार्थ्याकडे आपादमस्तक दृष्टी टाकीत शिक्षक त्याला म्हणाले....'

या वाक्यात आपादमस्तक असा संस्कृत शब्द वापरण्यात आलेला आहे. मराठीत तो जसाच्या तसा म्हणजेच तत्सम स्वरूपात आपण वापरतो.

या शब्दात तीन घटक आहेत. आ, पाद आणि मस्तक. त्यापैकी पाद म्हणजे पाय आणि मस्तक म्हणजे डोके, हे सामान्यत: मराठी भाषिकांना समजू शकते.

पण आ म्हणजे काय? आ म्हणजे 'पासून' आणि 'पर्यंत'ही!

आपाद म्हणजे पायापासून आणि आ-मस्तक म्हणजे डोक्यापर्यंत. पायापासून डोक्यापर्यंत! संपूर्ण व्यक्तीकडे या अर्थाने हा शब्द उपयोगात आणतात.

याच अर्थाचा आणखी एक संस्कृत शब्द तत्सम रूपात मराठीत आला आहे. तो म्हणजे नशशिखांत, नखापासून तो शिखेपर्यंत म्हणजे डोक्यावरील केसांपर्यंत. तिथे अंत म्हणजे शेवट! पण इथे 'पासून' या अर्थाचा घटक वापरलेला नाही.

सामान्यत: एकाच अर्थाचे असलेले हे दोन शब्द वापरताना मात्र वेगवेगळ्या अर्थक्षेत्रात वापरले जातात. उदाहरणार्थ, दागिन्यांनी नटलेल्या स्त्रीबद्दल म्हटले जाते, ती अगदी नखशिखांत दागिन्यांनी सजलेली आहे.

■ ■

आप्तस्वकीय

आप्तस्वकीय : 'आमच्या आप्तस्वकीयांनीच जर आमच्याशी वैर मांडले असेल, तर मग आम्ही करायचे तरी काय?' या वाक्यातील आप्तस्वकीय या शब्दाचा अर्थ आपलीच माणसे, आपलेच संबंधी हा आहे, हे स्पष्ट आहे. आप्त आणि स्वकीय या स्वतंत्र आणि सामान्यपणे एकाच अर्थाच्या दोन शब्दांचा हा एक जोडशब्द आहे; पाऊसपाणी सारखा. स्वकीय म्हणजे स्वत:चा, आपला आणि आप्त म्हणजे? आप्त हा शब्द 'नातेवाईक' या अर्थाने सामान्यपणे वापरात आहे. त्याचा मूळ अर्थ मिळविलेला, जवळ आलेला असा आहे. प्राप्त हा शब्द तर प्र+आप्त असाच आहे आणि तो आपल्या नेहमीच्या वापरात आहेच. आप् धातूचा अर्थ मिळविणे, जवळ येणे किंवा जवळ करणे असा आहे. त्यापासून हे एक विशेषण आप्त. मराठीतला 'आपला' हा शब्द याच आप्तचे परिवर्तित रूप आहे.

■ ■

आबालवृद्ध

आबालवृद्ध : कोणतीही योजना जेव्हा केवळ बालांसाठी किंवा केवळ तरुणांसाठी किंवा केवळ वृद्धांसाठी नसते. म्हणजेच सर्वांसाठी असते तेव्हा ती आबालवृद्धांसाठी असते असे म्हटले जाते. कार्यक्रमाला आबालवृद्धांनी गर्दी केली होती किंवा आबालवृद्ध सर्वांनी त्या संगीताचा आनंद लुटला किंवा त्या भूकंपाच्या धक्क्याने आबालवृद्ध सगळेच भयभीत झालेले दिसत होते, अशा वाक्यांमध्ये आपण हा शब्द वापरतो.

हा शब्द आ-बाल-वृद्ध असा आहे, हे लक्षात घेतले पाहिजे. आ म्हणजे पासून किंवा पर्यंत. आबालवृद्ध म्हणजे बालांपासून तो वृद्धांपर्यंत! म्हणजे मध्ये सगळे

आलेच! हा शब्द अनेक ठिकाणी 'अबालवृद्ध' असा मुद्रित केलेला आढळतो. तो का अशुद्ध समजला पाहिजे, हे आता समजू शकेल. ('अ'चा अर्थ नाही असा होतो).

■■

आभार

आभार : '...मी... यांचे आभार मानीत नाही. त्यांना धन्यवाद देतो!' अशी वाक्ये आपण अनेक सभांमध्ये शेवटी आभारप्रदर्शनाच्या वेळी ऐकलेली असतील. आभार या शब्दाचा नेमका अर्थ न समजल्यामुळेच ज्यांचे आभार मानावयाचे त्यांचा एका अर्थाने कमीपणाच करणारी ही वाक्यरचना संबंधितांकडून केली जात आहे. मी आभारी आहे, आम्ही आभारी आहोत, या वाक्यरचना खरे तर ऋण व्यक्त करण्यास पुरेश्या समर्थ आहेत. धन्यवाद देणे म्हणजे काय, तर तुम्ही धन्य आहात असे सांगणे!

ऋणी म्हणजे काय? ऋणयुक्त असणे. जसे गुणी म्हणजे गुणयुक्त, धनी म्हणजे धनयुक्त, त्याप्रमाणे मग भारी म्हणजे भारयुक्त. 'आ' हा उपसर्ग सर्वतोपरी या अर्थाचा आहे. (आपण आम्हाला जे काही आता दिलेले आहे त्यामुळे) आम्ही सर्वतोपरी भारयुक्त झालेलो आहोत, असा आहे आम्ही आभारी आहोत या वाक्याचा अर्थ! मग असे वाक्य उच्चारण्याऐवजी आपण धन्य आहात येवढेच सांगण्यात कुठला मोठेपणा आहे?

■■

आमरण

आमरण : अलीकडे आमरण उपोषणांच्या बातम्या वृत्तपत्रांमधून वारंवार झळकताना दिसतात! यातले एकही उपोषण खरे म्हणजे आमरण नसतेच! (आणि नसावे, अशीच इथे सदिच्छाही व्यक्त करायला हवी.) दोन चार दिवसांतच ही उपोषणे संपतात आणि पुन्हा सर्व व्यवहार सुरळीत सुरू होतात.

उपोषण करताना, ते आमरण करण्याचा खरोखर मनात संकल्प असतो का? की विशिष्ट दिवसांची मुदत (म्हणजे ७ दिवस, १४दिवस वगैरे) न घालता बेमुदत असे हे उपोषण असते? आ म्हणजे पर्यंत. आमरण म्हणजे मरणापर्यंत! ही उपोषणे केवळ बेमुदत असतात, म्हणून त्यांचे वर्णन तसेच करायला हवे. अन्यथा आमरण या शब्दाला गुळगुळीतपणा येत राहून त्याचा अर्थ नष्ट होईल.

■■

आमिष

आमिष : मला हे आमिष दाखविता, तरीही मी हे तुम्ही सांगता ते काम करणार नाही, हे लक्षात ठेवा – या वाक्यातल्या आमिष शब्दाचा अर्थ आहे, ज्या गोष्टीला मी बळी पडेन, ज्या गोष्टीचे मला आकर्षण वाटेल अशी मला वश करू शकणारी गोष्ट! कुणाही व्यक्तीला दिली जाणारी लाच ही आमिषच म्हटली जाते. ध्येयवादी व्यक्तीने कोणत्याही आमिषाला म्हणजे मोहाला बळी पडता कामा नये, असे आपण म्हणतो.

आमिष शब्दाचा मूळचा अर्थ आहे मांस.

कुत्र्यापुढे मांसाचा तुकडा धरला, तर तो कित्येकदा आपल्या धन्याला तात्पुरते का होईना विसरूनही चोरांना वश होण्याची शक्यता असते, असे म्हणतात. त्याचप्रमाणे नैतिक मार्गापासून एखाद्याला च्युत करायचे असेल, तेव्हा त्याला दाखविलेले जे काही आकर्षण असते, त्याला आमिष म्हणतात.

सामिष भोजनालय या शब्दबंधामध्ये 'सामिष' हा जो शब्द आहे, तो स-आमिष असाच आहे. त्या आमिषाने मांसाहारी व्यक्तीच्या तोंडाला लगेच पाणी सुटते. तसेच कर्तव्यच्युत होऊ शकणाऱ्या लोभी माणसाच्या तोंडाला आमिष दाखविल्यावर पाणी सुटते!

■ ■

आमूलाग्र

आमूलाग्र : 'अंतर्गत प्रश्नांचे रूप पाहाता, आता आपले एकूण धोरण आमूलाग्र बदलण्याची आवश्यकता आहे, असे नाही का आपल्याला वाटत?'

या वाक्यात आमूलाग्र असा शब्द आलेला आहे. तो अमूलाग्र, अमुलाग्र, आमुलाग्र असा लिहिला किंवा छापला, तर तो एक लेखन-प्रमाद ठरेल. म्हणून आमूलाग्र असाच तो लिहिला अथवा छापला पाहिजे, आणि अर्थातच उच्चारतानाही तसाच उच्चारला पाहिजे.

या शब्दाचे तीन घटक आहेत, आ-मूल-अग्र. मूल हा शब्द मराठीत मूळ असा होऊन आलेला आहे. जमिनीवर झाड उभे असते, त्याचे मूळ जमिनीत असते, ते मूल. अग्र म्हणजे वरचे टोक; झाडाचा शेंडा. 'आ' म्हणजे 'पासून' आणि 'पर्यंत'ही. मुळापासून तो शेंड्यापर्यंत, असा अर्थ देणारा हा शब्द आहे – आमूलाग्र. म्हणजे संपूर्ण, एखाद्याच भागाचा विचार न करता समग्रपणे सर्व गोष्टींचा विचार करून.

■ ■

आयुरारोग्य

आयुरारोग्य : षष्ट्यब्दी, पंचाहत्तरी, सहस्र चंद्र दर्शन योग अशा काही प्रसंगी अथवा एखादी व्यक्ती आजारातून बरी झाली आहे, अश्या वेळी त्या व्यक्तीसाठी दीर्घ आणि सुखी-संपन्न असे आयुरारोग्य चिंतण्याची आपली पद्धत आहे.

आयुरारोग्य हा एक जोडशब्द आहे; आयुः आणि आरोग्य या दोन शब्दांचा मिळून झालेला. आयुर् म्हणजेच आयुः, आयुष्य आणि आरोग्य म्हणजे अरोगता; रोगरहित अवस्था.

नुसतेच दीर्घ आयुष्य चिंतण्यात काय अर्थ आहे? ते रोगरहितही हवे. त्यामुळेच या सदिच्छेचे वाचक असे हे दोन शब्द जणू काही एकच शब्द असावा या पद्धतीने एक जोडशब्द बनून आपल्या मुखी येत असतात.

■■

आयोग

आयोग : कमिशन (म्हणजे एखाद्या विशिष्ट कामासाठी गठित अशी एखादी व्यवस्था) या इंग्रजी शब्दाकरिता हिंदी व इतरही भारतीय भाषांमध्ये आयोग हा शब्द वापरला जातो. उदाहरणार्थ एखादा चौकशी आयोग.

हा आयोग शब्द किती अर्थवाही आहे पाहा!

योग म्हणजे एखाद्या गोष्टीची जोडणी, एखादी गोष्ट प्रत्यक्षात आणणे. एखाद्या गोष्टीची रचना. आ म्हणजे पर्यंत. जसे आमरण म्हणजे मरणापर्यंत, एकदा मरण आले की, हे जे काही आमरण असते, ते संपते! नाही का? आमरण व्रत हे मरणापर्यंतच असणारे व्रत! तसेच 'आयोग'सुद्धा योग घडला की संपुष्टात येणार! चौकशी आयोग चौकशी पूर्ण होईपर्यंतच राहाणार.

अनेक आयोगांची मुदत वाढवावी लागते, ती यामुळेच!

■■

आयोजन

आयोजन : हिंदी भाषेच्या प्रभावाने मराठी भाषेत आलेल्या अनेक शब्दांपैकी हा एक शब्द आहे – आयोजन. '........ अशा एका सार्वजनिक सांस्कृतिक

कार्यक्रमाचे दि. .... रोजी आयोजन करण्यात आलेले आहे' अशी माहिती आपण वृत्तपत्रांमधून वाचतो, तेव्हा आपल्या नजरेस हा शब्द पडतो.

खरे तर हा कार्यक्रम योजिलेला आहे, म्हणजेच असा असा कार्यक्रम होणार आहे, असा अगदी बाळबोध आशय व्यक्त करण्यासाठी हा शब्द वापरला जातो; पण आ-योजन म्हटल्यामुळे त्या कार्यक्रमाची प्रतिष्ठा वाढते. मंत्री भेटायला येणार आहेत, हे साधेपणाने सांगितले जाते; पण मंत्र्यांच्या भेटीचे आयोजन केलेले आहे, हे विधान त्या मंत्र्याचा लवाजमाही जणू काही बरोबर घेऊन येते!

बरोबरच आहे; योजन म्हणजेच योजना. पण त्यामागे 'आ' म्हणजेच सर्वतः, सर्व बाजूंनी, सर्व दृष्टींनी हा उपसर्ग जोडून या योजनेचे सर्वंकष स्वरूपच आपण सूचित करीत असतो.

■ ■

आरती

आरती : गणेशादि देवतांची आरती करण्याची पद्धती अखिल भारतात प्रसिद्ध आहे. या शब्दाचा उच्चार करताना तो नीट, प्रत्येक अक्षर स्वतंत्रपणे उच्चारून करायला हवा. हे माहीत नसल्याने अनेक लोक हा उच्चार आर्ती (आर्‌ती) असा करतात. या उच्चाराने कार्य बिघडते? आर्ती म्हणजे दुःख, वेदना. आरती म्हणजे रतीपर्यंत; आ म्हणजे पर्यंत. जसे आमरण म्हणजे मरण येईपर्यंत, तसेच आरती म्हणजे रती, आनंद, संतुष्टता, प्रसन्नता येईपर्यंत. आरती केल्याने देवता प्रसन्न होतात. या आरतीमध्ये देवतांची स्तुती असते ना! देवता प्रसन्न होईपर्यंत करावयाचा विधी म्हणजे आ-रती.

■ ■

आरोग्य

आरोग्य : आरोग्य म्हणजे काय? रोग रहितता. कोणताही रोग नसण्याची स्थिती म्हणजे आरोग्य. हा शब्द तयार कसा होतो? रोग या शब्दाचा जो अर्थ आहे, त्याचा नकारात्मक अर्थ मिळतो, या रोग पूर्वी 'अ' हा नकारार्थी आगम घेऊन. अरोग म्हणजे 'रोग नाही'! म्हणजे शरीराची नैसर्गिक स्थिती. या स्थितीला स्वस्थ असे म्हणतात.

अरोग शब्दाचे त्यानंतर व्याकरणिक भाषेत सांगायचे, तर तद्धित रूप तयार

केले जाते, या शब्दाच्या पुढे 'य' हा प्रत्यय जोडून. आणि ही प्रक्रिया होत असताना या शब्दातील पहिला अ 'आ'मध्ये परिवर्तित होतो. या प्रक्रियेला व्याकरणात वृद्धी असे म्हणतात.

■■

आर्जव

आर्जव : 'तुम्ही कितीही आर्जवे केली, तरी आता तुमचे म्हणणे काही स्वीकारता येणार नाही!' या वाक्यातील आर्जवे हा शब्द आर्जवचे अनेकवचन आहे. आर्जव शब्दाचा अर्थ काय? मनधरणी, विनवणी. अशी मनधरणी मनुष्य केव्हा करतो? जेव्हा प्रथमच किंवा बराच काळपर्यंत त्याचे काही ऐकले जात नाही, तेव्हा! होय ना?

असा हा प्रारंभीचा अनुभव त्या व्यक्तीला कदाचित त्याच्या स्वत:च्या अरेरावीमुळे, उद्धटपणामुळे येत असण्याची शक्यता आहे. हा ताठरपणा सोडून, तो जेव्हा नम्र होऊन विनवणी करू लागतो, तेव्हा ते होते आर्जव. आर्जव हा शब्द ऋजु म्हणजे सरळ, वक्रता नसलेला या अर्थाच्या विशेषणापासून तयार झालेले (तद्धित) नाम आहे. आर्जव म्हणजे सरळपणा! हे प्रारंभी नसते, म्हणून नंतर स्वीकारावे लागते. आर्जवे नंतरच केली जातात; प्रारंभी नव्हे! प्रथम असते पुष्कळदा अरेरावी, नंतर आर्जवे केली जातात!

■■

आवर्ती/अनावर्ती

आवर्ती/अनावर्ती : कुटुंबात किंवा शैक्षणिक, सामाजिक इत्यादि प्रकारच्या कोणत्याही संस्थेत काही द्रव्य खर्च करावे लागते. या खर्चाचे दोन प्रकार असतात. एक – आवर्ती खर्च व दुसरा – अनावर्ती खर्च. रिकरिंग, नॉन रिकरिंग असे शब्द यासाठी अनेकांच्या मुखांत असतात. शब्दोच्चारासाठी लागणारा काळ, श्वास, जिभेचे श्रम या गोष्टींचा विचार करता आवर्ती व अनावर्ती हे शब्द अधिक सोपे आहेत!

आवर्तन म्हणजे पुन्हा पुन्हा येणे, घडणे. गणपति-अथर्वशीर्षाची आवर्तने केली जातात, म्हणजे हे स्तोत्र पुन्हा पुन्हा म्हटले जाते. काही खर्च आवर्ती असतात, म्हणजे ते पुन्हा पुन्हा करावे लागतात. काही खर्च तसे नसतात.

■■

आवाहन/आह्वान

आवाहन/आह्वान : 'आपल्या शाळेतील मुलींना मी आव्हान करतो की, त्यांनी प्रत्येकीने एका तरी निरक्षर स्त्रीला या वर्षात साक्षर करावे!' असे वाक्य एखाद्या पुढाऱ्याच्या तोंडून तुम्ही ऐकले असेल. हे वाक्य म्हणजे खरे तर त्या पुढाऱ्याने त्या मुलींना केलेले 'आवाहन' आहे; 'आव्हान' नाही! परंतु 'आवाहन'ऐवजी त्याने गैरसमजुतीने 'आव्हान' असा शब्द वापरलेला आहे.

आवाहन हा शब्द आ-वह् या धातूपासून तयार झालेला व संस्कृतमधून मराठीत जसाच्या तसा म्हणजे तत्सम स्वरूपात आलेला आहे. आ-वह् म्हणजे आपल्याकडे यायला निमंत्रण करणे. म्हणजे लक्षणेने आपण म्हणतो आहोत त्याचा स्वीकार करायला लावणे, तसे करायला उद्युक्त करणे; प्रेरणा देणे. आवाहन करणे म्हणजे अमुक अमुक करा, असे गौरवाने सांगणे! विशिष्ट चांगल्याच हेतूने बोलावणे. आव्हान मात्र प्रतिस्पर्ध्याला संघर्षाच्या हेतूने केलेले बोलावणे असते.

■ ■

आविर्भाव

आविर्भाव : आविर्भाव म्हणजे प्रकट होणे, दिसणे, अस्तित्वात येणे.

'आविष्कार' या शब्दात आविस् ('स्'चे रूपांतर ष् म्हणून आविष्) हा जो पूर्वघटक आहे तोच आविर्भाव याही शब्दात आहे. इतकेच की, 'आविस्'मधल्या अंत्य 'स्'चे प्रथम विसर्गात (आविः) व नंतर त्या विसर्गाचे र् (आविर्) असे रूपांतर होऊन हा 'आविर्भाव' शब्द प्रकट होतो. आविर्भूत असे त्याचे विशेषणवाचक रूप होते.

आविस् – आविः – आविर् म्हणजे प्रकट, दिसणारा, अनुभवास येणारा.

भाव म्हणजे अस्तित्व, असणे!

'आविर्भाव तर त्याने मोठा औदार्याचा आणला, पण प्रत्यक्षात एका कवडीचीही मदत काही केली नाही!'

या वाक्यात आविर्भावाचा अर्थ देखावा, वरकरणी दाखविणे, आव आणणे, असा आहे. 'आव' हा शब्दही 'आविः'चेच मराठीकरण आहे. 'आविर्भाव' हा शब्द 'अविर्भाव' असा लिहून चालणार नाही.

■ ■

आविष्कार, आविष्कृत

आविष्कार, आविष्कृत : 'जनतेने आपल्या क्रोधाचा आविष्कार करताना थोडा संयम बाळगण्याची आवश्यकता असते. त्यांच्या या आविष्काराला हिंसक वळण लागता कामा नये.'

या दोन वाक्यांमध्ये वापरलेला 'आविष्कार' हा शब्द कोणत्या अर्थाचा वाचक आहे?

आविष्कार म्हणजे प्रकटीकरण, प्रकट करणे. पर्यायाने प्रकट झालेले रूप. आविष्करण असाही शब्द याच अर्थाने वापरता येतो. विशेषणाचे रूप घेऊन तो आविष्कृत होतो.

या शब्दात आविस् (आविः) असा उपसर्ग असून तो 'कार' अथवा 'करण' या कृतिवाचक नामाला जोडलेला आहे. आविस्‌चा अर्थ आहे, प्रकट. या 'स्'चाच पुढे 'ष्' होतो.

'आविष्कार' हा शब्द त्यातले घटक लक्षात न घेता पुष्कळ लोक 'अविष्कार' असा लिहितात. ही अशुद्धी दूर करून तो आविष्कार असाच लिहावा. त्याचप्रमाणे 'अविष्कृत' नव्हे, 'आविष्कृत'! हा शब्द 'अविष्कृत' असा लिहिला, तर या शब्दाबद्दलचे अज्ञान 'आविष्कृत' होईल!

■ ■

आव्हान

आव्हान : आव्हान हा शब्द खरे तर (आह्वान) आह्वान असा आहे. कारण तो आ+ह्वे या धातूपासून तयार झालेला, संस्कृत भाषेतून जसाच्या तसा मराठीत आलेला म्हणजे तत्सम शब्द आहे. पण मराठी लेखन पद्धतीत आपण खूपच सोयी सवलती स्वीकारल्या आहेत. त्यात 'ह्व' ऐवजी 'व्ह' असे लेखन येते. म्हणून आता हा शब्द सर्रास 'आव्हान' असाच लिहिला आणि उच्चारलाही जातो. (म्हणजे 'ह'पूर्वी 'व'चा उच्चार करून.)

आ-ह्वे या धातूचा अर्थ बोलावणे असा आहे; परंतु संस्कृत भाषेतच कालांतराने या अर्थाचा संकोच होऊन तो केवळ स्पर्धेसाठी, युद्धासाठी, विवादासाठी प्रतिस्पर्ध्याला बोलावणे म्हणजेच त्याच्या अहंकाराला डिवचून त्याला चालून येण्यास (किंवा कुणावर तरी त्वेषाने चालून जाण्यास) प्रवृत्त करणे असा मर्यादित झालेला आहे आणि त्याच मर्यादित अर्थाने तो मराठीत वापरला जातो. आव्हान युद्धासाठी (किंवा

द्यूतासाठी, वादविवादासाठी) केले जात असते.

■ ■

आशुतोष

आशुतोष : आशुतोष असे मुलाचे नाव पुष्कळदा उच्चाराच्या सोयीने अशुतोष, अशुतोश, आशुतोश, असे उच्चारले व लिहिले-छापले जात असते. या चुका होण्याचे कारण स्पष्ट आहे, ते हे की, आशुतोष या शब्दातले घटक आणि त्यांचा अर्थ माहीत नसतो! काय आहे तो अर्थ?

आशु म्हणजे चटकन, त्वरित, विनाविलंब. तोष म्हणजे संतोष, तुष्टी, समाधान. जो चटकन संतुष्ट होतो, ज्याला संतुष्ट करण्यासाठी फार वेळ, फार कष्ट वगैरे पडत नाहीत असा कुणीही 'आशुतोष' म्हणवून घ्यायला पात्र आहे. परमेश्वराची जी हजारो नावे आहेत, त्यात हेही एक नाव आहे. 'पत्रं पुष्पं फलं तोयम्' येवढ्यानेही तो संतुष्ट होतो, म्हणून तो आशुतोष.

■ ■

आश्रम

आश्रम : आश्रम म्हणजे ऋषींचे, शिष्यपरिवारासह राहाण्याचे निसर्गरम्य ठिकाण, असा एक अर्थ आपल्या मनात असतो. काही आधुनिक ऋषींचेही आश्रम आपल्या माहितीत असतील. मानवी जीवनाचे चार भाग म्हणजे चार आश्रम असाही एक शब्दप्रयोग भाषेत आहेच. ब्रह्मचर्याश्रम, गृहस्थाश्रम, वानप्रस्थाश्रम व संन्यासाश्रम असे हे चार आश्रम आहेत. विशिष्ट वस्ती अथवा जीवनातील विशिष्ट काल, यांपैकी कोणत्याही अर्थाने हा शब्द घेतला, तरी त्यातला विशेष अर्थ समजून घेतला पाहिजे. आ म्हणजे पासून आणि पर्यंत. आजीवन म्हणजे जीवन सुरू झाल्यापासून तो जीवन संपेपर्यंत. तसाच हा आश्रम शब्द आहे. त्यात प्रारंभही श्रमानेच आणि शेवटही श्रमानेच! श्रम होताहेत तोपर्यंतच तो आश्रम! म्हणून आश्रम म्हणजे केवळ विश्रांतिस्थान नव्हे!

■ ■

आश्वासन

आश्वासन : तुमच्यासाठी अमुक करू, तमुक करू अशी जी वचने दिली जातात,

त्यांना आश्वासने असे म्हणतात ना? असे आश्वासन मिळाले की, माणसे खूश होतात! त्यांच्या जिवात जीव येतो! अगदी टोकाला जाऊन बोलायचे, तर त्यांचे 'श्वसन' नीट चालू होते! आणि ते तसे चालू करणे म्हणजे श्वासन! असे श्वासन होईपर्यंत (कारण आ म्हणजे पर्यंत) जी कृती केली जाते, तिला म्हणायचे आश्वासन! ज्या व्यक्तीला असे आश्वासन दिले जात असते, ती व्यक्ती त्यामुळे आश्वासित होत असते. हळूहळू या शब्दाच्या अर्थाची ही तीव्रता नाहीशी होऊन सामान्यपणे कबूल केलेल्या कोणत्याही गोष्टीला आपण आश्वासन म्हणू लागलो आहोत. पण आता एक गोष्ट नक्कीच लक्षात येईल की हा शब्द 'अश्वासन' असा नाही!

■ ■

आहार

आहार : आहार शब्दाचा सर्वसाधारणपणे घेतला जाणारा अर्थ – खाद्यपदार्थ, आहार घेणे, आहार करणे म्हणजे खाद्यपदार्थांचे सेवन करणे; पण 'आहार' हा काही केवळ मुखाने, रसनेंद्रियानेच घेतला जातो असे नाही.

प्रत्येक इंद्रियाचा स्वत:चा विशिष्ट आहार असतो. दृश्य गोष्टी हा नेत्रेंद्रियाचा आहार, श्रव्य गोष्टी हा कर्णेंद्रियाचा आहार.

या आहारात प्रत्येक इंद्रियाची आवडनिवड देखील असतेच. अध्यात्मशास्त्रात साधकाला 'निराहार' व्हायला सांगतात. ते त्याने इंद्रियांच्या आहाराच्या संबंधातले हे रागद्वेष बाजूला ठेवून, जे प्राप्त होईल ते शांत चित्ताने स्वीकारावे, या अर्थाने. आपण सर्व इंद्रियांचे आहार लक्षात न घेता केवळ जिव्हेचा विचार करून आहार या शब्दाचा 'खाद्य' एवढाच मर्यादित अर्थ घेत असतो.

■ ■

आळस

आळस : आळस कुणाला ठाऊक नाही? (म्हणजे निदान हा शब्द तरी?) आपण स्वत: सोडून बाकीचे सर्व जण आळशी असल्याचा आपला अनुभव आपण वेळोवेळी व्यक्त करीत असतो!

संस्कृत भाषेतील 'आलस्य' या शब्दाचे मराठीने उच्चाराला सुकर असे 'आळस' या शब्दात रूपांतर केले आहे.

आलस्य हा शब्द देखील 'अलस' या शब्दाचे भाववाचक नाम आहे. अलस

म्हणजे अरस! ‘र’ आणि ‘ल’ यांची अदलाबदल भाषेत सहज होत असते. ज्या गोष्टीमध्ये आपल्याला रस नसतो, म्हणजे मनापासून ओढ नसते, तिथेच आपण आळस करतो. जिथे आपले मन सतत ओढले जाते, तिथे आपण आळस करीत नाही! आळसाचे मूळ हे असे ‘अ-रसा’त आहे!

■ ■

ऑपरेशन-शस्त्रक्रिया

ऑपरेशन-शस्त्रक्रिया : अमुक एका रुग्णाचे ऑपरेशन व्हायचे आहे, असे आपण म्हणतो, तेव्हा ऑपरेशन या शब्दाचे शस्त्रक्रिया असे भाषांतर केले जात असते. वास्तविक ऑपरेशन या शब्दाचा वाच्यार्थ केवळ कोणतीही कृती इतकाच आहे. त्यामुळे सैनिकी क्षेत्रातील हालचालींनाही हा शब्द लावला जातोच. तथापि आपण सर्वसाधारणपणे केवळ वैद्यकीय क्षेत्रातील शस्त्रक्रियेसाठीच हा शब्द वापरीत असतो. पण हे कवळ इंग्रजीतल्या ऑपरेशनबाबतच खरे आहे का? नाही! शस्त्रक्रिया म्हणजेही वास्तविक शस्त्रांशी संबंधित अशी कोणतीही क्रिया, नाही का? पण हा शब्दही आपण केवळ वैद्यकीय क्षेत्रापुरता मर्यादित ठेवलेला आहे!

■ ■

इच्छापत्र

इच्छापत्र : मनुष्य वृद्ध झाला, त्याला कृतांताची म्हणजे यमाची चाहूल लागली आणि त्याच्याजवळ लक्षणीय संपत्ती असली, (किंवा तशी ती आहे असे त्याला वाटत असले) तर आपल्या पश्चात आपल्या संपत्तीचा विनियोग कसा होईल, याची त्याला चिंता लागून राहाते.

आपल्या वारसांमध्ये भांडणे तर लागणार नाहीत ना, अशी त्याला काळजी वाटू लागते अथवा त्या संपत्तीचे समान वाटे न करता, कुणा तरी अधिक गरजू व्यक्तीस (किंवा संस्थेला) विशिष्ट वाटा दिला जावा, असे त्याला वाटत असते.

अश्या वेळी असा माणूस आपले Will करतो. या Will या इंग्रजी शब्दासाठी ‘मृत्युपत्र’ असा मराठी शब्द वापरण्याची प्रथा पडलेली आहे. परंतु खरे म्हणजे ते इच्छा नोंदविणारे इच्छापत्रच नसते का? शिवाय Will या इंग्रजी शब्दाचा मराठीतला पर्याय इच्छा असाच नाही का? म्हणून ‘मृत्युपत्र’ या शब्दाऐवजी ‘इच्छापत्र’ म्हणावे. फार तर अखेरचे, ‘मृत्युपूर्व इच्छापत्र’ म्हणावे.

■ ■

इतस्ततः

इतस्ततः : आपण मराठी भाषिक असूनही आपल्या बोलण्यात, लिहिण्यात शुद्ध संस्कृत भाषेतील अनेक शब्द, शब्दबंध, वाक्प्रयोग सर्रास येत असतात. अर्थात याला आक्षेप घ्यायचे किंवा त्याबद्दल आश्चर्य वाटण्याचे कारण नाही. कारण मराठी ही संस्कृतोत्पन्नच भाषा असल्याने मातृक शब्दसंपत्ती वापरण्याचा मराठीला जन्मसिद्ध अधिकारच आहे! तर असा हा इतस्ततः हा शब्द संस्कृतमधून मराठीने जसाच्या तसा उचललेला आहे. इतः म्हणजे इकडून ततः म्हणजे तिकडून म्हणजे सगळीकडे.

इतस्ततः पसरलेले परकीय वस्तूंचे जाळे अशासारख्या वाक्प्रयोगातील अर्थ आता नेमका लक्षात येऊ शकेल. अन्यथा केवळ 'अस्ताव्यस्त' येवढ्याच मर्यादित अर्थाने या शब्दाचा आपल्याकडून वापर होण्याची शक्यता असतेच.

■ ■

इतिश्री

इतिश्री : एखाद्या जीवनाची अखेर झाली, हे सांगण्यासाठी त्यांच्या चरित्राची इतिश्री अशी अशी झाली असे म्हटले जाते. इतिश्री म्हणजे अखेर, शेवट.

कोणत्याही ग्रंथाची अखेर 'इति' या शब्दाने करण्याची प्रथा होती, पण या इति शब्दापुढे त्या ग्रंथाचे नाव 'श्री'नेच सुरू व्हायचे. जसे – 'इति श्रीगणेशपुराणम् समाप्तम्!' यात 'श्री' हा शब्द खरे म्हणजे गणेशपुराण या शब्दाच्या आधी त्याचे पावित्र्य दाखविण्यासाठी त्याला जोडलेला आहे – श्रीगणेशपुराण. पण अखेर सांगणाऱ्या 'इति'ला तो जोडून 'इतिश्री' असा एकत्र उच्चार करण्याची प्रथा पडत पडत 'इतिश्री'चा अर्थ झाला, अखेर, शेवट.

■ ■

इतिहास

इतिहास : इतिहास हा शब्द आता व्याकरणात 'नाम' म्हणून ओळखला जात असला, तरी मुळात तो एक 'पूर्ण वाक्य' या स्वरूपाचा आहे. 'इति ह आस!' असे हे संस्कृत भाषेतील एक पूर्ण वाक्य आहे. खरंच असे असे होते, हा याचा अर्थ. 'इति' म्हणजे 'असे' आणि 'आस' म्हणजे 'होते'. 'ह' या अव्ययाने इंग्रजीतल्या

'indeed' या शब्दाचा अर्थ व्यक्त होतो. 'खरंच हो, असे असे होते.' असा अर्थ त्यामुळे या वाक्यातून व्यक्त होतो. यातले 'आस' हे क्रियापद 'अस्' म्हणजे 'असणे' या धातूचे परोक्ष भूतकाळाचे रूप आहे. ज्या गोष्टी आपल्या डोळ्यांसमोर घडलेल्या नाहीत, पण ज्यांच्याबद्दलची माहिती आपल्यापर्यंत येऊन पोहोचलेली आहे, त्या गोष्टींचे वर्णन करताना परोक्ष भूतकाळी रूप वापरतात. त्यामुळे 'मी पाहिले आहे' यापेक्षा 'मी जाणतो' अशी साक्ष देणारे हे रूप आहे. रामायण-महाभारततल्या (विस्तार सोडून) मूळच्या कथानकांना त्यांच्या लेखकांनी 'इतिहास' असे म्हटले आहे. यातील 'ह' हा निश्चयार्थक आहे. हे लेखकही सत्यनिष्ठ होते.

■ ■

इत्थंभूत

इत्थंभूत : 'आणि मग त्यांनी आम्हाला त्या सगळ्या प्रकाराची अगदी इत्थंभूत हकीगत सांगितली!'

इथे इत्थंभूत हा शब्द काय सांगतो? सगळी हकीगत सांगितली, काहीही सांगायचे बाकी ठेवले नाही हा झाला सर्वसाधारण अर्थ.

इत्थम् म्हणजे असे असे आणि भूत म्हणजे घडलेले, झालेले! असे असे घडले, एवढाच या 'इत्थंभूत' या शब्दाचा अर्थ; पण हे सर्व कसे घडले, हे सांगताना प्रारंभापासून तो अखेरपर्यंतचा त्या घटनेचा वृत्तांत त्यात येणारच. म्हणून मग इत्थंभूत म्हणजे सर्वच्या सर्व हकीगत.

■ ■

इत्यर्थ

इत्यर्थ : 'या सर्व सांगण्याचा इत्यर्थ असा की....' असे म्हणून शेवटी सर्व विवेचनाचे निष्कर्षात्मक निवेदन केले जात असते.

पण 'इत्यर्थ' शब्दाचा 'निष्कर्ष' असा अर्थ का बरे घेतला जातो?

'इति' शब्दाने कुठल्याही ग्रंथाचा, प्रतिपादनाचा शेवट करण्याची प्रथा असे. तिथे 'इति' या शब्दाचा अर्थ 'असा असा' असा असे.

तोच तर 'असा' हा अर्थ या 'इत्यर्थ' शब्दातल्या 'इति'ला आहे. इत्यर्थ म्हणजे इति अर्थ – असा असा अर्थ!

या सर्व सांगण्याचा अर्थ जर आतापर्यंत नीट समजला नसेलच, तर पुन्हा

'इत्यर्थ' सांगण्यात येत आहे की, या सांगण्याचा अर्थ 'असा अर्थ' आहे.

आता आले ना लक्षात? 'इत्यर्थ' म्हणजे 'असा अर्थ'!

■ ■

इब्लिस

इब्लिस : सुटीत अन्य काही उद्योग नसल्यामुळे व वयपरत्वे क्रीडा हा शरीरधर्म असल्यामुळे जेव्हा कुमारवयातील मुले रस्त्यावर क्रिकेट किंवा लगोऱ्या खेळताना आसपासच्या घरांच्या खिडक्यांच्या काचा (चुकून) फोडू लागतात तेव्हा त्यांचा उल्लेख 'काय इब्लिस कार्टी आहेत ही!' असा होत असतो. हा इब्लिस शब्द अरबी भाषेतून मराठीत आलेला आहे. परमेश्वराचा विरोधक असलेला जो सैतान त्याला इब्लिस म्हणतात.

याचा अर्थ असा की, आपल्याला त्रास देणाऱ्या मुलांचा उल्लेख करणारी मोठी माणसे पर्यायाने स्वत:कडे ईश्वरत्वच घेत असतात! अर्थात तेही अजाणतेपणानेच!

■ ■

इरसाल

इरसाल : 'ही इरसाल कार्टी आमची झोप उडवून टाकताहेत! आहेत हुशार; पण इतकी डँबिस आहेत ना की, काही विचारू नका!' आपल्या वर्गातल्या हुशार, पण खोडकर मुलांबद्दलची शिक्षकांची ही प्रेमळ तक्रार असते.

यातल्या इरसाल शब्दाचा अर्थ काय? वात्रट? व्रात्य? डँबिस? खोडकर?

खरे तर 'नमुनेदार' असा अर्थ जवळपास बरोबर होईल. कारण मुळात इरसाल शब्द हा रसाल (रसाळ) याचे थोडेसे बदललेले म्हणजे आधी 'इ' – जरा जादा असलेले – रूप आहे. त्यामुळे इरसाल म्हणजे रसाळ; आणि हे विशेषण चपखलपणे वापरता येते आंब्याच्या बाबतीत! त्यामुळे सुमारे शंभर वर्षांपूर्वीच्या वृत्तपत्रातून 'इरसाल आंब्याची रोपे मिळतील!' अश्या जाहिराती वाचायला मिळतात.

आपण मात्र अलीकडे आंब्याऐवजी वात्रट मुलांसाठी हे विशेषण राखून ठेवलेले आहे; पण वात्रट असूनही हुशार मुलांसाठी ते वापरायला काही हरकत नसावी! 'काय नंबरी कार्टं आहे!' या अर्थाने!

■ ■

इष्टपुत्रा सौभाग्यवती

इष्टपुत्रा सौभाग्यवती : पूर्वी युद्धात पुरुष मारले जात, त्यामुळे लोकसंख्या आणि त्यातही पुरुषांची संख्या मोठ्या प्रमाणात घटत असे. त्या काळात नवविवाहितेला 'अष्टपुत्रा सौभाग्यवती भव' असा आशीर्वाद देण्याची प्रथा असे. पाचपुते, सातपुते, अष्टपुत्रे, दशपुत्रे ही या काळात नव्याने निर्माण झालेली कुलनामे त्या त्या कुलाचा मोठेपणा सांगत असत.

आज कुणीही या प्रकारच्या 'अष्टपुत्रा' होण्याच्या आशीर्वादाची अपेक्षा करणार नाही. त्याऐवजी 'इष्टपुत्रा' म्हणावे! 'इष्ट' म्हणजे 'हवे असलेले'. त्याचा दुहेरी अर्थ होईल, संख्या हवी तेवढी आणि गुणवानही हवा त्या प्रकारचा!

■ ■

इष्टमित्र

इष्टमित्र : पुष्कळशा निमंत्रणपत्रिकांमध्ये इष्टमित्रांसह येण्याचे आवाहन असते. हे इष्टमित्र कोण? कारण सहकुटुंब सहपरिवार या शब्दांपेक्षा या इष्टमित्र शब्दाचे अर्थक्षेत्र वेगळेच दिसते.

इष्ट या शब्दाचे मूळ इष् – इच्छति या धातूमध्ये आहे. इष्ट म्हणजे ज्याची आपण इच्छा करतो ते. म्हणजे हवेसे वाटणारे. त्यामुळे या शब्दप्रयोगातून असे सूचित होते की, आपले काही अनिष्ट मित्रही असू शकतात! ज्यांचा सहवास आपल्याला नकोसा वाटतो!

■ ■

इष्टापत्ती

इष्टापत्ती : आपत्ती म्हणजे संकट. अनेपक्षिपणे एकदम अंगावर एखादी गोष्ट येऊन आदळणे, याचा अर्थ आपत्ती. अशी आदळणारी गोष्ट सुखकारक कशी असेल? म्हणून आपत्ती म्हणजे संकट! आणि संकट कुणाला हवेसे वाटणार? कुणालाच नाही, नाही का? त्यामुळे आपत्ती नेहमीच अनिष्ट, नकोशी वाटणारी अशी असते. परंतु एखादी आपत्ती अशी येते की, ती आली हेच फार बरे झाले, असे नंतर वाटू लागते. उदाहरणार्थ, तुम्हाला गाडीत आरक्षण न मिळाल्यामुळे

तुमचा तो प्रवास लांबणीवर पडतो; पण नेमका याच गाडीला अपघात होतो! तेव्हा तिकीट न मिळण्याची आपत्ती तुमच्या दृष्टीने इष्ट (हवीशी) ठरते. ही इष्टापत्ती. ज्या आपत्तीचा परिणाम चांगला होतो, ती इष्टापत्ती.

■■

ईसवी सन

ईसवी सन : 'छत्रपती शिवाजी महाराजांचा जन्म ई. स. १६३०मध्ये १९ फेब्रुवारी या दिवशी झाला.' असे एखादे वाक्य वाचताना, या ई. स.चा नेमका अर्थ काय, असा प्रश्न अनेकांना पडतो. ई. स. म्हणजे ईसवी सन. ईसा म्हणजे ईश्वर अथवा ईश्वराचा. भगवान येशू ख्रिस्तासाठी हा शब्द वापरला जातो. ज्याचे आधिपत्य प्रस्थापित झाल्यानंतरचे वर्ष म्हणजे ईसवी सन, अशी कालगणनेच्या संबंधात ख्रिस्ती जगाची भूमिका आहे. इंग्रजीत A.D. असे संक्षिप्त रूप वापरले जाते. (ॲनो डोमिनी) हे या A.D.चे पूर्ण रूप. 'ईश्वराचे राज्य प्रस्थापित झाल्यावर' हा त्याचा अर्थ.

■■

उच्छृंखल

उच्छृंखल : 'तुझं हे उच्छृंखल वर्तन मला अजिबात पसंत नाही.' असं एखादं वाक्य ऐकणाऱ्या तरुण मुलाला निदान एवढं तरी समजतं की, आपल्या वर्तनात या बोलणाऱ्या व्यक्तीला काहीतरी आक्षेपार्ह वाटत आहे! पण त्याला उच्छृंखल हा शब्द नीट समजलेला असतोच असं काही निश्चयाने सांगता येणार नाही. अनेकांना तर तो नीट वाचताही येत नाही! या शब्दाची घटना नीट समजून घेतली, तर ही अडचण दूर होऊ शकेल. शृंखला म्हणजे साखळी, बंधन. आपल्या वर्तनासाठी जे काही समाजमान्य नियम, म्हणजे बंधने असतात, ती आपल्याला मार्गावर ठेवतात. इकडे तिकडे भरकटू देत नाहीत. 'उत्' हा उपसर्ग मर्यादा ओलांडण्याचा अर्थ देतो. उन्मार्गगामी, उन्मनी अवस्था, उद्बोध, उद्धार, उद्देश, उद्दिष्ट अशा अनेक शब्दांमध्ये त्याचा वापर झालेला आहे. उत् या घटकातील 'त्'चे पुढे येणाऱ्या अक्षराच्या उच्चाराशी जुळवून घेणारे रूपांतर होत असते. उत्-शृंखल म्हणजे शृंखलेला ओलांडणारे. हे दोन्ही शब्द एकत्र उच्चारताना त्यांचा उच्चार उच्छृंखल असा होतो.

■■

उत्कंठा

उत्कंठा : परीक्षा तर उत्तम पार पडली, आता रिझल्टसंबंधी उत्कंठा लागली आहे. अशासारख्या वाक्यातल्या उत्कंठा शब्दाचा अर्थ आपल्याला कळतो.

एखाद्या व्यक्तीची उत्कंठेने वाट पाहाण्याचा अनुभव आहे की नाही तुम्हाला? लांबून ती व्यक्ती येताना दिसते आहे की नाही हे पाहाण्यासाठी तुम्ही कधी मान उंचावून पाहिले आहे?

ही मान उंचावणे म्हणजे उत्कंठ होणे. कंठ उत् म्हणजे वर उचलणे, म्हणजे उत्कंठ होणे. आपल्या इच्छेचा असा आपल्या शारीरिक कृतीवरही परिणाम होऊन आपण उत्कंठ होतो. त्या वेळची आपली मन:स्थिती म्हणजे उत्कंठा!

मग त्या प्रकारच्या सर्व परिस्थितीत प्रत्यक्ष मान न उंचावताही 'उत्कंठा' याच शब्दाचा आपण प्रयोग करतो व त्याद्वारे आपली मन:स्थिती स्पष्ट करतो.

■ ■

उत्कृष्ट

उत्कृष्ट : उत्तम आणि उत्कृष्ट ही विशेषणे पुष्कळदा समानार्थक असल्यासारखी वापरली जातात; परंतु त्यांच्या अर्थांमध्ये भेद आहे. उत्तम म्हणजे सर्वात वरच्या दर्जाचे आणि उत्कृष्ट म्हणजे वर ओढून घेतलेले! उत्कृष्ट गोष्टही वरच्या स्थानावर असतेच; पण ती उत्तम म्हणजे सर्वात वर असेलच, असे नाही. उत्कृष्ट गोष्टीला त्या वरच्या स्थानावर आणण्यासाठी कोणी तरी उत्कर्षण करणारा म्हणजेच वर ओढून घेणारा एजंट, कर्ता, साहाय्यक असावा लागतो. उत्तम गोष्ट स्वभावत: वरच्या स्थानावर असू शकते.

म्हणून कोणत्याही क्षेत्रातले यश हे उत्तम असावे, ते उत्कृष्ट असणे बरे नाही! योजून एखाद्याला वरचा क्रमांक दिलाच कुणी परीक्षकाने, तर ते यश हे उत्कृष्ट ठरावे.

■ ■

उत्तम

उत्तम : स्वयंपाक अगदी उत्तम झाला आहे!, परीक्षेत त्याने उत्तम यश मिळविले!, ही चित्रे उत्तमच झालेली आहेत! असा अनेक संदर्भात आपण उत्तम या

शब्दाचा उपयोग करतो.

उत्तम म्हणजे नेमके काय? चांगले, अधिक किंवा फार चांगले आणि सर्वांत चांगले या पद्धतीने आपल्याला गुणांची श्रेणी दाखविता येईल. उत् हा शब्द वापरात नाही. उत्तर म्हणजे त्यापेक्षा वरचे, त्यापेक्षा अधिक. आणि उत्तम म्हणजे सर्वांत वरचे, म्हणजेच सर्वांत चांगले (चांगला, चांगली). पण आपण उत्तम हा शब्द काही प्रत्येक वेळी असा तुलनात्मक अर्थाने वापरत नाही. स्वीकार्य वाटणारी गोष्ट आपण उत्तमच समजतो!

■■

उत्तर

उत्तर : उत्तर हा शब्द प्रश्नाचे उत्तर या अर्थाने वापरात आहे. पुष्कळदा प्रश्न या शब्दाच्या विरोधी अर्थाचा शब्द कोणता, असे विचारले असता 'उत्तर' हा शब्द सांगितला जातो! खरे म्हणजे प्रश्न आणि उत्तर या दोन शब्दांमध्ये अर्थाचा 'विरोध' नाही; परंतु तसे अनेकांना वाटते खरे! उत्तर शब्दाचा शब्दश: अर्थ आहे, त्यानंतरचा! अर्थात वरच्या पातळीवर!

उत् म्हणजे वर. त्यापेक्षा वर म्हणजे उत्-तर आणि सर्वात वरच्या पातळीवरचा म्हणजे उत्-तम. तेव्हा खरे तर हा शब्द या तर-तम वाचक शब्दांच्या साखळीतला एक शब्द आहे.

जसे - नवीन – नवीनतर (अधिक नवा) – नवीनतम (सर्वांत नवा). उच्च – उच्चतर – उच्चतम. नीच – नीचतर – नीचतम. दूर – दूरतर – दूरतम. प्रिय – प्रियतर, प्रियतम. (प्रियतमा हा शब्द माहीत आहे ना?) असे हे तर - तम वाचक शब्द असतात.

पण मग 'प्रश्नाचे उत्तर' असे म्हणतात ते का? उत् तर म्हणजे नंतरचा व वरच्या पातळीवरचा. होय ना? प्रश्नाचे उत्तर हे प्रश्नानंतरच येत असते व विषयाच्या दृष्टीनेही प्रश्नापेक्षा अर्थातच ते अधिक वरच्या पातळीवरचे असते.

■■

उत्तरोत्तर

उत्तरोत्तर : उत्तरोत्तर तुमचे यश असेच वाढत राहो, तुमचा उत्तरोत्तर विकास

होवो, अशी आशीर्वादपर वाक्ये आपण ऐकतो, वाचतो, वापरतोही!

उत्तर उत्तर या दोन शब्दांचे हे एकत्रीकरण आहे. उत् म्हणजे आजची, आताची; पण उंच, वरची, अशी स्थिती. हा शब्द स्वतंत्रपणे आपल्या वापरात नाही, तर त्या शब्दाचे तरवाचक (Comparative degree) रूप वापरात आहे – उत्तर! म्हणजे यापुढची अधिक चांगली स्थिती! पुढची पुढची स्थिती या अर्थाने आपण उत्तर उत्तर असे दोन शब्द एकत्र वापरतो. (काळाच्या दृष्टीने) यापुढे असा त्याचा अर्थ.

■ ■

उत्तान

उत्तान : उत्तान हे सामान्यत: शृंगार या शब्दाचे विशेषण असते. भडक शृंगार, अभिरुचीला - नव्हे - सदभिरुचीला सोडून केलेला शृंगार, हा उत्तान म्हटला जातो. चार अपरिचित माणसे जमली असताना त्यांच्या देखत एखादी व्यक्ती, विशेषत: स्त्री, जर अंगावरच्या कपड्यांची शुद्ध न बाळगता उताणी पहुडलेली असेल, तर ते दृश्य मनाची नाही तरी जनाची लाज बाळगणारांच्या नजरेला कसे वाटेल? बरे वाटणार नाही! यातील उताणी (अथवा उताणा) हा शब्द उत्तान या संस्कृत शब्दाचे मराठीतले रूप आहे! उताणा हा शब्द बीभत्स वाटतो, म्हणून आपण उत्तान असा खास संस्कृत शब्द वापरतो! उत्-तन् हा धातू या शब्दाच्या मुळाशी आहे.

■ ■

उत्तीर्ण

उत्तीर्ण : कुणाचेही एखाद्या परीक्षेतले यश सांगायचे असेल, तेव्हा आपण सामान्यत: 'पास होणे' या संयुक्त क्रियापदाचा वापर करतो. 'पास' या इंग्रजी शब्दाचे भाषांतर म्हणून 'उत्तीर्ण' हा मराठी शब्द रूढ झालेला आहे. इयत्तावार परीक्षांची पद्धती ही पुष्कळच अलीकडची गोष्ट आहे. एका इयत्तेतून पुढच्या इयत्तेत जाणे या अर्थाचा Pass हा इंग्रजी धातू आहे. गतिवाचक असाच हा शब्द आहे. त्याला समानार्थक म्हणून 'तीर्ण' एवढा एक शब्दही पुरेसा होऊ शकतो. तरीही पास या शब्दासाठी 'उत्तीर्ण' असा प्रतिशब्द भाषेत प्रथम वापरणारांनी एका गोष्टीचा विशेष विचार केलेला दिसतो. ती गोष्ट म्हणजे या परीक्षा-यशाने व्यक्ती आज आहे त्या स्थितीतून अधिक उन्नत स्थितीला, वरच्या दर्जाला पोहोचते. म्हणून मग केवळ 'तीर्ण' म्हणजे (पुढे)

तरून गेलेला असे न म्हणता उत् (वर)-तीर्ण – उत्तीर्ण असे म्हणावे. इयत्तावार परीक्षा पद्धतीत यशस्विता व्यक्त करणारा उत्तीर्ण हा शब्द अगदी अन्वर्थक आहे.

■ ■

उदयाचल/अस्ताचल

उदयाचल/अस्ताचल : उठि लवकरि वनमाळी, उदयाचळी मित्र आला – या भूपाळीतल्या ओळी आपल्या परिचयाच्या आहेत. मित्र म्हणजे सूर्य उदयाचलावर आला आहे. तेव्हा हे कृष्णा, तू लवकर ऊठ असा या ओळींचा अर्थ. त्यात उदयाचळ – उदयाचल म्हणजे काय?

अचल म्हणजे पर्वत. जेथून सूर्य वर येताना, उदय पावताना दिसतो तो पर्वत म्हणजे उदयाचल. हा अर्थातच पूर्व दिशेकडे असणार. याच पद्धतीने अस्ताचल हाही शब्द, जेथे सूर्य अस्ताला जाताना दिसतो, त्या पर्वतासाठी वापरला जातो.

एखाद्या व्यक्तीचा आपल्या जीवनातील अस्ताचलाकडील प्रवास म्हणजे काय, ते या शब्दप्रयोगाचा लाक्षणिक अर्थ लक्षात घेऊन कळेलच.

■ ■

उदार/उधार

उदार/उधार : पेशवे कुळाच्या इतिहासात एक 'ध'चा 'मा' करण्याचे गाजलेले प्रकरण आहे. नारायणास धरावे या वाक्यात 'ध'चा 'मा' करून आनंदीबाईने गारद्यांकरवी नारायणराव पेशव्यांना यमसदनास पाठविल्याची ही हकीगत आहे. 'ध'चा 'मा' करणे लेखनात शक्य झाले, तरी उच्चारात सहज शक्य होत नाही. त्यासाठी वेगळा उच्चारच करावा लागेल. पण 'ध'चा 'द' किंवा 'द'चा 'ध' हे सहजच जमणारे उच्चार आहेत. त्यामुळे होते काय की, 'उदार' शब्दाचा उच्चार शब्द नीट न समजल्यामुळे 'उधार' असा होण्याची शक्यता निर्माण होते.

पण उदार शब्दाचा अर्थ वेगळा, उधार या शब्दाचा वेगळा! उदार हा शब्द उद्-आ-ॠ या धातूपासून बनतो व त्या धातूचा अर्थ आहे, वरच्या पातळीवर जाणे. म्हणूनच उदारपणा, औदार्य ही एक मनुष्याच्या श्रेष्ठतेची खूण ठरते. त्या उलट व्यवहार करणारा मनुष्य गर्हणीय ठरतो.

■ ■

उदास

उदास : उदास हा शब्द सामान्यतः खिन्न, दुःखी, दुर्मुखलेला, अशा अर्थाने आपण वापरीत असतो; परंतु तसा त्याचा अर्थ मुळात नाही. निर्विकार म्हणजेच आनंद, सुख, दुःख, चिंता इत्यादि भावनांपासून मुक्त असलेल्या व्यक्तीचे वर्णन उदास या शब्दाने करता येईल. म्हणूनच तर तुकाराम महाराज असं म्हणू शकले की –

धन जोडोनिया उत्तम व्यवहारे उदास विचारे वेच करी ।

उत्तम व्यवहाराने धन मिळवावे आणि त्याचा व्यय, खर्च करताना मनाला यातना होऊ देऊ नयेत. सुख-दुःखांच्या पलीकडे जाऊन आवश्यक तेथे खर्च करावा, हा या म्हणण्याचा सरळ अर्थ होईल; पण सामान्यतः कोणत्याही गोष्टीसाठी खर्च करताना सर्वसाधारण माणसे आधुनिक अर्थानेच 'उदास' होत असतात!

■■

उदित

उदित : उदितनारायण असे एक विशेषनाम उत्तर भारतात प्रचलित आहे. महाराष्ट्रातही काही तरुण मुलांचे नाव त्यांच्या पालकांनी 'उदित' असे ठेवलेले आहे, असे आढळेल.

शब्दाचा नेमका अर्थ काय, हे समजून न घेता जेव्हा तो शब्द व्यक्तीच्या नावासाठी वापरला जातो, तेव्हा त्यात पुष्कळदा 'शुद्ध'लेखानाच्या सबबीवरच अशुद्धता आणली जाते. उदाहरणार्थ 'उदित' या शब्दाचे रूपांतर 'उदीत' असे केले जाते! आणि 'शुद्ध'लेखनातला नियम सांगितला जातो – उपांत्य स्वर दीर्घ लिहावा! पण उदीत असा या शब्दाचा उच्चार करतानाही त्यामुळे अंत्य 'त' निभृत होतो, आक्रसतो आणि 'त्' बनतो; जसा गवत या शब्दात! आणि मुख्य म्हणजे 'उदित'चा अर्थही आपण गमावून बसतो.

उदित म्हणजे ज्याचा उदय झालेला आहे, जो सर्वांच्या नजरेस पडू लागला आहे! उद् (वर) इत (आलेला) असे दोन घटक एकत्र येऊन हा उदित शब्द तयार झालेला आहे.

■■

उद्‌घाटन

उद्‌घाटन : शाळेचे, रुग्णालयाचे, नाट्यगृहाचे, अशी उद्‌घाटने आपल्या परिचयाची आहेत. एखाद्या लोकप्रसिद्ध व्यक्तीच्या हस्ते उद्‌घाटन झाले की, अश्या संस्थांचे काम रीतसर सुरू करण्यात येते. उद्‌घाटनात प्रत्यक्षात (फीत कापून) द्वार उघडण्याचा कार्यक्रम होतो खरा; पण उद्‌घाटन या शब्दाचा अर्थ मात्र त्यापेक्षा किती तरी व्यापक आहे. घट्-घटते म्हणजे घडणे, प्रत्यक्षात येणे असा संस्कृत धातू आहे. घटना, घटित असे शब्द याच संस्कृत धातूपासून निर्माण होतात. घडविणे ही प्रयोजक क्रिया घाटन या शब्दातून सुचविली जाते. उद्‌घाटन म्हणजे असे यापुढे उत्तम रीतीने घडविणे. कोणत्याही गोष्टी आपोआप घडत नसतात. त्या घडवाव्या लागतात. शाळेचे उद्‌घाटन करणे म्हणजे शाळेच्या उत्तम कामाला प्रारंभ करून देणे, शाळा घडविणे; फक्त उघडणे नव्हे. म्हणून पुतळ्याचे 'उद्‌घाटन' म्हणत नाहीत; 'अनावरण' म्हणतात.

■ ■

उद्दाम

उद्दाम : हा उद्दामपणा विद्यार्थ्यांना शोभत नाही! (खरे म्हणजे कुणालाच शोभत नसतो, नाही का?) अशासारख्या वाक्यात उद्दाम हा शब्द आपण वापरतो. वडील माणसांचे न ऐकण्याची वृत्ती ठेवून अहंकारीपणाने स्वत:स वाटेल तसे वर्तन करणे, हे 'उद्दाम' या शब्दाने सांगितले जाते. उद्-दाम असा हा शब्द आहे आणि दाम म्हणजे बंधन, दोरी. (दामोदर शब्दात हा दाम हा घटक आहे. कृष्णाच्या कमरेला म्हणजे सैलपणे पोटावर बांधलेल्या दोरीमुळे त्याला दामोदर म्हणतात.) उद्-दाम म्हणजे बंधनाच्या पलीकडे असलेला, कोणतेही बंधन न पाळणारा. या 'दाम' शब्दाचा 'दाम करी काम' या वचनाशी देखील संबंध जोडता येईलच! अर्थाचे किंवा द्रव्याचे बंधन हेही एक परिणामकारक बंधन आहे ना?

■ ■

उद्‌धार

उद्धार : 'रामाने अहल्येचा उद्धार केला' अशा एखाद्या वाक्यात आपल्याला

‘उद्धार’ हा शब्द आढळतो. ‘मंदिराचा जीर्णोद्धार’सारख्या शब्दबंधातही उद्धार शब्द समाविष्ट आहे.

उद्धार म्हणजे काय?

उत् (उद्) म्हणजे वर आणि धृ-धारयति म्हणजे धरणे, धारण करणे. म्हणजेच उद्धार या शब्दाचा अर्थ आहे वर धरणे, वर आणणे, उन्नती करणे, श्रेष्ठत्वाकडे नेणे. जे स्थानभ्रष्ट झालेले असतात अथवा कोणत्याही प्रकारे खालच्या पातळीवर पोहोचलेले असतात, त्यांनाच वर उचलून घेण्याची आवश्यकता असते. म्हणून उद्धार हा व्यक्तींचा अथवा इमारतींसारख्या वस्तूंचा केला जात असतो. ज्यांची अशी अवनत (खालच्या पातळीवरची) अवस्था असते, त्यांची ती तशी अवस्था त्यांच्या त्यांच्या स्वत:च्याच दोषास्पद कृतीमुळे झालेली असू शकते अथवा त्यांचा काहीही दोष नसताना केवळ आसपासच्या परिस्थितीमुळे निर्माण झालेली असू शकते, परंतु उद्धार हा शब्द सामान्यपणे ‘पापी’ समजल्या जाणाऱ्यांच्या म्हणजेच स्वत:च्याच दोषांमुळे हीन दीन राहिलेल्यांच्या संबंधात वापरला जात असतो.

■ ■

उधार

उधार : वाण्याकडून, कापडवाल्याकडून काही जिन्नस उधार आणण्याची काही लोकांची पद्धत असते. ‘आज रोख, उद्या उधार’ अशी पाटी काही दुकानांमधून आपल्याला वाचायला मिळते.

या उधार शब्दाचा नेमका अर्थ काय आहे? आपण वस्तू उधार घेतो तेव्हा वस्तूचे ते विशेषण असते का? नाही! वस्तूंचे असे वर्गीकरण करता येणार नाही. आपली खरेदी करण्याची जी पद्धत आहे तिचे हे वर्णन आहे.

‘उधार’ हा मराठी शब्द ‘उद्धार’ या संस्कृत शब्दाचे अपभ्रष्ट रूप आहे! उद्-धृ म्हणजे वर काढणे, वर उचलणे! एखादा माणूस पाण्यात बुडत असेल, तर त्याला तेथून बाहेर काढण्याची जी कृती, तिला म्हणतात उद्धार! हल्ली आपण हा शब्द दयनीय स्थितीत असलेल्या व्यक्तीला मदत करून तिला थोड्या वरच्या पातळीवर आणणे या अर्थाने वापरतो! वाण्याकडे आपण वस्तू उधार मागतो तेव्हा खरोखरच आपला त्याने (अल्पसा का होईना) उद्धार करावा, अशीच याचना करीत असतो, नाही का?

■ ■

उन्मेष

उन्मेष : प्रतिभेचा उन्मेष असा एक शब्दबंध आपण वापरतो. प्रतिभावंताला एखादी कल्पना सुचते, ती किती वेळात? वीज चमकावी तशी ती क्षणार्धात चमकते. उन्-मिष् या संस्कृत धातूचा अर्थ आहे डोळ्यांची पापणी उघडणे! ती उघडायला किती वेळ लागतो? तेवढ्या वेळात ही कल्पना सुचते, म्हणून म्हणतात, हा प्रतिभेचा उन्मेष आहे!

उन्मेषच्या उलट अर्थाचा, म्हणजे पापणी मिटणे या अर्थाचा शब्द आहे 'निमेष'. त्यालाही वेळ तेवढाच लागतो, परंतु नव्याने जन्म घेणाऱ्या कल्पेनच्या संदर्भात हा 'निमेष' (म्हणजे मिटणे) नकोसाच वाटणार, नाही का?

■ ■

उपकार

उपकार : 'गरिबावर उपकार करा!' असा आक्रोश ऐकला की, उपकार करणे याचा अर्थ 'करुणेने मदत करणे' असा आपण समजून घेतो. उपकार म्हणजे साहाय्य, मदत हे बरोबरच आहे, परंतु मुळात उपकार म्हणजे नेमके काय? एखादी व्यक्ती काही कृती करीत असेल, तर त्या कृतीच्या जवळची, त्या कृतीपेक्षा कमी दर्जाची, पण त्या कृतीला पूरक अशी गोष्ट म्हणजे उप-कृती. उपकृती हाच अर्थ 'उपकार' शब्दाला आहे. याचा अर्थ ज्याच्यावर आपण उपकार करू इच्छितो, त्याने काही मुख्य कृती करायला हवी. त्या कृतीला साहाय्य म्हणून आवश्यक असेल, तरच पुढे उपकाराचा प्रश्न येतो. निष्क्रिय व्यक्तीला केलेले साहाय्य, हे काही उपकाराच्या कक्षेत येणार नाही.

■ ■

उपमान/उपमेय

उपमान/उपमेय : 'चंद्रासारखे मुख' असे म्हटले की, चंद्र हे उपमेय की उपमान? अनेकांचा हा घोटाळा होतो. केवळ स्मृतीचा उपयोग करून मग चंद्र हे उपमान व मुख हे उपमेय असे लक्षात ठेवले जाते, परंतु केव्हा याची उलटापालट स्मृतीमध्ये होईल याचा नेम नसतो. त्यापेक्षा उपमेय व उपमान या शब्दांचा अर्थ समजून घेणेच इष्ट. नाही का?

मेय म्हणजे जे मोजावयाचे आहे ते. उप म्हणजे कशाच्या तरी संदर्भाने. मान म्हणजे प्रमाण. इथे सौंदर्य मोजायचे आहे ते मुखाचे, म्हणून ते उपमेय. त्यासाठी सौंदर्याचे प्रमाण, मोजपट्टी आपल्याला माहीत आहे. ती म्हणजे चंद्र. म्हणून चंद्र हे उपमान.

उपमेय व उपमान यांच्यासारखेच प्रमेय व प्रमाण हे शब्द आहेत. प्रमेय म्हणजे जे मोजायचे आहे ते. प्रमाण म्हणजे ते मोजण्याचे साधन.

■ ■

उपवास

उपवास : अनशन (अन्-अशन) म्हणजे 'न खाणे' या शब्दाशी समानार्थक असा हा उपवास शब्द आपल्या नेहमीच्या वापरात आहे. 'महात्माजींचा एकवीस दिवसांचा उपवास' या वाक्यातील उपवास शब्द आपण याच अर्थाने समजून घेतो. परंतु 'उप-वस्' (म्हणजे जवळ राहाणे) या धातूपासून तयार झालेला 'उपवास' हा शब्द मुळात 'अनशन' हा अर्थ सुचवीत नाही. देवतेची भक्ती किंवा उपासना करताना नियम म्हणून स्वत:च्या आहारावर नियंत्रण ठेवण्याच्या पद्धतीतून 'उपवास' म्हणजे 'अनशन' हा अर्थ आलेला आहे. मनाने तरी देवतेच्या सन्निध (उप) राहाणे (वस्) व त्या वेळी आपल्या सांसारिक चिंता पूर्ण विसरणे, हे इथे अभिप्रेत असते. म्हणून हा उपवास! म्हणून तर उपवास म्हणजे अजिबात न खाणे असा अर्थ न करता आपण आहारात बदल करून तो 'मित' म्हणजे 'मोजका' घेण्याच्या प्रथेलाही उपवासच समजतो. आषाढी-कार्तिकीला असाही उपवास चालतो, तो यामुळेच.

■ ■

उपहार

उपहार : हिंदी भाषिक लोक उपहार हा शब्द भेटवस्तूसाठी वापरतात. हृ – हरण करणे म्हणजे घेणे; आणणे. त्या धातूला 'उप' हा उपसर्ग लावून त्यापासून 'उपहार' हे नाम तयार केलेले आहे. उप म्हणजे जवळ. म्हणून उपहार म्हणजे जवळ आणून मिळालेली एखादी गोष्ट. म्हणजेच काही आदराने, आपलेपणाने, कृतज्ञता-भावनेने आणलेली व दिलेली एखादी भेट. नुसता उपहार असा शब्द न वापरता तो प्रेमोपहार असाही वापरात आहे. मराठी भाषिक मात्र या 'उपहारा'चा हा अर्थ लक्षात न घेताच तो नाश्ता, न्याहारी, ब्रेकफास्ट, थोडेसे खाणे या अर्थाने

वापरतात. त्यामुळेच महाराष्ट्रात अनेक ठिकाणी 'उपहार-गृहे' आहेत. वास्तविक ती 'उपाहार-गृहे' असायला हवीत. या ठिकाणी मिळणारा 'आहार' हाही मित्रांच्या खिशातील पैशाने घेण्याच्या प्रथेतून त्याला उपहार म्हणण्याची प्रथा पडली असावी अशी कल्पना (अर्थात केवळ कल्पनाच) करायला हरकत नाही. खरी गोष्ट अशी की, उपाहार या शब्दात 'पा' या दीर्घ अक्षरात दोन मात्रा आहेत. त्यातली एक मात्रा कमी करून, उच्चारात काटकसर करून हा उपहार शब्द वापरात आलेला आहे.

■ ■

उपहास

उपहास : कुणावरही टीका करताना ती दोन प्रकारे करता येते. टीकेचा विषय होणाऱ्या व्यक्तीने आपल्या टीकास्पद वर्तनाचे स्वरूप लक्षात घेऊन आपले दोष दूर करण्याचा प्रयत्न करावा यासाठी आपुलकीने त्या व्यक्तीवर टीका करता येते. सज्जन माणसे सामान्यपणे अशीच टीका करीत असतात; तीही कुणाचे मन न दुखवता.

या उलट संबंधित व्यक्तीला फजित करून, तिला खजिल करून स्वत: आनंद मानणारे काही टीकाकार असतात. त्यांनी केलेली टीका ही उपहासात्मक टीका समजली जाते. 'उपहास' हे त्या टीकेचे स्वरूप असते. कुणाचीही फजिती झाली की, बघ्यांना हसू येते ना? यात सौजन्य नसते.

हास म्हणजेच हास्य, हसणे! उप म्हणजे जवळ. त्या हसण्याच्या जवळ जाणारा प्रकार म्हणजे उपहास. या हसण्यामध्ये मनमोकळेपणा नसतो, थोडा कुत्सितपणाच असतो.

■ ■

उपासना

उपासना : 'तुमच्या दैनिक वेळापत्रकात काही थोडा वेळ तरी तुम्ही उपासनेला देता की नाही?' असा प्रश्न तुम्ही कुणाला केला असेल अथवा असा प्रश्न तुम्हाला कुणी विचारला असेल. इथे उपासना या शब्दातून व्यक्त केलेली अपेक्षा असते, ती देवदर्शन, पूजाअर्चा, स्तोत्रपठण, पोथीवाचन, नामस्मरण इत्यादि क्रियांची. या क्रियांच्या साहाय्यानेच नाही का भक्त किंवा उपासक उपासना करीत? या क्रियांनी उपासना घडते असे का मानले जाते? उप-आस् म्हणजे अगदी जवळ असणे,

एखाद्या गोष्टीमध्ये पूर्णपणे बुडून जाणे. त्यावरून उपासना हा शब्द तयार होतो. एखाद्या देवतेचा विचार सातत्याने होत राहिला, तरच तिची 'उपासना' होणार! म्हणून वर उल्लेखिलेल्या क्रिया (निदान काही काळ तरी) त्या त्या देवतेचा विचार करायला लावतात. म्हणून त्यांच्या द्वारे त्या देवतेची उपासना होते, असे समजले जाते.

■ ■

उपाहार

उपाहार : उप-आहार असा हा जोडशब्द आहे. त्यातील आहार हा शब्द खाणे या अर्थाने रूढ आहे. वास्तविक पाहाता, आ-हृ म्हणजे घेणे, ओढून घेणे, जवळ आणणे. आ म्हणजे अलीकडे, जवळ आणि हृ म्हणजे हरण करणे, घेणे. म्हणून आहार शब्दाचा मूळ अर्थ कोणतीही जवळ ओढून केलेली गोष्ट; परंतु लहान मूल जसे कोणतीही वस्तू एकदम तोंडातच घालते, तसेच माणसेही 'आहार' फक्त खाण्यासाठीच करतात. त्यामुळेच आहार म्हणजे खाणे, खाद्यपदार्थ असे अर्थ रूढ झाले.

नित्याचा पोटभरीचा आहार वगळता मनुष्य अन्यही, या आहाराला जोड म्हणून थोडा कमी असा आहार घेत असतो, त्याला म्हणायचे उप-आहार – उपाहार. उप म्हणजे साहाय्यक (सप्लिमेंटरी). असा आहार देणारी जी गृहे म्हणजे स्थाने असतात, त्यांना म्हणायचे उपाहार गृहे.

■ ■

उंबरठा

उंबरठा : घरात किंवा घरातील कोणत्याही खोलीत शिरण्यासाठी जे दार असते, त्याच्या चौकटीच्या तळाशी एक लाकडी पट्टीने छोटा उंचवटा केलेला असतो. त्याला उंबरठा म्हणतात. अलीकडे अशा उंबरठ्याशिवायच दरवाजे तयार केलेले असतात; परंतु निदान 'उंबरठ्यावर माप ठेविले, मी पायाने उलथून आले' अशा एखाद्या गीतामधल्या उंबरठ्याची तरी माहिती सर्वांना असतेच.

उंबरठा ही घराची सीमा असते. त्यामुळे घराच्या बाहेरून आत येणे व त्याचप्रमाणे आतून बाहेर जाणे यासाठी ही 'मर्यादा' समजली जाते. उंबरा शब्दही उंबरठा याच अर्थाचा आहे. उंबरा बहुधा पूर्वी उंबराच्या झाडाच्या लाकडापासून बनवीत असावेत. त्यातून हा शब्द आला असावा. उंबर हा शब्दही संस्कृतमधील

‘उदुंबर’ या शब्दाचे परिवर्तित रूप आहे. उदुंबर वृक्षालाच आपण पुढे औदुंबर म्हणू लागलो आहोत. उंबरा शब्दाला ‘ठा’ची (म्हणजे स्थान) जोड देऊन थोडी अधिक प्रतिष्ठा दिली गेली असावी असे वाटते.

■ ■

उरकणे

उरकणे : ‘चल, पटपट काम उरक! फार वेळ लावू नकोस!’ अशी सूचना एखाद्याला देताना उरकणे या क्रियावाचकाचा आपण उपयोग करतो. उरकणे म्हणजे एखादी गोष्ट चटकन करून टाकणे. पण हा शब्द आला कुठून? ‘उरग’ असा संस्कृत शब्द आहे. ‘उरसा गच्छति’ म्हणजे ‘छातीने चालतो, तो सर्प.’ असा या शब्दाचा अर्थ. सर्पाची गती कशी असते? किती झटकन तो नजरेआड होतो, नाही का? त्या उरगाप्रमाणे एखादी गोष्ट वेगाने करणे म्हणजे ‘उरगणे’. या शब्दाचा उच्चार ‘उरकणे’ असा होणे स्वाभाविक आहे.

■ ■

उल्लू

उल्लू : ‘उगाच उल्लूपणा करू नकोस, जरा नीट विचार करून कामं करीत जा.’, ‘त्यांचा मुलगा अगदीच उल्लू निघाला हो, काहीच कामाचा नाही! म्हातारपणी त्यांनाच त्याला पोसावं लागतं आहे!’, ‘रात्र रात्र तो बाहेर असतो! उल्लू लेकाचा!’ अशा या वेगवेगळ्या वाक्यांमध्ये आलेला उल्लू हा शब्द माहीत आहे ना? असणारच! निदान आता या वाक्यांमध्ये तो शब्द वाचल्यानंतर त्याचा अर्थ तरी साधारणपणे कळला असेलच.

विचार न करता कसेही वागणारा, बिनकामाचा, उडाणटप्पू असा काहीसा अर्थ या शब्दाला असावा, असे आपल्या लक्षात येते! ‘उल्लू’ हा शब्द ‘उलूक’ या संस्कृत शब्दाचे मराठी रूपांतर आहे आणि उलूक म्हणजे घुबड. घुबड हा पक्षी इतर पक्ष्यांप्रमाणे दिवसा वावरत नाही, तर रात्री आपले भक्ष्य शोधत फिरतो! त्याचे दर्शन अशुभ मानतात! इतर पक्ष्यांसारखे त्याचे दर्शन आनंददायी तरी नक्कीच नसते. भेसूर दिसणारा हा पक्षी त्यामुळे रात्री-बेरात्री उगाच भटकंती करणाऱ्या बिनकामाच्या उडाणटप्पू मुलांसाठी उपमान बनला आहे.

■ ■

ऊहापोह

ऊहापोह : एखाद्या सभेत एखाद्या विषयावर उगीचच्या उगीच चर्चा करीत वेळ घालवून निर्णय लांबणीवर टाकण्याचा जर काही लोकांचा प्रयत्न चाललेला असेल, तर त्या वेळी अध्यक्ष त्रासून जातात आणि म्हणतात, 'आता या विषयाचा ऊहापोह झाला तेवढा पुरे नाही का? तुम्ही ही चर्चा आवरती घेणार आहात की नाही?'

यात ऊहापोह या शब्दाचा नेमका अर्थ काय आहे? आणि खरोखर त्याच अर्थाने आपण हा शब्द वापरतो का? ऊहापोह हा एक सामासिक शब्द आहे. ऊह आणि अपोह या दोन शब्दांचा हा समास आहे. अपोह या शब्दाचेही अप-ऊह असे दोन घटक आहेत. ऊह् या संस्कृत धातूचा अर्थ आहे, तर्क करणे, विचार करणे. त्यावरून तयार झालेले ऊह हे एक नाम आहे. तर्क, विचार हा त्याचा अर्थ. अप ऊह म्हणजे तो तर्क, तो विचार बाजूला सारणारा दुसरा विचार. म्हणजेच ऊहापोह या शब्दाचा अर्थ प्रथम एक विचार मांडून झाल्यावर त्याच्या विरोधातील दुसरा विचार मांडणे म्हणजेच साधकबाधक चर्चा करणे. ऊहापोह म्हणजे केवळ वेळ घालविणारी निरर्थक बडबड नव्हे.

■■

ऋत आणि सत्य

ऋत आणि सत्य : ऋत म्हणजे सत्य. त्यामुळे अनृत (अन्-ऋत) म्हणजे असत्य, सत्यासत्य (सत्य व असत्य) आणि ऋतानृत (ऋत व अनृत) असे शब्द आहेत.

परंतु ऋत आणि सत्य यांच्यात थोडा फरक आहे. ऋत म्हणजे वैश्विक रचनेतील घटित; जे खरोखर आहेच, ज्याच्या अस्तित्वाबद्दल शंका नाही असे.

सत्य म्हणजे जे घडणार आहे! म्हणजे अस्तित्वात येण्याची शक्यता आहे.

ऋत हे ईश्वरीय, तर सत्य हे मानवीय असते.

■■

ऋत्विज्

ऋत्विज् : नवी नवी नावे आपल्या मुलांसाठी शोधून काढण्याची एक हौस पालकांच्या ठिकाणी आढळते. त्या हौसेतून ऋतिक - हृतिक अशी नावे निर्माण झाली आहेत. पण ती कोणता अर्थबोध करून देतात? शंका आहे. या शब्दांशी

ध्वनिसाम्य असणारा ऋत्विज् असा शब्द आहे. तो अर्थयुक्त आहे. ऋत्विज् म्हणजे योग्य वेळी योग्य ते यज्ञविधी करणारी व्यक्ती. वाजपेय, राजसूय, अश्वमेध इत्यादि यज्ञांसाठी जो पुरोहितवर्ग निवडतात, त्यांच्यात एकूण सोळा ऋत्विज् असतात. होता, अध्वर्यु, उद्गाता आणि ब्रह्मा हे त्यातले चार प्रमुख आणि या प्रत्येकाचे तीन तीन साहाय्यक, असे हे सोळा जण असतात. ऋत्विज् शब्दाचीच ऋत्विक्, ऋत्विग् अशी रूपे प्रत्यक्ष भाषेमध्ये वापरली जातात. मुलांची आधुनिक नावे ठेवताना या प्राचीन शब्दांचा उपयोग करायला हरकत नाही!

■■

ऋषिकेश

ऋषिकेश : हृषीकेश हे कृष्णाचे एक नाव. ते त्याचे नाव गंगेच्या काठावरील एका नगरास देण्यात आलेले आहे. परंतु हा शब्द उच्चारायला थोडा कठिण असल्याने त्याचाच उच्चार हळूहळू 'ऋषिकेश' असा होत असताना आढळतो. किंबहुना हाच शब्द बरोबर आहे असे वाटू लागते. अर्थात ऋषिकेश हा शब्ददेखील अर्थयुक्त आहेच. या सामासिक शब्दाची 'ऋषिका-ईश' अशी फोड केली म्हणजे हा अर्थ लक्षात येतो. 'ऋषिका' हे 'ऋषि' या शब्दाचे स्त्रीलिंगी रूप आहे. ऋषि म्हणजे वेदमंत्रांचे दर्शन घेणारे सिद्ध पुरुष. अश्या सिद्ध स्त्रियांना ऋषिका म्हणतात. त्यांनाही ऋषींच्या इतकाच मान आहे. त्यांचीही वैदिक सूक्ते वेदांमध्ये आहेत. इथे स्त्री-पुरुष समानता आहे. अश्या ऋषिकांचा किंवा ऋषिकेचा ईश, स्वामी, पती म्हणजे ऋषिकेश; पण असा हा अर्थ आपण हा शब्द उच्चारताना आपल्या मनात असतोच असे नाही. सामान्यपणे 'हृषीकेश' या शब्दाचा अयोग्य उच्चार करीतच आपण 'ऋषिकेश' हा शब्द उच्चारतो. तेव्हा आपण कोणता अर्थ व्यक्त करू इच्छितो, त्यानुसार आपण शब्द उच्चारायला हवा. हृषीकेशऐवजी ऋषिकेश म्हटले, तर अर्थात बदल होईल.

■■

ऋषी, मुनी

ऋषी, मुनी : पुष्कळ वेळा 'ऋषिमुनी' असा एक जोडशब्द भाषेत वापरलेला आपल्या ऐकण्यात, वाचण्यात येतो. ऋषिमुनी म्हणजे काय, तर ऋषींचा अथवा मुनींचा समुदाय. इथे आपण ऋषी आणि मुनी हे दोन शब्द एकाच अर्थाचे आहेत,

अश्या समजुतीने त्यांच्या उपयोग करीत असतो.

मुळात हे शब्द ऋषि, मुनि असे दोन स्वतंत्र संस्कृत शब्द आहेत. मराठीत आपण ते 'ई'कारान्त लिहितो, पण अर्थातच सामासिक शब्दात प्रथमपदी हे शब्द आल्यास ते ऋषिमुनि असेच राहातात. जसे - ऋषिप्रसाद, मुनिवर्य, वगैरे.

हे शब्द तसे अगदी एकार्थक नाहीत. त्यांचे अर्थ वेगवेगळे आहेत. ऋषि: दर्शनात् । मुनि: मननात्। म्हणजे ज्याला 'दिसते' तो ऋषी आणि जो मनन करतो तो मुनी.

दिसणे अर्थातच केवळ सामान्य दृष्टीचे नव्हे. अंत:प्रेरणेने काही गोष्टी कळणे म्हणजे दिसणे! आणि मनन करणे म्हणजे बुद्धिपूर्वक विचार करून निर्णय घेणे.

■ ■

एकसमयावच्छेदेकरून

एकसमयावच्छेदेकरून : हा येवढा मोठा लांबलचक शब्द आता अलीकडच्या लेखकांच्या लेखनात कदाचित आढळणार नाही. परंतु प्रथम प्रथमच्या निबंधकारांनी तो अनेक ठिकाणी वापरलेला आहे. 'एकाच वेळी एखादी गोष्ट घडत असताना नेमके त्याच वेळी' इतकाच खरे म्हटले तर या शब्दाचा अर्थ आहे; पण दोन अथवा अधिक गोष्टी एकाच वेळी घडत आहेत, असे साध्या शब्दांत सांगण्याने जो अर्थ व्यक्त होतो त्याच अर्थाला 'एकसमयावच्छेदेकरून' असे म्हटल्याने जरा जोरकसपणा येतो, नाही का? यातील अवच्छेद म्हणजे मर्यादा. जमिनीला असते तशी वेळेलाही एक हद्द असते; ती हद्द, तो किनारा. मर्यादेच्या त्या एकाच चौकटीत, वेळेच्या त्या एकाच मर्यादेत असा या प्रतिष्ठित शब्दाचा शब्दश: अर्थ आहे. 'अण्वस्त्रबंदी करावयाचीच झाल्यास, सर्वत्र अण्वस्त्रधारी राष्ट्रांनी ती एकसमयावच्छेदेकरून केली पाहिजे.' या वाक्याचा अर्थ आता मनात कसा स्थिरावतो नाही का?

■ ■

एखादा

एखादा : समाजातल्या एखाद्या माणसाने एखादी हिंसक कृती केली किंवा एखादे दुष्कृत्य केले, तर त्यासाठी सर्व समाजाला दोष देणे इष्ट नाही!

या वाक्यातील एखादा, एखादी, एखादे या शब्दांच्या ऐवजी एकादा, एकादी, एकादे असे शब्द वापरावेत काय?

'एक' या शब्दातील 'क' लक्षात घेतला जाऊन असे वाटणे शक्य आहे की, 'एखादा' असा 'ख'युक्त शब्द वापरायला नको; 'एकादा' हा शब्द बरोबर असावा. परंतु एखादा हा शब्द मुळात 'एकार्ध' या शब्दाचे रूपांतर आहे. एखाद-दुसरा, एखादा-दुसरा असे आपण म्हणतो त्या वेळी दीड-दोन अशी अनिश्चित, परंतु लहानशी संख्याच आपल्या मनात असते. एखादा हा एकार्ध, एक-अर्धा या अर्थाचा आहे, म्हणजेच एकापुढे आणखी फार तर अर्धा! या एकार्धमधील 'ध' हकारयुक्त आहे. त्या हकाराचा परिणाम म्हणून 'एखादा'मधील 'ख' येत असतो. म्हणून एकादा नव्हे, एखादाच! त्याचेच स्त्रीलिंगी व नपुंसकलिंगी रूप म्हणून एखादी व एखादे.

■ ■

एडस् की एड्स ?

एडस् की एड्स? : आपण मराठी भाषेत पुष्कळ इंग्रजी शब्द तत्सम स्वरूपात वापरतो आणि त्यातल्या अनेक शब्दांची तर अनेकवचने सुद्धा मराठी व्याकरणानुसार न करता इंग्रजीत ती जशी आहेत तशीच उपयोगात आणतो.

उदाहरणार्थ - आपण म्हणतो, आमच्या जमिनीत आम्ही अनेक प्लॉटस् पाडले आहेत, शाळेच्या वार्षिक ग्रँटस् अजून यायच्या आहेत, मी माझ्या नोटस् कधी जपून ठेवीत नसतो, इथे कॉटस् भाड्याने मिळतील वगैरे.

वर आलेल्या या अनेकवचनी इंग्रजी शब्दांचे लेखन करताना पुष्कळ लोक (पत्रकारही) वर दर्शविल्याप्रमाणे शेवटी स् हे व्यंजन (पाय मोडून) लिहितात, पण ते बरोबर नाही. हे शब्द प्लॉट्स, ग्रँट्स, नोट्स, कॉट्स असे लिहिले पाहिजेत. का बरं? बघा ना, नोटस् हा शब्द त्यातील 'नो' गाळून वाचा बरं! 'टस्' असा वाचला जातो ना? मग नोटस्चे उच्चारण कसे होईल? चुकले ना हे उच्चारण? बघा, या पद्धतीने सर्व शब्दांचे उच्चार करून. म्हणजे आता लक्षात येईल की, एड्स असे लेखन हवे; एडस् नव्हे!

■ ■

ऐरण

ऐरण : 'अमेरिकेला प्रत्यक्ष अनुभव आल्यामुळे आता जागतिक आतंकवादाचा प्रश्न ऐरणीवर आला आहे.' म्हणजे काय? सर्वांपुढे हा प्रश्न उभा ठाकला आहे.

या प्रश्नाकडे अनेकांचे लक्ष गेले आहे, अनेक लोक त्यासंबंधीचा विचार करू लागले आहेत. ह्या प्रश्नाकडे दुर्लक्ष करणे कुणालाच आता शक्य होणार नाही. असा या विधानाचा एकूण अर्थ सांगता येईलच.

पण यापेक्षा एक वेगळी अर्थच्छटा इथे प्राप्त होते आहे. निदान व्हावी.

तांबट लोक तांब्यापितळेची भांडी घडवताना धातूच्या त्या भांड्याला आकार देण्यासाठी ते भांडे एका लाकडी ठोकळ्यावर घालून त्या भांड्यावर हातोडीने ठोके मारीत असतात आणि भांडे पुरे झाले की, ठोके मारणे बंद करून ते भांडे त्या ठोकळ्यावरून काढून घेतात. हा ठोकळा काही वेळा धातूचाही असू शकतो. त्या ठोकळ्याला म्हणतात ऐरण. त्या ऐरणीवर ते भांडे ठेवले म्हणजे सर्व बाजूंनी ठोकत ठोकत त्याला इष्ट आकार देता येतो.

एखादा प्रश्न ऐरणीवर आला आहे असे म्हटले, तर त्या प्रश्नाचा असा ठोकून ठोकून सर्वांगीण विचार होऊन त्यातून इष्ट ती फलप्राप्ती होण्याची शक्यता सूचित होते. निदान व्हावी.

■ ■

ओनामा

ओनामा : 'श्रीगणेशा' म्हणजे प्रारंभ. त्याचप्रमाणे ओनामा म्हणजेही प्रारंभ. ओम् नमः या दोन शब्दांचे एकत्रीकरण करून त्याचे केलेले मराठीकरण म्हणजे 'ओनामा' हा शब्द. 'ओम नमः सिद्धम् (सिद्धाय)' असे वाक्य वापरून कार्यारंभी सर्व तीर्थंकरांना, जैन मुनींना, सिद्ध आणि साधुपुरुषांना वंदन करण्याची एक प्रथा आहे. त्यातही भावना हीच असते की, या सर्व सत्पुरुषांच्या आशीर्वादांनी आपले कार्य सिद्धीस जाईल! अशा आशीर्वादांची अपेक्षा करण्यातच, स्वकर्तृत्वाबद्दल आत्मविश्वास बाळगतानाही अनंहकाराचा आविष्कार होत असतो आणि अश्या या प्रार्थनांनी कार्याचा प्रारंभ झाला म्हणजे कार्याचा ओनामा झाला असे समजले जाते.

■ ■

ओम् की ठोम्

ओम् की ठोम् : 'ही डझंट नो इव्हन दि ए बी सी ऑफ इट.' असं इंग्रजी वाक्य आपण मराठी भाषिक सुशिक्षित लोक सहजपणे वापरतो. निदान त्याचा अर्थ तरी आपल्या कळतो. कळतो ना? 'त्याला त्यातलं काही म्हणजे काही कळत नाही!

किंवा थोडंसुद्धा कळत नाही!' असाच ना याचा अर्थ? पण या इंग्रजी वाक्यातला जो ए बी सी आहे ना, त्याचा जोर या 'काही म्हणजे काही' यात नाही. तो येण्यासाठी 'ओम् की ठोम्' हा शब्द वापरा!

ओम् – ॐ हेच मुळी आपल्या वर्णमालेतले पहिले अक्षर! पहिलेच का, त्याही आधीचे! आणि ठोम् ही त्याला जोर देणारी एक ध्वन्यात्मक उक्ती. नाही तरी ए बी सी म्हणताना इंग्रजीतल्या वर्णमालेतले प्रथमचे वर्णच आपण विचारात घेतो ना?

■ ■

कटाक्ष

कटाक्ष : कटाक्षाने, कटाक्षपूर्वक हे शब्द आपण निश्चयपूर्वक केलेल्या एखाद्या कृतीच्या संदर्भात वापरतो. 'वक्त्याने दिलेल्या वेळातच भाषण संपविण्याचा कटाक्षपूर्वक प्रयत्न करायला हवा.' असे एखादे वाक्य यासाठी उदाहरण म्हणून सांगता येईल.

कदाचित आपल्या मनाला पसंत नसेल, तरीही निश्चयाने ही कृती करायची आहे, हे या शब्दातून सांगितले जाते. 'कटाक्ष' या शब्दाच्या अर्थात अशी नापंसतीची झाक आहे!

कटाक्ष शब्दाचा वाच्यार्थ तर केवळ डोळ्याच्या कोपऱ्यातून पाहाणे एवढाच आहे. पण असे पाहाण्याची वेळ केव्हा येत असते? इतरांनी केलेली कृती आपल्याला पसंत नसेल तेव्हा. किंवा मग आपले असे कटाक्षाने जेथे लक्ष जाते आहे, तेथे आपले लक्ष जाणे इतरांना पसंत नाही अशी मनोमन जाणीव आपल्याला असते तेव्हा! कटाक्षात आपली अथवा इतरांची नापसंती साठवलेली असते!

■ ■

कद्रू

कद्रू : 'दान कराचंय ना? मग जरा सढळ हातानं करावं ना! त्यात कद्रूपणा करणं शोभतं का तुमच्यासारख्यांना?' या ठिकाणी आलेल्या कद्रूपणा या शब्दाचा अर्थ कंजूषपणा असा आहे, हे संदर्भावरून सहज समजू शकेल. कद्रू म्हणजे कंजूष! हा शब्द आपण संस्कृत भाषेतील 'कदर्य' या शब्दाचे परिवर्तित रूप म्हणून मराठीत स्वीकारलेला दिसतो. 'कद्-अर्य' म्हणजे एखादी क्षुल्लक गोष्ट दान देणारा! अर्य शब्द ऋग्वेदात येतो. (आर्य हे रूपही या अर्यचेच रूपांतरण असू

शकेल.) अर्य म्हणजे दान देणारा. आणि कद् म्हणजे किं चित्; काही तरी! पण काही तरी म्हणजे लक्षणीय असे काहीच नाही! म्हणून मग कदर्य म्हणजे कंजूष! त्याचे आपण उच्चार बदलत बदलत कद्रू केले आहे! एरवी संस्कृतमध्ये कद्रु हे एक स्त्रीचे नाव म्हणून येते. मात्र त्याचा अर्थ कंजूष असा होत नाही. कद्रु याचा संस्कृतमध्ये अर्थ होतो 'तांबूस वर्ण'.

■ ■

कपाळकरंटा

कपाळकरंटा : 'सांगितल्याप्रमाणे वेळेवर गेला असतास, तर काम झालं नसतं का तुझं? पण नाही! टिवल्याबावल्या करीत बसलास इकडे तिकडे! कपाळकरंटा मेला!' म्हाताऱ्या आजीचं आपल्या नातवावर रागावतानाचं हे वाक्य आहे. त्यात कपाळकरंटा हा शब्द आलेला आहे.

एरवी कपाळकरंटा हा शब्द कमनशिबी, दुर्दैवी या अर्थानेही वापरात आहे. तथापि वरील वाक्यातही तो योग्यच आहे, नाही का? कपाळकरंटा हा शब्द नेमका कोणता अर्थ सांगतो? 'करंटा' या शब्दाचे मूळ असावे 'करट' या संस्कृत शब्दात. संस्कृतमध्ये करट या शब्दाचे अनेक अर्थ आहेत. त्यातला एक अर्थ आहे मूर्ख ब्राह्मण किंवा नास्तिक. आपण भाषेत करंटा हा शब्द वापरतो तेव्हा तो निंदाव्यंजक असतो! या करंटा शब्दाला कपाळ हा शब्द जोडला जातो, तो बहुधा कपाळावर आपले दैव लिहिलेले असते या श्रद्धेमुळे! त्यामुळे करंटेपण ज्याच्या नशिबातच लिहिलेले आहे, त्याला कपाळकरंटा म्हणावे, असा अर्थ असावा!

■ ■

कपिलाषष्ठी

कपिलाषष्ठी : एखादी व्यक्ती, विशेषत: प्रिय व्यक्ती कित्येक वर्षांनंतर अचानकपणे भेटायला आली, तर 'वा! काय कपिलाषष्ठीचा योग आहे आज!' असे उद्‌गार आपल्या तोंडून बाहेर पडतात!

पण कपिलाषष्ठी म्हणजे काय? प्रतिपदा ते पौर्णिमा-अमावस्येपर्यंत येणाऱ्या ज्या विविध तिथी आपल्याला माहीत आहेत, त्यातलीच ही एक षष्ठी तिथी आहे. मात्र ती केवळ भाद्रपद महिन्यातल्या कृष्ण पक्षातच येते. ती देखील त्या दिवशी मंगळवार असेल, तरच! शिवाय त्या दिवशी चंद्र रोहिणी नक्षत्रात आणि सूर्य हस्त

नक्षत्रात हवा. त्याशिवाय व्यतिपात नावाचा योग त्या दिवशी हवा. इतक्या गोष्टी जुळून येतात, त्या साधारण साठ वर्षांतून एकदा! अशी ही एखाद्या व्यक्तीच्या आयुष्यात बहुधा एकदाच किंवा दोनदा येणारी कपिलाषष्ठी तिथी असते.

■ ■

कपोलकल्पित

कपोलकल्पित : प्रत्यक्षात एखादी गोष्ट घडलेली नसते, पण ती घडलीच आहे अशा आविर्भावात कुणी त्या गोष्टीबद्दलचे अगदी प्रत्ययकारी वर्णन करतात, तेव्हा आपण म्हणतो, 'ही अगदी तुमची कपोलकल्पित कथा आहे झालं!'

यातील 'कल्पित' आपल्याला सहज समजते, पण कपोलचा या कल्पिताशी काय संबंध हे नाही लक्षात येत! कपोल म्हणजे काय, माहीत आहे ना? कपोल म्हणजे गाल! गालांचा आणि कल्पनेचा तर काही संबंध जोडता येतच नाही!

शक्यता अशी दिसते की, हा शब्द मुळात 'कपालकल्पित' असा असावा. कपाल म्हणजे कपाळ! कवटीला संस्कृतमध्ये म्हणतात कपाल. थोडक्यात खोपडी. आपण एरवी म्हणतो ना, हे सगळं तुझ्या खोपडीतून निघालेलं दिसतंय! तेच हे कपाल-कल्पित. कुणी तरी लेखनात केलेल्या प्रमादातून आले असावे कपोलकल्पित!

■ ■

करपल्लवी/नेत्रपल्लवी

करपल्लवी/नेत्रपल्लवी : आपल्या मनातले भाव इष्ट त्या व्यक्तीपर्यंत पोहोचवण्यासाठी आपण भाषा हे साधन वापरतो. परंतु प्रत्येक वेळी प्रत्यक्ष मौखिक ध्वनींच्याच साहाय्याने आपण बोलतो असे नाही. काही खाणाखुणांनीही आपण समोर असलेल्या व्यक्तीला काही सुचवीत असतो. या खाणाखुणा आपण कश्या करतो? आपल्या हातांच्या, बोटांच्या हालचालींनी किंवा डोळ्यांच्या हालचालींनी.

या हातांच्या हालचालींना म्हणतात करपल्लवी आणि नेत्रांच्या हालचालींना नेत्रपल्लवी! पण पल्लवी म्हणजे काय? झाडावरच्या अगदी एखाद्या बारीक डहाळीवरच्या कोवळ्या पानांना म्हणतात पल्लवी! मग या पानांचा हातांशी किंवा डोळ्यांशी काय संबंध? कोवळ्या पानांची डहाळी हाताने नाजूकपणे हलवून प्रियकर-प्रेयसी आपले मनोगत व्यक्त करीत असत (असे म्हणतात)! ती पानेही

उपलब्ध नसतील तेव्हा मग हातांचा व नंतर नेत्रांचा उपयोग करण्याची पद्धत पडली, त्यातून हे शब्द तयार झाले.

■ ■

करवली

करवली : करवली म्हणजे नववधूसह तिच्या सासरी जाण्याच्या प्रथम प्रसंगी तिची पाठराखण करण्यासाठी जाणारी बहुदा तिची धाकटी बहीण अथवा अन्य कुणी नातेवाईक मुलगी.

तिला करवली का म्हणायचे? तर विवाह-समारंभात तिच्याकडे एक विशेष काम सोपवलेले असते. विवाह मंडपात जेव्हा नियोजित वराला वाजत-गाजत घेऊन येतात तेव्हा त्याच्या स्वागतासाठी दरवाजात हातात एक कळशीभर पाणी घेऊन या करवलीने उभे राहायचे असते. या कळशीला म्हणतात करा. हा करा हातात घेणारी ती करवली! अशीच एक करवली वराबरोबरही असते आणि जेव्हा वर घोड्यावर बसून येत असतो तेव्हा आपल्या हाताने डोक्यावर कळशी धरून ही करवली त्या वराबरोबरच येत असते. वधूची करवली तिच्या मदतीसाठी असते! करवलीच्या हातातली ही कळशी फार मोठी नसावी अशी अपेक्षा असते. 'हातात मावेल एवढी' असेच तिचे वर्णन करता येते, म्हणून तिला 'करा' असे म्हणतात.

■ ■

कर्णधार

कर्णधार : कॅप्टन या इंग्रजी शब्दाला समानार्थक मराठी शब्द म्हणून आपण कर्णधार हा शब्द वापरतो. खरे म्हणजे कॅप्टन या शब्दाचे तद्‌भव रूप म्हणून कप्तान हाही एक शब्द मराठीत आलेला आहे.

परंतु कर्णधार हा शब्द मात्र अत्यंत योग्य असा अर्थवाही शब्द आहे.

बोटीवर किंवा जहाजावर असलेल्या प्रमुख अधिकाऱ्याला कॅप्टन असे म्हणतात. बोट कोणत्या दिशेला व कोणत्या वेळेत न्यावयाची, हे त्यानेच ठरवायचे असते.

त्या दृष्टीने कर्णधार हा शब्द योग्य आहे. कारण बोटीची दिशा बदलण्यासाठी वापरले जाणारे जे सुकाणू असते, त्याला संस्कृत भाषेत कर्ण असे म्हणतात. हा 'कर्ण' ज्याच्या ताब्यात असतो, त्याला कर्णधार म्हणायचे नाही, तर आणखी काय म्हणणार? म्हणजे मुळात कर्णधार हा जहाजाचा व बोटीचा कप्तान असतो. परंतु या

शब्दाचा वापर अन्यही क्षेत्रांमध्ये करून त्याला एक व्यापक अर्थ देण्यात आलेला आहे. कोणत्याही क्षेत्रात प्रमुखपदी राहून दिशा दाखवण्याचे काम करणाराला कर्णधार म्हणतात.

■ ■

कर्तृत्व

कर्तृत्व : 'कर्तृत्व' हा शब्द पुष्कळ लोक 'कर्तुत्व' असा उच्चारतात आणि लिहितातही! हे खरे की, कर्तृत्व हा शब्द उच्चारायला थोडा कठिण आहे, पण त्यातून चुकीचा उच्चार करणे इष्ट नाही. आपल्या उच्चारातूनही शब्दांचे अर्थ स्पष्ट होत असतात. या शब्दात कर्तृ म्हणजे कर्ता, करणारा, हा एक घटक आहे आणि 'त्व' हा त्या घटकाला जोडलेला प्रत्यय त्याचा गुण दाखवितो. जसे नेतृत्व म्हणजे नेत्याचा गुण, दातृत्व म्हणजे दात्याचा गुण, तसेच कर्तृत्व म्हणजे कर्त्याचा गुण!

■ ■

कर्मारंभता

कर्मारंभता : खरा कार्यकर्ता हा कधी सांगकाम्या नसतो. म्हणजे काय? पुढारी सांगतील ती कामं बिनबोभाटपणे करणारे काही 'कार्यकर्ते' असतात; पण ते सारे सांगकामे! पुढारी नसतानाही परिस्थितीचा अंदाज घेऊन, स्वतंत्रपणे निर्णय घेऊन आवश्यक ते कार्य म्हणजे करवायचे काम पार पाडणारे जे असतात, तेच खरे कार्यकर्ते! त्यांच्या ठिकाणी कुठल्याही कामात Initiative (इनीशिएटिव्ह) घेण्याची वृत्ती असते. तशी त्यांची क्षमता असते.

आता हा जो शब्द आहे ना, इनीशिएटिव्ह तो साधारण सुशिक्षित मराठी माणसाला समजू शकतो; पण त्या इंग्रजी शब्दाच्या ऐवजी मराठी शब्द सांगायचा झाला, तर एकदम नाही लक्षात येत काही! पुढाकार घेण्याची वृत्ती, स्वयंप्रेरणा, क्रियाशीलता असे शब्द सुचतात. या शब्दासाठी मराठीत आणखी एक योग्य शब्द आहे – कर्मारंभता. कर्माचा आरंभ करण्याची, त्यात पुढाकार घेण्याची, स्वत: होऊन ते काम सुरू करण्याची वृत्ती किंवा प्रवृत्ती म्हणजे कर्मारंभता. हा शब्द डॉ. ब. स. येरकुंटवार यांच्या एका लेखात मला आढळला. येथे त्याची आभारपूर्वक नोंद केली आहे.

■ ■

कला

कला : कला, कलावंत, ललित कला, कलाकुसर इत्यादि अनेक शब्दांमध्ये आपण 'कला' शब्द ऐकतो. कला किती प्रकारच्या आहेत याचीही चर्चा आपण करतो. उपयुक्त कला आणि अनुपयुक्त कला असे वर्गीकरणही आपण करतो आणि कित्येकदा कलेकडून कोणत्याही उपयोगाची अपेक्षा करता कामा नये, तिने केवळ आनंद दिला पाहिजे असे म्हणून शिवणकला, पाककला असे काही शब्दप्रयोग 'कला' शब्दाने युक्त असूनही शिवण, विणकाम, भरतकाम, स्वयंपाक इत्यादिना 'कला' म्हणणे कसे गैर आहे याचे प्रतिपादन करतो. कलेसाठी कला की जीवनासाठी कला हा वादही आपण उपस्थित करतो आणि कलावंतांचीही त्या संदर्भात वर्गवारी करतो.

कला हा शब्द ज्या संस्कृत भाषेतून मराठीत आला आहे, तिथे या शब्दाचा नेमका अर्थ सांगणारे एक वाक्य असे आहे - 'कम् सुखम् लाति सा कला।' क म्हणजे सुख. ते आणते, ती कला.

म्हणजेच 'सुख देणारी' हे कलेचे व्यवच्छेदक लक्षण आहे, असे मानायला हवे.

■■

कवडीमोल

कवडीमोल : आपल्या कवित्वाचा सार्थ अभिमान बाळगणाऱ्या केशवसुतांनी म्हटले होते, 'आम्हाला वगळा विकेल कवडीमोलावरी हे जिणे!'

(आम्हाला म्हणजे कवींना.) समाजात जर कवीच नसतील (म्हणजे काव्याची प्रवृत्तीच नसेल), तर माणसांचे जगणे हे कवडीमोल ठरेल, त्यांच्या जगण्यात काही अर्थ राहाणार नाही, असं केशवसुत म्हणतात.

'कवडीमोल' हा शब्द आपल्या भाषेत आला कसा? 'कवडी' ही वस्तू आपल्या पाहाण्यात असते. खेळण्यासाठी कवड्यांचा उपयोग होतो. एके काळी 'कवडी' हे एक वस्तुविनिमयाचे साधन होते! म्हणजे चलन म्हणून तिचा वापर होत होता! सर्वांत स्वस्त वस्तू म्हणजे कवडी देऊन विकत मिळणारी वस्तू! कवडीचे मोल देऊन मिळणारी वस्तू. कवडी हे लहानात लहान 'नाणे'!

'कपर्दिका' या संस्कृत शब्दापासून 'कवडी' हा शब्द तयार झालेला आहे. एखाद्याचे दारिद्र्य सांगण्यासाठी म्हटले जाते, 'एक कपर्दिकही आता त्याच्याजवळ

शिल्लक राहिलेली नाही. कपर्दिका या 'आ'कारांत शब्दाचे 'अ'कारांतात रूपांतर करतानाही एक प्रकारे उच्चाराची काटकसरच दिसते आहे!

■ ■

कवयित्री/ कवि

कवयित्री/कवि : कवि (कवी) म्हणजे कोण? (हा काय प्रश्न झाला? असे वाटले ना तुम्हाला)

'कु' असा संस्कृत धातू आहे. त्याचे तीन अर्थ होतात. १) आवाज करणे २) कण्हणे, विव्हळणे, रडणे ३) गुणगुणणे. कवि म्हणजे अशीच काहीतरी कृती करणारी व्यक्ती. हा अर्थ व्यक्तविणारा कवयितृ (कवयिता) असा 'कु'धातुज शब्द आहे. पण त्यापेक्षा कवि हा शब्द सोपा असल्याने तोच रूढ झालेला आहे. मात्र या शब्दाचे स्त्रीलिंगी रूप तयार करताना ते 'कवयित्री' असेच केले जाते. जसे 'धातृ'चे (धाता) धात्री असे स्त्रीलिंगी रूप होते. म्हणून 'कवि'चे 'कवियत्री' असे स्त्रीलिंगी रूप करणे अयोग्य आहे. 'कवयित्री' हे योग्य रूप आहे.

■ ■

कळवळा

कळवळा : आपल्या पत्नीची कड घेऊन आईशी भांडणारे काही तरुण असतात. (निदान त्यांच्याबद्दल त्यांच्या आयांची तशी समजूत झालेली असते!) अश्या स्थितीत केव्हा तरी ती आई मुलाला उद्देशून म्हणते, 'येवढा अगदी कळवळा यायला नको बरं का बायकोचा!' या वाक्यातल्या 'कळवळा' शब्दाचा अर्थ काय? दया? कीव? असाच काहीसा अर्थ असेल, असे आपण मानतो आणि त्या अर्थानेच हा शब्द सध्या आपण वापरतोही! परंतु या शब्दाचा मूळचा अर्थ आहे, स्त्रीविषयक कामुक भावनेने निर्माण होणारी वासना, ओढ! (या अर्थाने या शब्दाचा प्रयोग रामदासांच्या दासबोधात आढळतो.) अशिक्षित स्त्रिया देखील किती जाणकारीने भाषेचा वापर करतात नाही!

■ ■

कळशी

कळशी : कळशी कधी पाहिली आहे? ग्रामीण भागात नवरदेवाला वधूसह द्यायच्या आंदणात कळशी, हंडा अशी जलधारक पात्रे देण्याची प्रथा आजही आहे. नवरदेवाला सामोरे जाणाऱ्या सुवासिनीच्या डोक्यावर कळशी असावी असा संकेत आहे. हा कळशी शब्द मराठी भाषेत आला कुठून? 'कलशी' असा संस्कृत शब्द आहे. त्यातल्या 'ल' ऐवजी 'ळ' उच्चारला की, झाला मराठीतला कळशी हा शब्द! ग्रामीण भाषेतही असे कित्येक संस्कृत शब्द आपली पदचिह्ने दर्शवीत असतात. कलशी हा शब्दही काव्यात्म आहे. 'क' म्हणजे 'पाणी' आणि 'लस्' किंवा 'लश्' या धातूचा अर्थ आहे क्रीडा करणे, नृत्य करणे. कलशी हे पात्र पाण्याबरोबर एक प्रकारे क्रीडा करीत असते, असेच हा शब्द रूढ करणाऱ्या शब्दप्रभूला वाटले असले पाहिजे.

■ ■

काकतालीय

काकतालीय : काक म्हणजे कावळा. ताल म्हणजे ताड, माड या जातीचा कोणताही वृक्ष. म्हणून नारळाचे झाड. या झाडावर कावळा बसला आणि त्याच वेळी त्या झाडावरचे एखादे फळ खाली पडले अथवा त्या झाडाची फांदी पडली, तर तो केवळ एक योगायोग असतो. त्या कावळ्याच्या वजनाचा वा कर्तृत्वाचा त्यात काही संबंध नसतो; पण कावळा त्याचे श्रेय स्वत:कडे घेतो. (अशी कल्पना माणसे करू शकतात!) एखादी घटना घडते तेव्हा ती घडविण्यात जिचा खरे तर काहीही अथवा फारसा लक्षणीय सहभाग नसतो अश्याही व्यक्तीला केवळ तिच्या तेथील उपस्थितीमुळे त्या घटनेचे श्रेय (अथवा अपश्रेय) मिळण्याची शक्यता असते. पण ज्यांना सत्य स्थिती माहीत असते, असे जाणकार लोक या स्थितीला 'काकतालीय' म्हणतात. काकतालीयात कावळा बसायला आणि फळ पडायला वा फांदी मोडायला एकच गाठ पडलेली असते; तद्वतच एखाद्या व्यक्तीचा प्रवेश व एखादी घटना यांची समकालीनता अनुभवास येत असते. यात कार्यकारणभाव नसतो.

■ ■

कातरवेळ

कातरवेळ : 'या कातरवेळी' हा शब्दबंध एखाद्या कवितेत आपण नक्कीच ऐकलेला असेल. ही कातरवेळ म्हणजे नेमकी कोणती वेळ? सांगता येईल का? अंधार पडू लागलेला आहे, दिशा अस्पष्ट होऊ लागल्या आहेत, लांबून कुठून तरी कुत्र्याचे भुंकणे क्षीण आवाजात ऐकू येत आहे आणि आजूबाजूला माणसांची वर्दळ राहिलेली नाही, अश्या वेळीच सामान्यत: 'या कातरवेळी पाहिजेस तू जवळी' असे म्हटलेले शोभून दिसेल, नाही का? कातर हा शब्द एरवी भित्रा या अर्थाने वापरात आहे. कातरता म्हणजे भित्रेपणा. पण वेळेचे वर्णन करताना हा अर्थ कसा काय घेणार? म्हणून ज्या वेळी माणसाच्या वृत्ती भयग्रस्त होण्याची शक्यता असते अश्या वेळेला कातरवेळ म्हणतात.

■ ■

काथ्याकूट

काथ्याकूट : काथ्याची दोरी आपण जाणतो. नारळाच्या शेंडीपासून बनविलेल्या दोरीला काथ्याची दोरी म्हणतात. त्यासाठी नारळाच्या शेंड्या एकत्र करून त्या कुटाव्या लागतात. लोकरीप्रमाणेच त्यांचा धागा तयार करता येतो; परंतु अर्थातच तो फार जाड आणि ओबडधोबड, राठ असतो. या धाग्याला काथ्या म्हणतात.

नारळाच्या शेंड्या एकत्र करून कुटणे, हे एक श्रमाचे काम असते.

इंग्रजांच्या काळात सक्त मजुरीच्या कैद्यांना नारळे सोलून त्यांचा काथ्या कुटण्याचे काम देण्याची पद्धत होती. बराच वेळ श्रम केल्यावर फारच थोडे प्रत्यक्ष काम झालेले हाती येत असे. बराचसा भुगाच होई. शिवाय हात सोलून निघत, ते वेगळेच. ही खरी काथ्याकूट!

एखाद्या विषयासंबंधी चर्चा करताना बराच वेळ नुसती घसाफोड करून हाती फारसे काही मुद्दे लागत नसले, तर अश्या त्रासदायक परंतु फलनिष्पत्ती न करणाऱ्या त्या चर्चेलाही काथ्याकूट म्हणण्याची प्रथा पडली आहे.

बऱ्याचशा परिसंवादांमध्ये आपल्याला अशी काथ्याकूट अनुभवायला मिळते.

■ ■

कादंबरी

कादंबरी : कादंबरी हा एक साहित्यप्रकार आहे, हे सर्व जण जाणतात. हा प्रकार इंग्रजी साहित्यातून मराठीत आलेला आहे. (इंग्रजीत) कादंबरीला Novel म्हणतात. हा प्रकार मराठीत येऊ लागला तेव्हा त्याला मराठी नाव देणे आवश्यक वाटू लागले. कथाकथनातील अद्भुतता, अतर्क्यता इत्यादि लक्षात घेऊन 'नवलपूर्ण' या अर्थाने मग या प्रकाराला 'नावल' असे Novel शी ध्वनिसाम्य दर्शविणारे नाव दिले गेले, परंतु ते पुरेसे सार्थ वाटेना. तेव्हा बाणभट्टांच्या 'कादंबरी' या संस्कृत दीर्घकथेचे स्मरण समीक्षकांना झाले व मराठीतील 'नावल'ला कादंबरी म्हणण्यात येऊ लागले. विशेष म्हणजे, संस्कृतमध्ये 'कादंबरी' हे एका मद्यप्रकाराचेही नाव आहे. कादंबरी हा वाङ्मयप्रकारही वाचकांना या मद्यासारखीच गुंगी आणणारा ठरला आहे.

■ ■

कानउघडणी

कानउघडणी : 'नंतरच्या सभेत मंत्र्यांनी त्या सरकारी अधिकाऱ्यांची चांगलीच कानउघडणी केली' या वाक्यात कानउघडणी हा शब्द आलेला आहे. त्याचा अर्थ काय? किंवा नेमक्या कोणत्या संदर्भात हा शब्द वापरावा?

शब्द ऐकल्याबरोबर आपल्याला समजणारा अर्थ आहे कान उघडणे! म्हणजे बंद असलेले कान उघडणे! विशेषत: जे कान जाणीवपूर्वक बंद ठेवलेले आहेत, ते उघडणे! पण आपल्याला जसे डोळे बंद करता येतात, तसे काही कान बंद नाही करता येत. तेव्हा कान बंद करणे, म्हणजे जे ऐकू येते आहे त्याकडे जाणीवपूर्वक दुर्लक्ष करणे. जेव्हा एखादी कुणी व्यक्ती कुणाच्या बोलण्याकडे, त्याच्या तक्रारींकडे दुर्लक्ष करीत असेल, त्या वेळी त्याला ते त्याचे कान उघडायला लावणे म्हणजे तशी ताकीद देणे, याला म्हणायचे कानउघडणी करणे. पर्यायाने, त्याची चूकही लक्षात आणून देणे होतेच. पण इतर कोणत्याही चुकीबद्दल रागावण्यासाठी कानउघडणी करणे हा वाक्प्रयोग वापरणे तेवढेसे योग्य होणार नाही.

■ ■

कारखाना

कारखाना : एखाद्या भाषेतील शब्दसंग्रहावरून ती भाषा बोलणाऱ्या समाजाची स्थिती-गती-प्रगती समजण्यास मदत होत असते. एखाद्या विषयासाठीचा शब्द एखाद्या भाषेत अस्तित्वातच नसेल, तर त्या भाषिक समाजाला तो विषयच कधी माहीत नसला पाहिजे आणि म्हणूनच त्या समाजाने अन्य भाषेमधून शब्द घेतला असला पाहिजे, असे मानले जात असते. कारखाना हा शब्द कुठून आला? दवाखाना, तोफखाना, मुदपाकखाना, हत्तीखाना हे सारे शब्द खाना या घटक शब्दामुळे परकी वाटतात, नाही का?

तसे नाही. 'खाना' हा शब्द 'स्थान' या शब्दाचे अपभ्रष्ट रूप आहे. कारखाना या अर्थाचा वेगळा कार्यशाला असा शब्दही संस्कृत भाषेत आहेच. 'कारखाना'मध्येही 'कार' हे कार्यचेच रूप आहे. तेव्हा कारखाना या शब्दावरून लगेच भारतीयांना कारखाने माहीत नव्हते, परकीयांच्या संपर्कातून ते माहीत झाले असा निष्कर्ष काढणे इष्ट नाही. आणि कारखाना या शब्दालाही परकीय शब्द मानण्याचे कारण नाही.

■■

कारटा

कारटा : 'कारट्यांनो, अरे ऐकता का जरा? तुमच्या या चेंडूनं आमच्या किती काचा फोडणार आहात?' अशी वाक्यं ऐकण्याची सवय आजच्या मुलांना तर असेलच! वृद्धांनाही त्यांच्याच तोंडी अशी वाक्यं येत असल्यानं या वाक्याचा अर्थ सांगायला नको आहे. पण मग हा 'कारटा' शब्द त्यांनी कुठून पैदा केलेला आहे! परंपरेने त्यांना तो माहीत झालेला आहे. मुलाच्या बाबतीत जसा कारटा, तसा मुलीच्या बाबतीत कारटी हा शब्द मराठीत रूढ आहे. संस्कृतमधील 'करट' या शब्दातून तो आला आहे. करट म्हणजे कावळा! पिंडाला शिवण्यासाठी कावळ्याची आतुरतेने वाट पाहाणारेही लोक एरवी मात्र घराच्या अंगणात कावळा आला, तर त्याला ताबडतोब हुसकतातच ना? इतकेच की कारटा किंवा कारट्या अशी त्याला हाक मारत नाहीत. खानदेशात मुलगी या अर्थाने कार हा शब्द वापरात आहे. हा शब्द बहुतेक कारटीचे संक्षिप्त रूप असावे.

■■

कारवाई/कार्यवाही

कारवाई/कार्यवाही : कार्यवाही आणि कारवाई हे दोन्ही शब्द खरे तर एकाच अर्थाचे वाहक आहेत. एखाद्या योजनेची कार्यवाही म्हणजे प्रत्यक्ष कृती. ती योजना प्रत्यक्ष अमलात आणणे, म्हणजे त्या योजनेच्या संबंधात कार्यवाही करणे. या ठिकाणी सहसा 'कारवाई करण्यात आली' असा वाक्प्रयोग करीत नाहीत. मात्र योजना बासनात गुंडाळून ठेवली गेली असेल, तर 'त्या संबंधात काहीच कारवाई झाली नाही' असे म्हटले जाते. म्हणजे कारवाई या शब्दाला थोडा नकारात्मक अर्थाचा वास आहे असे दिसते. चोरी करणाऱ्या माणसावर त्वरित कारवाई करण्याची मागणी केली जाते. इथे कार्यवाही शब्द वापरला जात नाही. याचा अर्थ, कार्यवाही आणि कारवाई या दोन शब्दांचे अर्थ सामान्यतः समान असले, तरी या शब्दांची उपयोजन क्षेत्रे भिन्न आहेत. आपल्या भाषेत अनेक समानार्थक शब्दांची अशी भिन्नभिन्न उपयोजन क्षेत्रे आढळतात.

■ ■

किंकर्तव्यमूढ

किंकर्तव्यमूढ : 'समाजाला श्रेष्ठ व्यक्तींच्या ठिकाणी देखील जेव्हा किंकर्तव्यमूढतेचा प्रत्यय येतो, तेव्हा....' अश्यासारख्या रचनेत किंकर्तव्यमूढता आणि प्रत्यय हे भारदस्त शब्द वापरण्याने बोलणाराच्या शब्दांना वजन येते हे खरेच अहे. पण ऐकणारांना या शब्दांचे अर्थच समजले नाहीत, तर त्या वजनाचे केवळ दडपणच वाटायचे! प्रत्यय म्हणजे अनुभव. कर्तव्य म्हणजे जे करायला हवे ते किंवा किं कर्तव्य म्हणजे काय करायला हवे ते! या संबंधीची मूढता म्हणजे मोहग्रस्तता. नेमके काय करायचे यासंबंधीची नेमकी जाणीव नसणे, त्या संबंधी संभ्रम असणे म्हणजे किंकर्तव्यमूढता. ही ज्याच्या ठिकाणी असते, त्या व्यक्तीचे विशेषण म्हणून 'किंकर्तव्यमूढ' हा शब्द वापरता येतो. नेमके काय करायला हवे, हे न समजणारी व्यक्ती हा त्याचा अर्थ.

■ ■

किंनर

किंनर : गंधर्व, किंनर अशी काही जातिवाचक नावे साहित्यात आढळतात. या काही मनुष्येतर अश्या जाती आहेत का? तसे कसे असेल? माणसापेक्षा वेगळा गंधर्व, वेगळा किंनर कुणी कधी पाहिला आहे? नाही ना?

म्हणजे किंनर ही मनुष्येतर जात नाही.

किंनर हे सुरेल आवाजात गाणारे म्हणून प्रसिद्ध आहेत. एखाद्या पुरुषाचा आवाज जर इतका गोड आणि श्रवणीय असेल की, गाणारी व्यक्ती स्त्री तर नाही ना, असे ऐकणाराला वाटावे, तशी इथे स्थिती दिसते. या किंनरांच्या बाबतीत पूर्वी कधीतरी कुणीतरी असाच प्रश्न उपस्थित केला असेल – किम् नराः गायंति – हे पुरुष गात आहेत का?

त्या प्रश्नानेच या गायकांना किंनर म्हटले जाऊ लागले असेल आणि मग आता तर किंनर हे एक मिथकच होऊन बसले आहे.

■ ■

किरवंत

किरवंत : किरवंत कुणाला म्हणतात?

मनुष्याच्या मृत्यूनंतर त्याच्या प्रेतावर अंत्य संस्कार केले जातात. प्रेत चितेवर ठेवून अग्नीला अर्पण करणे हाही एक यज्ञच असतो. मृत व्यक्तीनेच घरी नित्य प्रज्वलित ठेवलेल्या अग्नीतून या यज्ञासाठी अग्नी घ्यायचा असतो. म्हणून तर त्रिकोणी शिंक्यावर मातीच्या भांड्यात पेटवलेल्या गोवऱ्या प्रेताबरोबरच घेऊन जातात.

या यज्ञात आहुती द्यायची असते ती मृत शरीराची.

त्या यज्ञाला यज्ञक्रिया आणि पुढे नुसतेच क्रिया म्हटले गेले की, त्या यज्ञातील ऋत्विज किंवा पुरोहित हा क्रियावंत होतो. क्रियावंत; अपभ्रंशाने किरवंत. मृत्यूसंबंधीची आपली अप्रीती या पुरोहिताबद्दलही प्रकट होत असते.

■ ■

कु./सौ./गं.भा./श्री.

कु./सौ./गं.भा./श्री. : स्त्रियांच्या नावांचा उल्लेख करताना अलीकडे कु. (कुमारी), सौ. (सौभाग्यवती) ही उपपदे न वापरण्याची प्रथा पडलेली आहे. गं. भा.

(गंगाभागीरथी) हे विधवांसाठी पूर्वी वापरात असलेले उपपद तर आता विस्मृतीतच जमा झालेले आहे आणि ते योग्यच आहे.

या सर्व उपपदांऐवजी सर्वत्र स्त्रियांसाठी 'श्रीमती' हे उपपद लावणे हे योग्य होईल.

स्त्रीची वैवाहिक स्थिती व्यक्त करण्याची खास आवश्यकताच काय? या भूमिकेतून इंग्रजीमध्येही मिस, मिसेस ही उपपदे टाळून मिझ् Ms हे उपपद लावण्याची प्रथा पडलेली आहेच ना! त्याचप्रमाणे मराठीत श्री. (श्रीमती) हे उपपद लावावे. अर्थात, कित्येक विवाहित स्त्रियांना सौ. हे उपपद सोडून श्री. हे उपपद आपल्या नावामागे लावणे पसंत नसते, हेही तितकेच खरे!

■ ■

कुठाराघात

कुठाराघात : 'त्याच्या सर्व योजनांवर सरकारी फर्मानांचा अचानक कुठाराघात झाला आणि त्या योजना पूर्णपणे बारगळल्या.'

या वाक्यात कुठाराघात हा शब्द आलेला आहे. त्याचा अर्थ कळायला काही फारसा अवघड नाही. कुठार म्हणजे कुऱ्हाड आणि आघात म्हणजे दणका, प्रहार, कुऱ्हाडीचा आघात.

वास्तविक पाहता कुऱ्हाड चालवू नये, पण चालवितात ती वृक्षावर! नाही का? मग इथे सरकारी फर्मानाचा कुठला आला आहे कुठाराघात? तर हे एक प्रकारे आलंकारिक बोलणे आहे. कुऱ्हाडीचा आघात झाल्यावर ज्याप्रमाणे वृक्षाला इजा होते आणि प्रसंगी त्याचे अस्तित्वही नष्ट होते, तसा हा सरकारी फर्मानाचा आघात या योजनांवर झाला असे आपल्याला म्हणायचे असते. अशा कोणत्याही अनिष्ट आघाताला आपण कुठाराघात म्हणू शकू.

■ ■

कुणबी

कुणबी : कुणबी हा एक विशिष्ट जातवाचक शब्द आहे. जातींचे वाचक हे शब्द नेमके कसे व केव्हा निर्माण झाले, हे सांगणे समाजशास्त्रज्ञांना अथवा इतिहासज्ञांना अद्याप शक्य झालेले नाही. त्यामुळे मग अशा शब्दांच्या व्युत्पत्ती देखील कित्येकदा कल्पनाश्रित असतात. कुणबी म्हणजे कुणीबी, म्हणजे कोणीही, अशी व्युत्पत्ती ऐकिवात आहे! परंतु ती निश्चितच चुकीची आहे. कुणबी हे मुख्यत्वे

शेतकरी आहेत आणि शेती हा काही सामान्य व्यवसाय नाही. संपूर्ण जीवनाचा तो आधार आहे. त्या दृष्टीने या शब्दाची एक वेगळी व्युत्पत्ती संभवते. कुटुंबीय या शब्दातील 'य' गाळून आपण कुटुंबी असा शब्द भाषेत वापरतोच ना? या कुटुंबी शब्दाचेच हे परिवर्तित रूप म्हणजे कुणबी! आपल्या गावातील जे लोक शेती करून गावाला धान्य देतात, ते कुटुंबी, म्हणून कुणबी. कदाचित शेती करणारी माणसे कुटुंब करून राहातात म्हणून ती कुटुंबी व नंतर कुणबी या अभिधानास पात्र ठरली असावीत. परंतु मुळात उदात्त असलेल्या संकल्पनाही कालौघात उदात्तता गमावून बसतात!

■■

कुंटणखाना

कुंटणखाना : वेश्यागृहाला कुंटणखाना म्हणण्याची प्रथा आहे. 'खाना' या घटकामुळे हा शब्द अरबी-फारसी असावा असे सकृद्दर्शनी वाटते. परंतु तसे नाही. खाना हे स्थानाचे रूपांतर आहे. कुंटीण म्हणजे तरुण मुलींना वेश्या व्यवसायासाठी सांभाळणारी स्त्री. तिचे स्थान ते कुंटणखाना. कुंटीण हा शब्द संस्कृतमधील कुट्टनी किंवा कुट्टिनी या शब्दाचे रूपांतर आहे. अर्थ तोच. आणि संस्कृतमधला हा शब्द कुट्ट्-कुट्ट्यति म्हणजे कुटणे (खलबत्त्यात चटणी कुटतात तसे) या धातूपासून तयार होतो. म्हणजेच कुट्टनी किंवा कुट्टिनी ही स्त्री आपल्या व्यवसायासाठी मुलींचे आयुष्य कसे कुटून चूर्ण करते, हेच या शब्दातून सुचविले जाते आहे. कुंटणखाना या शब्दात हा गंभीर अर्थ सामावलेला आहे.

■■

कुतूहल/जिज्ञासा

कुतूहल/जिज्ञासा : जिज्ञासा आणि कुतूहल यात फरक आहे. एखाद्या गोष्टीने आपले लक्ष वेधून घेतले गेले आणि त्या गोष्टीबद्दल आपल्याला नेमके ज्ञान नसले, तर आपल्याला एक प्रकारे आश्चर्य वाटते. काय बरे असावे हे? असा प्रश्न आपल्या मनात उत्पन्न होतो. नुसताच असा प्रश्न निर्माण होण्याला म्हणावे कुतूहल.

हे कुतूहल फार काळ टिकत नसते.

पण 'हे काय आहे' हे जाणून घेण्याची तीव्र इच्छा आपल्या मनात उत्पन्न झाली

(आणि त्या दिशेने आपण काही प्रयत्नही करू लागलो), तर त्या आपल्या इच्छेला म्हणावे, जिज्ञासा.

■ ■

कुलदीपक

कुलदीपक : कुलदीपक शब्दाचा अर्थ समजणे कठीण नाही. दीपक म्हणजे दिवा! त्यामुळे कुळाचा दिवा हा या शब्दाचा सरळ अर्थ झाला. दिवा हा स्वत: प्रकाशमान आणि आपल्या भोवतीचा प्रदेश प्रकाशित करणारा असतो, तसा लोकांमध्ये स्वत:च्या कर्तृत्वाने प्रसिद्धीला आलेला व त्याबरोबरच आपल्या कुटुंबालाही मान्यता मिळवून देणारा असा मुलगा असेल, तर त्याला कुलदीपक म्हणता येईल. परंतु जेव्हा मद्यपान करून घरी उशिरा येणाऱ्या आपल्या तरुण मुलाकडे पाहात 'हे आले आमचे कुलदीपक!' असे उद्गार एखादे गृहस्थ काढतात, तेव्हा कुलदीपक हा शब्द उलट अर्थाने वापरलेला असतो. या प्रकाराला विपरीत लक्षणा म्हणतात. आणि कुलदीपक हा शब्द सामान्यपणे या विपरीत अर्थानेच वापरला जातो! हा शब्द त्यामुळे निंदावाचक झालेला आहे.

■ ■

कूपमंडूक

कूपमंडूक : कूप म्हणजे विहीर. हा शब्द तसा कोणत्याही खोल खड्ड्यासाठी वापरता येतो. शौचकूप हा शब्द त्याचे एक उदाहरण आहे. परंतु सामान्यपणे कूपमंडूक म्हणताना कूप म्हणजे विहीर आणि मंडूक म्हणजे बेडूक.

विहिरीतल्या बेडकाचे जग त्या विहिरीपुरते मर्यादित असते. त्या विहिरीतच तो डराँव डराँव करीत असतो. तद्वत आपल्या संकुचित अशा क्षेत्रातच समाधान मानणाऱ्या व्यक्तीला कूपमंडूक म्हणता येईल. त्याच्या वृत्तीला तर कूपमंडूक वृत्ती असेच म्हणतात. ही कूपमंडूक वृत्ती सोडून जरा विशाल जगाकडे दृष्टिक्षेप टाकायला हवा आहे.

■ ■

कृतकृत्य

कृतकृत्य : आता बाकी काहीही कर्तव्य म्हणून राहिलेले नाही अशी अवस्था

दर्शविण्यासाठी कृतकृत्य हा शब्द वापरला जातो. उदाहरणार्थ – 'येवढं हे मुलीचं लग्न करून दिलं की, मी अगदी कृतकृत्य होईन बघा!' किंवा

'येवढंसं काही केलंत म्हणजे आपण अगदी कृतकृत्य झालो असं तुम्ही समजू नका!'

कृत्य म्हणजे पूर्ण करावयाचे काम. कृत म्हणजे करून झालेले. जेव्हा एखादे करावयाचे काम करून पूर्ण झालेले असेल, तेव्हा ते काम करणाऱ्या व्यक्तीला उद्देशून 'कृतकृत्य' हे विशेषण वापरता येईल. परंतु सामान्यतः एखाद्या विशिष्ट कामाच्या संदर्भात ते न वापरता, जे जे म्हणून करायला हवे ते ते 'कृत्य' असल्याने कृतकृत्य म्हणजे असे सर्व काही ज्याने केलेले आहे, तो कृतकृत्य झाला असे म्हणतात! या कृतकृत्यतेचे समाधान काही वेगळेच असते.

■ ■

कृतार्थ

कृतार्थ : कृतकृत्य आणि कृतार्थ हे दोन शब्द सामान्यतः एकच अर्थ दर्शवितात. 'कृत' हा घटक या दोन्ही शब्दांमध्ये समान (साधारण) आहे. फरक आहे तो कृत्य आणि अर्थ या घटकांमध्ये.

कृत्य म्हणजे जे करायला हवे आहे ते. परंतु अर्थ म्हणजे आपल्याला हवे आहे ते! ज्याच्या मागे आपण धावत असतो, जे मिळावे अशी आपली इच्छा असते, जे आपले साध्य असते, त्याला म्हणायचे अर्थ. या दृष्टीने सर्व अर्थ कृत्य या सदरात समाविष्ट होऊ शकेल. परंतु सर्व कृत्य 'अर्थ' स्वरूपात येणार नाही. कारण कित्येक गोष्टी आपण नाईलाजानेही करीत असतो, कुणाच्या तरी सांगण्यावरून करीत असतो. त्या करूनही आपण कृतकृत्य होऊ शकू. पण कृतार्थ तेव्हाच होऊ, जेव्हा आपल्याला जे जे हवे आहे ते ते आपण मिळविलेले असेल. ध्येय साध्य झाले, तर मोठी माणसे स्वतःला कृतार्थ समजतात.

■ ■

कृपया

कृपया : एक हिंदी भाषिक वक्ता व्यासपीठावरून श्रोत्यांना सूचना देत होता – 'कृप्या शांत हो जाइये।' हा 'कृप्या' शब्द फार तर 'कृपिया' असा उच्चारला जातो! विशेषतः हिंदी भाषिकांकडून! मराठी भाषिक सामान्यतः ही चूक करीत

नाहीत. ते सरळ कृपया असे म्हणतात. पण त्याचा अर्थ काय? – कृपा करून! केवळ कृपेने! आणि कृपा म्हणजे करुणा, दया!

'कृपया' असे आवाहन करण्यात एक प्रकारची अजीजी आहे! नम्रपणे विनंती करण्याची भावना आहे. इंग्रजीतल्या प्लीज शब्दासाठी हा संस्कृत शब्द मराठी भाषेत रूढ झालेला आहे. कृपया हे कृपा या शब्दाचे संस्कृत भाषेतले तृतीया विभक्तीचे रूप आहे! म्हणजे 'कृपया' हा शब्द वापरणारी व्यक्ती त्या शब्दापुरती शुद्ध संस्कृत भाषा बोलत असते!

■ ■

क्लृप्ती

क्लृप्ती : मराठी वर्णमालेमध्ये ऋ ॠ हे स्वर आहेत. त्यापैकी दीर्घ ॠ भाषेत वापरत नसल्याने बादच म्हटला पाहिजे. या स्वरांप्रमाणे लृ आणि लॄ हे स्वर वर्णमालेत आहेत. परंतु त्यातला दीर्घ लॄ संस्कृत भाषेतूनही लुप्तच झालेला आहे. ह्रस्व लृ देखील फारच थोड्या शब्दांमध्ये आहे. मराठीत तर 'क्लृप्ती' हा एकच शब्द या स्वराने युक्त दिसतो. क्लृप् कल्पते असा संस्कृत धातू आहे. त्याचा अर्थ कल्पना करणे म्हणजे नव्याने काही तरी विचार करणे असा आहे. कल्पना हा शब्दही याच धातूपासून मिळतो. त्याचप्रमाणे संकल्पही. क्लृप्ती हा शब्दही याच धातूपासून तयार होतो. 'कृ'पासून कृती, 'धृ'पासून धृती त्याप्रमाणे 'क्लृप्'पासून क्लृप्ती. म्हणजे कल्पनाच! पण क्लृप्ती शब्दाचा अर्थ मात्र विशेष विचार करून केलेली एखादी युक्ती असा मराठीत केला जातो. त्यातही थोडी इतरांच्या सहज लक्षात येणार नाही, असा पद्धतीने केलेली योजना, म्हणजे क्लृप्ती अशी एक अर्थाची 'धूर्त' छटा या शब्दाच्या अर्थात आहे.

■ ■

केळवण

केळवण : तरुणाचं अथवा तरुणीचं लग्न ठरलं म्हणजे त्यांची नातेवाईक व स्नेही मंडळी त्यांना लग्नापूर्वी आपल्या घरी जेवायला बोलावतात. या जेवणाला केळवण म्हणतात.

यातला मूळ शब्द 'केलिवन' असा असावा. केलि म्हणजे क्रीडा आणि वन म्हणजे उद्यान. लग्न ठरलेल्या व्यक्ती लग्नापूर्वी केलिवनात गेलेल्या असल्या

पाहिजेत, हा या केळवणामागचा संकेत किती हृद्य आहे नाही? गुजराथी भाषेत केळवणी या शब्दाचा अर्थ शिक्षण, उपदेश असा आहे; त्या केळवणीचा आणि केलिवनाचाही संबंध नाकारता येणार नाही!

■ ■

कोडकौतुक

कोडकौतुक : कुणाचेही काय, कौतुक करणे हे केव्हाही चांगलेच, नाही का? पण असे असूनही आपण असेही केव्हा तरी म्हणतोच ना की, 'हे तुझं कोडकौतुक फार घातक ठारणार आहे हं! जरा जपूनच!'

हे घातक ठरू शकणारं कौतुक नुसतं कौतुक नसतं, तर कोडकौतुक असतं. हे काही वेगळ्या प्रकारचं कौतुक आहे का? प्रकार वेगळा नाही, पण कौतुकाची धनी होणारी व्यक्ती वेगळी आहे. आपण कोडगा शब्द जाणतो. अश्या कोडग्या व्यक्तींचे केलेले कौतुक म्हणजे कोडकौतुक! पुष्कळदा काय होते की, शब्द वापरत वापरत लोक त्याचा मूळ अर्थही विसरून जातात! त्यामुळेच तर कौतुक आणि कोडकौतुक यातला नेमका फरक आताच्या आपल्या भाषिक व्यवहारात चटकन स्पष्ट होऊ शकत नाही. पण कोडकौतुकाला एक प्रकारची वात्सल्याची झालर असते, हे तरी खरे? कोडग्याचे कौतुक वात्सल्याशिवाय होत नसते.

■ ■

कोडगा

कोडगा : 'मुलाला त्याच्या चुका नीट समजावून सांगा, त्याला मारू नका; अशाने तो कोडगा होऊन बसेल!' असा उपदेश शिक्षक आपल्या वर्गातल्या उनाड मुलाच्या पालकांना करताना आपण ऐकले असेल! तुम्हीही काही वेळा रस्त्यावर क्रिकेट खेळून तुमच्या खिडकीची काच फोडणाऱ्या व नंतर पळून जाणाऱ्या मुलांना उद्देशून निदान मनात म्हटलेच असेल - 'काय कोडगी झालीयेत ही मुलं!'

कोडगा हा शब्द मराठीत आला आहे तो कानडी भाषेतील 'कोट्टिगे' या शब्दावरून. बेशरम हा त्याचा अर्थ. पण असा एक शब्द दुसऱ्या भाषेतून घेण्याची मराठीला आवश्यकता का वाटावी? मराठी माणसांमध्ये कोडगेपणा नसतो, त्यामुळे त्यासाठी मराठीत शब्द नाही, असे आहे का? नाही! निर्लज्ज हा शब्द त्यासाठी पुरेसा आहे.

■ ■

क्रय-विक्रय

क्रय-विक्रय : वस्तूंची निर्मिती झाली की, त्यांची विक्री केली जाते आणि त्यांचे अश्या पद्धतीने हस्तांतरण म्हणजेच त्या वस्तूंची खरेदी असते. खरेदी या शब्दाचे मूळ आहे 'क्रय' या संस्कृत शब्दात.

ग्राहकांची क्रयशक्ती म्हणजे गिऱ्हाईकांची (वस्तू) खरेदी करण्याची क्षमता, हे आपण जाणतो. गिऱ्हाईक वस्तू विकत घेण्याची इच्छा करीत असेल आणि ती इच्छा पूर्ण करून घेण्याइतपत त्याची क्षमता असेल, तरच त्या वस्तूची विक्री म्हणजे विक्रय होणार! म्हणून प्रथम खरेदीदार व नंतरच विक्रेता. हाच क्रम क्रय-विक्रय या शब्दांच्या जोडीने सुचविला जातो. मराठीतही आपण खरेदी-विक्री याच क्रमाने शब्द वापरतो.

■ ■

क्रांतदर्शी

क्रांतदर्शी : कवींचे अथवा तत्त्वज्ञांचे वर्णन पुष्कळदा क्रांतदर्शी हे विशेषण वापरून करण्याची प्रथा आहे. हे लोक भविष्यात पाहू शकतात. ते जो विचार करतात, तो पुढे येणाऱ्या काळासंबंधीचा असतो आणि तो केव्हा तरी प्रत्यक्षात येण्याची शक्यता असते (जरी आज तसे होणे अनेकांना अशक्य वाटत असले तरीही), असा अर्थ या विशेषणातून व्यक्त करावयाचा हेतू ते वापरणाऱ्याच्या मनात असतो. हे विशेषण भाषेत या अर्थाने रूढ झाले आहे खरे; परंतु या शब्दाचा वाच्यार्थ मात्र तसा नाही! क्रांत हे भूतकालवाचक विशेषण असून घडून गेलेली घटना हा या शब्दाचा अर्थ. त्यामुळे क्रांतदर्शीचा अर्थ होईल भूतकाळाचे दर्शन घेणारा!

म्हणजे आज रूढ आहे तो अर्थ नेमका उलट आहे, नाही का? जे अद्याप घडावयाचे आहे तेच घडलेले आहे (क्रांत), असे दृश्य पाहणारा तो क्रांतदर्शी असे एक वेगळे स्पष्टीकरण मात्र येथे देता येणे शक्य आहे किंवा मग काळ पुढे सरकला आहे, क्रांत झाला आहे, अशी कल्पना करून त्या वेळेचे दृश्य पाहाणारा तो क्रांतदर्शी असेही म्हणता येईल.

■ ■

क्षण/मुहूर्त

क्षण/मुहूर्त : अगदी एका क्षणात मी तिथे जाऊन परत येतो बघ! असं जर तुम्हाला कुणी एखाद्या प्रसंगी म्हटलंच, तर तुम्ही त्याला विचाराल, 'अहो, क्षणात इकडून तिकडे जाणे-येणे हे फक्त मनाला शक्य असते! तुम्ही काय इतके वेगवान आहात काय?'

पण लक्षात घ्या की, क्षण-काळ हा आपण सामान्यत: समजतो तितका अल्प, म्हणजे थोडा नसतो बरं का! एक क्षण म्हणजे केवढा काळ? तो कसा मोजायचा? तर त्यासाठी 'मुहूर्त' म्हणजे किती काळ ते समजून घ्यायला हवं!

आपला एक संपूर्ण दिवस – अहोरात्र – म्हणजे आजच्या भाषेत चोवीस तास की नाही? तर एका संपूर्ण दिवसाचे एकूण तीस मुहूर्त होतात. याचा अर्थ एक मुहूर्त म्हणजे चौदाशे चाळीस भागिले तीस इतकी मिनिटे. म्हणजे? करून पाहा – अठ्ठेचाळीस मिनिटे! असा एक मुहूर्त काळ होण्यासाठी तीस क्षण जावे लागतात! म्हणजेच एक क्षण हा एक मिनिट छत्तीस सेकंद इतका मोठा असतो. घड्याळ लावून इतका वेळ मोजून बघा! क्षणभर!

■ ■

क्षमता

क्षमता : क्षम् म्हणजे सहन करणे. या संस्कृत धातूपासून जसा क्षमा हा शब्द मिळतो, तसाच क्षमता हाही शब्द प्राप्त होतो.

या क्षमता शब्दाचा 'सहन' करण्याच्या शक्तीशी काही संबंध आहे काय? होय आहे. एखाद्या पाण्याच्या टाकीत किती लिटर पाणी मावते असे विचारल्यावर टाकीचा मालक सांगतो, हिची क्षमता पाचशे लिटरची आहे. म्हणजे काय, तर ही टाकी पाचशे लिटर पाणी सहन करू शकते, त्यापलीकडे काही सहन करू शकत नाही!

या टाकीची तेवढीच 'पात्रता'देखील असते. म्हणजेच पर्यायाने ते 'पात्र' म्हणजे भांडे तेवढ्या क्षमतेचे असते. बघा, प्रत्येक शब्द कसा अर्थवाही आहे ते!

धावपटूंची धावण्याची क्षमता, पोहण्याची क्षमता, इतकेच कशाला, कोणतेही कार्य करण्याची क्षमता (म्हणजेच कार्यक्षमता) या सर्व क्षमता त्या-त्या गोष्टींच्या संदर्भातल्या सहनशीलतेच्याच वाचक असतात.

तुम्ही कोणतीही गोष्ट किती पेलू शकता, किती प्रमाणात तिच्याशी मुकाबला

करू शकता, त्याचे मोजमाप म्हणजे तुमची त्या-त्या गोष्टीच्या संबंधातली क्षमता असते.

■■

क्षमस्व/ क्षम्यताम्

क्षमस्व/क्षम्यताम् : गुड मॉर्निंग/गुड नाईट किंवा थँक्स, एक्स्क्यूज मी, प्लीज वगैरे इंग्रजी शब्दांच्या ऐवजी मराठी (आणि तेही सामान्यपणे संस्कृतोद्भव) शब्द वापरावे असे मानणारे अनेक लोक भेटतात. मराठी भाषा जिवंत राखण्याची तळमळ असते ना! त्यामुळे!

त्यात 'क्षमा करा' या अर्थाने 'क्षमस्व' असा शब्द वापरण्याची प्रथा पडलेली आहे. Forgive या अर्थानेही क्षमस्व असाच शब्द वापरात आहे.

शुद्ध संस्कृत शब्द असल्याने त्याला एक प्रतिष्ठा आहे, असे मानले जाते. पण लक्षात घ्या की, क्षमस्वचा अर्थ 'क्षमा करा' असा नाही, तर 'क्षमा कर' असा म्हणजेच 'तू' क्षमा कर, असा आहे. आपण ज्यांच्याशी बोलत असतो, त्यांच्याशी 'तू' असे एकवचनी संबोधन करून खरे तर आपण बोलू इच्छिणार नाही! पण 'क्षमस्व'मध्ये हा अर्थ आहे, हे आपण लक्षात घेत नसल्यानेच आपण हा प्रमाद करतो.

तो टाळण्यासाठी क्षमस्व ऐवजी 'क्षम्यताम्' असे म्हणावे. ते व्याकरणाच्या दृष्टीने योग्य होईल.

■■

क्षमा

क्षमा : दया, क्षमा, शांती वगैरे शब्द आपण नेहमीच वापरतो. आपले काही चुकले (आणि त्याची आपल्याला जाणीव झाली), तर आपण संबंधित व्यक्तीला म्हणतो, 'क्षमा करा!' किंवा 'क्षमस्व' (अर्थात त्यासाठी आपला स्वभावही तेवढा नम्र हवा!) वडील माणसांनी लहानांना त्यांच्या अपराधाची क्षमा केली पाहिजे, असे आपण समजतो. म्हणजे अखेर, क्षमेचा संबंध तत्पूर्वी घडणाऱ्या एखाद्या चुकीशी, अपराधाशी असतो.

हा अपराध, ही चूक सहन करणे ज्यांना शक्य होत नाही, ते कधी क्षमा करू शकत नाहीत. म्हणजेच क्षमाशीलता ही पुन्हा 'सहन करणे' या वृत्तीशी संबंध राखते. खरे तर क्षमा म्हणजेच सहनशीलता! क्षम्-क्षमते असा संस्कृतमध्ये धातू आहे, त्यापासून क्षमा हा शब्द सिद्ध होतो आणि क्षम् धातूचा अर्थ आहे सहन

करण्याची वृत्ती बाळगणे! क्षम् म्हणजे to endure, to bear with patience. आपल्या नित्य परिचयातली पृथ्वी ही सर्वांत अधिक सहनशील असल्याने तिला संस्कृतमध्ये 'क्षमा' हेही एक नाव प्राप्त झालेले आहे! क्षम् या धातूचा इंग्रजीत अर्थ सांगताना 'to forgive' असेही सांगण्यात येते. Forgiveness ही गोष्टही अपराध सहन करण्यातूनच साकार होत असते.

■ ■

क्षितिज

क्षितिज : क्षितिजावरचा सूर्य, क्षितिजापर्यंत जाणारी दृष्टी इत्यादि शब्दबंधांमध्ये आपण 'क्षितिज' शब्द वापरतो. हा शब्द क्षितिज असा आहे. (क्षितीज असा नाही.) क्षितिज म्हणजे नेमके काय? 'डोंगरावर जसे जसे उंचावर जावे, तसे तसे क्षितिज विशाल होत जाताना दिसते.' असे एखादे वाक्य आपल्या वाचण्यात येते. मग हे क्षितिज मुळात लहान असते का? आणि ते विशाल कसे काय होते? क्षितिज नेमके कुठे दाखविता येते का? क्षिति म्हणजे पृथ्वी. 'ज' म्हणजे जन्मलेले. 'ज'चा उच्चार जय, विजय या शब्दांमधील 'ज'प्रमाणे; जहाजमधील 'ज'प्रमाणे नाही! क्षितिज हे पृथ्वीपासून जन्मलेले, म्हणजे पृथ्वीमुळे निर्माण होणारे असते. पृथ्वीवर आकाश ज्या ठिकाणी टेकलेले 'दिसते' त्या वर्तुळाकार भागाला क्षितिज म्हणतात. प्रत्यक्ष कुठेच असे आकाश टेकत नसते. जसजसे उंचावर जावे तसतसे क्षितिजाचे हे वर्तुळ मोठे होत जाते. मुंबईसारख्या शहरात क्षितिज दिसणेही दुर्मिळच असते.

■ ■

खग

खग : मराठी साहित्यातील नल-दमयन्तीच्या उपाख्यानात मध्ययुगीन अशी एक ओळ वाचलेली आठवत असेल तुम्हाला –

तदितर खग भेणे वेगळाले पळाले - त्या विशिष्ट हंसाखेरीजचे इतर पक्षी वेगवेगळ्या दिशांनी पळून (उडून) गेले, हा या ओळीचा अर्थ. यात खग म्हणजे पक्षी. का बरं? तर 'ख' म्हणजे आकाश. खगोलशास्त्र या आपल्या परिचित शब्दात 'ख' आहेच. 'ग' हा गतिवाचक शब्द आहे. आकाशात गती मिळालेला म्हणून खग म्हणजे पक्षी.

■ ■

खरेदी-विक्री

खरेदी-विक्री : क्रय-विक्रय या विशिष्ट क्रमानेच येणाऱ्या संस्कृत शब्दाचे मराठी रूपांतर, त्याच क्रमाचा स्वीकार करून खरेदी-विक्री असे झालेले आहे. या क्रमातून असे सूचित होते की, खरेदीदाराची गरज आणि क्षमता यांच्यावरच पुढे विक्रेत्याची कृती अवलंबून असते.

आजच्या जाहिरातीच्या युगात हा क्रम थोडा बदललेला दिसतो. वस्तूचे उत्पादक जनतेत गरज निर्माण करून वस्तूचे उत्पादन करतात. विक्रेते जाहिरातीच्या रूपाने संभाव्य ग्राहकांत त्या वस्तूचे आकर्षण निर्माण करतात व आजची चैन ही उद्याची गरज असे चक्र निर्माण होऊन उत्पादक-विक्रेता-ग्राहक अशा क्रमाने शब्दरचना होऊ लागते. एखादी शब्दरचना ही सामाजिक स्थितीची निदर्शक असते, ती अशी.

■ ■

खाकरणे

खाकरणे : कित्येकांना व विशेषत: शिक्षकी पेशातल्या व्यक्तींना, वक्त्यांना बोलायला प्रारंभ करताना खाकरण्याची सवय असते! असते ना? घशात कफाचा अंश असल्याने शब्दोच्चार स्पष्ट होत नाही. म्हणून खाकरून घसा थोडा साफ करण्याची सवय असणे स्वाभाविकच आहे. परंतु खाकरणे या क्रियेने नुसत्या शब्दोच्चाराला नव्हे, तर कोणत्या तरी कामाला, कृतीला प्रारंभ करणारेही लोक असतातच. विशेष म्हणजे मराठी भाषेमध्ये खाकरणे (खांकरणे) या धातूचा अर्थच मुळी कार्यारंभ करणे असा आहे! विश्वास बसत नाही? अहो, ज्ञानेश्वरांनी वापरला आहे हा शब्द या अर्थाने! 'शास्त्राचेनि कीर नांवे। खांकरोही नेणती जीवे।' – खरोखर, शास्त्राच्या नावाने अंत:करणपूर्वक आरंभ करण्याचेही ते जाणत नाहीत, हे वाक्य आहे ज्ञानेश्वरीतील १७ व्या अध्यायातले! मग आता कोणत्याही कामाची सुरुवात खाकरण्याने होणे, हे तसे स्वाभाविकच म्हटले पाहिजे, नाही का?

■ ■

खांदेपालट

खांदेपालट : मंत्रिमंडळातला मधूनमधून होत असणारा खांदेपालट आपल्या परिचयाचा आहे. एका विशिष्ट खात्याची जबाबदारी ज्या कुणावर होती, ती

त्याच्याकडून काढून घेऊन दुसऱ्या कुणाला तरी दिली जाणे, म्हणजे त्या खात्याची खांदेपालट. 'मंत्रीपालट' असा शब्द वापरता येण्यासारखा असूनही हा खांदेपालट इथे कशासाठी? पण इथेच काय, कोणतीही जबाबदारी दुसऱ्यावर सोपवणे म्हणजे खांदेपालटच!

खरे म्हणजे हा शब्द मुळात किती वेगळ्या क्षेत्रातला आहे! मृत व्यक्तीचे प्रेत बांबूच्या तिरडीवर बांधून ती तिरडी अथवा पेटीत घालून ती पेटी आपल्या खांद्यावर घेऊन माणसे स्मशानात जातात, तेव्हा त्या प्रेतवाहकाच्या खांद्याला कळ लागल्यावर अथवा लागण्यापूर्वी दुसरी व्यक्ती तेथे आपला खांदा पुढे करते, या कृतीला म्हणतात, खांदेपालट! हा शब्द सर्वच जबाबदाऱ्यांच्या संबंधात वापरताना आपण त्या जबाबदारीच्या कामाचेच एक प्रकारे मूल्य कमी करीत असतो, नाही का?

■ ■

गंगाजळी

गंगाजळी : देशाने परकी चलनाची आपली गंगाजळी वाढविणे आवश्यक आहे, असा विचार वारंवार व्यक्त केला जात असतो. यातील गंगाजळी शब्दाचा अर्थ काय?

गंजाजळी म्हणजे साठवून ठेवलेले धन. ज्या धनाचा उपयोग अत्यावश्यक तेव्हाच किंवा नेमक्या एखाद्या वेळीच करावयाचा असतो, वारंवार ज्या धनाला हात लावायचा नसतो ते धन म्हणजे गंगाजळी. म्हणून काही संस्थांमध्ये सभासदांकडून हप्त्याहप्त्याने एकत्र करावयाच्या, परंतु वर्षातून एखाद्याच विशिष्ट वेळी वापरावयाच्या धनसंचयालाही गंगाजळी म्हणण्याची प्रथा आहे. गंगाजळी या शब्दाचा शब्दश: अर्थ आहे, गंगेचे साठवून ठेवलेले पाणी! मनुष्याच्या मृत्यूच्या वेळी त्याला गंगाजल पाजता यावे यासाठी काशीयात्रेहून येताना आणलेले गंगाजल जपून ठेवण्याची प्रथा आहे. ते केवळ शेवटच्या प्रसंगीच वापरावयाचे असते, एरवी सुरक्षित ठेवायचे! याच अर्थाने सुरक्षित ठेवायच्या व केवळ अत्यंत अडचणीच्या प्रसंगी वापरावयाच्या धनसंचयाला गंगाजळी म्हणतात.

■ ■

गणगोत

गणगोत : गणगोत म्हणजे आपल्या संबंधातली सगळी माणसे. पण हे संबंध

फक्त नातेवाईकांपुरते मर्यादित नसतात. या संबंधित माणसांमध्ये मित्रमंडळींचाही समावेश होत असतो. केवळ नातेसंबंध नातीगोती किंवा नुसत्या गोत या शब्दाने सांगता येतात. पण या गोत शब्दाला आधी जोडलेला 'गण' हा शब्द काय सांगतो? गण म्हणजे समूह आणि हा समूह मित्रमंडळी व इतर सारे परिचित, निरनिराळ्या क्षेत्रातील सहकारी, मार्गदर्शक इत्यादींचाच असू शकतो. हे सर्व गण-घटक प्रसंगी आपल्या मदतीला धावून येणारे, आपले साहाय्यक देखील असतात.

■ ■

गदारोळ

गदारोळ : पानिपतच्या किंवा अन्य एखाद्या प्रसिद्ध युद्धाचे वर्णन वाचताना आपल्याला गदारोळ हा शब्द मिळतो. 'एकच गदारोळ झाला!' असे एखादे वाक्य आपल्यासमोर येते.

हा गदारोळ होतो म्हणजे काय होते? गडबड-गोंधळ, पळापळ, आरडाओरड असा काहीसा अर्थ आपण संदर्भानुसार समजून घेतो. हा अर्थ तर इथे आहेच, पण मुख्यत: गदारोळात आरडाओरड (या आरडाओरडीत सामील असणारांना परस्परांचे शब्द नीट समजेनासे होत असतात अशी) होत असते. असा गदारोळ आपण अलीकडे विधानसभा अथवा लोकसभा या प्रतिनिधीगृहांमध्ये होत असल्याचे ऐकत असतो.

गदारोळ या शब्दात आरोळ हा एक घटक बाजूला केला की, या आरोळ शब्दाचा आरोळीशी संबंध असल्याचे जाणवेल. रु-रौति असा धातू असून 'आ' हा उपसर्ग त्यामागे जोडला की, ओरडणे हा अर्थ मिळतो. त्यापासून आरोळ हा शब्द. आणि 'गद्' या धातूचाही अर्थ शब्द करणे, आवाज करणे असाच आहे. गदारोळ शब्दात याप्रमाणे आवाज करणे या अर्थाचे दोन धातू एकवटलेले आहेत.

■ ■

गतानुतिक

गतानुतिक : नवे काही करून पाहाण्याची उमेद अथवा इच्छाही न बाळगता, आपल्या आधीच्या लोकांचे केवळ आंधळेपणाने अनुकरण करणाऱ्यांना गतानुतिक असे संबोधतात आणि त्यांच्या वृत्तीला गतानुतिक वृत्ती म्हणतात. गत म्हणजे

भूतकाळात जे घडले आहे ते. अनुगती म्हणजे अनुसरण, अनुकरण करणे. हे अनुसरण करताना आधीच्यांनी नेमके तसेच वर्तन का केले होते, याचा विचार होत नसतो. पुष्कळदा या कृती सध्याच्या संदर्भात निरर्थक तर नाहीत ना, अशी मनाला शंका देखील चाटून जाते, परंतु त्या कृतीचे परीक्षण करण्याच्या भानगडीत न पडता, पूर्वीचे लोक तसे करीत होते ना, मग आपण तसेच केले पाहिजे या वृत्तीनेच जेव्हा एखादा मनुष्य वागतो, तेव्हा तो गतानुगतिक ठरतो. धार्मिक क्रियांमधील बहुतांश तपशील या पद्धतीनेच स्वीकारला जात असतो. उदाहरणार्थ विवाहविधीतील सीमांतपूजन.

■ ■

गंधमुक्ती

गंधमुक्ती : मनुष्य मृत्यू पावला की, त्यानंतर त्याची उत्तरक्रिया करतात. या उत्तरक्रियेसंबंधीचे प्रकट निवेदन पुष्कळदा वृत्तपत्रांमधून केले जाते. त्या निवेदनात दशक्रिया, अस्थिविसर्जन अशा शब्दप्रयोगांप्रमाणेच गंधमुक्ती याही शब्दाचा वापर झालेला आढळतो.

या शब्दात 'गंध' या शब्दाला काय अर्थ आहे, माहीत आहे?

मुके प्राणी वस्तूचे स्वरूप समजून घेण्यासाठी ती वस्तू नाकाने हुंगतात, हे आपण पाहातो. दोन वस्तू एकाच जातीच्या आहेत हे त्यांना समजते, ते त्यांच्या समान वासावरून. म्हणजेच गंधावरून. 'गंध' ही गोष्ट याप्रमाणे संबंध प्रस्थापित करणारी असते. म्हणून गंध म्हणजे नाते. सगंध हा शब्द समान गंध असणारा, म्हणजेच संबंधी या अर्थाचा आहे. या गंधापासून मुक्ती म्हणजेच संबंधापासून मुक्ती. हीच गंधमुक्ती. व्यक्तीच्या मृत्यूने तिच्याशी असलेला संबंध संपला, हीच ती गंधमुक्ती!

■ ■

गंधर्व

गंधर्व : गंधर्व ही एक पौराणिक मनुष्य-जाती आहे. पौराणिक आहे याचा अर्थ आजच्या भाषेत, हे एक मिथक आहे. किंनर ज्याप्रमाणे सुरेल गाणारे म्हणून प्रसिद्ध आहेत, त्याचप्रमाणे गंधर्व हे त्यांच्या सौंदर्यासाठी व गुलहौशी स्वभावासाठी, स्त्री-पुरुष संबंधाच्या क्षेत्रात स्वातंत्र्य घेण्याच्या त्यांच्या प्रवृत्तीसाठी प्रसिद्ध आहेत.

त्यामुळेच मात्यापित्यांच्या संमतीशिवाय केलेल्या विवाहाला गांधर्व-विवाह (गंधर्वांच्या पद्धतीने केलेला विवाह) असे म्हटले जात असते. गंधर्व या शब्दात गंध आणि रव हे जे दोन (शब्द) ध्वनी आहेत, ते सुगंध आणि संगीत यांचे सूचक दिसतात. प्रेमिकांच्या दुनियेत या दोन्ही गोष्टींना विशेष स्थान असते ना?

■ ■

गप्पाष्टक

गप्पाष्टक : 'परीक्षा जवळ आली आहे, जरा अभ्यासाकडे लक्ष द्या, गप्पाष्टकात वेळ चालला आहे, तो जरा कमी करा.' हा वडीलकीचा सल्ला बऱ्याच तरुण मुलांना ऐकवा लागत असतो. यातले हे गप्पाष्टक म्हणजे नेमके काय?

गप्पा तर आपण सगळेच मारीत असतो. म्हणजे इकडच्या-तिकडच्या कुठल्याही नेमक्या विषयाला धरून नसलेल्या, तरीही प्राप्त स्थितीत लक्षवेधक ठरणाऱ्या गोष्टी, वार्ता म्हणजे गप्पा. बऱ्याचशा प्रमाणात त्या आपले व आपल्याबरोबरच्या लोकांचे मनोरंजन करीत असतात. त्या गप्पा मारण्यात वेळ कसा चटकन निघून जातो, ते तर कधीच कळत नसते.

पण हे 'अष्टक' काय आहे? 'अष्टक' म्हणजे आठांचा समूह! गप्पांच्या मैफिलीत दोन-तीन नव्हे, तर अगदी आठांची जेव्हा हजेरी लागते तेव्हा ते होते गप्पाष्टक. त्यामुळे गप्पा एका विषयावरून दुसऱ्या विषयावर चटकन उडी घेऊ शकतात. शिवाय आज जसे आपण संख्या मोजताना दहा बोटांचा उपयोग करून 'दहा'चे एक माप तयार करतो, तसे एके काळी चार चार बोटे मिळून आठ हीच संख्या ही मापाची संख्या मानीत असत. त्यामुळे आठ म्हणजे अगदी भरपूर, मोजण्यापलीकडे जाणारी संख्या! अष्टकात केवळ आठच असतील असे नाही!

■ ■

गबाळग्रंथी

गबाळग्रंथी : गबाळ हा शब्द मराठीत निरुपयोगी वस्तूंसाठी वापरला जातो. गबाळं म्हणजे गाठोडं! मूळचा संस्कृत शब्द आहे गभोलिक. डोक्याखाली घ्यायची गोल उशी. प्रवासी माणसं आपल्या जवळचं गाठोडंच डोक्याखाली घेत असत. त्या गाठोड्यात खरं म्हणजे त्या प्रवाशाच्या दृष्टीनं उपयुक्त वस्तू असणार. पण दुरून ते गाठोडं

पाहाणाराला मात्र 'कशाला ही भरताड भरली आहे कुणास ठाऊक!' असं वाटणं साहजिक आहे. म्हणून गबाळ म्हणजे निरुपयोगी गोष्टी. शिवाय गाठोडं बांधण्याची कृती कशी असते? एक चौरसाकृती मोठे वस्त्र घ्यायचे, त्यावर त्या वस्तू कशाही ठेवायच्या अन् त्या वस्त्राची चारी टोकं एकत्र आणून बांधून टाकायची. त्यात पुष्कळदा अजागळपणा, बेशिस्त यांचाच प्रत्यय यायचा! त्यामुळे अनेक गोष्टींचा स्वत:जवळ संग्रह करताना बेशिस्तीनं तो करणाराला म्हणायचं, गबाळग्रंथी! ग्रंथी म्हणजे गाठ मारणारा! म्हणजेच गाठोडं बांधणारा. त्यामुळे एखादा विद्वानही गबाळग्रंथी असू शकतो! नीटनेटकेपणाचा अभाव असणाऱ्या व्यक्तीसाठी हे विशेषण वापरता येते.

■ ■

गंभीर

गंभीर : एखाद्या माणसाच्या स्वभावाचे वर्णन करताना कुणी हा शब्द (गंभीर) वापरू शकेल. गंभीर म्हणजे काय? खोल. खोल खोल... ज्याचा तळ सहसा सापडणार नाही असा. अगाध हा त्या शब्दाचा अर्थ सांगता येईल. गंभीर हा संस्कृत भाषेतून मराठीत आलेला तत्सम शब्द आहे. परंतु त्याचे वैशिष्ट्य असे की, संस्कृतमध्ये हा शब्द गभीर (अनुस्वाररहित ग) असाही आढळतो. विशेषत: वैदिक काळात. पुढच्या काळात या गभीरचे रूपांतर संस्कृतमध्येच गंभीर असे झालेले आढळते. भाषेतले शब्द बोलता बोलता बदलत जातात ते असे! असा अनुस्वारयुक्त उच्चार करण्याची अनेकांना हौस असते. उदाहरणार्थ 'चरित्रामृत' हा शब्द काही लोक चरित्रांमृत असा उच्चारतात व लिहितातही! संस्कृत भाषा ही दैनंदिन व्यवहारात होती, तेव्हा असे अनेक बदल संस्कृतमध्येच झालेले आपल्याला आढळतात. पूर्वी संस्कृत ही बोली भाषा असल्याचाच हा पुरावा असतो.

■ ■

गर्भश्रीमंत

गर्भश्रीमंत : 'मुळात तो केवळ एक रिक्षाचालक होता, पण त्याने काही वर्षांतच इतकी संपत्ती (न कळे कोठून) मिळविली की, आता तो गर्भश्रीमंत झालेला आहे!' असे एखादे वाक्य वृत्तपत्रात वाचण्यात आले की, लक्षात येते – या लेखकाने गर्भश्रीमंत या शब्दाचा अर्थ नीट लक्षात घेतलेला नाही.

गर्भश्रीमंत म्हणजे केवळ खूप खूप श्रीमंत नव्हे! तर जन्मापूर्वीपासूनचा श्रीमंत.

व्यक्तीचा जन्म हा 'गर्भ' या अवस्थेपासून समजून घेतला म्हणजे या गर्भ अवस्थेत असतानाच ज्या व्यक्तीला सांपत्तिक सुबत्ता लाभलेली असेल, तिलाच 'गर्भश्रीमंत' म्हणणे योग्य होईल. या जन्मात गरिबीतून वर येऊन स्वत:च्या कष्टाने अथवा भ्रष्टाचाराने संपत्ती मिळविणाऱ्या व्यक्तीचे वर्णन 'गर्भश्रीमंत' या शब्दात करणे योग्य होणार नाही. या निमित्ताने आता कष्टश्रीमंत, भ्रष्टश्रीमंत असे काही नवे शब्द रूढ करता येतील.

■ ■

गर्हणीय

गर्हणीय : संस्कृत भाषेतून जसाच्या तसा म्हणजेच तत्सम स्वरूपात मराठीत आलेला हा शब्द आहे. विचारप्रवर्तक, विशेषत: मागच्या पिढीच्या लेखकांनी लिहिलेल्या अशा निबंधांमधून आपल्याला हा शब्द आढळेल.

अलीकडेही काही ठिकाणी हा शब्दप्रयोग लेखनात, भाषणात आढळतो; पण शक्यता आहे की, प्रौढ संस्कृत भाषा वापरण्याच्या नादात अभिप्रेत अर्थाच्या नेमक्या उलट अर्थाने तो कुणी तरी वापरलेला असेल. उदा. या त्यांच्या अत्यंत गर्हणीय देणगीबद्दल आम्ही त्यांचे आभारी आहोत' हे वाक्य पाहा. वक्त्याला काय म्हणायचे आहे? स्तुत्य देणगीबद्दल, असेच ना? पण गर्हणीय शब्दाचा अर्थ मात्र नेमका उलट आहे! गर्ह् या संस्कृत धातूचा अर्थ आहे, निंदा करणे, नापसंती व्यक्त करणे! गर्हणीय म्हणजे निंदनीय. गर्हा म्हणजे निंदा असे नामही या धातूपासून तयार होते.

मग आता वर उल्लेखलेले ते वक्त्याचे आभाराचे भाषणच गर्हणीय ठरेल, नाही का?

■ ■

गलथान

गलथान : या सरकारच्या गलथान कारभाराचे किती म्हणून पुरावे द्यावे?' असे वाक्य विरोधी पक्षीय पुढाऱ्यांच्या तोंडी अनेकदा असते. यात कारभाराचे गलथान हे जे विशेषण आहे, त्याचा नेमका अर्थ काय? काही वेळा शेळीच्या किंवा बोकडाच्या गळ्याशी, गायीच्या स्तनाला लोंबणारे सड असतात तसे दोन लोंबणारे भाग असतात. त्यांना अजागलस्तन म्हणतात. ते स्तन अथवा सड निरुपयोगी

असतात. त्यावरून जसा अजागळ हा शब्द आपल्याला मिळतो, तद्वतच गलथान हाही एक शब्द मिळतो. हे गलथान, गळ्यापाशी असलेले तथाकथित स्तन हे केवळ दिखाऊ, बेशिस्तीने लोंबत राहिलेले व दूध प्राप्त होण्याच्या दृष्टीने पूर्णतः निरुपयोगी असतात. कुणीही केलेला गलथान कारभार हा असाच केवळ देखाव्यापुरता आणि निरुपयोगी असतो. कोणत्याही कामात गलथानपणा हा योग्य नसतोच.

■ ■

गलितगात्र

गलितगात्र : एखाद्या विपरीत परिस्थितीत एखादा मनुष्य नुसताच हतबुद्ध होत नाही, तर तो गलितगात्र देखील होतो. पण म्हणजे या दोन शब्दांचे अर्थ वेगवेगळे आहेत काय? होय, निश्चित वेगवेगळे आहेत.

हतबुद्ध झालेल्या व्यक्तीची बुद्धी विकल झालेली असते. गलितगात्र व्यक्तीची गात्रे गळून गेलेली असतात. गात्रे म्हणजे शारीरिक अवयव. मुख्यतः हातपाय. हातापायातली शक्ती नाहीशी झाल्यासारखी वाटणे म्हणजे गलितगात्र होणे. ही अवस्था अचानक एखादी भयकारक परिस्थिती उद्‌भवली, तर उत्पन्न होऊ शकते. या स्थितीत हातपाय थरथरू लागतात, तोंड कोरडे पडते, तोंडातून शब्द बाहेर पडत नाहीत. 'गलितगात्र' ही अवस्था अशी केवळ भयामुळेच निर्माण होते, असे मात्र नाही. वृद्धत्वामुळे माणसाचे शरीर थकते. त्याच्या हातापायात बळ राहात नाही. पण असा वृद्ध गलितगात्र झालेला असला, तरी पुष्कळदा त्याची बुद्धी तीक्ष्ण असते. विचारशक्ती क्षीण झालेली नसते. म्हणजेच असा मनुष्य गलितगात्र झालेला असला, तरी हतबुद्ध मात्र झालेला नसतो.

■ ■

गवसणे

गवसणे : शेवटी या प्रश्नाचं उत्तर सापडलं की नाही? या प्रश्नातील सापडलं या शब्दाऐवजी गवसलं हा शब्द अनेकांच्या मुखी असतो. गवसलं की नाही हे उत्तर? असा हा प्रश्न असतो. गवसणे म्हणजे सापडणे! मुळात गवेषणा असा हा शब्द आहे. गवेषणा म्हणजे (हरवलेली) गाय शोधणे! त्यावरून कोणतीही गोष्ट शोधण्याला व अर्थातच ती सापडण्यालाही गवेषणा व नंतर गवसणे म्हणू लागलेले आहेत. गाय हेच संपत्तीचे लक्षण होते. त्यामुळे गवसणे हा कोणतीही

महत्त्वाची वस्तू शोधण्याचा व ती सापडण्याचा वाचक शब्द झालेला आहे. शब्द हे समाजाच्या संस्कृतीचे निदर्शक असतात, ते असे!

■ ■

गवाक्ष

गवाक्ष : संस्कृत शब्दांचा वापर करून आपले लेखन अधिक भारदस्त करण्याची काही लेखकांना हौस असते. असे लेखक 'तिने खिडकीतून नजर टाकली' असे न लिहिता 'तिने गवाक्षातून डोकावून पाहिले' असे लिहितात! खरे म्हणजे खिडकी हा शब्दही खिडक्किका या संस्कृत शब्दाचे परिवर्तित रूप आहे. त्यामुळे संस्कृत शब्दांच्या प्रेमापोटी इथे खिडकीला नाकारण्याचे काही कारण नसते. विशेष म्हणजे गवाक्षातून डोकावून पाहाता येत नसते, हे इथे लक्षात घेणे अत्यावश्यक आहे! कारण गवाक्ष या शब्दाचे भाषांतर जरी खिडकी असे होत असले, तरी गवाक्ष अगदीच लहान असते! झरोका या स्वरूपाचे! गवाक्ष शब्दाचा मूळ अर्थ आहे गायीचा डोळा! साधारण शंकरपाळ्याच्या आकाराच्या चौकटींची नक्षीदार जाळी असलेली खिडकी असते. या खिडकीतल्या या प्रत्येक छोट्या चौकटीला 'गवाक्ष' (रूपकार्थाने) म्हणता येते. जुन्या इमारतींमध्ये आजही असे गवाक्ष वातायन दिसतात. वातायन म्हणजे हवा येण्यासाठी ठेवलेली खिडकी.

■ ■

गाढ

गाढ : 'मी अगदी गाढ झोपेत असताना....' म्हणजे केव्हा? गाढ झोप म्हणजे कशी झोप?

ज्या झोपेत आपल्याला इतर कशाचीही यत्किंचित जाणीव होत नाही अश्या झोपेला आपण गाढ झोप असे म्हणतो. म्हणजे गाढ हे आपण झोप या शब्दाचे विशेषण समजतो.

अगदी शब्दार्थाच्या दृष्टीने पाहाता गाढ हे झोपेचे विशेषण नाही. आपण झोपेत गाढ (गाडले गेलेले) असतो, असा इथे अर्थ आहे आणि त्यामुळे गाढ हे आपले वर्णन आहे!

गाह्-गाहते म्हणजे (पाण्यात) बुडी मारणे म्हणजे खोल उतरणे! गाढ म्हणजे असा पाण्यात खोल उतरलेला! म्हणजे आता वर येण्याची शक्यता नसलेला!

यावरूनच 'गाढला जाणे' असा शब्दबंध तयार होतो. या गाढला मधला 'ढ' उच्चारायला थोडा त्रासदायक असल्याने आपण त्याचा 'ड' करतो!

गाढ झोप हे शब्दही एकदम उच्चारून पहा. 'ढ'चा 'ड' करण्याचीच आपली प्रवृत्ती आहे हे लक्षात येईल.

■ ■

गांधर्व-विवाह

गांधर्व-विवाह : बहुजन समाजामध्ये एखाद्या स्त्रीने कित्येकदा आपला आधीचा लग्नसंबंध रद्द ठरवून, स्वतः निर्णय घेऊन सोयरीक जुळविली, तर तिच्याबद्दल म्हटले जाते, 'तिने गंधर्व लावला!'

हा 'गंधर्व' शब्द असतो तिच्या नव्या विवाहप्रकाराचा वाचक. एरवी गंधर्व हे नाव मनुष्य समाजातल्या सौंदर्यासक्त कलावंत अशा जनसमूहासाठी वापरले जाते. अशा जनसमूहामध्ये परस्परानुरक्त होऊन विवाह करण्याचे प्रमाण मोठे असणे स्वाभाविक आहे. त्यामुळे प्रेम-विवाह या अर्थाने (म्हणजेच मातापित्यांना संदर्भात न आणता केलेला विवाह या अर्थाने) गांधर्व विवाह असाच शब्दप्रयोग प्राचीन स्मृति-ग्रंथांत सापडतो. त्याच शब्दप्रयोगाचे हे ग्रामीण भाषेतले रूप आहे.

'गंधर्व' हाही एक प्राचीन काळापासून समाजमान्य असलेला विवाहप्रकार आहे.

■ ■

गायत्री मंत्र

गायत्री मंत्र : ध्वनिमुद्रित केलेला गायत्री मंत्र आपल्या अनेकदा कानांवर पडत असतो.

ॐ भूर् भुवः स्वः
ॐ तत् सवितुर् वरेण्यं भर्गो देवस्य धीमहि।
धियो यो नः प्रचोदयात्।।

असा हा मंत्र उपासना आणि तपश्चर्या यांच्या क्षेत्रात फार महत्त्वाचा मानला जातो. (या मंत्रात प्रारंभी ॐ भूः भुवः स्वः, महः जनः तपः सत्यम् या सात व्याहृती म्हणण्याचीही प्रथा आहे.) गायत्री ही एक देवता आहे, असे अनेक जण मानतात आणि त्यामुळे हा मंत्र बहुदा त्याच देवतेचे स्तवन करणारा असावा अशी अनेकांची

समजूत असते. आता या मंत्रामुळे ती गायत्री देवता प्रसन्न होत असेलही. हा श्रद्धाळूंच्या श्रद्धेचा विषय आहे, परंतु शब्दार्थांच्या दृष्टीने या मंत्राचा गायत्री देवतेशी काही संबंध दिसत नाही. सवितृ म्हणजे सकाळचा उदय पावलेला सूर्य. त्याच्या तेजाची ही स्तुतियुक्त प्रार्थना आहे. त्या तेजाने आपल्या बुद्धीला प्रेरणा मिळावी, अशी ही प्रार्थना आहे. मग या मंत्राला गायत्री मंत्र म्हणतात ते का? हा मंत्र गायत्री या छंदात रचलेला आहे. एकेका चरणात आठ आठ अक्षरे याप्रमाणे तीन चरणांचा हा छंद असतो. या छंदातला हा वास्तविक सवितृ मंत्र आहे. पण परंपरेने त्याचे गायत्री मंत्र हेच नाव रूढ झाले आहे.

■■

गावकूस

गावकूस : 'गावकूसाबाहेरील समाज' हा शब्दबंध आपल्या वाचनात, ऐकण्यात वारंवार येतो. यातील गावकूस म्हणजे नेमके काय? 'कूस' हा शब्द तर दरवाजाला असलेल्या एक प्रकाराच्या बिजागरीसाठी वापरला जात असतो. मग त्यामुळे गावकूस म्हणजे गावाचा दरवाजा का? नाही! या कूसाच्या आत की बाहेर, हे कसे सांगता येणार? गावकूस म्हणजे गावाभोवतालची भिंत; संरक्षक भिंत. गावकूस म्हणजे ग्रामकोश. ग्राम म्हणजे मनुष्यांचा समुदाय. तो ज्या कोशात म्हणजे संरक्षक कवचात राहात असे, तो कोश म्हणजेच गावाची तटबंदी. तेच गावकूस.

आज जो समाज गावकूसाबाहेरचा म्हणून ओळखला जातो त्या समाजावरच पूर्वी एके काळी गावाच्या तटबंदींच्या बाहेर राहून परकी आक्रमणांपासून गावाचे संरक्षण करण्याची कामगिरी सोपविलेली असे. गावकूसाबाहेरचे हे लोक गावाचे संरक्षक पहारेकरी होते.

■■

गावठाण

गावठाण : अहो, नगरपलिकेनं केलेल्या आजच्या ठरावानुसार आपली कॉलनी आता गावठाणात आली बरं का!

या वाक्यातील गावठाण हा शब्द सरळ सरळ ग्रामस्थान या शब्दाचे परिवर्तित रूप दिसते. मुळात ग्राम म्हणजे समूह. जसे – इंद्रियग्राम म्हणजे इंद्रियांचा समूह. पण जेव्हा माणसांचा समूह म्हणून ग्राम शब्दाचा उपयोग होऊ लागला तेव्हा

साहजिकच गाव म्हणजे त्या समूहाचे वसतीचे स्थान असा त्याचा अर्थ झाला. आता या ग्रामाचे जे स्थान, ते पूर्वी सर्व बाजूंनी भिंतीचा कोट करून संरक्षित केलेले असे आणि आतली घरे शक्य तितकी एकमेकांना चिकटून बांधलेली असत. हे तंत्र संरक्षणासाठी आवश्यक होते. त्यामुळे घराच्या बाजूंना ठराविक जागा सोडली पाहिजे हा नियम या घरांसाठी नव्हता. हळूहळू ग्रामाभोवतीचे तट पडले. बाहेर वस्ती वाढली. अनेक नगरपालिकांनी गावठाणातील घरांसाठी सवलतीचे नियम ठेवलेले आहेत. म्हणून आपल्याला गावातील मध्यवस्तीत घरे जवळजवळ असलेली दिसतात, असे हे गावठाण!

■ ■

गावणे/ गावी

गावणे / गावी : एखाद्या प्रश्नाचे उत्तर सापडणे किंवा हरवलेली एखादी वस्तू सापडणे, यातील सापडणे या क्रियापदाऐवजी गवसणे असे एक क्रियापद वापरतात आणि त्याचे मूळ गवेषणा या शब्दात आहे, हे आपण जाणतो. या 'सापडणे' याच अर्थी गावणे असेही एक क्रियापद वापरले जाते. गावतय का उत्तर? का नाही? असं वर्गात गणिताच्या शिक्षकांनी कधी तरी विचारलं, तर उच्चभ्रू वर्गातून आलेल्या एखाद्या विद्यार्थ्याला त्या ग्रामीण शब्दाबद्दल तिरस्कार वाटू लागतो! पण गावणे हा शब्द किती अर्थपूर्ण आहे पाहा! गम् म्हणजे समजणे, बुद्धीच्या कक्षेत येणे, बुद्धीच्या पकडीत सापडणे. या संस्कृत धातूपासून तयार होणारे गम्य (म्हणजे समजण्यासारखे), अगम्य (समजायला कठिण) हे शब्द आपण मराठीत वापरतो की नाही? आगम-निगम हे संत साहित्यात आढळणारे शब्द देखील या गम् धातूपासूनच तयार झालेले आहेत. या गम् धातूपासूनच गावणे हा मराठी धातू मिळतो. गावणे म्हणजे बुद्धीला मिळणे (सापडणे हाही अर्थ मग त्याला चिकटला आहे). 'हा विषय त्याच्या गावीही नाही.' म्हणजे त्याला त्याची समज नाही! इथे गावाचा काही संबंध नाही. वस्तू पकडून ठेवणाऱ्या सांडशीला किंवा चिमट्याला देखील गावी म्हणतात!

■ ■

गुण

गुण : सचोटी, प्रामणिकपणा वगैरेंना गुण म्हणतात. मनुष्य आपल्या गुणांनी वर येतो (किंवा अवगुणांनी खाली जातो), असे म्हटले जाते.

गुण म्हणजे दोरी! किंवा दोर सुद्धा!

मग आता माणसाला 'वर' आणणारे गुण म्हणजे हे सचोटी इत्यादि एक प्रकाराचे दोरच नव्हेत का? आणि अवगुण (अव-खाली) म्हणजेही खाली नेणारेच 'गुण' नव्हेत का?

■ ■

गुंडगिरी

गुंडगिरी : गुंडगिरी ही गोष्ट आपल्या चांगलीच परिचयाची आहे, नाही का? गुंड व्यक्तीने आपल्या स्वतःच्या गुर्मीत, कुणाला न जुमानता व विशेषतः इतरांना त्रासदायक होईल असे केलेले वर्तन म्हणजे गुंडगिरी! बरोबर?

पण मुळात गुंड हा शब्द असा अप्रिय अर्थ देणारा नाहीये! हा शब्द कानडी भाषेतून मराठीत आला असून त्याचा मूळचा अर्थ केवळ नोकर असा आहे!

पण नोकर देखील जेव्हा मालकाला न जुमानता त्याला त्रासदायक असे वर्तन करू लागतो, तेव्हा त्याच्या वर्तनाला गुंडगिरी नाही म्हणायचे तर काय म्हणायचे? जनतेच्या सेवेच्या नावाने मनमानी वर्तन करीत जनतेला त्रासदायक ठरणाऱ्या या जनसेवकांना त्यामुळेच गुंड म्हणण्याची व त्यांच्या कृतीला गुंडगिरी म्हणण्याची प्रथा पडलेली असावी!

■ ■

गुण्या

एखाद्या चौकटीच्या दोन बाजू बरोबर काटकोनात आहेत की नाहीत ते पाहाण्यासाठी सुतार-गवंडी इत्यादिकांकडे एक 'गुण्या' असतो. शाळेतील विद्यार्थ्यांच्या कंपास पेटीतही तो असतो.

गुण म्हणजे दोरी. या दोरीचे ३,४,५ या मापाचे भाग (उदाहरणार्थ इतके फूट) मोजून एक त्रिकोण तयार केला की ३ व ४ या मापाच्या भागांमध्ये येणारा कोन हा काटकोन म्हणजेच नव्वद अंशांचा होतो. अश्या रीतीने केवळ 'गुण' म्हणजे दोरीच्या साहाय्याने असा एक गुण्या तयार होतो. खेड्यातील सुतार, गवंडी या गुण्याने आपले काम सहजपणे करतात. या ३,४,५ मापाचा त्रिकोण प्राचीन काळापासून म्हणजे यज्ञवेदी तयार करीत तेव्हापासून वापरात आहे.

■ ■

गुपित/गुप्त

गुपित/गुप्त : 'हे गुपित कुणाला सांगू नको.' अशासारख्या वाक्यामधील गुपित शब्दाचा अर्थ काय? रहस्य. इतर कुणाला माहीत नसलेली गोष्ट. इतरांपासून लपवून ठेवलेली आहे अशी एखादी स्थिती म्हणजे गुपित. हा शब्द गुप्त या शब्दाचेच परिवर्तित रूप आहे. गुप् या संस्कृत धातूचा अर्थ आहे, रक्षण करणे, म्हणजेच इतर कुणाचा त्या गोष्टीला संसर्ग पोहोचू न देणे, इतरांच्या संपर्कापासून ती गोष्ट दूर ठेवणे. गुप्त हे या धातूपासून तयार केलेले भूतकालवाचक विशेषण आहे. संरक्षित, इतरांच्या संपर्कापासून दूर ठेवलेले, असा त्याचा अर्थ. परंतु या अर्थाचा संकोच होत होत, झाकून ठेवलेले (रहस्य) असा अर्थ त्याला प्राप्त झालेला आहे.

■ ■

गुरुवर्य

गुरुवर्य : आपल्या शिक्षकांच्या संबंधात (निदान त्यांच्या उपस्थितीत) त्यांचा उल्लेख करताना गुरुवर्य श्री... असा करण्याची प्रथा दिसते. या शब्दाने त्या व्यक्तीसंबंधी आदर व्यक्त केला जातो हे खरे, तथापि हा शब्द वाच्यार्थाने ज्या कुणा एकाच व्यक्तीच्या संबंधात आपण वापरू शकू अशीच ती एकमेव व्यक्ती आहे का, याचा विचार आपण क्वचितच करतो असे आढळेल. गुरु शब्दाला जोडलेला हा वर्य शब्द वृ धातूपासून आलेला आहे; आणि त्याचा अर्थ अनेकांमधून ज्या एकाची निवड करावी असा, म्हणजेच सर्वोत्तम, सर्वश्रेष्ठ असा आहे. एकाच व्यासपीठावर विराजमान अनेक शिक्षकांच्या बाबतीत एकाच वेळी गुरुवर्य हे बिरुद लावणे म्हणजे शब्दार्थ बाजूला ठेवून केवळ स्तुती करणे होय.

■ ■

गृहिणी

गृहिणी : स्त्रियांच्या व्यावसायिक प्रतिष्ठेची माहिती देताना त्या जो उद्योग करीत असतील (उदाहरणार्थ – पापडाचे उत्पादन) किंवा नोकरी करीत असतील (उदाहणार्थ – शिक्षिका, कारकून इ.) त्यांचा उल्लेख करण्याची प्रथा आहे. असं कोणतंही अर्थसाधन न करणाऱ्या संसारी स्त्रियांचा उल्लेख 'गृहिणी' असा केला

जात असतो. म्हणजे त्या काही कमवीत नाहीत! पर्यायाने त्यांची प्रतिष्ठा कमी!

गृहिणी शब्दाचा अर्थ मात्र असे दाखवितो की, ही स्त्री गृहाची मालकीण आहे. जिचे गृह ती गृहिणी. गृही असा पुल्लिंगी शब्द वापरला, तर त्याचा अर्थ गृहाचा स्वामी असा होईल. मानी शब्दाचे जसे स्त्रीलिंगी रूप मानिनी असे होते, तसेच गृही शब्दाचे गृहिणी; परंतु गृही म्हणजे गृहाचा मालक असा शब्द वापरातच नाही! कारण स्पष्ट आहे, घर हे पुरुषाचे नसतेच. स्त्रीचेच असते. गृहिणीचे असते.

■■

गोघ्न

गोघ्न : 'ज्यांचा धर्मच मुळी गोघ्न आहे त्यांचे धर्मवेड...' अशा काहीशा वाक्यात स्वा. सावरकरांनी गोघ्न हा शब्द वापरलेला आहे. त्याचा अर्थ काय असा प्रश्न अनेकांना पडणे स्वाभाविक आहे.

गोघ्न असा हा शब्द आहे. गो म्हणजे गाय हे आपण जाणतो. राहाता राहिला घ्न हा यातला घटक. घ्न मध्ये मुळात हन् असा धातू आहे. हन् म्हणजे मारणे! (हाणणे हे मराठी क्रियावाचक या 'हन्'चेच परिवर्तित रूप आहे.)

गोघ्न म्हणजे गायीला मारणारा, गायीची हत्या करणारा. हा विशेषणात्मक शब्द आहे. गाय या अर्थाचा संस्कृतमध्ये अघ्न्या असा एक शब्द आहे. त्याचा अर्थच मुळात 'जिला मारू नये' असा आहे. अघ्न्या म्हणजे गाय! ज्यांच्या भाषेत 'जिला मारू नये' हा शब्दबंधच मुळात गाय या अर्थाचा आहे. त्या समाजाला गाय हा मारून खाण्याचा पशु नाही असेच वाटत असले पाहिजे.

■■

गोत्र

गोत्र : पंरपरेने काही ऋषी काही कुळांचे प्रवर्तक म्हणून सांगितलेले आहेत. उदाहरणार्थ अत्रि, भारद्वाज,जमदग्नी वगैरे. त्यांच्या वंशात जन्मलेले ते सर्व क्रमाने अत्रि गोत्राचे, भारद्वाज गोत्राचे वगैरे. मुळात गोत्र म्हणजे गायींचे रक्षण करण्याचे ठिकाण (गोठा). ऋषींची कुळे आपल्या जवळ अनेक गायी बाळगीत, म्हणून त्यांच्या निवासाला गोत्र संज्ञा प्राप्त झाली. मग तिथे जन्मलेले हे त्या ऋषींच्या गोत्रात जन्मले असे म्हटले जाऊ लागले.

■■

गोपाल मुहूर्त

गोपाल मुहूर्त : पूर्वी म्हणजे फार फार पूर्वी विद्यार्थ्यांना गुरूच्या घरी म्हणजे आश्रमात राहून त्यांच्याकडून विद्या शिकावी लागत असे. बारा-बारा वर्षे हे विद्यार्थी गुरूकडे राहात. गुरू आणि त्यांची पत्नी त्यांच्यावर अपत्यवत प्रेम करत. या काळात ते त्यांचे पालनपोषणही करीत असत.

अशा या गुरूंच्या आश्रमात मुलाला पाठविण्याचा जो कौटुंबिक समारंभ असे त्याला 'उपनयन' म्हणत असत. उप म्हणजे जवळ. नयन म्हणजे नेणे. गुरूच्या समीप नेणे, असा या उपनयनाचा अर्थ.

हा उपनयनाचा समारंभ करण्यासाठी एखादी 'शुभ' वेळ म्हणजे मुहूर्त शोधण्याची पद्धत होती. ग्रहांच्या स्थिती-गतीचा विचार करून हा मुहूर्त ठरवीत; पण 'गोपालमुहूर्त' हा असा विचार न करताही ठरवता येई. गोपालमुहूर्त म्हणजे गोपालांनी, गुराख्यांनी गावातल्या गायींना एकत्र करून चरण्यासाठी रानात नेण्याची वेळ! म्हणजे सूर्योदयानंतरचा सुमारे अठ्ठेचाळीस मिनिटांचा काळ!

■ ■

गोरज मुहूर्त

गोरज मुहूर्त : अलीकडे गोरज मुहूर्तावर क्वचितच लग्ने लावली जातात. सामान्यत: मुहूर्त काढले जातात ते सूर्योदयापासून तो दुपारच्या बारानंतर. फार तर एक-दीड तासापर्यंतच्या वेळातले. कारण वराची मिरवणूक, लग्न लावणे, नंतर पाहुण्यांचे जेवण आणि नंतर वधूला वराने आपल्या घरी घेऊन जाणे यासाठी दिवसभराची वेळ सोयीची वाटत असते.

परंतु पूर्वीच्या काळी जेव्हा वरपक्षाकडची मंडळी परगावाहून बैलगाडीसारख्या वाहनांनी येत असत तेव्हा गोरज मुहूर्त विशेष सोयीचा होत असे. गोरज म्हणजे गायी रस्त्याने येताना त्यांच्या पायांनी उडणारी धूळ. ही धूळ सामान्यत: गायी रानातून चरून सायंकाळी घरी येत आणि त्याही समूहाने, तेव्हा हवेत उडत असे. ही वेळ गायींशी संबंधित असल्याने पवित्रच समजली जाते. आणि त्यामुळे अगदी घटिका पळे (आजच्या भाषेत तास मिनिट वगैरे) वेळ सांगावा लागत नसे.

आता गावोगावी अशा समूहाने रानात जाणाऱ्या गायी राहिलेल्या नाहीत. शहरात तर दूध सुद्धा गायी देत नाहीत, तर कुठल्या तरी सहकारी संस्थेच्या पिशव्यांतून ते मिळते.

■ ■

गोष्टीवेल्हाळ

गोष्टीवेल्हाळ : काही माणसे अगदीच कमी बोलणारी असतात, तशी काही माणसे अतीच बडबड करणारीही असतात. या बडबड करणाऱ्यांमध्येही अशी काही माणसे असतात की, ज्यांच्याजवळ इकडच्या तिकडच्या अनेक गोष्टींचा खजिना असतो आणि चार माणसे जमली की, ही माणसे आपल्या जवळच्या या हकिगती मुक्तपणे सांगू लागतात. या त्यांच्या बोलण्यात पुष्कळदा एका हकिगतीचा दुसऱ्या हकिगतीशी काही संबंधही नसतो. या वेगवेगळ्या कथनांमधून ही मंडळी उपस्थितांचे काही काळ मनोरंजनही करू शकतात. अर्थात काही वेळातच त्यांच्या या गोष्टी ऐकण्यातले इतरांचे लक्ष उडते आणि मग अशा माणसाचे वर्णन ते 'गोष्टीवेल्हाळ' या शब्दाने करू शकतात.

वेल्हाळ हा शब्द संस्कृत भाषेतील 'वेल्लहल' या शब्दाचे अपभ्रष्ट रूप आहे. वेल्लहल म्हणजे अनिर्बंधपणे वागणारी व्यक्ती. बंधनमुक्त व्यक्ती. नियमांची चौकट न पाळणारी व्यक्ती.

गोष्टीवेल्हाळ मनुष्य हा असा गोष्टी सांगण्याच्या बाबतीत अनिर्बंधपणे वागत असतो.

■ ■

गोसावी

गोसावी : गोसावी-बैरागी या जोडशब्दातून या दोनही स्वतंत्र शब्दांचे अर्थ जवळजवळ एकच आहेत हे ध्वनित होते. यातील मूळचे गोस्वामी आणि विरागी हे शब्द तसे अर्थदृष्ट्या एकमेकांच्या जवळचेच आहेत.

गोस्वामी म्हणजे इंद्रियांवर, इंद्रियशक्तींवर स्वामित्व असलेली व्यक्ती. गो हा शब्द इंद्रियवाचक आहे. सर्वसाधारण माणसे विषयाकडे ओढ घेणाऱ्या आपल्या इंद्रियांच्या प्रेरणेला आवर घालू शकत नाहीत. त्यांचे मन इंद्रियांच्या आधीन राहाते. गोस्वामी हा स्वत:च्या इंद्रियांवर मनाच्या लगामाने नियंत्रण ठेवतो. त्यांना भरकटू देत नाही. गोसावी हा शब्द गोस्वामी शब्दाचेच अपभ्रष्ट रूप आहे.

■ ■

गोहत्या

गोहत्या : पूर्वी काही ऋषी गोहत्या करीत असत, असे सांगितले जाते, पण यावरून लगेच त्यांना गोमांसभक्षक ठरविण्याचे कारण नसते. का बरं?

गो या संस्कृत शब्दाचा संस्कृत भाषेत एकंदर चोवीस निरनिराळ्या अर्थांनी उपयोग केला जातो, असे यास्क या प्राचीन भारतीय भाषावैज्ञानिकाने सांगितले आहे. गो शब्दाचा जसा गाय हा अर्थ आहे, तसाच इंद्रिये हाही एक अर्थ आहे.

(पृथ्वी, वाणी, सरस्वती, असे अन्यही अर्थ संदर्भपरत्वे घेता येतात.) ऋषी आपल्या तपश्चर्येद्वारे आपल्या इंद्रियांचे दमन करीत असत, त्या क्रियेला ते गोहत्या समजत! कारण गो म्हणजे इंद्रिये.

अर्थात या प्रकारच्या हत्येलाही भगवान गौतम बुद्धाने अनिष्टच ठरविलेले आहे. असे इंद्रियदमन करून क्षीण होणे हे अमान्य करणाऱ्या बुद्धाने 'मध्यम' मार्गाचा पुरस्कार केलेला आहे.

■ ■

गौरीहर

गौरीहर : 'हं, वधूला आता गौरीहार पूजायला सांगा. आता वर येऊन उभा राहील!'

लगीनघाईतली भटजींची अशी सूचना तुम्ही कधी ऐकली असेल. रंगीत लाकडी/मातीच्या बोळक्याच्या उतरंडी पाटावर मांडून, त्या चार स्तंभांच्या मध्ये कृष्णाची प्रतिमा ठेवून, समोरच्या पाटावर बसून वधू आपल्या नियोजित वराच्या मिरवणुकीची वाट पाहात, त्या कृष्णाची मनोमन प्रार्थना पूजा करीत बसलेलीही आपण पाहिली असेल. निदान 'गौरीहारांचं सामान' असा शब्दबंध तुमच्या ऐकिवात असेल. हे सामान म्हणजे ती रंगीत बोळकी! वास्तविक हा शब्द 'गौरीहर' असा आहे. वधूच्या स्वरूपातल्या गौरीला घेऊन जाणारा नियोजित वर हाच तो गौरीहर! इथे तो कृष्णाच्या प्रतिमेत पाहायचा! तो गौरीहर वधूने पूजायचा! केवढी सुंदर कल्पना आहे हो! परंतु केवळ त्या बोळक्यांच्या मालिकेने या शब्दाचा 'गौरीहार' करून टाकला आहे! हाराचा इथे काही संबंध नाही.

■ ■

ग्रंथ-ग्रंथी

ग्रंथ-ग्रंथी : कोणत्याही मोठ्या, जाडजूड पुस्तकाचे वर्णन 'ग्रंथ' या शब्दाने केले जात असते. असे का करतात? ग्रथ् असा एक संस्कृत धातू आहे त्याचा अर्थ बांधणे. ग्रथित करणे! म्हणजे एकत्र करणे. पूर्वीच्या पोथ्या पाहिल्या आहेत ना?

त्या पोथ्यांची सर्व पाने सुटीसुटी असतात. आणि ती सर्व पाने क्रमाने लावून, दोन लाकडी फळ्यांच्या मध्ये ठेवून, त्या सर्वांवर एक वस्त्र (शक्य तो लाल रंगाचे) घालून, त्या वस्त्रात ती पाने बांधून ठेवलेली असतात. अश्या बांधून ठेवलेल्या पोथीला म्हणतात ग्रंथ! आणि या ग्रंथाची देखभाल करणाऱ्या, त्याचे वाचन करून ते इतरांना ऐकवणाऱ्या व्यक्तीला म्हणतात ग्रंथी. शिख पंथियांच्या मंदिरात म्हणजे गुरुद्वारात मूर्तीच्या ठिकाणी 'गुरु ग्रंथसाहेब' विराजमान असतात. आणि या मंदिरात गुरु ग्रंथ साहेबांची सर्व प्रकारे व्यवस्था पाहाणाऱ्या, एका अर्थाने तेथील पुजाऱ्यांना म्हणतात – ग्रंथी! पूर्वी सर्वच पुस्तके 'ग्रंथ' स्वरूपात ठेवावी लागत असत.

■■

ग्रह

ग्रह : सूर्य, चंद्र, मंगळ, गुरु, शुक्र, शनी यांना आपण ग्रह म्हणतो. ग्रह हा शब्द ग्रह् या संस्कृत धातूपासून निर्माण होतो. पकडणे, धरून ठेवणे हा या धातूचा अर्थ. चंद्र-सूर्यादिकांना ग्रह म्हणण्याशी याचा काय संबंध?

ग्रहांना इंग्रजी भाषेत Planet म्हणतात. मुळात हा ग्रीक शब्द आहे. त्याचा अर्थ आहे, भटक्या, भरकटत कुठे तरी फिरणारा!

आकाशातल्या या ग्रहांची नेमकी गती, त्यांचे नेमके मार्ग यांच्याबद्दलच्या ज्ञानाच्या अभावी प्लॅनेट हा शब्द त्यांच्यासाठी वापरला गेलेला आहे, हे स्पष्ट आहे. त्या दृष्टीने पाहाता हे सर्व गुरुत्वाकर्षणाने परस्परांना धरून ठेवणारे आहेत. या स्वरूपाचे प्राचीन भारतीयांचे ज्ञान अथवा त्यांची निदान तशी समजूत, याचेच दर्शन ग्रह या शब्दातून घडत नाही का?

■■

ग्रहमंत्री

ग्रहमंत्री : कोणताही मुख्यमंत्री आपल्या सहकाऱ्यांपैकी कुणालाही अधिकृतपणे ग्रहमंत्री करीत नसतो! तिथे गृहमंत्री हे पद अवश्य असते. परंतु पुष्कळदा हा गृहमंत्रीच बोलण्याच्या ओघात ग्रहमंत्री होतो! भाषणांमधील उच्चारांकडे नीट लक्ष दिले, तर आपल्याला ग्रहमंत्री हा शब्द अवश्य ऐकायला मिळेल!

मात्र एखादा ज्योतिषी अधिकृतपणे नसला तरी खाजगी रीतीने मंत्र्यांना अथवा अन्य राजकीय व्यक्तींना सल्ला देण्यासाठी पुष्कळदा आवश्यक ठरत असतो!

अश्या व्यक्तींसाठी ग्रहमंत्री असा शब्द वापरायला काय हरकत आहे? कुणी सांगावे, उद्या अधिकृतपणे देखील अशी एखादी 'पोस्ट' निर्माण केली जाईल! विद्यापीठांमधून ज्योतिष विद्या शिकलेले पदवीधर त्या 'पोस्ट'साठी आपणच कसे योग्य आहोत ते सांगू लागतील!

■ ■

ग्रामीण

ग्रामीण : ग्राम्य आणि ग्रामीण हे दोनही शब्द एकाच ग्राम शब्दापासून तयार होतात. ग्राम म्हणजे खेडे. खेड्याशी संबंधित ते ग्राम्य अथवा ग्रामीण. ग्राम्य आणि ग्रामीण ही दोन्ही रूपे तद्धिते आहेत. संस्कृत भाषेत ग्राम्य आहार असा एक शब्दबंध आहे. वन्य आहार या शब्दबंधाचा जो अर्थ, त्यापासून वेगळा अर्थ दर्शविणारा. वन्य आहार म्हणजे कंदमुळे, फळे इत्यादि आणि ग्राम्य आहार म्हणजे शिजविलेले अन्न! मराठीत हा शब्दप्रयोग आलेला नाही.

मराठीने 'ग्राम्य' शब्दाला एक 'तिरस्करणीय' असा अर्थ दिला आहे. ग्रामामध्ये सर्वच गोष्टी काही तिरस्करणीय नसतात. चांगल्याही अनेक गोष्टी असतात. (आणि चांगल्याच अधिक असतात!)

त्यांच्यासाठी मराठीत शब्द वापरतात, 'ग्रामीण'. ग्रामीण साहित्य, ग्रामीण उद्योग, ग्रामीण व्यवसाय, ग्रामीण कला, ग्रामीण संघटना वगैरे शब्दबंधांत हा शब्द आपण वापरतो. त्यात तिरस्कार नसतो; आदरच असतो.

■ ■

ग्राम्य

ग्राम्य : ग्राम्य हा शब्द ग्रामपासून सिद्ध होतो. हे एक तद्धित रूप आहे. ग्राम्य म्हणजे ग्रामाशी संबंधित असे काहीही आणि ग्राम म्हणजे समूह. नुसते एकत्रीकरण. ज्याला कोणतीही रचना नाही, शिस्त नाही, असा समूह म्हणजे ग्राम. म्हणून मग ग्राम म्हणजे अशी एक वस्ती, जिथली माणसे अल्पशिक्षित, गरीब, मागासलेली असतील. म्हणजेच ग्राम हा खेडे या अर्थाचा शब्द झाला.

शहरी लोकांच्या दृष्टीने पाहाता खेड्यातले लोक हे तुच्छ, तिरस्करणीय म्हणून मग जे जे 'खेडवळ' ते ते असेच, ज्यांबद्दल अनादर दाखवायला हरकत नाही असे!

म्हणून ग्राम्य भाषा देखील अशीच – अशुद्ध, शब्दार्थांचा संबंध नीट लक्षात

न घेणारी, वेडीवाकडी, शिवराळ भाषा! आपल्या भाषेतल्या सर्व शिव्या या 'ग्राम्य' भाषेच्या सदरात टाकल्या जातात.

■ ■

घंगाळ

घंगाळ : अलीकडे घंगाळ फारसे बघायला मिळत नाही. तांब्याचे (किंवा क्वचित पितळाचे) हे एक मोठे पात्र आंघोळीचे पाणी घेण्यासाठी वापरण्याची पूर्वी पद्धत होती. चुलीवर तापविलेले पाणी या घंगाळात ओतून घेऊन ते घंगाळ त्या पात्राला बाजूला बसविलेल्या कड्यांच्या साह्याने धरून मोरीवर किंवा न्हाणीघरात नेले जाई आणि मग त्यातील पाण्याने आंघोळ, हे एक आह्निक उरकले जाई. 'घंगाळ' हा शब्द 'गंगाळ' असाही उच्चारला जातो. गंगालय असा संस्कृत शब्द त्याच्या मुळाशी आहे आणि गंगालय म्हणजे गंगेचे आलय, गंगेचे घर! म्हणजेच या पात्रातले पाणी हे गंगेचेच पाणी आहे, या भावनेने त्या पाण्याने आंघोळ केली जात असते. म्हणजेच या पात्राच्या या नावामागे गंगेबद्दलची पूज्य बुद्धी आणि तिच्या पाण्यानेच नित्य स्नान घडावे, ही इच्छा दडलेली आहे.

शिवाय या स्नानाच्या वेळी पुढील श्लोक म्हणण्याची प्रथा असे :

गंगे च यमुने चैव गोदावरि, सरस्वति।
नर्मदे, सिंधु, कावेरि, जलेऽस्मिन् संनिधिं कुरु ।।

यात उल्लेखिलेल्या नद्यांनी या घंगाळ्यातल्या पाण्यामध्ये यावे अशी त्यांना केलेली ही प्रार्थना आहे. म्हणजे संपूर्ण भारताचेच हे चिंतन आहे, नाही का?

■ ■

घटका

घटका : घड्याळ ही वस्तू माहीत नाही, असा कुणी समजदार माणूस असेल असे वाटत नाही. घटिका किंवा घटी हे प्राचीन भारतीय कालगणनेतील एक 'एकक' आहे. त्याचा संबंध या घड्याळ शब्दाशी निश्चितच असावा. हिंदी भाषेत तर घड्याळाला घडी असेच म्हणतात आणि घटी या शब्दाच्या अगदी जवळचा हा शब्द आहे. घटी किंवा घटिका या संस्कृत शब्दावरून 'घटका' हा शब्द आलेला आहे. घटकाभर कळ काढा, घटकाभरात हे काम होईल, चार घटका विश्रांती घ्या

या वाक्यांमधून घटका म्हणजे 'काही थोडा वेळ' हा बोध आपल्याला होतो. आपण घड्याळाचा सर्रास वापर करीत असतो. त्यात दिवसाचे (म्हणजे दिन-रात्रीचे मिळून) चोवीस तास आपण मानतो आणि प्रत्येक तास हा साठ मिनिटांचा असतो. घटिका हे काळ मोजण्याचे 'एकक' (unit) या मिनिटांच्या भाषेत चोवीस मिनिटांचे असते; आणि त्यामुळे संपूर्ण दिवसाच्या साठ घटका होतात. आपल्या एका तासात अडीच घटका होतात. आज 'किती वाजले' असे विचारल्यावर घड्याळात बघून तास व मिनिटे सांगितली जातात, तसे पूर्वी वेळ कोणती आहे हे सांगण्याकरिता सूर्यादयापासून इतक्या घटका झाल्या असे सांगत. या घटकेचेही पुढे पल, विपल इत्यादि सूक्ष्म भाग केले जात असत.

■■

घटस्फोट

घटस्फोट : घटस्फोट हा शब्द 'लग्नविच्छेद' या अर्थाने मराठीत केव्हापासून वापरात आला, कुणास ठाऊक? पण ज्याने कुणी तो प्रथम वापरला त्याचे कौतुकच करायला हवे. घटस्फोट शब्दाचा मूळ अर्थ लक्षात घेतला की, तसे कौतुक करावेसे वाटते की नाही पाहा. काही शब्दांच्या मागे काही सामाजिक रीतिरिवाजांचे संकेत असतात. त्यात घटस्फोट हा शब्द सांगता येईल. फलज्योतिषीय शास्त्रानुसार एखाद्याचे भविष्य सांगताना त्याची पहिली पत्नी मृत पावेल व त्याला दुसरे लग्न करावे लागेल असे सांगितले जाते, अश्या वेळी त्याच्या पहिल्याच लग्नासाठी कुणी आपली मुलगी द्यायला सहजासहजी तयार होत नाही. आणि योगायोगाने त्याच्या पहिल्या पत्नीचे निधन झालेच, तर त्या बिजवराचाही विचार आपल्या तरुण मुलीसाठी कुणी सहसा करीत नाही. भविष्य ऐकणाऱ्या त्या लग्नेच्छु व्यक्तीलाही हे भविष्य पटत नसते आणि त्यालाही वाटते आपली पहिली पत्नी मरण पावल्यावर आपण दुसरे लग्न करणे हे काही योग्य नाही! अश्या वेळी पूर्वीचे लोक सांगतात त्यानुसार एका मातीच्या घटावर स्त्रीचा चेहरा काढून त्या घटाशी त्या माणसाचे लग्न लावीत! नंतर तो घट फोडून टाकीत! हा त्याचा घटस्फोट. म्हणजे पहिल्या विवाहाचा शेवट, पण दुसरा विवाह करायला तो मोकळा.

■■

घटिकायंत्र

घटिकायंत्र : सूर्योदय ते सूर्योदय या काळाला एक दिवस म्हणण्याची आपली पद्धत आहे. या दिवसाचे पुन्हा दिन-रात्र असे दोन भाग होतात. या काळाचे मोजमाप करण्याचे आपले आजचे साधन घड्याळ हे आहे. घड्याळ नव्हते तेव्हाही अन्य साधनांनी वेळ मोजली जात होतीच. या साधनांमध्ये घटिकायंत्र हे एक महत्त्वाचे साधन होते.

धातूचे रिकामे पात्र पाण्यावर तरंगते. या पात्राला जर मधेच बारीक छिद्र पाडलेले असेल, तर ते पाण्यावर तरंगणारे पात्र त्यात हळूहळू पाणी भरत जाऊन खाली बुडणार हे नक्की! त्या पात्राचे वजन, आकार आणि त्या छिद्राचे आकारमान यावर ते पात्र पाण्यात बुडण्यासाठी नेमका किती वेळ लागेल हे ठरवता येते. हे लक्षात घेऊन असे एक पात्र तयार करण्यात येते की, जे पाण्यावर तरंगायला ठेवल्यापासून छिद्रातून पाणी जाऊन बरोबर चोवीस मिनिटांनी म्हणजेच एक घटिका इतक्या वेळाने पाण्यात बुडेल! त्या पात्राला म्हणतात घटिकायंत्र किंवा घटिकापात्र. मराठीत त्याला केवळ घटका-पात्र किंवा घटका असेही म्हणतात.

■ ■

घरदार

घरदार : 'काही घरदार वगैरे करायचे आहे की नाही? की संन्यास घेण्याचा विचार आहे तुझा?' या प्रश्नातील घरदार शब्दाचा अर्थ काय? नुसते बांधलेले दगडविटांचे घर आणि त्याला असलेले दार? नव्हे! हा शब्द मुळात गृहदाराः असा आहे. दाराः म्हणजे पत्नी. शब्द बहुवचनी असला तरी अर्थ एकवचनीच! आणि गृह तरी काय? संस्कृतमध्ये एक म्हण आहे - गृहिणी गृहम् उच्यते! गृहिणीलाच तर 'गृह' म्हणतात! म्हणजेच खरे घर तेव्हाच अस्तित्वात येते, जेव्हा त्या घराची स्वामिनी निश्चित होते. तेव्हा घरदार करणे म्हणजे लग्न करून संसार करणे!

■ ■

घातक/विघातक

घातक / विघातक : घातक आणि विघातक या दोन शब्दांमध्ये फरक काय आहे? घातक म्हणजे घात करणारे आणि विघातक म्हणजे विशेषत्वाने घात

करणारे! मग कोणत्याही घातक गोष्टीचे घातकत्व तीव्र करून सांगायचे असेल, तर विघातक हा एक शब्द वापरता यायला हवा. पण तसे होतेच असे नाही. एकेका शब्दाचे एकेक कार्यक्षेत्र संकेताने ठरवून दिलेले असते. तसे या दोन अर्थदृष्ट्या खूपच साम्य असलेल्या शब्दांचेही आहे.

विधायक कार्य, विधायक चळवळ या शब्दबंधांच्या उलट अर्थाचा म्हणून आपण विघातक कार्य, विघातक चळवळ हे शब्दबंध वापरतो. 'घातक कार्य' असे कधी म्हणत नाही. एखादे काम हाती घेतले असेल, तर त्या संदर्भात केलेली एखादी अनिष्ट कृतीही त्या कार्याला घातक ठरेल. ती कार्याचा नाश करील, असे आपण म्हणतो.

■ ■

घिसाडघाई

घिसाडघाई : खरा मुत्सद्दी कधी आपले मनसुबे इतक्या झटपट जाहीर करण्याची घिसाडघाई करीत नसतो. युद्ध सुरू असताना एखाद्या राजकीय पुढाऱ्याने घाईने केलेल्या एखाद्या वक्तव्याची ही टीका असू शकते. यातील घाई आपल्याला कळू शकते; पण ही घिसाडघाई काय प्रकार आहे?

स्वयंपूर्ण ग्राम व्यवस्थेत पूर्वी गावात एक घिसाडी असे. भट्टीमध्ये लोखंड तापवून त्याच्यावर ते तापलेले असतानाच हातोड्याचे आघात करून त्याला योग्य तो आकार देत देत विळे, कोयते, कुऱ्हाडी बनवून देण्याचे काम हा घिसाडी करीत असे.

हा लोखंडाचा तापलेला तुकडा भट्टीतून बाहेर काढल्या काढल्या त्यावर हातोडा मारला, तरच त्यातल्या त्यात कमी श्रमात काम होण्याची शक्यता! ही घाई करताना मग हातोड्याचा आघात योग्य ठिकाणी होईल याचीही खात्री नसते! कारण सगळेच काम घाईत!

ही ती घिसाडघाई! सोनाराला अशी घाई करून चालत नसते!

■ ■

चकली

चकली : विविध धान्ये एकत्र करून, ती भाजून त्यांच्या पिठापासून तळून तयार केलेला विशिष्ट गोल आकाराचा, काटेरी दर्शनाचा तिखट, चटकदार असा व सामान्यत: दिवाळीच्या फराळात अवश्य खाल्ला जाणारा चकली नावाचा एक

खाद्य पदार्थ आपल्या परिचयाचा आहे. त्याच्या या नावातल्या 'च' चा उच्चार चहा शब्दातल्या 'च' प्रमाणे करायचा की चांभार शब्दातील 'च' प्रमाणे, असा प्रश्न अनेकांना पडतो. अश्या वेळी शब्दाचे मूळ काय ते पाहाणे उद्‌बोधक होण्याची शक्यता असते. चकणे म्हणजे फसणे, या अर्थाने ही चकली म्हणजे फसली, असा अर्थ तर आपण या पदार्थाच्या रूपाकडे पाहून करीत नाही ना? की चक्र म्हणजे गोलाकार वस्तू, त्यावरून चक्री म्हणजेच गोलाकार असलेली, म्हणून चकली असे आपण या वस्तूला ओळखतो? अर्थात, उच्चार कसा करावा असा प्रश्न ज्यांना पडतो त्यांच्यासाठी हे विवेचन आहे. हवा तसा उच्चार करणारांसाठी नाही. खरे म्हणजे या पदार्थाला 'चक्री' म्हणणेच इष्ट आहे!

■ ■

चक्क

चक्क : 'तो चक्क खोटं बोलतोय हो! त्याच्यावर विश्वास ठेवू नका!' या वाक्यातला 'चक्क' हा शब्द नेमके काय काम करतो?

चक्क म्हणजे स्वच्छ, अगदी स्पष्ट दिसणारे. संस्कृतमध्ये चक् (चकति, चकते) असा धातू आहे. त्याचा अर्थ प्रकाशित होणे, चकाकणे असा आहे. त्यापासून बनणारे चकाचक, चकचकीत, चकाकणारे असेही अनेक शब्द जवळजवळ एकाच अर्थाचे आहेत आणि त्यांचा अर्थ प्रकाशित होणारे म्हणजेच डोळ्यांना स्पष्ट जाणवणारे असा आहे.

चक्क हाही शब्द याच धातूपासून मिळतो. मात्र एरव्ही चकाकणारा हा शब्द वस्तूची आकर्षकता दर्शविणारा असला, तरी चक्क हा शब्द आकर्षकता दर्शवीत नसून वस्तूबद्दल तिरस्कार दाखवितो. 'चक्क खोटे' असे म्हटले जाते; पण 'चक्क खरे' असे म्हटले जात नाही. चक्क चोरीचा माल आणला जातो, पण चक्क दानशूर होता येत नसते!

■ ■

चंडिका/चंडी

चंडिका / चंडी : चंडी, चंडिका ही देवीची नावे आहेत. दोन्ही शब्दांचे अर्थ एकच. चंड हा शब्द प्रखरतावाचक आहे. म्हणून सूर्याला चंडांशु म्हणतात. अंशु म्हणजे किरण. प्रखर, उष्ण किरणांचा म्हणून सूर्य हा चंडांशु.

चंडी म्हणजे प्रखर, शक्तिशाली स्त्री. स्त्री या अर्थाचा 'अबला' हा शब्द भाषेत आहे. त्या शब्दाचा वापर कमीच झालेला दिसतो. परंतु स्त्रीला जसे (काही विशिष्ट बाबतीत) अबला समजले जाते, तसेच तिचे सामर्थ्य लक्षात घेऊन तिला चंडी किंवा चंडिका म्हणण्याचीही प्रथा आहेच! चंडिका आणि चंद्रिका या शब्दांचा परस्परांशी काही संबंध नाही.

■ ■

चतुरंग

चतुरंग : पूर्वी उत्तम सैन्याचे वर्णन चतुरंग सेना या शब्दात करीत असत. चतुरंग हा शब्द चतुर्+अंग (चतुर अंग नव्हे) असा आहे. चतुर् म्हणजे चार. अंग म्हणजे भाग, विभाग, अवयव. सेनेमध्ये चार भाग असत. पदाती म्हणजे पायदळ, अश्वदल म्हणजे घोडेस्वारांचे पथक. नागदल (नाग = गज = हत्ती) म्हणजे हत्तींवर बसून युद्ध करणाऱ्या योद्ध्यांचे पथक आणि रथी-महारथी म्हणजे रथांमध्ये बसून (अथवा उभे राहून) युद्ध करणारे योद्धे. आता या चार अंगांनी संपन्न अशी सेना असणार नाही हे खरे, तथापि सेनेमध्ये विविध विभाग असतातच. त्यात प्रामुख्याने विमानदल, नौदल आणि पायदळ असते, तसेच एक स्वतंत्र तोफखानाही असतो. त्या दृष्टीने आजचे सैन्य हे चतुरंग असते, असे म्हणता येईल. अर्थात आजच्या सेनेत विविध प्रकारचे सेवा विभागही असतातच.

■ ■

चतुरस्त्र

चतुरस्त्र : चतुरस्त्र म्हणजे चौकोनी. 'चतुरस्त्र व्यक्तिमत्त्व' हा शब्दबंध आपण अनेक श्रेष्ठ व्यक्तींचे वर्णन करताना वापरतो. या व्यक्तींचे कर्तृत्व जीवनाच्या विविध क्षेत्रात आपण अनुभवीत असतो. अशी एखादी व्यक्ती एकाच वेळी लेखक असते, व्याख्याता असते, विचारवंत म्हणून तिला मान्यता असते, सामाजिक कार्यातही तिचा सहभाग महत्त्वाचा ठरत असतो आणि ती उत्तम खेळाडूही असते. त्या एका व्यक्तीच्या ठिकाणी अशा आणि इतरही गुणांचा जेव्हा आढळ होतो तेव्हा त्या व्यक्तीला आपण 'चतुरस्त्र' म्हणतो. वेगळ्या शब्दात तिला चौकोनी चिरा म्हणतात. अस्त्र म्हणजे कोपरा किंवा बाजू. चार कोपरे किंवा चार बाजू असलेला एखादा सुबद्ध चौकोन असतो, त्याला चतुरस्त्र म्हणता येते. मंदिरांच्या बांधकामात

वापरता येणारे घडीव चौकोनी चिरे असतात. ते जसे त्यांच्या त्यांच्या जागी व्यवस्थित बसतात तश्या या चतुरस्र असलेल्या व्यक्ती असतात. पण लक्षात घ्या, हा शब्द 'चतुरस्त्र' असा लिहून चालणार नाही.

■ ■

चतुरस्त्र

चतुरस्त्र : 'चतुरस्र' व्यक्तिमत्त्व असे न लिहिता पुष्कळ लोक 'चतुरस्त्र' व्यक्तिमत्त्व असे लिहितात. जसे सहस्र ऐवजी सहस्त्र असे लिहिले जाते. तसेच हे आहे. चतुरस्र म्हणजे चौकोनी. यातील 'स्र' या अक्षराऐवजी 'स्त्र' हे अक्षर वापरले, तर शब्दाचा अर्थ बदलतो. चतुर्-अस्त्र असा हा शब्द तयार होतो. अस्त्र हे युद्धातील एक उपकरण असते. शस्त्रास्त्रसंपन्न राष्ट्र असे आपण म्हणतो, तेव्हा त्या राष्ट्राजवळ शस्त्रे आणि अस्त्रे आहेत असा त्याचा अर्थ असतो. अणु-अस्त्र म्हणजेच अण्वस्त्र. अस्त्र शब्दामागे चतुर् म्हणजे चार असा शब्द जोडला की, 'चतुरस्त्र' शब्द मिळतो. तो सैन्य या शब्दाचे विशेषण होऊ शकतो. अर्थात या सैन्याजवळ केवळ चारच अस्त्रे असतात असे नाही. हा शब्द लाक्षणिक अर्थानेच घ्यायचा असतो. 'कार्यक्षम आणि अनेक साधनांनी, अनेक अंगांनी संपन्न' असे सैन्य म्हणजे चतुरस्त्र सैन्य.

■ ■

चंद्रकला/कला

चंद्रकला / कला : कलेकलेने चंद्र वाढतो, हे वाक्य आपण ऐकतो. चंद्राची शुक्ल पक्षातील द्वितीया तिथीची कोर (म्हणजे चंद्रकोर) आकाशात दिसू शकते. त्यानंतर चंद्र थोडा थोडा वाढताना दिसतो. ही वाढ कलेकलेने होते, असे आपण म्हणतो.

ही कला म्हणजे एक भाग असतो. असा एका एका भागाने चंद्र वाढताना दिसतो.

परिपूर्ण चंद्र म्हणजे सर्व कलांनी युक्त चंद्र.

मनुष्याचे वर्णन वेदांमध्ये 'षोडशकल पुरुष' असे असल्याचे आढळते. म्हणजे माणूस सोळा कलांनी परिपूर्ण होतो.

कला म्हणजे काय हा सौंदर्यशास्त्रात, साहित्यशास्त्रात, कलांच्या प्रांतात एक नित्याचा प्रश्न आहे. आपण कला म्हणजे काही विशेष गुण असे समजू या.

मनुष्य जितक्या अधिक कलांनी युक्त असेल तितका तो परिपूर्णतेकडे जात असतो. या दृष्टीने आपल्या ठिकाणच्या कला वाढविणे आपल्या स्वाधीन असते.

■ ■

चंद्रमौळी

चंद्रमौळी : "तिनं त्याच्या चंद्रमौळी झोपडीत प्रवेश केला आणि...."

अश्या स्वरूपाच्या एखाद्या रचनेत आपल्याला चंद्रमौळी हा शब्द आढळतो. काय अर्थ आहे या शब्दाचा? 'मौलि' या संस्कृत शब्दाचा अर्थ आहे मस्तक. ज्याच्या मस्तकावर चंद्र आहे, त्याला म्हणतात चंद्रमौलि किंवा मौलिचंद्र. शंकर या देवतेचे हे एक नाव आहे. झोपडीच्या छताला असलेल्या छिद्रांतून आकाशातला चंद्र दिसू शकतो, इतकी ती झोपडी निकृष्ट आहे, असे सांगायचे असेल तेव्हा त्या झोपडीला चंद्रमौळी म्हटले जाते आणि झोपडीच्या त्या छप्परालाही चंद्रमौळीच म्हणतात. एरवी चंद्र मस्तकावर असणे, हे खरे तर भाग्याचे लक्षण समजायला हवे! पण इथे ते दारिद्र्याचे लक्षण असते!

■ ■

चपला

चपला : चपला हे एका प्रकारच्या पादत्राणाचे नाव आपल्या चांगल्याच परिचयाचे आहे. शब्दाच्या स्वरूपावरून वाटते की, हा शब्द नक्कीच संस्कृतमधून आलेला असावा. चपला हा संस्कृत शब्द तर आहे. मात्र लक्ष्मी, संपत्ती, वीज किंवा चंचल वृत्तीची स्त्री असा त्याचा संस्कृतमध्ये अर्थ होतो. चपल म्हणजे गतिमान. चपला हे या शब्दाचे स्त्रीलिंगी रूप. जी गतिमान असते, तिलाच चपला म्हणायचे. ज्या कुणी आपल्या पादत्राणासाठी प्रथम हा शब्द वापरला असेल त्याचे या शब्दयोजनेबद्दल कौतुकच केले पाहिजे. या शब्दाचा उच्चार करताना 'प' पूर्ण उच्चारायला हवा. 'चप्ला' नव्हे; 'च प ला'. म्हणजे ही गतिवाचकता स्पष्टपणे जाणवेल.

■ ■

चंबूगबाळं

चंबूगबाळं : एखादा पाहुणा अपेक्षेपेक्षा जरा जास्तीच मुक्काम ठोकून बसला,

तर यजमानाच्या मनात विचार येतो, 'केव्हा हा इथून आपलं चंबूगबाळं हलवणार आहे कुणास ठाऊक!' कित्येकदा या पाहुण्याला प्रत्यक्षही म्हटलं जातं – 'उचला आता आपलं चंबूगबाळं!' किंवा, 'केव्हा आवरणार आता आपलं चंबूगबाळं?' पूर्वी प्रवासी माणसं आपलं सामान (म्हणजे सामान्यत: एक-दोन धोतरे आणि इतर काही कपडे) एखाद्या गाठोड्यात बांधून घेत असत आणि बरोबर पाण्यासाठी एक चंबू (वरती चिंचोळे होत गेलेले भांडे) ठेवीत असत. जवळचे गाठोडेच त्यांना झोपताना उशी म्हणून उपयोगी पडे. संस्कृतमध्ये गभोलिक म्हणजे लहान गोल उशी. त्यावरून हा गबाळं शब्द आला असावा. म्हणजेच पाहुण्यांजवळचं गाठोडं म्हणजे त्यांचं गबाळं. 'चंबू गबाळं उचलणं' म्हणजे 'मुक्काम हलवणं'. साधं कुणी भेटायला आलेल्या आणि उगीच वेळ घेत बसलेल्या मित्रासाठी देखील हा शब्दप्रयोग, अर्थात मनातल्या मनात उपयोगात आणला जाऊ लागला – उचला आता आपलं चंबूगबाळं! म्हणजे 'निघा आता'!

■ ■

चरित्र

चरित्र : चरित्र, आत्मचरित्र, चरित्रात्मक कादंबरी इत्यादि शब्दप्रयोगांमध्ये चरित्र हा शब्द आपण वापरतो. त्याचा अर्थ काय? व्यक्तीचे चरित्र याचा अर्थ त्या व्यक्तीच्या आयुष्यातील घडामोडींचा इतिहास. असेच की नाही? पण मग चरित्र या शब्दाऐवजी 'जीवनातील घडामोडी' किंवा 'जीवनेतिहास' असेच का म्हणू नये? या घडामोडी किंवा हा इतिहास यांच्यासाठी चरित्र हा शब्द रूढ झालेला आहे. याचे रहस्य या शब्दाच्या मूळ अर्थामध्ये आहे. चर् म्हणजे आचरण करणे, वागणे! चरित्र म्हणजे जीवनभर केलेले आचरण, प्रत्यक्ष वागणूक. त्या आचरणातून त्या व्यक्तीची खरी ओळख व्हायची असते, म्हणून त्या व्यक्तीच्या आयुष्यातल्या घडामोडींचे कथन ज्यात असते, त्या इतिहासालाही त्या व्यक्तीचे 'चरित्र' म्हणतात. या चरित्रातून त्या व्यक्तीचे चारित्र्य स्पष्ट होत असते.

■ ■

चरित्र-चारित्र्य

चरित्र-चारित्र्य : चरित्र आणि चारित्र्य हे दोनही शब्द आपल्या परिचयाचे आहेत. पण पुष्कळदा होते काय की, या दोनही शब्दांचा संकर करून म्हणजे त्यांना एकत्र

करून आपल्यापैकी अनेक जण 'चरित्र्य' असा शब्द वापरताना दिसतात. हे योग्य नाही. चरित्राचा संबंध दाखविणारी गोष्ट म्हणजे चारित्र्य. चारित्र्य हा एक भाववाचक शब्द आहे. त्यामुळे हा शब्द आपल्या भाषेत नेहमी नपुंसकलिंगात व एकवचनात वापरला जातो. 'ते चारित्र्य' असे म्हटले जाते. तो किंवा ती ही दर्शक सर्वनामे त्यासाठी वापरली जात नाहीत आणि चारित्र्ये असे त्याचे अनेकवचनही होत नाही. चारित्र्य हा शब्द समजण्यासाठी एक तत्सम म्हणजे त्याच्या समान उदाहरण आहे, स्वातंत्र्य या शब्दाचे. स्वतंत्र या शब्दाचे हे तद्धित रूप आहे. हा शब्द अनेक जण चुकीने 'स्वतंत्र्य' असा लिहिताना आढळतात. तेव्हा स्वतंत्र्य नव्हे, तसेच चरित्र्यही नव्हे, तर स्वातंत्र्य चारित्र्य अशी ही रूपे आहेत.

■ ■

चर्चा

चर्चा : एखाद्या विषयावरची चर्चा रंगली होती (म्हणजे रंजक झाली होती) किंवा रटाळ (कंटाळवाणी) झाली होती, असे आपण म्हणतो. चर्चा म्हणजे काय? त्या विषयाचा वेगवेगळ्या दृष्टिकोनातून विचार. होय की नाही?

मुळात चर्चा म्हणजे वेद म्हणताना ते ज्या विविध आणि गुंतागुंतीच्या पद्धतीने म्हटले जातात, त्या सर्वांचे एकत्रीकरण!

एखाद्या विषयाची चर्चा म्हणजे त्या विषयाची वेगवेगळ्या पद्धतीने मांडणी. त्यामुळे काय होते? तो विषय स्वच्छ, लखलखित, अलंकृत होऊन आपल्यापुढे येतो. (निदान यावा!)

'चंदनचर्चित रमणीचे स्तन' या पंक्तीमधील 'चर्चित'चा अर्थ आहे, लेप दिलेले. एखादा विषय चर्चित होतो म्हणजे त्यावर विचारांचे लेपच दिले जातात.

बघा, चर्चा हा शब्द किती सुंदर आहे!

■ ■

चांद्रमास

चांद्रमास : कालमापनासाठी माणसांनी काही एकके (युनिट्स) निश्चित केलेली आहेत. सूर्य उगवणे, तो मावळणे व पुन्हा उगवणे या गोष्टी माणसाला दिसू शकतात. त्यामुळे सूर्योदयापासून सूर्यास्तापर्यंत व तेथून म्हणजे सूर्यास्तापासून सूर्योदयापर्यंत या कालाला दिवस-रात्र किंवा अहोरात्र असे म्हणता येते. महिना

आणि वर्ष हे कालाचे घटक ठरविण्यासाठी मात्र अनेकांनी चंद्रदर्शनाचा उपयोग करून घेतलेला आहे. चंद्र आकाशात मुळीच दिसत नाही, ती रात्र अमावस्येची रात्र. पुढच्या रात्रीपासून तो पूर्णचंद्राचे दर्शन होईपर्यंतचा (पौर्णिमेपर्यंत) एक कालखंड आणि त्या रात्रीच्या पुढील रात्रीपासून तो अमावस्येपर्यंतचा दुसरा कालखंड असे दोन्ही मिळून जे सुमारे एकोणतीस-तीस दिवस होतात, त्यांना चांद्रमास म्हणतात. कारण ही मोजणी चंद्राच्या गतीशी संबंधित आहे. असे बारा चांद्रमासांचे मिळून एक चांद्रवर्ष इस्लामी कालगणनेत मानण्यात आलेले आहे. 'चंद्रमास' असे न म्हणता 'चांद्रमास' असे आपण म्हणतो. चांद्र म्हणजे चंद्राशी संबंधित. हे एक तद्धित रूप आहे.

■ ■

चांभारचौकश्या

चांभारचौकश्या : गावात मेलेल्या गुरांची कातडी काढून घेऊन, ती कमावून म्हणजे ती संस्कारित करून, मऊ करून घेऊन त्या चामड्यापासून पखाली, मोटा, खोगिरे, पायताणे अश्या उपयुक्त वस्तू बनवायच्या व अश्या प्रकारे समाजाची सेवा करायची हा ग्रामीण चर्मकारांचा पिढीजात उद्योग! पण तो करीत असताना त्यांनी कातडी आणणाऱ्या माणसांकडे, 'कुणाचा हा बैल मारलात?', 'कुठे सापडला तुम्हाला?', 'खरंच मेला का मारला?' असे अप्रिय वाटणारे आणि उगीच प्रच्छन्न आरोप करणारे प्रश्न विचारायला सुरुवात केली, तर त्या प्रश्नांना चांभारचौकश्या नाही म्हणायचे तर काय म्हणायचे? पण या पद्धतीच्या फालतू चौकश्या करण्याची सवय फक्त चर्मकारांनाच म्हणजे चांभारांनाच असते, असे नाही. मुकाट्याने आपले काम करायचे सोडून जो कोणी त्या निमित्ताने विकृत कुतूहलापोटी गैरसोयीचे अप्रिय प्रश्न विचारतो आणि नसत्या चौकश्या करू पाहातो, त्याच्या त्या चौकश्यांनाही चांभारचौकश्याच म्हणण्याची प्रथा आहे.

■ ■

चारशेवीस

चारशेवीस : मराठीत चारशेवीस (आणि हिंदीत चारसौबीस) हा शब्द दूषण म्हणून वापरण्याची प्रथा आहे. मोठमोठ्या हॉटेलांमध्ये तेरा क्रमांकाची खोली नसते, तशीच चारशेवीस नंबरची नसते. लांडीलबाडी, आर्थिक फसवणूक, खरेदी-

विक्रीच्या व्यवहारातली लुच्चेगिरी या प्रकारचे गुन्हे इंग्रजांनी प्रसृत केलेल्या इंडियन पीनल कोडच्या पंचेचाळीसाव्या भागात चारशेवीस क्रमांकाच्या कलमात नोंदलेले आहेत. म्हणजे हे गुन्हे करणाराला या कलमाखाली शासन करण्याची व्यवस्था करण्यात आलेली आहे. चारशेवीस माणूस (अथवा चारसौबीस आदमी) म्हणजे तसे गुन्हे करणारी व्यक्ती. १८६० साली झालेले हे नियम आजही तसेच चालू आहेत. तेव्हा सज्जन माणसांना कुणी चारशेवीस म्हणून हिणवू नये! किंवा मग ज्याला चारशेवीस म्हणायचे असेल, त्याच्यावर सरळसरळ या कलमाखाली कार्यवाही होईल असे तरी पाहावे!

■ ■

चारी मुक्ती

चारी मुक्ती : देवाचिये द्वारी, बसावे क्षणभरी । तेणे मुक्ती चारी, साधियेल्या ।। असे म्हणून देवळाच्या बाहेर ओट्यावर थोडा वेळ तरी टेकल्यासारखे करून नंतरच घरी जाणारी माणसे तुम्ही पाहिली असतील.

या चारी (चारही) मुक्ती कोणत्या?

तर त्या क्रमाने अश्या आहेत –

१) सलोकता – ईश्वर, विठ्ठल, विष्णू ज्या लोकामध्ये, वैकुंठात राहातो त्या लोकात प्रवेश मिळणे.

२) समीपता - ईश्वराच्या समीप, जवळ जाता येणे.

३) सरूपता - ईश्वरासारखे परंतु त्यापासून अलिप्त असे रूप प्राप्त होणे.

४) सायुज्य - ईश्वराशी पूर्णत: जोडले जाणे, एकरूप होणे म्हणजे ईश्वरच होणे.

हा शेवटचा शब्द 'सायुज्य' असा आहे; 'सायुज्यता' असा नाही.

■ ■

चावट

चावट : चावट हा शब्द वाचाट या मूळ शब्दाचे परिवर्तन आहे. यात 'व' आणि 'च' या वर्णांनी आपापली जागा बदलली आहे. याला तुम्ही या वर्णांनी केलेला चावटपणा म्हणाल कदाचित! पण असे म्हणताना तुम्हाला अभिप्रेत असलेला चावट या शब्दाचा अर्थ मात्र वाचाट या शब्दाच्या अर्थापासून थोडा भिन्न

आहे! वाचाट म्हणजे वाचाळ! फुकट बडबड करीत बसणारा! वाचाटाचे वाचाळ हे रूपांतर अर्थ न बदलता झाले आहे; पण चावट हे रूपांतर मात्र अर्थ बदलून झाले आहे.

■ ■

चिकटणे/चिटकणे

चिकटणे/चिटकणे : 'पाकीट नीट चिटकवलंस ना? अर्ज नीट पोहोचला म्हणजे बरं! एकदाचा तुला कुठे चिटकवून दिलं की मी सुटलो!' – हे आहेत एका कुटुंबप्रमुखाचे आपल्या तरुण मुलाशी वा मुलीशी बोलतानाचे उद्गार. यात 'चिटकवणे' असे एक क्रियापद वापरलेले दिसते. खरे म्हणजे 'चिकटवणे' असे ते क्रियापद हवे. अनेकांच्या बोलण्यात चिटकणे, चिटकवणे अशी रूपे येतात. ती चिकटणे, चिकटवणे अशी हवीत.

का बरं? पाहा ना, चिकट असा शब्द आहे की चिटक असा? चिकट म्हणजे अन्य एका गोष्टीशी घनिष्ट संबंध येऊन, तेथून बाजूला करता येणार नाही अश्या स्थितीत राहाणारी कोणतीही गोष्ट अथवा तिचा गुणधर्म. त्या चिकटपणाचा (चिटकपणाचा नव्हे) या क्रियापदात उपयोग करायला हवा ना! म्हणून चिकटणे!

■ ■

चिकाटी

चिकाटी : कोणतेही काम करताना चिकाटी हवी. नुसते काम सुरू केले अन् काही काळानंतर बंद केले किंवा सोडून दिले, असे कसे चालेल?

म्हणजेच एखादं काम हाती घेतल्यानंतर त्या कामात मधे कितीही अडचणी आल्या, कोणत्याही प्रकारचे अपयश येत राहिले, तरी नाउमेद किंवा निराश न होता, ते काम अखेर परिपूर्णतेला नेण्याच्या दृष्टीने सातत्याने प्रयत्नशील राहाणे म्हणजे त्या कामात चिकाटी दाखविणे आहे, असे म्हणता येईल.

इथे चिकाटी शब्दाचा नेमका अर्थ आपल्या लक्षात येतो. 'चिकट' या शब्दावरून तर चिकाटी हा शब्द तयार झालेला नाही ना? एखाद्या कामाच्या बाबतीत चिकाटी दाखविणे म्हणजे त्या कामाला अखेरपर्यंत चिकटून राहाणे! बरोबर? चिकाटी म्हणजे चिकटपणा!

■ ■

चिकित्सक/चिकित्सा

चिकित्सक/चिकित्सा : दुकानात एखादी वस्तू विकत घेण्यासाठी आलेले गिऱ्हाईक जेव्हा त्या वस्तूबद्दल वेगवेगळे प्रश्न विचारते, तेव्हा त्या ग्राहकाबद्दल 'चिकित्सक' असे विशेषण वापरता येते. नको ते प्रश्न विचारणाराचा उल्लेख जरा उपरोधाने 'अति चिकित्सक' या विशेषणाने केला जातो. चिकित्सक म्हणजे चिकित्सा करणारा. चिकित्सा या संस्कृत शब्दात कित् (म्हणजे जाणणे) हा धातू आहे. या कित्पासून इच्छार्थक नाम तयार होते चिकित्सा. जसे पा (पिणे) या धातूपासून पिपासा (पिण्याची इच्छा, तहान); ज्ञा धातूपासून जिज्ञासा, तसे कित् पासून चिकित्सा म्हणजे जाणून घेण्याची इच्छा. मात्र चिकित्सा आणि जिज्ञासा या दोन्ही समानार्थक शब्दांची अर्थक्षेत्रे थोडी वेगवेगळी आहेत. जिज्ञासा ही प्राथमिक स्तरावरची असते, तर चिकित्सा ही जरा खोलात जाऊन केलेली असते. शिवाय चिकित्सा हा शब्द वैद्यकीय क्षेत्रात विशेषत्वाने वापरला जातो. म्हणून चिकित्सक म्हणजे वैद्य, चिकित्सालय म्हणजे दवाखाना असे अर्थ प्राप्त होतात.

■ ■

चिता

चिता : सती जायला मनापासून तयार नसलेल्या स्त्रीला तिचे नातेवाईक बळजबरीने चितेवर ढकलीत असत! किंवा चितेला अग्नी देण्याचे काम त्यांच्या मानलेल्या मुलाने केले! किंवा सेवकांनी झटपट चिता रचली.

अशासारख्या वाक्यांमधून 'चिता' या शब्दाची रूपे आढळतात.

चिता म्हणजे काय?

प्रेतदहनासाठी लाकडे एकमेकांवर रचून जो एक मंचक तयार करतात, त्या मंचकाला म्हणतात चिता. लाकडांची ही रचना म्हणजे चिता.

पण खरे म्हणजे चिता या शब्दाचा शब्दश: अर्थ आहे, रचलेली'. म्हणजेच क्रियावाचकासारखे वापरलेले हे विशेषण आहे. प्रेतदहनासाठी करण्यात येणाऱ्या या रचनेचे पूर्ण नाव आहे काष्ठचिता.

काष्ठ म्हणजे लाकूड. लाकडांची ही रचना म्हणजे काष्ठचिता. आपण या शब्दातला काष्ठ हा शब्द गाळून टाकला आहे, कारण या प्रकारची चिता अन्य कशाचीही असू शकत नाही, हा आपला अनुभव आहे.

■ ■

चुकारतट्टू

चुकारतट्टू : आपले काम सतत टाळीत राहाणाऱ्या व्यक्तीसाठी आपण चुकारतट्टू हे विशेषण वापरतो. यातला तट्टू शब्द लहान घोडा, शिंगरू या अर्थाचा आहे. त्याच्या पाठीवर ओझे लादून, ते घेऊन प्रवास करण्याची अथवा सामान वाहाण्याची पूर्वी पद्धत असे. हे तट्टू जर मालकाचे ऐकेनासे झाले, तर त्याला कामचुकार या अर्थाने चुकारतट्टू म्हणायला हवे. सरकारी कचेऱ्यांतील अनेक कारकून नुसते चुकारतट्टू झालेले आहेत, अशा एखाद्या वाक्यात हे बिरुद काम चुकवणाऱ्या माणसांना लावलेले आढळते.

तट्टू कामचुकार होण्यात त्याच्या मालकाचाही काही दोष असू शकतोच, नाही का? म्हणजेच पर्यायाने कुणाही व्यक्तीला चुकारतट्टू म्हणताना त्या व्यक्तीकडून काम करून घेण्याची जबाबदारी असणारांनाही थोडा दोष दिला जात असतोच!

■ ■

चूडामणी

चूडामणी : चूडा म्हणजे डोक्यावरचे केस! चूड हाही शब्द भाषेत वापरात आहे. खेड्यांमध्ये अंधाऱ्या रात्री उजेड करण्यासाठी गवताची लहान पेंढी (जुडी) करून ती पेटवतात, तिला चूड म्हणतात. केसही असे बांधलेले असले की, ते 'चुडा' बनतात. मराठीत या चूडाचे शब्दांतर बुचडा असे होते.

चूडामणी म्हणजे डोक्यावरच्या या केसांवर माळलेला मौल्यवान मणी. तो सर्वांचे लक्ष वेधून घेत असतो.

चूडा म्हणजे डोक्यावरचे म्हणजेच शरीराच्या सर्वोच्च भागावरचे केस आणि त्यावरचा मणी म्हणजे पुन्हा सर्वोच्च स्थानावरचा मणी. म्हणून मग कोणत्याही क्षेत्रात 'चूडामणी' ही पदवी देता येते. त्यामुळे वेदान्त चूडामणी, सहकार चूडामणी, प्रवचन चूडामणी अश्या पदव्या निर्माण करता येतात. चूडामणी म्हणजे सर्वोच्च पदावरची व्यक्ती.

■ ■

चौखूर

चौखूर : पशूला चार पाय किंवा त्यांचे पंजे म्हणजे चार खूर असतात. सामान्यतः पशू एका वेळी दोन पाय टेकून व दोन पाय उचलून चालतात. त्यात

पुढच्या उजव्या पायासह मागचा डावा पाय आणि पुढच्या डाव्या पायासह मागचा उजवा पाय अशी संगती असते. पण पळताना ती अशीच असते असे नाही. पुढचे दोन पाय एकाच वेळी उचलून पुढे टाकले जातात, असेही होते; पण गुरे काही वेळा फारच वेगात येऊन, वेडीवाकडी गती घेत चारी पाय एकाच वेळी उचलून उडीही घेतात. हे त्यांचे चौखूर उधळणे असते. त्यात नेमक्या रस्त्यावरूनच ती जातील याचीही शाश्वती नसते! म्हणून अस्ताव्यस्त उड्या मारण्याचे वर्तन 'चौखूर उधळणे' असे केले जाते.

एखादा आपल्या भाषणामध्ये नियोजित विषयाला सोडून भलभलत्या विषयांना स्पर्श करीत अस्ताव्यस्तपणे बोलू लागला, तर तो आपल्या भाषणात अगदी चौखूर उधळला होता, असे त्याचे वर्णन करता येईल.

■■

चौरस/चौकोन

चौरस/चौकोन : चौरस ही एक भूमितीय आकृती आहे. हा एक चौकोन असतो. चौकोन या शब्दाचा पूर्वशब्द चतुष्कोण. चार कोन असलेली आकृती. आणि चौरस या शब्दाचे मूळ आहे, चतुरस्र. वास्तविक पाहाता अस्र शब्दाचाही अर्थ 'कोन' असा आहेच. त्यामुळे चौरस या शब्दाचाही अर्थ चौकोन येवढाच मर्यादित असायला हवा. मराठी भाषेत आपण या दोन शब्दांना वेगळे अर्थ दिले. चौकोन म्हणजे कोणतीही चार कोनांची आकृती. चारही कोन (अस्र) समान आहेत असा आणि त्यातही पुन्हा चारही बाजूदेखील समान आहेत, अश्या आकृतीला आपण चौरस म्हणतो. आयताकृती चौकोनाचे चारही कोन समान असतात, पण तो चौरस नव्हे! आयताकृती चौकोनाला संस्कृत गणितशास्त्रात 'दीर्घ' असे म्हणतात. मराठीने हा शब्द स्वीकारलेला नाही. म्हणजेच आपण अनेक संज्ञा नव्याने रूढ केलेल्या आहेत. हे भाषेच्या सामर्थ्याचे गमक आहे.

■■

छकडा

छकडा : साठ-सत्तर वर्षांपूर्वी तालुक्याचे मामलेदार फिरतीवर निघाले की, त्यांचे वाहन प्रामुख्याने 'छकडा' हे असे. त्या वेळी (जीप किंवा तत्सम) स्वयंचलित वाहने तेवढी रूढ नव्हती.

ग्रामीण भागातील श्रीमंत माणसेही स्वत:साठी छकड्याचाच उपयोग करीत. हा छकडा म्हणजे चक्क एक बैलगाडी असे. फार तर घोडागाडी! पण या गाडीमध्ये गाद्या, लोड, तक्के यांनी 'सुखासना'ची व्यवस्था केलेली असे. म्हणून या वाहनाला नुसतेच बैलगाडी किंवा घोडागाडी असे म्हणत नसत.

छकडा हा शब्द संस्कृत भाषेतील 'शकट' या शब्दाचे परिवर्तित रूप आहे. रथापेक्षा शकट कमी दर्जाचे; परंतु सर्वसामान्य श्रीमंतांना बाळगता येई असे वाहन होते.

■ ■

छक्केपंजे

छक्केपंजे : 'तुमच्यासारखे छक्केपंजे करण्याची आमची वृत्ती नाही आणि करायचे ठरविले तरी आम्हाला ते करता येणार नाहीत' असे तुम्ही तुमच्या एखाद्या दगाबाज मित्राला उद्देशून कधी म्हणाला असाल!

हे छक्केपंजे काय आहेत! पत्त्यांचा खेळ खेळताना एखाद्याने लबाडीने पान बदलले अथवा त्यासंबंधी खोटे निवेदन केले, तर तुम्ही त्या वृत्तीला काय म्हणाल? छक्केपंजेच म्हणायला हवे, नाही का? छक्का आणि पंजा ही पत्त्यांच्या जुडग्यातील पानेच. त्यांची अदलाबदल करणे म्हणजे छक्केपंजे करणे. प्रत्यक्ष व्यवहारात आपल्या दिलेल्या शब्दात बदल करून, आश्वासन भंग करून शिवाय वरती सत्यनिष्ठेचा आव आणणे, म्हणजेच छक्केपंजे करणे! दगाबाजीचाच हा एक आविष्कार!

■ ■

छत्रपती

छत्रपती : छत्रपती हे विशेषण परंपरेने शिवाजी महाराज आणि पुढे त्यांच्या वंशातील ज्या व्यक्तींना राजपद मिळाले ते सर्व राजे यांच्यासाठी वापरण्याची प्रथा आहे. अन्य कुणासाठी ते वापरले जात नाही. हा अर्थात एक भाषिक संकेत आहे. पूर्वी राजेशाही जमान्यात व्यक्तींचे समाजातील स्थान व महत्त्व लक्षात यावे यासाठी त्यांचे पोषाख आणि लवाजमा या संबंधात काही विशेष व्यवस्था असे. त्या व्यवस्थेवर इतर कुणाला अधिकार सांगता येत नसे. उदाहरणार्थ, पालखीतून कुणी जायचे, अबदागीर कुणासाठी वापरावयाची, पालखीपुढे मशाल कुणासाठी धरायची हे ठरलेले असे. हे मोठे सन्मान समजले जात असत. त्याचप्रमाणे मस्तकावर छत्र धरण्याचाही अधिकार मर्यादित व्यक्तींनाच होता. छत्रपती शिवाजी महाराजांपासून

तो केवळ हिंदवी स्वराज्याच्या प्रमुखांनाच असल्याचा सामाजिक संकेत रूढ झालेला आहे. आता मात्र कुणाही छत्रीधारी व्यक्तींसाठी विनोदाने व कुत्सितपणे छत्रपती हे विशेषण वापरले जाते.

■■

छात्र/छात्रालय

छात्र/छात्रालय : छात्र म्हणजे विद्यार्थी. अगदी सरळ अर्थ आहे नाही? पण तसं नाही. प्रत्येक छात्र खऱ्या अर्थाने विद्यार्थी असेलच असे नाही. विद्यार्थी असल्याचे भासवून तो 'छात्र' झालेला असू शकतो. कारण छात्र म्हणजे छत्राशी संबंधित आणि छत्र म्हणजे उन्हापावसापासून संरक्षण करण्यासाठी डोक्यावर धरायची छत्री! आणि त्यातून मग लक्षणेने मायेचे संरक्षण-साधन. छात्र म्हणजे असे संरक्षण प्राप्त झालेला. छात्रालय म्हणजे अशा छात्रांचे निवासस्थान. आदिवासी छात्रालय, सर्वोदय छात्रालय असे शब्दप्रयोग त्यातून सिद्ध होतात. प्रत्येक विद्यार्थी काही या दृष्टीने छात्र नसतो. छात्रालयातल्या प्रत्येक छात्राने विद्यार्थी असावे अशी अपेक्षा असते. छात्र म्हणजे आश्रित विद्यार्थी. पूर्वी विद्यार्थी गुरूंचेच छात्र असत. म्हणजे त्यांच्याच मायेच्या छायेखाली राहात असत.

■■

छावणी

छावणी : सैनिकी छावणीवर अतिरेक्यांनी केलेल्या हल्ल्याच्या वेळी झालेल्या झटापटीत चार अतिरेकी ठार झाले.

अश्या बातम्यांमध्ये छावणी हा शब्द आपल्याला वाचायला, ऐकायला मिळतो.

छावणी म्हणजे काय? जिथे छावे असतात, ती जागा?

सिंहाचा छावा असा शब्दप्रयोग आपण जाणतो, परंतु छावणीतल्या सैनिकांच्या संबंधात हा शब्द वापरात दिसत नाही.

छावणी हा शब्द संस्कृतमधील छादनी या शब्दापासून तयार झालेला दिसतो. छादन, आच्छादन हे शब्द आपण जाणतो. उघड्यावरच्या जागेत आच्छादन करून म्हणजेच परिवेष्टित (covered) राहाण्याची केलेली व्यवस्था म्हणजे छादनी किंवा छावणी. या शब्दात 'छाया' शब्दाचाही थोडा अंश दिसतो.

■■

जंगल/अरण्य

जंगल/अरण्य : जंगल, अरण्य हे दोन शब्द आपण सामान्यपणे एकमेकांऐवजी सहजसहज वापरतो, नाही का? आपली अशी समजूत असते की, हे दोन्ही शब्द समानार्थकच आहेत. त्यातूनही अनेकांना असे वाटते की, बहुतेक जंगल हा शब्द मुळात इंग्रजीतलाच असावा! मराठीत त्याचा अर्थ अरण्य हा सांगावा.

वास्तविक हे दोनही शब्द थेट वैदिक काळापासून संस्कृत भाषेत वापरले जात आहेत आणि विशेष म्हणजे त्यांचे अर्थ अगदी समान नाहीत!

जंगल म्हणजे (संस्कृत भाषेत) रखरखित, कोरडा प्रदेश. या प्रदेशातल्या प्राण्यांना, झाडाझुडपांना 'जांगल' (म्हणजे जंगली) हे विशेषण लावले जाते. इंग्रजांनी हा शब्द इंग्रजी भाषेत घेतला, पण अर्थ थोडा बदलून! जंगल म्हणजे (इंग्रजीत) वनस्पतींनी वेढलेला प्रदेश! अरण्य!

■ ■

जटिल

जटिल : जटिल हे विशेषण 'समस्या' या नामासाठी वापरण्याची प्रथा आहे. अतिशय अवघड अशी समस्या म्हणजे जटिल समस्या.

पण मग तिला जटिल का म्हणायचे?

तुम्हाला 'जटा' माहीत आहेत? त्याच शब्दाचे मराठी रूपांतर झाले आहे, बटा. मुलीच्या केसात बटा झाल्या (म्हणजे जटा झाल्या) की, तिला देवदासी म्हणून देवळात पुजाऱ्याच्या स्वाधीन करण्याची काही ठिकाणी पूर्वी पद्धत होती! केस विंचरता येणार नाहीत इतकी त्याची गुंतागुंत झाली आणि त्यामुळे त्या केसांचा जणू काही एक दोर वळला गेला की, त्याला म्हणतात जटा.

या जटेसारखे एक एक घटक वेगळा करून पाहाता न येण्यासारखे जे काही असेल ते असते जटिल. म्हणून अवघड समस्येला जटिल समस्या म्हणतात. हा शब्दही 'जटिल' असाच लिहिला पाहिजे, 'जटील' असा नव्हे.

■ ■

जत्रा

जत्रा : जत्रा हा शुद्ध मराठी शब्द यात्रा या संस्कृत शब्दाचेच परिवर्तित रूप

आहे, हे स्पष्ट आहे. यात्रा या शब्दाच्या अर्थात जसा धार्मिक दृष्ट्या महत्त्व असलेल्या स्थळांचा प्रवास अभिप्रेत आहे, तसाच काहीसा भाग जत्रा या शब्दाच्या अर्थात देखील आहे. परंतु पशुपति, बद्रीनारायण किंवा बद्रीकेदार अशा स्थळांच्या प्रवासाला कधी जत्रा म्हणत नाहीत. जत्रा नेहमी खंडोबाची, म्हसोबाची नाही तर जाखाई जोखाईचीच असते. म्हणजे ग्रामदैवतांची यात्रा ही जत्रा होत असते. तिचा दिवस ठरलेला असतो. आसपासचे अनेक लोक तिथे एकत्र येतात. हा एक सांस्कृतिक मेळावाच असतो. यात्रेपासून जत्रेपर्यंतचा भाषिक प्रवास हा एक सामाजिक प्रवास आहे.

■ ■

जबाबदारी

जबाबदारी : आपल्यावरची जबाबदारी झटकून टाकण्याची काही लोकांना सवय असते. किंवा आपली जबाबदारी आपणच पार पाडली पाहिजे, त्यासाठी दुसऱ्यांवर भार टाकणे बरे नाही, या वाक्यांमध्ये जबाबदारी या शब्दाचा अर्थ काय? आपले कर्तव्य, आपण करायचे काम असा इथे अर्थ होतो.

पण ही जबाबदारी मुळात वेगळीच आहे. अर्थात तिचा आपल्या कर्तव्यकर्माशी संबंध आहेच. पण तो कसा? तर आपण जर आपले काम केले नाही, तर आपल्याला कुणी तरी श्रेष्ठ माणसे (कदाचित साक्षात ईश्वरही) त्याबद्दल जाब विचारतील आणि मग आपल्याला त्यांना त्याचा जाब द्यावा लागेल; अश्या स्थितीत आपल्यावर येऊन पडते, ती असते आपली जबाबदारी! म्हणजे जबाब देण्याची वेळ! उत्तरदायित्व हा संस्कृत आणि अर्थातच मराठीही शब्द ही जबाबदारी नेमकी व्यक्त करायला समर्थ आहे.

■ ■

जन्मजात ऋणे

जन्मजात ऋणे : मनुष्य जन्माला येतो, तोच मुळी काही ऋणे घेऊन! ती फेडल्याशिवाय त्याचं आयुष्य सफल झालं असं कसं मानता येईल?

यातील ही जन्मत:च डोक्यावर असलेली ऋणं कोणती? (ऋण म्हणजे कर्ज हो!)

ही तीन ऋणं याप्रमाणे आहेत – पितृऋण, देवऋण आणि ऋषिऋण.

आपण या जगात जन्माला आलो, ते वंशसातत्य राखण्याचे व्रत आपल्या वाडवडिलांनी पाळले, म्हणून! मग त्यांचे ऋणच की आपल्यावर! संततीच्या द्वारे ते ऋण फेडायचे. तेच हे पितृऋण.

ईश्वराने अथवा या सृष्टीने म्हणा, जगातल्या सर्व नैसर्गिक सुविधा निर्माण करून दिल्या, ते त्यांचे ऋण हे देवऋण. हे त्यांच्याबद्दलची कृतज्ञता बाळगून म्हणजे पूर्वीच्या समजुतीप्रमाणे यज्ञ करून फेडायचे.

आणि ऋषींनी जे ज्ञान त्यांच्या त्यांच्या क्षेत्रात संपादन केले, तेही आपण ऋण म्हणूनच घेतले असे समजून, त्यात वाढ करून पुढच्या पिढीपर्यंत पोहोचविणे हा ऋषिऋण फेडण्याचा मार्ग.

■ ■

जहांबाज

जहांबाज : जहांबाज हे विशेषण सामान्यतः स्त्रीसाठी वापरतात. बाई मोठी जहांबाज आहे असे म्हणतात; हा माणूस अगदी जहांबाज आहे असे सहसा म्हणत नाहीत!

नको तिथे आडदांडपणा करणारी, आरडाओरड करून त्या आवाजावरच आपला मुद्दा सिद्ध करू पाहाणारी, आपले म्हणणे खरे करणारी स्त्री जहांबाज म्हटली जाते.

जहांबाज शब्द बहुधा जानबाझ या उर्दू-फारसी शब्दाचे रूपांतर होऊन मराठीत आलेला असावा. जानबाझ या शब्दाचा अर्थ आहे, शक्तिसंपन्न, धाडसी.

जहांबाज हा शब्दही सामान्यतः अश्याच स्त्रीच्या बाबतीत वापरला जात असतो, जिला प्रतिकार करणे म्हणजे जिचा प्रतिवाद करणे शक्य होत नसते. हे विशेषण केवळ स्त्रीसाठीच वापरले जाते, हा खरे तर स्त्रीचा गौरव समजायला हवा; परंतु हे विशेषण वापरताना ते अनादरानेच वापरतात!

■ ■

जाड्य

जाड्य : सरस्वतीचे स्तवन करताना तिच्यासाठी 'जाड्यापहा' असे एक विशेषण वापरतात. (सा मां पातु सरस्वती भगवती निःशेषजाड्यापहा!) जाड्य+ अपहा म्हणजे जाड्य दूर करणारी, जाड्य नाहीसे करणारी. (तेही पुन्हा निःशेष, म्हणजे बाकी राहू न देता!) पण जाड्य नाहीसे करणारी म्हणजे काय?

जाड्य म्हणजे जडत्व, जडता. जड शब्दातील 'ज'चा उच्चार 'जग' शब्दातील 'ज' प्रमाणे करायचा. 'जहाज'मधील 'ज' प्रमाणे केला, तर 'जड' हा केवळ वजन दर्शविणारा शब्द होईल. जड (ज-जगातल्याप्रमाणे) म्हणजे मूर्ख, अज्ञानी. जडता, जडत्व, जाड्य म्हणजे मूर्खपणा, अज्ञान. हे जाड्य घालविणारी ती जाड्यापहा सरस्वती.

जाड्यापहा हा शब्द उच्चारताना 'ज' चा उच्चार नीट 'जग' शब्दातल्या 'ज' प्रमाणे, तालव्य केला पाहिजे. पुष्कळ वेळा चुकीने हा शब्द 'जाड्या पहा' असा उच्चारला जातो. तसे होऊ नये. ते एक जाड्य लक्षण ठरेल!

■ ■

जावळ

जावळ : लहान मुलांच्या बाबतीत केला जाणारा जावळ हा एक विधी आहे. जन्मत:च डोक्यावर असलेले केस काढून टाकायचे म्हणजे जावळ काढायचे. याचा अर्थ, जावळ म्हणजे हे मूळचे केस! हा शब्द मुळात 'चौल' असा आहे. 'चौल'चे जौल व पुढे त्याचेच रूपांतर जावळ असे झालेले दिसते.

चौल हाही शब्द चूला या शब्दाचे तद्धित रूप आहे. चौल म्हणजे चूलासंबंधीचा विधी. चूला म्हणजे चूडा आणि चूडा म्हणजे डोक्यावरचे केस! (या प्रत्येक शब्दात 'च'चा उच्चार चहातल्या 'च' प्रमाणे करायचा.)

चूडा हा शब्द चूडामणी म्हणजे डोक्यावरचा मणी, म्हणजेच सर्वोच्च ठिकाणचे काहीही. संगीत चूडामणी, वेदांत चूडामणी अश्या पदव्या आपल्या ऐकिवात आहेत.

संस्कृत भाषा बोलणारे लोकही चूडाचे चूला करून (म्हणजेच भाषिक परिवर्तन करून) नंतरच त्याचे चौल असे रूप करीत. मराठी भाषिकांनी चौलचे रूपांतर जावळ असे केले.

■ ■

जिनेंद्र

जिनेंद्र : जिन म्हणजे विजयी, विजयशाली. जि-जयति या धातूपासून सिद्ध झालेला हा शब्द. या जिनांचाही जो इंद्र म्हणजे प्रमुख किंवा यांच्यात जो सर्वश्रेष्ठ, तो जिनेंद्र (जिनेंद्र सरस्वती हे एका पीठावरील शंकराचार्यांचे नाव आहे.).

जिनेंद्र या शब्दाचा अर्थ त्यामुळे 'सर्वत्र विजय मिळविणारांत श्रेष्ठ!' असा

होईल. या विजयात इंद्रियविजय, मनोविजय हा अर्थातच महत्त्वाचा. इंद्रियांवर विजय मिळविणारा हनुमान हा जितेंद्रिय म्हणून प्रसिद्ध आहे. जितेंद्रिय शब्दाच्या ध्वनिसाम्यावरून जिनेंद्र ऐवजी हा जितेंद्र असा शब्द असावा, असे वाटण्याची शक्यता आहे. परंतु जितेंद्र शब्दाचा अर्थ तर आणखीनच वेगळा. ज्याने इंद्राला जिंकले आहे तो, असा होईल. म्हणून जिनेंद्र हा शब्द जितेंद्र असा लिहून वा उच्चारून चालणार नाही.

■ ■

जीर्णोद्‌धार

जीर्णोद्धार : जुन्या मंदिरांची, ऐतिहासिक इमारतींची वगैरे डागडुजी करतात, त्यांना नवे रूप देतात त्या वेळी जीर्णोद्धार हा शब्द वापरतात. त्या इमारती जीर्ण म्हणजे जुन्या पुराण्या झालेल्या आहेत, अशी आपली जाणीव असते. म्हणून जुन्या इमारतींचा कायापालट करण्याला जीर्णोद्धार म्हणतात.

परंतु जीर्ण म्हणजे केवळ 'जुने' नव्हे! तर परिपूर्ण अवस्थेला गेलेले; म्हणजे यानंतर ज्याचा मृत्यूच अटळ आहे, असे!

■ ■

जैन

जैन : जैन हे एका भारतोत्पन्न तत्त्वज्ञान शाखेचे आणि त्याचप्रमाणे या तत्त्वज्ञानानुसार जीवनाची मांडणी करून देणाऱ्या संप्रदायाचे नाव आहे. भाषिक दृष्ट्या जैन या शब्दाला नेमका अर्थ काय?

जि-जयति या धातूचा अर्थ आहे, विजय मिळविणे, विजयी होणे. या धातूपासून जिन हा शब्द सिद्ध होतो. त्याचा अर्थ सर्वत्र व सर्वकाल विजयी असा आहे. जिनाशी संबंधित ते सर्व जैन. (जसे, मित्राशी संबंधित ते मैत्र.) जैन संप्रदायातील तीर्थंकरांपैकी भगवान महावीरांसाठी जिन हे विशेषण विशेषत्वाने वापरले जाते. त्यांनी मिळविलेला विजय हा केवळ भौतिक क्षेत्रातला नसून सर्व मनोविकारांवर मिळविलेला अलौकिक विजय आहे. भगवान महावीर जिनांनी सांगितलेल्या मार्गाला जैन मार्ग व तो मार्ग स्वीकारणारांना जैन म्हटले जाते.

■ ■

जोशी

जोशी : जोशी हा शब्द ज्योतिषी या शब्दाचे संक्षिप्त म्हणजे छोटे केलेले असे रूप आहे. मूळ रूपापासून ढळलेले हे रूप असल्याने त्याला अपभ्रंश म्हणायला हरकत नाही. पूर्वी गावागावात एक ज्योतिषी असत. त्यांना ग्रामजोशी म्हणत. हे ज्योतिषी भविष्य कथन करीत असत असे नाही, तर रोजची आकाशातील ग्रहस्थिती, किमान रोजची तिथी व त्या तिथीचे महत्त्व घरोघर हिंडून सांगत असत. त्यामुळे एकादशी कधी, पौर्णिमा-अमावस्या कधी, चतुर्थी कधी, त्या रात्री चंद्रोदय केव्हा, या गोष्टी सर्वसाधारण ग्रामस्थांना घरबसल्या कळत असत. असे हे जोशीपण करण्यासाठी खगोलशास्त्राचे काही किमान अध्ययन आवश्यक आहे. विशेष गोष्ट ही की, जोशीपण काही कोणा एका जातीतल्या व्यक्तींची मिरासदारी नव्हती. त्यामुळे आजही एकापेक्षा अधिक जातींमध्ये जोशी आढळतात.

■ ■

ज्यायस्/ज्यायसी

ज्यायस्/ज्यायसी : स्त्रीचे, मुलीचे नाव म्हणून आपल्याला श्रेयसी हा शब्द माहीत आहे. ज्यायसी हा त्यासारखाच शब्द आहे, पण तो तेवढा प्रचारात दिसत नाही. पण ज्येष्ठ शब्द तर ज्येष्ठ पुत्र, ज्येष्ठ कन्या इत्यादि शब्दबंधामुळे आपण चांगलाच जाणतो. ज्येष्ठ म्हणजे वयाने सर्वात अधिक. होय ना? म्हणजे हे कसले तरी तम-वाचक (superlative degree) रूप आहे. ते आहे वृद्ध (म्हणजे काही तरी वय झालेले) या शब्दाचे! त्याचेच तर-वाचक (comparative degree) रूप आहे ज्यायस्. म्हणजे कुणापेक्षा तरी वयाने मोठा. (ज्यायान् हे त्याचे पुल्लिंगी तर) ज्यायसी हे स्त्रीलिंगी रूप आहे. थोडी अधिक मोठी असा त्याचा अर्थ. मग हे मोठेपण केवळ वयाचेच मानण्याचेही कारण नाही. कारण आपण ज्येष्ठता देखील केवळ वयाची मानतो असे थोडेच आहे? त्यामुळे आता ज्यायस् हे मुलाचे व ज्यायसी हे मुलीचे नाव ठेवायला हरकत नसावी. श्रेयस् आणि श्रेयसीप्रमाणेच!

■ ■

ज्येष्ठ/कनिष्ठ

ज्येष्ठ/कनिष्ठ : 'आमची ज्येष्ठ कन्या... हिचा मंगल विवाह...' इत्यादि

मजकुरातील ज्येष्ठ हा शब्द नीट लक्षात घ्यायला हवा. हा शब्द ज्येष्ट अथवा जेष्ठ, जेष्ट असा लिहिणे अथवा छापणे किंवा उच्चारणेही अयोग्य होईल.

इंग्रजीतल्या Eldest या शब्दाचा संस्कृत आणि संस्कृतोत्पन्न अन्य भाषांमधील प्रतिशब्द आहे – ज्येष्ठ. Elder या अर्थाचा ज्यायस् हा शब्द मराठीत रूढ नाही. ज्येष्ठ हा तर-तम-वाचकांपैकी तमवाचक शब्द तेवढा रूढ आहे. मूळ शब्द, तरवाचक आणि तमवाचक अशी मांडणी करायचीच झाली, तर वृद्ध - ज्यायस् - ज्येष्ठ अशी ती करावी लागते. ज्येष्ठ म्हणजे सर्वात अधिक वृद्ध (वयाने वाढलेला) त्याचप्रमाणे कन - कनीयस् आणि कनिष्ठ असे शब्द आहेत. कन म्हणजे लहान, कनीयस् – त्यापेक्षा लहान, कनिष्ठ – सर्वात लहान.

विवाहाच्या निमंत्रण पत्रिकांमध्ये नेहमी वापरले जाणारे हे शब्द आहेत; ज्येष्ठ कनिष्ठ. आमची ज्येष्ठ कन्या, कनिष्ठ कन्या वगैरे! हे दोनही शब्द सुपरलेटिव्ह डीग्री दाखविणारे आहेत. इंग्रजीतले गुड-बेटर-बेस्ट हे तीन शब्द आपण जाणतो. त्यातला बेस्ट हा शब्द असा सुपरलेटिव्ह डीग्री दाखवतो.

पण कोणतीही गोष्ट 'बेस्ट' असण्यासाठी तिच्याशी तुलना करण्याकरिता तिच्याशिवाय आणखी निदान दोन तश्याच गोष्टी असायला हव्या. म्हणजेच एकूण किमान तीन गोष्टींमधील सर्वात चांगली म्हणजे बेस्ट, केवळ दोन वस्तूंमधील अधिक चांगली ती बेटर! नाही का?

म्हणजे सुपरलेटिव्ह डीग्रीसाठी एकाच प्रकारच्या किमान तीन गोष्टी हव्यात.

पण आता तर आपण दोन मुलांमधल्याही वडील मुलाला ज्येष्ठ, तर लहानाला कनिष्ठ म्हणायला लागलो आहोत! भाषिक दृष्टीने ही चूकच आहे, नाही का?

■ ■

झारीतले शुक्राचार्य

झारीतले शुक्राचार्य : कुणाकडून कुणास काही मिळावयाचे असेल, अश्या वेळी मधेच कुणी या दानात अडचण उत्पन्न करीत असेल, तर त्या अडचण उत्पन्न करणाराचा उल्लेख 'झारीतले शुक्राचार्य' असा केला जात असतो. हा काय शब्दप्रयोग आहे? तर त्यामागे एक मिथक कथा आहे. वामन (हा विष्णूचा सहावा अवतार) बळी या दैत्यांच्या राजाकडे आला. कुणी काहीही मागितले, तरी त्याला ते द्यायचेच, अशी बळीची दानी म्हणून ख्याती होती. या त्याच्या सद्‌गुणाचा फायदा घेऊन दैत्यांचे राज्य हस्तगत करावे, हा उद्देश मनाशी बाळगून वामन आलेला होता. वामनाने बळीजवळ फक्त तीन पावले मावतील येवढी भूमी मागितली आणि

बळीने ती देण्याची तयारी केली. वामनाच्या हातावर दानाचे उदक सोडण्यासाठी त्याने झारीत पाणी घेतले. शुक्राचार्य हे दैत्यांचे गुरु! स्वतः राजनीतिनिपुण! वामनाचा कावा त्यांच्या लक्षात आला. तेव्हा ते स्वतःच त्या झारीच्या नळीच्या तोंडाशी जाऊन बसले. त्यामुळे झारीतून पाणी वामनाच्या हातावर पडेचना! असे हे झारीतले शुक्राचार्य! पुढे बळीने झारीत काय अडकले आहे ते काढण्यासाठी दर्भाची टोकदार काडी तिच्या नळीत घातली, तर त्या टोकाने शुक्राचार्यांचा एक डोळा फुटला! म्हणून शुक्राचार्यांना एकाक्ष म्हणतात. अर्थात ही सर्व केवळ एक पुराणकथा आहे. पण अर्थपूर्ण!

■ ■

झोपडी

झोपडी : झोपडी म्हणजे काय असे एखाद्या शाळकरी मुलाला विचारले, तर तो अगदी एक छानसे रेखाचित्र काढून दाखवील अन् झोपडी या शब्दाचा अर्थ स्पष्ट करील! एक छोटेसे घर! ज्यावरचे छप्पर कदाचित चंद्रमौळी असेल! ज्याच्या भिंती कदाचित कुडाच्या असतील... वगैरे वगैरे!

पण जर एखाद्या गुरुमहाराजांच्या धनसंपन्न आश्रमामध्ये तुम्ही त्यांची सर्व सुखसोयींनी युक्त अशी झोपण्याची जागा बघाल आणि त्या जागेवर 'महाराजांची झोपडी' अशी पाटी पाहाल, तर तुम्हाला 'झोपडी' शब्दाचा खरा अर्थ कळल्याशिवाय राहाणार नाही! झोपडी म्हणजे झोपण्याची जागा! माणसाला घर हवे असते ते मूलतः झोपण्याची जागा म्हणूनच! पावसापाण्यापासून संरक्षण मिळेल अशी छोटीशी जागाही मग झोपडी समजली जाते.

■ ■

टवाळखोर

टवाळखोर : कुणाची टिंगल टवाळी करणे हे काही उत्तम विनोदाचे उद्दिष्ट असू शकत नाही. तरी सुद्धा 'टवाळा आवडे विनोद' असे एक वचन कित्येकदा उद्धृत करण्यात येत असतेच. टवाळ किंवा टवाळखोर म्हणजे टवाळी करणारा! पण टवाळी म्हणजे नेमके काय?

सामान्य थट्टा विनोदाला जेव्हा किंचितशी का होईना पण निंदेची, असूयेची अशी किनार लाभते, तेव्हा ती थट्टा टवाळी या सदरात जमा करायला हरकत नसावी. निखळ विनोद हा आनंद देणारा असतो; पण तो बोचरा झाला की, त्या

विनोदाचे टवाळीत रूपांतर होते.

टवाळी हा शब्द संस्कृत भाषेतल्या ट्वल् किंवा टल् या धातूपासून तयार होतो. आघात करणे, हिंसा करणे, दुखवणे हाच या धातूचा अर्थ आहे. त्यामुळे या धातूपासून मराठीत आलेल्या या शब्दामध्ये हा दुसऱ्यांना दुखवण्याचा गुणधर्म आला आहे, यात आश्चर्य ते कसले?

आणि टवाळखोर म्हणजे अशी हिंसक टवाळी करण्याचा छंद जडलेली व्यक्ती. हेकेखोर, भांडखोर, चहाडखोर अशा काही शब्दांमध्ये हा सातत्यवाचक असा खोर हा प्रत्यय आपल्याला आढळतो.

■ ■

टीका/टिका

टीका/टिका : ज्ञानेश्वरी हा ग्रंथ भगवद्गीतेवरील एक श्रेष्ठ टीका म्हणून सर्वांना मान्य आहे.

या वाक्यात टीका शब्दाचा अर्थ काय आहे? टीका म्हणजे स्पष्टीकरण. टीक्-टीकते असा संस्कृत धातू आहे. त्याचा अर्थ पुढे सरकणे असा आहे. या धातूपासून टीकयते असे प्रयोजक क्रियापद तयार होते. या प्रयोजकाचा अर्थ पुढे सरकवणे म्हणजे इतरांच्या दृष्टिपथात आणणे, स्पष्ट करणे असा आहे. त्यापासून टीका असा संस्कृत शब्द तयार होतो व तो आपण मराठीत तत्सम स्वरूपात त्याच अर्थाने वापरतो. अर्थात टीका करणे याचा एक वेगळाही (निंदा करणे, दोष दाखवणे असा) अर्थ आपण जाणतोच. त्यातही अर्थात मूळ वस्तूचे रूप स्पष्ट करून दाखविणे असतेच. 'टीका' हा शब्द 'टिका' असा लिहून चालणार नाही. कारण टिकणे (अस्तित्व राखणे) असा मराठी धातू असून टिका हे याचे आज्ञार्थाचे द्वितीय पुरुषाचे अनेकवचनी रूप होते. त्यामुळे टीका व टिका हे दोन भिन्नार्थक शब्द होतात. ह्रस्वदीर्घामुळे होणारा हा अर्थभेद लक्षात घ्यायला हवा.

■ ■

ठान्त शब्द

ठान्त शब्द : ज्येष्ठ/कनिष्ठ/वरिष्ठ/श्रेष्ठ हे सारे शब्द शेवटी 'ठ' हे अक्षर

घेणारे आहेत, हे लक्षात घेतले पाहिजे. या दृष्टीने त्यांना ठान्त शब्द म्हणता येईल. यांच्याकडे विशेष लक्ष का द्यायचे? तर पुष्कळदा हे शब्द टान्त म्हणजे शेवटी 'ट' हे अक्षर घेऊन लिहिले/बोलले जाऊ शकतात, म्हणून! म्हणजे असे – ज्येष्ट, कनिष्ट, वरिष्ट, श्रेष्ट. परंतु हे सारे शब्द, जसे वर पहिल्या ओळीत लिहिलेले आहेत तसेच 'ठान्त' लिहायला आणि उच्चारायलाही हवेत. का बरं? त्याचं उत्तर असं आहे – मराठीत तर-तम वाचके कशी बनवतो आपण? चांगला, अधिक चांगला, सर्वात चांगला याप्रमाणे चांगला हा मूळ शब्द, पुढची त्याची तर-तम वाचके, तर ज्येष्ठ, कनिष्ठ, वरिष्ठ, श्रेष्ठ ही सर्व तम वाचके (superlative degree) आहेत आणि त्यासाठी असलेला प्रत्यय 'इष्ठ' असा आहे.

■ ■

ठेवून/घेऊन

ठेवून/घेऊन : भाषेत क्रियाप्रदाप्रमाणेच पूर्वकालवाचक अव्ययेदेखील फार मोठ्या प्रमाणात वापरात असतात. 'त्याने एवढे बोलून काय साधले?' या वाक्यात बोलून हे पूर्वकालवाचक आहे. लेखणी हातात घेऊन तो लिहू लागला. यात घेऊन हे तसेच पूर्वकालवाचक आहे. कारण लिहिण्यापूर्वीची ही लेखणी हातात घेण्याची क्रिया या शब्दाने दाखवलेली आहे.

करणे-करून, पाहाणे-पाहून, जाणे-जाऊन, ठेवणे-ठेवून, धरणे-धरून अशी मूळ क्रियापदापासून तयार केलेली अनेक पूर्वकालवाचके आपण वापरतो.

पुष्कळदा ठेऊन, जेऊन, धाऊन अशी रूपे पाहाण्यात येतात. वास्तविक ठेवून, जेवून, धावून अशी ती हवीत. कारण त्यातील मूळ धातू ठेवणे, जेवणे, धावणे असे आहेत.

त्याचप्रमाणे घेवून, जावून, नेवून हे लेखनही अयोग्य समजले पाहिजे. कारण यात मूळ धातू घेणे, जाणे, नेणे असे आहेत. त्यात 'व' कुठे आहे? म्हणूनच घेऊन, जाऊन, नेऊन असे लेखन हवे.

■ ■

ठोंब्या

ठोंब्या : शाळेत शिकवणाऱ्या शिक्षकांच्या तोंडी असणारा हा एक अपशब्द

आहे. कित्येकदा तो काही विद्यार्थ्यांसाठी कायमचे विशेषण होऊन बसलेला असतो. अक्षरशत्रू हा त्याचा कोशगत अर्थ. म्हणजे ज्याला लिहिता-वाचता येत नाही! पण वर्गातला ठोंब्या गणितासारख्या विषयात ठोंब्या असतो, अक्षरशत्रू नसतो काही! कदाचित तो चांगला लेखक असू शकतो!

मग त्याला ठोंब्या का म्हणायचे? तर 'ओम् की ठोम्' म्हणजे इंग्रजी पद्धतीप्रमाणे ए बी सी; म्हणजेच एखाद्या विषयाचे अगदी प्राथमिक ज्ञान. त्यातील ठोम् शब्दावरून हा ठोंब्या प्रकटला असावा!

■■

डॉक्टर... वैद्य... हकीम

डॉक्टर... वैद्य... हकीम : प्रकृती चांगली ठेवण्यासाठी व विशेषत: प्रकृती बिघडल्यास ती पूर्वपदावर आणण्यासाठी स्वस्थ वा रुग्ण व्यक्तींना मार्गदर्शन करून आवश्यक ते उपचार व औषधयोजना करणाऱ्या तज्ज्ञांना डॉक्टर, वैद्य वा हकीम म्हणतात. त्यातही ॲलोपॅथीशी संबंधित व्यक्ती डॉक्टर, आयुर्वेदीय ज्ञान असलेली व्यक्ती वैद्य व यूनानी पद्धतीत हकीम अशी शब्दांची अर्थक्षेत्रे विभागलेली आहेत. मुळात हे तीनही शब्द केवळ (कोणत्याही क्षेत्रातील मूलभूत) ज्ञान संपादन केलेल्या व्यक्तींचे वाचक आहेत. डॉक्ट्रिन म्हणजे सिद्धांत. तो जाणणारा डॉक्टर. विद् म्हणजे जाणणे, विद्या म्हणजे ज्ञान. ते ज्याच्याजवळ आहे तो वैद्य. हक् म्हणजे सत्य. ते ज्याला समजले आहे तो हकीम. परंतु कोणत्याही क्षेत्रातील ज्ञानी व्यक्तीचा निर्देश करण्यासाठी प्रथम योजण्यात आलेले हे शब्द आता केवळ वैद्यकीय क्षेत्रात, आरोग्याच्याच क्षेत्रात वापरले जात आहेत. नाही म्हणायला, डॉक्टर (ऑफ फिलॉसाफी) अशी एक विद्यापीठीय पदवी तेवढी अन्यही क्षेत्रात मान्यता पावलेली आहे.

■■

ढ

ढ : 'ढ' हा खरे तर मराठी वर्णमालेतला एक मूर्धन्य वर्ण! पण त्याला भाषेत स्वतंत्र शब्दाची प्रतिष्ठा प्राप्त झालेली आहे. अर्थात आणखीनही काही एकाक्षरी शब्द भाषेत आहेत, पण फार थोडे.

मूर्ख, बुद्धिहीन, निर्बुद्ध अशा अर्थाने 'ढ' हा शब्द वापरला जातो, तोही

अधिक्षेपात्मक रीतीने. कुठून आला असावा हा शब्द? बहुधा तो 'गाढव' या शब्दातून आला असावा. गावातल्या एखाद्या व्यक्तीला मूर्ख या अर्थाने गाढव म्हणायचे असेल, तर हा गावातला ढ आहे, असेच का म्हणू नये, असे कुणा प्रतिभावंताला वाटले असावे! 'गा ढ व' हा शब्द 'गाव' या दोन अक्षरांमध्ये 'ढ'ला घेऊनच सिद्ध होतो आहे ना? हाच तो गावातला ढ!

■ ■

ढालगज

ढालगज : एखाद्या भांडखोर स्त्रीचा उल्लेख करताना तिला 'ढालगज भवानी' असे बिरुद लावण्याची प्रथा आहे. ढालगज म्हणजे काय?

पूर्वी किल्ला सर केला की शत्रूवर विजय मिळवला असे मानले जाई. या किल्ल्याच्या दरवाजावर मोठाले पोलादी सुळे लावलेले असत. त्यामुळे त्यावर धडक देणे अशक्य असे. अश्या वेळी हत्तींना त्या दरवाजांना धडक द्यायला लावीत. त्या सुळ्यांच्या आघातापासून संरक्षण करणाऱ्या ढाली म्हणजे हे हत्ती असत. या हत्तींना ढालगज म्हणत! या हत्तींप्रमाणे निडरपणे धडक देण्याची वृत्ती दर्शविणाऱ्या स्त्रियांना ढालगज म्हणतात. पण हा शब्द गुणवाचक न होता दुर्गुणवाचक झालेला आहे!

■ ■

तटस्थ

तटस्थ : एकमेकांच्या विरोधात उभे असणारे दोन पक्ष असतात, तेव्हा ते आसपासच्या लोकांमधून आपल्या साहाय्याला कोण येऊ शकतील याची चाचपणी करीत असतात आणि या प्रकारे आपापला पक्ष अधिकाधिक बळकट करण्याच्या प्रयत्नात असतात. परंतु अश्या वेळी या दोनही पक्षांकडे न जाणारे काही लोक असतातच. त्यांना मग म्हणतात, तटस्थ. मतदानाच्या वेळी हे 'तटस्थ' राहातात, म्हणजेच कुणाच्याच बाजूने मत देत नाहीत. तटस्थ या शब्दाचा शब्दशः अर्थ आहे, तटावर उभा असलेला. आणि हा तट म्हणजे नदीचा काठ. तटस्थ हा नदीच्या प्रवाहाकडे केवळ पाहात असतो. प्रवाहात उतरलेली एखादी व्यक्ती समजा गटांगळ्या खाऊ लागली, तरी तटस्थ फार तर तिच्याबद्दल सहानुभूती व्यक्त करील, पण स्वतः नदीत उडी घेऊन त्या व्यक्तीला वाचविण्यासाठी आपले

साहाय्य मात्र देऊ शकणार नाही.

दोन प्रतिस्पर्ध्यांच्या स्पर्धेमध्ये स्वत: कुणाकडूनही भाग न घेणारा आणि त्या स्पर्धकांपासून स्वत:ला समान अंतरावर ठेवणारा मध्यस्थ म्हणवून घेण्यास तटस्थ पात्र असतो.

■ ■

तथागत

तथागत : भगवान गौतम बुद्धांचा उल्लेख करताना तो पुष्कळदा तथागत या शब्दाने केला जातो. सुमारे दोन हजार वर्षांपूर्वी अमरसिंहाने रचलेल्या अमरकोश या संस्कृत शब्दकोशात गौतम बुद्ध या अर्थाचे वाचक असे एकूण पंचवीस शब्द दिलेले आहेत. याचा अर्थ संस्कृत भाषिकांच्या बोलण्यात वा लिहिण्यात अमरसिंहाच्या काळात एवढे बुद्धवाचक शब्द होते. त्यातलाच तथागत हा एक शब्द आहे.

तथागत हे खरे तर एक विशेषण आहे. तथा म्हणजे सत्य, ज्ञान आणि ज्यास गत म्हणजे प्राप्त झाले आहे, त्यास म्हणायचे तथागत. हे विशेषण भाषिक संकेतानुसार केवळ गौतम बुद्धांसाठीच वापरले जाते आणि म्हणूनच तथागत या शब्दाने केवळ गौतम बुद्ध हाच अर्थ प्राप्त होतो.

■ ■

तदनंतर

तदनंतर : त्यानंतर काय घडले की... असे म्हणण्याऐवजी जरा प्रौढ भाषेत बोलणारी जुनी मंडळी 'तदनंतर काय घडले...' असे बोलताना आपल्याला आढळतील. शंभर वर्षापूर्वीच्या मराठी लेखनातही तदनंतर हा शब्द अनेक ठिकाणी आढळेल. तदनंतर हा शब्द तदनंतरम् या संस्कृत शब्दातील शेवटचा म् गाळून तयार झालेला मराठी शब्द आहे. तदनंतरम् म्हणजे तद् अनंतरम्. तद् म्हणजे ते. अनंतरम् म्हणजे नंतर! त्याच्यानंतर या अर्थाचा हा शब्द आहे तदनंतरम्. अनंतर या शब्दातला 'अ' गाळून आपण मराठीत 'नंतर' हा शब्द आणला आहे हे स्पष्ट आहे. तदनंतर हा शब्द उच्चारताना 'द'चा उच्चार पूर्ण अकारयुक्त केला पाहिजे. तद्नंतर असा उच्चार आपण कित्येकदा करतो. यात 'द्' पुढे 'न' उच्चारायला थोड त्रासही होतो. असा उच्चार टाळावा.

■ ■

तज्ञ

तज्ञ : तज्ञ म्हणजे जाणकार. तज्ज्ञ या संस्कृत शब्दाचे हे मराठीतले तद्भव रूप आहे. तज्ज्ञ हा संस्कृत शब्द तद्-ज्ञ यांचे एकत्रीकरण करून मिळतो. यात तद् मधील अंत्य 'द'चे 'ज्'मध्ये रूपांतर होते. पण त्याचे कारण काय, माहीत आहे? ते असे आहे –

संस्कृतमध्ये 'ज्ञ' हे संयुक्त व्यंजन 'ज्' व 'ञ्' या दोन व्यंजनांचे मिळून बनते. म्हणजेच 'ज्ञ'चा प्रारंभ 'ज्'ने होते. तद्-ज्ञ यात द् पुढे ज् येतो. म्हणून या द्‌चा ज् होतो. त्यामुळे तज्ज्ञ असे (तज्ज्ञ असे) रूप मिळते.

परंतु मराठीतले ज्ञ हे व्यंजन द्-न्-य् यांचे मिळून बनते. उच्चार करून पाहा. 'ज्ञ' हा उच्चार 'तद्'पुढे आल्यावर द् + द् असे द् चे द्वित्व फार तर होईल. तद्-ज्ञ. इथे 'ज्'चे काहीच स्थान नाही. तद्-द्-न्-य हा उच्चार करताना 'द्'चे द्वित्व उच्चारायला कठिण होऊन एका 'द्'चा लोप होतो. म्हणून तज्ञ.

संस्कृतमधे असा संधी उद्-द्योत यांचे एकत्रीकरण होताना दिसतो. उद्-द्योत असे त्याचे लेखन झाले, तरी 'द्'चे द्वित्व उच्चारणे कठीण होऊन उद्योत असेच रूप उच्चारले जाते व लिहिलेली जाते. उद्योत हा शब्द संस्कृतमधे ग्रंथ-नामात येतो. 'द्यो' हे जोडाक्षर असल्याने त्यामागील 'उ'वर आघात येतो. त्यामुळे गाळलेल्या 'द्'ची कमतरता भासत नाही.

त्याचप्रमाणे 'तद्-ज्ञ'मध्ये एका 'द्'चा लोप झाला, तरी ते जाणवत नाही. कारण तज्ञ शब्दात ज्ञ हे जोडाक्षर असल्याने आधीच्या स्वरावर आघात येत असतोच.

शिवाय, संस्कृतमधील तज्ज्ञ शब्दाचा अर्थ आहे, 'ते' जाणणारा. तर मराठीत तज्ञ म्हणजे केवळ 'जाणकार'. संस्कृत 'ज्ञ' म्हणजे जाणकार. संस्कृतज्ञ, संगीतज्ञ या शब्दांत हा 'ज्ञ' दिसतो. अलीकडे 'तज्ज्ञ'च्या प्रभावामुळे संस्कृतज्ज्ञ, संगीतज्ज्ञ अशी विकृत रूपे छापली जाऊ लागली आहेत. यातल्या 'ज्ज्ञ'चा काय अर्थ?

मराठीत जाणकार या अर्थाने तज्ज्ञ या संस्कृत शब्दाचे मराठीतले तद्भव रूप. म्हणून तज्ञ हाच शब्द योग्य होय.

■ ■

तात्या पंतोजी

खेड्यामध्ये आपली स्वत:चीच शाळा चालवून ग्रामस्थांकडून मिळेल ती दक्षिणा, धान्य, भाजीपाला इत्यादि घेऊन त्यावर संतुष्ट राहून शिकायला येईल

त्याला लेखन, वाचन व व्यावहारिक अंकगणित (Three R s - Reading, Writing, Arithmetic) शिकविणाऱ्या व्यक्तीला तात्या पंतोजी म्हणत असत. ही शिक्षणाची देशी व्यवस्था इंग्रजी अमदानीत नष्ट झाली आणि कालांतराने शासकीय शाळांची व्यवस्था झाली, तरी मग खेड्यातल्या प्राथमिक शिक्षकांचे बिरुद तेच राहिले – तात्या पंतोजी! यातला पंतोजी म्हणजे पंडितजी आणि तात्या म्हणजे तात (तात् नव्हे, तात. 'त'चा उच्चार पूर्ण करायचा). हा शब्द वडील, वडील बंधू, चुलते इत्यादि वयाने वडील व्यक्तींसाठी वापरीत. शिक्षकाचा सन्मान करण्यासाठी ते तात व पंडित हे शब्द वापरले गेले, पण हळू हळू या शिक्षकांसाठी वापरलेला तात्या पंतोजी हा शब्द प्राथमिक शिक्षक याच अर्थाने, पण दारिद्र्यामुळे तुच्छता दर्शविणारा ठरला!

■ ■

तारतम्य

तारतम्य : 'अमूक माणसाच्या बोलण्यात काही तारतम्य असते की नाही?' असे वाक्य तुम्ही कधी ऐकले असेल. 'तारतम्य' म्हणजे काय? 'तर' या प्रत्ययाने सापेक्ष आधिक्य आणि 'तम' या प्रत्ययाने सर्वाधिक्य दाखविले जाते. कठिण झाले का हे? मग सोप्या शब्दात असे. कठिण पेक्षा अधिक कठिण ते कठिणतर आणि सर्वात कठिण ते कठिणतम! अमक्यापेक्षा हे सापेक्ष अधिक आणि नंतरचे सर्वात अधिक. सुलभ, सुलभतर, सुलभतम... वगैरे! पण असा, यापेक्षा अधिक (चांगले-वाईट, काहीही) किंवा सर्वात अधिक (चांगले-वाईट, काहीही) असा विचार न करताच बोलणे म्हणजे तारतम्य न बाळगणे. तारतम्य बाळगणे म्हणजे हा कमी-अधिकपणा, चांगलेवाईटपणा जाणून त्याप्रमाणे व्यवहार करणे.

■ ■

तारांबळ

तारांबळ : 'प्रवासाला निघायचे आहे, तर बरोबर काय काय न्यायचे आहे, ते आधीपासून नीट सगळे पाहून ठेवा. वेळेवर तारांबळ उडायला नको' या वाक्यातला तारांबळ हा शब्द आपण समजू शकतो.

मुळात हा शब्द आला आहे, तो 'ताराबलं चन्द्रबलं तदेव' या शब्दबंधातून. विवाहविधीत वधूवरांची परस्परांना वरण्याची वेळ येऊन ठेपते, त्या वेळी भटजी

जो शेवटी एक संस्कृत श्लोक म्हणतात, त्यात हा शब्दबंध आपल्या कानी पडतो. विष्णूच्या पायांचे स्मरण केलेत की, आपण जे मंगल कार्य करीत आहोत त्यासाठी वेगळा मुहूर्त, वेगळी शुभ वेळ पाहाण्याचे कारणच नसते, असा या श्लोकाचा आशय आहे. ताराबल म्हणजे ग्रहांचे बल, म्हणजे त्यांचे अनुकूलत्व. विष्णुस्मरण हेच ग्रहबल! इतकाच या 'ताराबलम् तदेव' चा अर्थ!

पण या वेळी सर्व उपस्थितांची जी एकच गडबड उडत असते, त्यामुळे ताराबलम्चे झाले तारांबळ, आणि या शब्दाचा अर्थही तसाच झाला – गडबड-गोंधळ!

■■

तास

तास : सेकंद, मिनिट आणि तास ही कालमापके आपल्या परिचयाची आहेत. यापैकी सेकंद, मिनिट या शब्दांचा उगम सरळसरळ इंग्रजीतून झालेला दिसतोच. पण अवर (Hour) या शब्दाऐवजी तास हा शब्द आपण कसा काय स्वीकारला आहे? पूर्वी सर्वसामान्य लोकांकडे घटिकायंत्रे किंवा घड्याळे नव्हती. तेव्हा सार्वजनिक ठिकाणी विशिष्ट कालानंतर प्रत्येक वेळी एका धातूच्या मोठ्या तबकडीवर लाकडी दांड्याने आवाज करून त्या वेळेची माहिती लोकांना करून दिली जात असे. या तबकडीला किंवा ताटाला 'चाष' असा संस्कृत शब्द वापरीत. त्याचेच तास हे मराठीकरण आहे. ही एक प्रकारची घंटाच, पण सपाट, गोल! या घंटेचे एक एक 'तासाच्या' अंतराने जे ध्वनी केले जात, ते मोजून लोक ठरवीत किती 'तास' झाले?, किती 'वाजले'? हा तासांचा ध्वनी सांगणारा शब्दप्रयोगही त्या तासांच्या प्रत्यक्ष वाजण्यातूनच झालेला आहे. आता हे तास बहुधा वाजत नाहीत, तर होतात! किती तास झाले, असे आपण विचारतो!

■■

तिरस्कार

तिरस्कार : एखाद्याबद्दल (तरी) तिरस्कार वाटणे हे सर्वसाधारणपणे सर्वांच्याच बाबतीत संभवनीय असते. व्यक्तीचा नसला, तरी एखाद्या विशिष्ट गोष्टीचा, एखाद्याच्या बोलण्याचा वगैरे तिरस्कार करणारी माणसे असतातच!

पण तिरस्कार म्हणजे नेमके काय?

ज्या व्यक्तीबद्दल अथवा वस्तूबद्दल आपल्याला तिरस्कार वाटतो, त्या व्यक्तीपासून

वा वस्तूपासून आपण आपले तोंड फिरवतो. ती व्यक्ती वा वस्तू आपल्या नजरेसमोर नको असे आपल्याला वाटते.

हाच तर नेमका या शब्दाचा अर्थ आहे! तिर-तिरस् म्हणजे नजरेआड करणे म्हणजे तिरस्कार!

तिरोभूत असा एक संस्कृत शब्द आहे. त्याचा अर्थ अदृश्य असा आहे.

■ ■

तीर्थरूप

तीर्थरूप : तीर्थरूप हे विशेषण आपल्या मातेसाठी व पित्यासाठी वापरावे, असा एक भाषिक संकेत आहे. अन्य वडील मंडळींसाठी तीर्थस्वरूप हे बिरुद वापरतात. खरे म्हणजे या दोन शब्दांच्या अर्थांमध्ये तसा फारसा फरक मानण्याचे काही कारण नाही. तरीही असा थोडा शाब्दिक फरक, केवळ त्या विशेषणाने उल्लेखिली गेलेली व्यक्ती प्रत्यक्ष माता अथवा पिता आहे की अन्य कोणी वडील माणूस आहे हे लक्षात यावे यासाठीच केला गेलेला दिसतो. मात्र येथे दोन्ही प्रकारच्या व्यक्तींना 'तीर्थ' म्हटले आहे, हे लक्षात घ्यायला हवे. तीर्थ म्हणजे तारणारे, म्हणून पवित्र. नद्या, सरोवरे यांच्या ठिकाणी तीर्थस्थाने असतात, ती अशीच माणसांचा उद्धार करणारी म्हणून पवित्र समजली जातात. या तीर्थस्थानांचे पावित्र्य आपल्या मातापित्यांच्या ठिकाणी पाहाणारे कन्यापुत्र त्यांना तीर्थरूप म्हणून संबोधतात.

■ ■

तुळशीपत्र

तुळशीपत्र : 'देशभक्तीसाठी त्यांनी प्रथम आपल्या घरादारावर तुळशीपत्र ठेवले.' या वाक्याचा अर्थ त्यांनी आपल्या घरादाराचा, प्रपंचाचा, त्याग केला असा आहे, हे आपल्याला समजते. म्हणजे आपण तो तसा समजून घेतो; परंतु 'तुळशीपत्र' म्हणजे तुळशीचे पान ठेवतात, ते कुणाला काही दान म्हणून द्यायचे असेल, तर त्या दानाच्या द्रव्यावर अथवा वस्तूवर! या तुळशीपत्राने ते दान परिपूर्ण होते ही कल्पना. एखाद्या गोष्टीवरचा आपला हक्क सोडायचा व ती गोष्ट कुणाला तरी देऊन टाकायची, तर त्या गोष्टीवर तुळशीपत्र ठेवतात! आपल्या घरादारावर निखारे ठेवूनच क्रांतिकारकांनी आपली देशभक्ती प्रकट केली, तुळशीपत्र ठेवून

नव्हे! आपण हलवायाच्या घरावर तुळशीपत्र ठेवतो म्हणजे परस्पर कुणाची तरी वस्तू कुणाला तरी देऊन टाकतो. आपला अधिकार नसताना!

■ ■

तोंडपाटीलकी

तोंडपाटीलकी : 'पाटील' ही एक उपाधी म्हणजे पदवी असून गावातील सर्वात प्रतिष्ठित अशी व्यक्ती म्हणून पाटलाला मान्यता असते. गावातली कोणतीही समस्या सोडविण्याची नैतिक जबाबदारी अखेर पाटलावर असते.

परंपरेने पाटील मंडळी त्याप्रमाणे वागतही आलेले आहेत. त्यामुळे त्यांच्या शब्दाला गावात मान असतो. त्यांचा सल्ला लोक मानतात. परंतु गावासाठी अथवा एकूणच समाजासाठी प्रत्यक्ष काहीही काम न करता नुसतेच बोलत राहाणारेही काही लोक असतातच. अशा लोकांकडून दिला जाणारा सल्ला कुणी मानीत नसतात. अशी नुसतीच चर्चा करणारे आणि प्रसंगी वांझ सल्ला देणारे लोक आपल्याजवळ काही अधिकार आहे, अशा थाटात इतरांना हुकूमही सोडत असतात. अशा लोकांच्या या व्यवहाराला म्हणजेच बोलण्याला 'तोंडपाटीलकी' म्हणतात. फुकटचा सल्ला देणे, अनाठायी हुकूम सोडणे, उगाचच बडबड करीत राहाणे म्हणजे तोंडपाटीलकी.

■ ■

त्रिशंकू

त्रिशंकू : विधानसभा, लोकसभा किंवा अगदी नगरपालिका सुद्धा या लोकप्रतिनिधींच्या साहाय्याने चालणाऱ्या संस्थांमध्ये राजकीय अथवा अन्यही आधाराने प्रतिनिधींची जी निवड होते, त्यात एखाद्या विशिष्ट गटाला, पक्षाला वा समूहाला 'बहुमत' प्राप्त झाले नसेल, तर अश्या वेळी विधानसभा इत्यादिचे वर्णन 'त्रिशंकू' या शब्दाने केले जात असते.

'त्रिशंकू म्हणजे ना धड इकडे अन् ना धड तिकडे अशी मधेच लटकणारी' हा अर्थ सर्वांना समजतो. परंतु हा शब्द आला कसा हे सर्वांनाच माहीत असते असे नाही.

निबंधन नावाच्या राजाचा सत्यव्रत नावाचा एक पुत्र होता. वसिष्ठ ऋषींनी त्याला गोवधाच्या दोषासाठी शाप दिला होता की, तुझ्या डोक्यावर तीन शंकू (टेंगळे) येतील. म्हणून त्याचे नाव पडले त्रिशंकू!

त्याने सदेह स्वर्गाला जाण्यासाठी विश्वामित्रांची मदत घेतली, परंतु सर्व देव आणि इंद्र यांनी त्याला वाटेत रोखले. त्यामुळे त्याची अवस्था धड ना भूलोकात ना स्वर्गात अशी झाली! त्याच्या या अवस्थेलाच पुढे भाषेत 'त्रिशंकू अवस्था' असे म्हणू लागले!

■ ■

त्रिस्थळी (यात्रा)

त्रिस्थळी (यात्रा) : त्रिस्थळी हा शब्द ग्रामीण भागात 'तिरस्थळी' असा उच्चारला जातो आणि तेव्हा या शब्दाचा विपरीत लक्षणेने मिळणारा अर्थ अधिक स्पष्ट होतो. 'त्रिस्थळी' शब्द यात्रा या शब्दाचे विशेषण म्हणून वापरला जातो. मुळात त्रिस्थळी यात्रा या शब्दबंधाचा अर्थ होतो – काशी, गया आणि प्रयाग या तीन तीर्थस्थानांची यात्रा. ही यात्रा खरे तर अतिशय पुण्यकारक! त्यामुळे त्रिस्थळी या शब्दाला कुठलाही विपरीत अर्थ प्राप्त व्हायला नको. परंतु होते काय की, वर उल्लेखिलेली ही जी तीन स्थळे आहेत त्या स्थळांची यात्रा करताना यात्रेकरूंना जो त्रास होतो, जे हेलपाटे घालावे लागतात, इथून तिथे तिथून इथे असा पुन्हापुन्हा प्रवास करावा लागतो त्यामुळे त्रिस्थळी यात्रा म्हणजे तीन-तीन ठिकाणी जाण्याचा त्रासदायक प्रवास असा अर्थ या शब्दाला प्राप्त होतो. एखादे काम करताना एखाद्या व्यक्तीला एका ठिकाणाहून दुसरीकडे, दुसरीकडून तिसरीकडे अश्या चकरा मारण्याची वेळ येत असेल, तर ती व्यक्ती आपल्याला होणाऱ्या त्रासाचे वर्णन करण्यासाठी 'त्रिस्थळी' या शब्दाचा उपयोग करते आणि विशेषत: या शब्दाचा तिरस्थळी असा उच्चार केला की, हा विपरीत अर्थ अधिकच स्पष्ट होतो.

■ ■

त्रेधातिरपीट

त्रेधातिरपीट : एखाद्या विषयात ज्या व्यक्तीकडे काही जबाबदारी असते, म्हणजे उत्तरदायित्व असते, त्या व्यक्तीला त्या विषयाच्या संबंधात विचारलेल्या प्रश्नांची उत्तरे नीट देता आली पाहिजेत, अशी आपण सर्वसाधारणपणे अपेक्षा करतो, पण कित्येकदा या व्यक्तीने आपल्या विषयाचा नीट अभ्यास केला नसेल, तर उत्तरे देता देता तिची त्रेधातिरपीट उडते! म्हणजे काय ती स्थिती आपण समजू शकतो; पण त्रेधातिरपीट या शब्दाचा अर्थ आपण कसा सांगणार? त्रिपुट या संस्कृत शब्दाचा अर्थ आहे बाण! बाणाचे तीन भाग असतात. एक पुढचे पाते. ते जिच्यावर बसविलेले असते, ती मधली दांडी आणि या दांडीच्या दुसऱ्या टोकावरची पिसे. अशा या तीन भागांनी बनलेल्या बाणाला म्हणतात त्रिपुट. तो एकसंध

असला, तर त्याचा उपयोग; पण जर तो त्रेधा झाला, म्हणजेच त्याचे तीन तुकडे झाले तर?

प्रश्नांची नीट उत्तरे न देऊ शकणाऱ्या व्यक्तीची जी दयनीय स्थिती होते, तिचे वर्णन या तीन तुकडे झालेल्या बाणाचे रूपक वापरून केले जाते. त्याची त्रेधातिरपीट उडाली! तिरपीट हा शब्द त्रिपुटचेच रूपांतर आहे.

■■

त्व

त्व : एखाद्या भाषेत नवे नवे शब्द तयार करता येणे म्हणजे नवशब्दनिर्माणक्षमता. हा त्या-त्या भाषेचा एक विशेष गुण समजला जातो. संस्कृत भाषेद्वारे मराठीत हा गुण मोठ्या प्रमाणात आलेला आहे. इथे उल्लेखिलेला हा त्व प्रत्यय पाहा. तो शब्दाला जोडून नवा भाववाचक शब्द तयार करता येतो. गुरु-गुरुत्व, स्त्री-स्त्रीत्व, पुरुष-पुरुषत्व, दूर-दूरत्व, भीरु-भीरुत्व, अंध-अंधत्व, कवि-कवित्व वगैरे. महत्-महत्त्व अशासारख्या शब्दांमध्ये मूळ घटक शब्दातील अंत्य 'त्'चे अस्तित्व दाखविणे आवश्यक असते.

■■

थेरडा

थेरडा : थोर हा शब्द जसा स्थविरपासून तयार होतो, तसाच थेरडा हाही शब्द त्याच स्थविर या शब्दाचे एक वेगळे रूपांतर आहे. स्थविर शब्द स्थिरतावाचक आहे; परंतु पुढे त्याचे वृद्ध असे अर्थांतर झालेले दिसते. वृद्धत्वात मनुष्याला मनोवृत्तींच्या दृष्टीने स्थिरता आलेली असते. (अथवा यावी अशी अपेक्षा तरी असते.) केवळ पांढरे केस झाले म्हणून मनुष्य स्थविर होतोच असे नाही, अशी एक संस्कृत म्हण आहे. (न तेन स्थविरो भवति येनास्य पलितं शिर:!)

थेरडा हा शब्द स्थविरचेच अपभ्रष्ट रूप आहे. पण त्यात अधिक्षेपाची भावना आहे. बहुधा चित्तवृत्तींची अपेक्षित स्थिरता न आलेल्याच व्यक्तींसाठी हा शब्दप्रयोग केला जात असतो!

■■

थोर

थोर : अमुक अमुक हे गृहस्थ एक थोर गृहस्थ आहेत. या वाक्यातील 'थोर' शब्दाचा अर्थ काय? थोर म्हणजे मोठा, श्रेष्ठ! यात मुळात स्थविर हा शब्द आहे व तो स्था म्हणजे स्थिरावणे या धातूपासून तयार झालेला आहे. स्थविर शब्दाचा अर्थ जीवनात ज्याने स्थिरपद प्राप्त करून घेतलेले आहे असा मनुष्य. थोर व्यक्तींना असे एक अढळ पद मिळालेले असते. उगीच कुणालाही थोर म्हणत नसतात.

■ ■

दक्षिण

दक्षिण : दक्षिण हा शब्द जेव्हा पुल्लिंगात असतो तेव्हा त्याचा अर्थ उजवा असा असतो. दक्षिण हस्त किंवा दक्षिण बाहू म्हणजे उजवा हात.

दक्ष्-दक्षते म्हणजे सज्ज असणे, तत्पर असणे, तयार असणे. या धातूपासून जसा दक्ष हा शब्द तयार हेतो, तसाच पुढे दक्षिण हाही शब्द मिळतो. आपला उजवा हात हा सामान्यत: अधिक क्रियाशील असतो आणि म्हणून त्याला दक्षिण हस्त असे म्हणतात. दक्षिण (खरे तर दक्षिणा) हे दहा दिशांपैकी एका दिशेचेही नाव आहे. या दिशेला हेच नाव दिले गेले त्याचे कारण काय असावे? सूर्याकडे तोंड करून उभे राहिले तर जी दिशा आपल्या दक्षिण हस्ताकडे येते, ती दक्षिण दिशा. पूर्व म्हणजे समोरची (सूर्याकडे तोंड केल्यावर समोर येणारी), पश्चिम म्हणजे पाठीकडची आणि उत्तर म्हणजे नंतरची म्हणजे दक्षिण दिशा सांगून झाल्यावर सांगायची! या चार प्रमुख दिशा झाल्यावर मधल्या ईशान्य इत्यादि दिशा या त्या दिशांच्या ज्या देवता आहेत त्यांच्या नावावरून सांगितल्या जातात.

■ ■

दक्षिणा

दक्षिणा : सत्यनारायणाची पूजा असो की वास्तुशांत असो, कुठल्याही धर्मकृत्यामध्ये पुरोहितांना दक्षिणा देण्याची पद्धत असते. ही दक्षिणा म्हणजे खरे म्हणजे त्यांच्या कामाबद्दल त्यांना दिला जाणारा मोबदला किंवा त्यांचे पारिश्रमिक असते. पण मग त्याला सरळ सरळ वेतन का म्हणत नाहीत?

परंपरेने या वेतनाला 'दक्षिणा' म्हटले गेले आहे, ते एका विशिष्ट कारणामुळे. ते कारण असे की, सामान्यत: पूर्वी पुरोहितांना गाय दक्षिणा देण्याची प्रथा होती. ही गाय देताना ती त्या पुरोहिताच्या दक्षिण म्हणजे उजव्या हाताशी उभी करीत. (म्हणजे मग तिच्यावर नियंत्रण ठेवणे त्याला शक्य होई.) या गायीलाच 'दक्षिणा' म्हणत असत.

कालांतराने या गायीऐवजी अथवा गायीसह दिल्या जाणाऱ्या अन्य द्रव्यालाही दक्षिणाच म्हणू लागले.

■ ■

दग्धभू

दग्धभू : काही आक्रमकांचे समाधान शत्रूला नुसते पराभूत करून होतेच असे नाही. असे आक्रमक मग शत्रूच्या प्रदेशात जितका विनाश करता येईल तितका करीत राहातात. यामुळे शत्रूला पुन्हा तयारीने सिद्ध होणे कठिण होत असते. असे 'दग्धभू' धोरण बाळगणे हे युद्धशास्त्रात निषिद्ध मानले जात नाही. या धोरणाला म्हणजे या वर्तनामागील विचारसरणीला दग्धभू असे का म्हणायचे? दग्ध म्हणजे जाळून टाकलेली आणि भू म्हणजे भूमी. अर्थात इथे केवळ जमिनीवरच्याच गोष्टी जाळायच्या असतात, असे नाही. हा एक रूपकार्थ आहे. शत्रूची जी उत्पन्नाची साधने ती या 'भू' संकल्पनेत येतात.

इंग्रज भारतात आले तेव्हा त्यांनी हेच धोरण स्वीकारले होते, पण अगदी चलाखीने! आपल्या लक्षातही येणार नाही, अश्या पद्धतीने त्यांनी आपली स्वतंत्र विचारशक्ती सुद्धा आपल्या मायावी धोरणाने नष्ट केलेली आहे.

■ ■

दंडवत

दंडवत : पत्रव्यवहारात काही वेळा नमस्काराऐवजी दंडवत लिहिण्याची प्रथा आपण अनुभवली असेल. या दंडवतालाही साष्टांग असे एक विशेषण जोडलेले असते. खरे म्हणजे असे काही विशेषण मुद्दाम जोडायचे कारण नाही. कारण दंडवत हा साष्टांगच काय, अगदी सर्वांगाने युक्त असतो आणि दंडवत हेच मुळी एक विशेषण आहे.

दंड म्हणजे काठी. या काठीप्रमाणे आपले सर्व शरीर जमिनीवर सरळ पसरून

केलेल्या नमस्काराला, वंदनाला दंडवत, दंडाप्रमाणे हे विशेषण वापरायला हवे. पण हळूहळू 'दंडवत वंदन' या शब्दबंधातील वंदन शब्द दुर्लक्षित होऊन दंडवत या एकाच शब्दाने पूर्ण अर्थ व्यक्त होऊ लागला आहे. पण अर्थातच, साधा हात जोडून केलेला नमस्कार म्हणजे 'दंडवत' नव्हे!

■ ■

दंपती

दंपती : मेहूण या शब्दासारखाच दंपती हा शब्दही पतिपत्नीच्या जोडीसाठी वापरतात. त्यावरून दांपत्य हा शब्द तयार होतो. वास्तविक दांपत्य म्हणजे दंपतीशी संबंधित अशी कोणतीही गोष्ट. म्हणून दांपत्यभाव, दांपत्यप्रेम, दांपत्यजीवन असे शब्द वापरायला हवेत. परंतु नुसताच दांपत्य शब्द पतिपत्नींच्या जोडीसाठी वापरण्याची प्रथा पडू लागली आहे. ते योग्य नाही. दंपती शब्द हा अर्थ देण्यास पुरेसा समर्थ आहे. दंपती हा शब्दही दम्-पती असा असून तो द्विवचनी आहे. दम् म्हणजे घर. (डोमेन-डोमीनियन या शब्दांचेही मूळ यातच आहे.) या 'दम्'चे पती म्हणजे दोन स्वामी, दोन संरक्षक म्हणजेच पतिपत्नी. या शब्दातून व्यक्त होणारा सामाजिक आशय महत्त्वाचा आहे. पतिपत्नी ह्या दोघांकडेही घराचे स्वामित्व असते, असे सुचविणारा हा शब्द आहे. म्हणजेच घराचे स्वामित्व एकट्या पुरुषाचे नसतेच.

■ ■

दवाखाना

दवाखाना : दवाखाना या शब्दाऐवजी चिकित्सालय, रुग्णालय, असे शब्द वापरात आहेत. यात एक अरबी-फारसी शब्द टाळून शुद्ध मराठी शब्द वापरल्याचे समाधान मानले जात असते.

'दवाखाना' शब्दातील औषध या अर्थाचा दवा हा शब्द फारसी असला, तरी खाना या शब्दाचे मूळ मात्र संस्कृत 'स्थान'मधे आहे. आणि 'स्थान' या अर्थाने खाना हा शब्द अनेक ठिकाणी शब्दयोगी म्हणून जोडलेला आपल्याला आढळेल. मुदपाकखाना यातील मुदपाक हा शब्द काही फारसी नाही, तरी त्यालाही खाना (म्हणजेच 'स्थान') हा शब्द जोडलेला आहे. अरबी-फारसीत अनेक ठिकाणी सापडणारा स्थान या अर्थाचा 'खाना' हा शब्द संस्कृतचा त्या भाषेवरील प्रभाव दर्शवितो.

■ ■

दशग्रंथी

दशग्रंथी : पूजाविधीमध्ये सुरेल आवाजात संस्कृत मंत्र म्हणून आपल्याकडे लक्ष वेधून घेणाऱ्या कुणाही भटजीचा गौरव 'दशग्रंथी ब्राह्मण' या शब्दांनी होऊ लागला असल्यामुळे हा शब्द अर्थदृष्ट्या गुळगुळीत होत चालला आहे.

ऋग्वेद हा एक ग्रंथ घेतला, तर त्याच्याशी संबंधित ब्राह्मण (उदा. ऐतरेय ब्राह्मण), आरण्यक (उदा. ऐतरेय आरण्यक), उपनिषद् (उदा. ऐतरेय उपनिषद्) आणि त्याशिवाय शिक्षा, कल्प, व्याकरण, छन्दस्, ज्योतिष् आणि निरुक्त ही सहा वेदांगे मिळून एकूण दहा ग्रंथ होतात. हे दहाही ग्रंथ ज्यांना मुखोद्गत असतात त्यांना म्हणतात (म्हणजे म्हणावे) दशग्रंथी ऋग्वेदी ब्राह्मण. याचप्रमाणे इतरही वेदांच्या संबंधात जाणावे. असे दशग्रंथी आज महाराष्ट्रात तरी मोजकेच असतील. कुणाचाही दशग्रंथी म्हणून गौरव करण्याने त्या शब्दातील सामर्थ्यच नाहीसे होईल.

■ ■

दाम

दाम : 'दाम करी काम वेड्या, दाम करी काम' हे आपण जाणतो. त्याचप्रमाणे 'दाम तसे काम' ही म्हणही आपल्याला माहीत आहे.

दाम शब्दाचा अर्थ काय? दाम म्हणजे द्रव्य, पैसा! असेच ना?

परंतु मुळात दाम शब्द दामन् असा आहे आणि त्याचा अर्थ आहे दोरी! जिने एखाद्या पशूलाही बांधून ठेवता येते! दावे हा मराठी भाषेतला शब्द त्यापासूनच आला आहे. 'दावं तोडून वासरू पळालं!' या वाक्यात दावं हा शब्द याच अर्थाचा आहे ना?

म्हणजेच मुळात दाम शब्दाचा अर्थ आहे, तुम्हाला बांधून ठेवण्याचे साधन! आहे ना द्रव्य किंवा धनाची ही अजब शक्ती! त्यातल्या बंधकत्वाची जाणीवही आपल्याला होत नसते, इतक्या बेमालूमपणे 'दाम' आपल्याला बांधून ठेवते!

या दामाला खरं तर दमडीचीही किंमत द्यायला नको, नाही का?

■ ■

दामोदर

दामोदर : अलीकडे मुलांची नावे ठेवताना आधुनिकता आणण्याचा प्रयत्न होत असल्यामुळे दामोदर हे नाव सहसा पाच-दहा वर्षांच्या मुलाचे आढळणार नाही.

परंतु वयाची चाळीशी उलटलेल्या काही व्यक्तींचे हे नाव असू शकते.

कधीकधी या नावाचा उच्चार करताना 'दामोधर' असा केला जातो. लेखनातही काही वेळा दामोधर असे रूप आढळते.

आपल्या (किंवा संबंधित व्यक्तीच्या) या नावाचा अर्थ समजून घेतला, तर अशी चूक होणार नाही. 'दाम-उदर' या दोन शब्दांनी मिळून दामोदर शब्द बनतो. हे यशोदानंदन बाळकृष्णाचे म्हणजे बालवयातील श्रीकृष्णाचे एक नाव आहे. यातील दाम (दामन् – दावे) म्हणजे दोरी किंवा दोर. उदरावर म्हणजे पोटावर दोरी बांधून श्रीकृष्णाला यशोदेने उखळाला बांधून ठेवले होते, (तेव्हा त्या उखळासह सरकत सरकत जाऊन, दोन वृक्षांच्या मधून जाताना कृष्णाने ते दोन वृक्ष पाडले) तेव्हा कृष्णाला दामोदर म्हणू लागले.

■ ■

दारिका

दारिका : आपल्या मुलीसाठी आधुनिक नावांच्या शोधात असलेल्या एका दांपत्याने मुलीचे नाव ठेवले दारिका!

हा शब्द तालयुक्त आहे. त्यात क्रमाने दीर्घ, ह्रस्व आणि दीर्घ अशी अक्षरे आहेत. त्यामुळे उच्चाराच्या दृष्टीनेही शब्द आकर्षक आहे. म्हणून मुलीचे नाव म्हणून ते चांगलेच आहे. परंतु दारिका या शब्दाचा अर्थच मुळी कन्या, तनया, आत्मजा असा आहे. अर्थात, कन्यावाचक असलेल्या या प्रत्येक शब्दाच्या अर्थाला वेगवेगळी छटा आहे. त्यात दारिका हा शब्द दु:ख देणारी, हृदय विदीर्ण करणारी, या अर्थाचा आहे! दारिका हृदयदारिका पितु:। पित्याचे हृदय विदीर्ण करणारी ती दारिका, असा या शब्दाचा अर्थ आहे! 'मुलगी झाली होऽ' हा आक्रोश व्यक्त करणारा हा शब्द आहे! पण आक्रोश पित्याचा आहे, मातेचा नाही.

■ ■

दिवाळे

दिवाळे : दिवाळी आणि दिवाळे या दोन शब्दांमध्ये शाब्दिक दृष्ट्या वेलांटी आणि मात्रा यांचाच फरक दिसत असला, तरी त्यांच्या अर्थात मात्र जमीनअस्मानाचा फरक आहे. दिवाळी ही आनंददायक असते, तर दिवाळे काढणे हे खिन्नता निर्माण करणारे असते. (निदान असावे, असे समजले जाते.) ज्यात एकापेक्षा अधिक वाती

लावून प्रकाश पाडता येईल, अशा धातूच्या दिव्यालाच दिवाळे म्हणतात. पण दिवाळे काढणाऱ्या व्यक्तीला आपल्या घरातल्या सर्व वस्तूंसह शेवटी हे दिवाळे देखील सावकाराला द्यावे लागते आणि शेवटी शेणामातीचा दिवा लावून बसावे लागते. अश्या वेळी त्या ऋणकोने दिवाळे काढले असे म्हटले जाते. कारण तो घरातले दिवाळे देखील बाहेर काढीत असतो.

■■

दीक्षित

दीक्षित : दीक्षित हा शब्द नेमका कसा लिहावा यासंबंधी अनेकांच्या मनात संभ्रम असतो. दिक्षीत, दीक्षित, दिक्षित, दीक्षीत असे वेगवेगळ्या चार प्रकारांनी त्याचे लेखन होत असल्याचे आढळते. यापैकी केवळ दीक्षित हे लेखन योग्य समजले पाहिजे.

यज्ञ करण्यापूर्वी त्या यज्ञाचा संकल्प करून त्यासंबंधीची दीक्षा घ्यावी लागते. अश्या व्यक्तीला दीक्षित, म्हणजे ज्याला दीक्षा मिळाली आहे, ज्याने दीक्षा घेतली आहे, असे म्हणतात. आमदारपदाची, मंत्रिपदाची वगैरे शपथ घेण्यासारखाच हा प्रकार असतो. या संबंधात देखील शपथ ऐवजी दीक्षा हा शब्द वापरता येईल. परंतु ही दीक्षा मर्यादित कालासाठी असेल. यज्ञ करणाऱ्या व्यक्तीला एकदा दीक्षा घेतल्यावर नेहमीसाठी दीक्षित म्हटले जाते. आज दीक्षित आडनाव लावणाऱ्या व्यक्तीच्या कुणी पूर्वजांनी अशी यज्ञाची दीक्षा घेतली होती, असे अनुमान करता येईल.

■■

दीर

दीर : हिंदी भाषेत स्त्रिया आपल्या पतीच्या भावाचा उल्लेख करण्यासाठी देवर हा शब्द वापरतात. हा शब्द मुळात संस्कृत भाषेतही असाच आहे. मराठीत त्याचे रूप दीर असे झालेले आहे. मुळात देवर हा शब्दही द्विवर या शब्दाचे रूप पालटत पालटत आला असावा असे मानले जाते आणि द्विवर शब्दाचे स्पष्टीकरण आहे, द्वितीय वर.

मुलीचे लग्न ठरल्यानंतर तिचा नियोजित पती मरण पावला, तर त्या वराच्या धाकट्या भावाने त्या मुलीशी लग्न करण्याची प्रथा एके काळी होती. तो हा द्वितीय वर. या आता कालबाह्य झालेल्या सामाजिक संकेताचे चिह्न म्हणजे मराठी भाषेतील दीर हा शब्द आहे.

■■

दुग्धशर्करायोग

दुग्धशर्करायोग : कोणत्याही दोन चांगल्या गोष्टी एकत्र येण्याने आपला आनंद द्विगुणित होतो. अश्या वेळी त्या दोन गोष्टींचे एकत्रीकरण सुचविणारा शब्द आपण वापरतो, दुग्धशर्करायोग.

योग म्हणजे एकत्र येणे. दुग्ध – दूध आणि शर्करा – साखर यांचे एकत्र येणे हे आनंदकारकच असते, नाही का? यातील प्रत्येकच पदार्थ हा स्वतंत्रपणेही स्वीकार्य आहे, पण हे दोन पदार्थ एकत्र येऊन एकमेकांची गोडी वाढवितात, म्हणून हा योग अधिक स्वीकार्य होतो. कोणत्याही दोन चांगल्या घटना एकाच वेळी घडण्याने अथवा दोन मोठ्या आदरणीय व्यक्ती एकत्र येण्याने होणारा आनंद व्यक्त करण्याकरिता वापरण्यासाठी अत्यंत योग्य असणारा शब्द आहे दुग्धशर्करायोग!

■ ■

दुः दुर् दुष् दुस् दुश्

दुः दुर् दुष् दुस् : दुर्धर, दुर्गम, दुर्लभ इत्यादि शब्दांमध्ये पूर्वघटक म्हणून येणारा दुर् हा मुळात दुस् असा उपसर्ग असून पुढे जोडला जाणाऱ्या शब्दातील आद्याक्षरानुसार त्यातील 'स्' आपले स्वरूप बदलतो. ते कसे? दुःसह किंवा दुस्सह. सहन करायला कठिण. इथे पुढे आलेल्या 'स'शी उच्चारात जुळवून घेणारा विसर्ग किंवा स् येतो तर दुष्कर (करायला कठिण) या शब्दात त्या 'स्'चा 'ष्' होतो. दुश्चित या शब्दात स् चा श् झालेला आहे. दुश्चित्त, दुर्गम, दुर्बोध इत्यादि शब्दांमध्ये 'दुस्'मधील 'स्'चा र् झालेला आपल्याला आढळतो. या सर्व शब्दांमधले स्, ष किंवा र् ही सर्व खरे तर 'दुः'मधील विसर्गाची रूपांतरे आहेत किंवा विसर्ग हा 'स्'चा पर्याय आहे म्हणा. 'दुस्'चे मुख्यत्वे दोन अर्थ होतात. एक 'कठिण' आणि दुसरा वाईट किंवा अनिष्ट. दुर्धर, दुर्गम, दुष्कर, दुःसह इत्यादि शब्दांमध्ये 'दुस्'पुढे क्रियावाचके आलेली आहेत. तिथे 'दुस्'चा अर्थ कठिण असा होतो. पण दुर्-अभिमान (दुरभिमान) दुर्-उत्तर (दुरुत्तर) दुर् जन (दुर्जन) इत्यादि ठिकाणी 'दुस्'पुढे नामे आहेत, तिथे 'दुस्'चा अर्थ वाईट असा आहे.

■ ■

दुःशासन

दुःशासन : एखाद्याला शासन करणे म्हणजे आपण म्हणू तसे त्याला

वागायला लावणे, त्याला वठणीवर आणणे, शिक्षा करणे. शासन आणि इंग्रजीतला sanction हे शब्द केवळ उच्चारदृष्ट्याच नव्हे, तर अर्थदृष्ट्याही अत्यंत जवळचे आहेत. American sanctions या शब्दसंहतीतून या 'सँक्शन'ची जाणीव आपल्याला झालेली आहेच.

अशा प्रकारची सँक्शन्स ज्याच्याविरुद्ध वापरणे फार दुर्घट म्हणजेच कठिण आहे, त्याला म्हणायचे दुःशासन. म्हणजेच दुःशासन हे नाव काही मुळात वाईट नाही. पण केवळ 'दुः' या पूर्वघटकामुळे अनेकांना असे वाटते की काय हे चमत्कारिक नाव?

■ ■

दुरभिमान

दुरभिमान : 'दुरवस्था' या शब्दाऐवजी ज्याप्रमाणे गैरसमजाने 'दुरावस्था' असा चुकीचा शब्द अनेकांच्या लेखनात व बोलण्यातही असतो, तसाच हा 'दुरभिमान' हा शब्द देखील अनेक लोक गैरसमजुतीने 'दुराभिमान' असा उच्चारतात व लिहितातही.

वास्तविक हा शब्द दुर्-अभिमान असा आहे. माणसाला त्याच्या कर्तृत्वाबद्दल अथवा एखाद्या चांगल्या गोष्टीबद्दल अभिमान जरूर असावा, परंतु या अभिमानाचा अतिरेक झाला अथवा वाईट गोष्टीबद्दलचाच वृथा अभिमान उत्पन्न झाला, तर त्या अभिमानाला दुर्-अभिमान – दुरभिमान असेच म्हणावे लागेल.

पण या शब्दाचे दुराभिमान असे रूपांतर करण्याचे काहीच कारण नाही.

■ ■

दुरवस्था

दुरवस्था : दुस्, दुर् हे पूर्वप्रत्यय एखाद्या शब्दाला लावले की, त्यामुळे त्या शब्दाच्या अर्थामध्ये वाईट, नीच, कमी प्रतीचा, कठिण अशा अर्थाची भर पडते.

दुरवस्था हा शब्द असाच वाईट अवस्था या अर्थाने वापरता येतो. यात अवस्था या शब्दाला 'दुर्' हा पूर्वप्रत्यय जोडलेला आहे. मुळात अवस्था यातील 'अव' हा 'स्था'ला लावलेला उपसर्ग कमी दर्जाची स्थिती असाच अर्थ देतो आहे. त्यामुळेच एखाद्या आजारी माणसाकडे पाहून आपण म्हणतो, 'काय ही तुझी अवस्था झाली आहे!'

त्या अवस्थेचीही आणखी घसरण झाली की, ती होते दुर्-अवस्था – दुरवस्था. हा शब्द दुरावस्था असा वापरणे योग्य नाही, हे आता लक्षात येईलच.

■ ■

दुरूह

दुरूह : दुरूह हा शब्द तसा दैनंदिन भाषेत क्वचितच आढळेल, नाही का? पण एखाद्या वैचारिक निबंधात तो आला, तर त्याचा अर्थ कसा समजून घेणार आपण? हा विषय तसा काही अगदीच दुरूह नाही बरं का! म्हणजे काय?

दुर् हा शब्दघटक आपल्याला दुर्-गम (दुर्गम = जायला कठिण), दुर्-धर (दुर्धर = धारण करायला कठिण), दुर्-मिळ (दुर्मिळ = मिळायला कठिण), दुर्-लभ (दुर्लभ= लाभायला म्हणजेच प्राप्त व्हायला कठिण) असा अनेक शब्दांमधून परिचित झालेला आहे. तोच हा दुर् इथे ऊह या शब्दामागे जोडलेला आहे. ऊह म्हणजे विचार करणे. 'ऊहापोह'मध्ये हाच ऊह प्रारंभी आहे. तेव्हा दुर्-ऊह म्हणजे विचार करायला कठिण! म्हणजेच समजून घ्यायला कठिण! तेव्हा आता नाही ना राहिला तसा हा शब्द दुरूह?

■ ■

दुर्ग-दुर्गा

दुर्ग-दुर्गा : केवळ जमिनीवरच युद्धे होत असण्याच्या काळात डोंगरावर किंवा सखल जमिनीवरही किल्ले बांधून तिथेच प्रमुख व्यक्तींच्या निवासाची सोय करीत असत. या किल्ल्यांना संस्कृतमध्ये दुर्ग म्हणतात. असे दुर्ग बांधण्याची पद्धत आपल्या देशात प्राचीन काळापासून आहे. दुर्गांची रचना आणि दुर्गांवरील व्यवस्था यासंबंधात स्मृति-ग्रंथांमधूनही उल्लेख मिळतात. दुर्ग शब्दाचा अर्थ काय? ग हा त्यातील घटक गमनवाचक आहे. त्यापूर्वीचा दुर् हा घटक अशक्यता किंवा कठिणता दाखविणारा आहे. जिथे जाणे कठिण आहे अशी दुर्गम जागा म्हणजे दुर्ग, आक्रमण करण्यास कठिण असे ठिकाण. दुर्गा हे देवीचे एक नाव आहे. दुर्ग शब्दाचेच ते स्त्रीलिंग रूप आहे. दुर्गेकडे विकृत दृष्टीने वर मान करून पाहाणेही पापी जनांना अशक्य असते. अलीकडे मुलींची नावे ठेवताना कुणाला दुर्गा हे नाव सुचविले, तर ते जुनाट नाव म्हणून बाजूला सारले जाते.

■ ■

दुर्दिन

दुर्दिन : 'अकाली पडलेल्या पावसाने द्राक्षांचे पीक अडचणीत किंवा आंब्याचे नुकसान' अश्या बातम्या आपण दरवर्षी केव्हा तरी वाचतो! होय ना? असा अकाली पाऊस पाडणारा, अकाली ढगांचा गडगडाट ऐकवणारा, अकाली वीज चमकवणारा जो दिवस असतो, त्याला म्हणतात दुर्दिन. मराठी भाषेत हा शब्द रूढ नाही, पण अर्थ समजून घेतला, तर तो योग्य वेळी वापरता येऊ शकेल.

दिन म्हणजे दिवस आणि त्याला दुर् हा उपसर्ग जोडला की तो होतो दुर्दिन. दुर् हा उपसर्ग दुर्दैव, दुर्दशा, दुर्जन, दुर्बुद्धी असा कितीतरी शब्दांमध्ये आपण वापरतो. तिथेही त्याचा अर्थ 'वाईट' असाच आहे. दुर् हा शब्द मुळात दुस् असा आहे. या 'स्'चा काही वेळा ':' असा विसर्ग होतो. उदा. दुःख. काही वेळा ष् होतो. उदा. दुष्कर्म. काही वेळा स् तसाच राहातो. उदा. दुस्सह.

■ ■

दुर्योधन

दुर्योधन : दुःशासन या नावाप्रमाणेच दुर्योधन हेही एक नाव अनेकांच्या मनात गैरसमज निर्माण करणारे ठरले आहे. दुर्-योधन या शब्दातील 'दुर्' हा प्रारंभीचा घटक दुर्दैव वगैरे शब्दांमधल्या दुर् प्रमाणेच वाईट या अर्थाचा असावा असे समजून दुर्योधन हे नाव आपल्या मुलाला कोणी ठेवताना दिसत नाही. अर्थात दुर्योधन हे एका खलपुरुषाचे नाव असल्याने ते आपल्या मुलाला ठेवू नये असे वाटणे हेही स्वाभाविकच आहे. तथापि दुर्योधन या शब्दाचा अर्थ मात्र त्या व्यक्तीचा एक गुण सांगणाराच आहे. दुर्योधन म्हणजे ज्याच्याशी युद्ध करणे हे दुरापास्त आहे, दुःसाध्य आहे असा!

■ ■

दुष्ट

दुष्ट : दुष्ट माणसे, दुष्टपणा ह्या शब्दप्रयोगांत दुष्ट शब्दाचा अर्थ काय असतो? क्रूर, दयाहीन अशी वृत्ती म्हणजे दुष्टपणा, नाही का? दुसऱ्याला संकटात टाकण्याची वृत्ती, दुसऱ्याला त्रास देण्याची वृत्ती म्हणजे दुष्टपणा!

परंतु दुष्ट, दूषित हे दोनही शब्द दोषयुक्त या अर्थाचे आहेत. पण मग दुष्ट

शब्दाचा क्रूर, दयाहीन वगैरे किंवा वाईट, दुराचरणी असा अर्थ रूढ का झाला असावा?

मनुष्याच्या मनोवृत्ती दूषित झाल्या म्हणजे त्याच्या वागण्यात फरक पडणारच. दूषित मनोवृत्तीतून त्याचे जे वर्तन घडेल त्यालाच आपण दुष्टपणा असे नाव दिलेले दिसते. आणि अशा माणसाचे वर्णन दुष्ट या शब्दाने केले जाणेही स्वाभाविकच आहे.

■ ■

दुहिता

दुहिता : संस्कृत भाषेतील दुहितृ या ऋकारांत (म्हणजे शेवटी ऋ असलेल्या) शब्दाचे हे प्रथमा विभक्तीचे रूप आहे. जसे नेतृ शब्दाचे नेता, दातृ शब्दाचे दाता, तसे दुहितृ शब्दाचे दुहिता असे रूप होते. नेता, दाता ही रूपे पुरुष व्यक्तींसाठी वापरली जातात. (नेत्री, दात्री अशी त्यांची स्त्रीलिंगी रूपे होतात) मात्र दुहिता हा शब्द मुळातच स्त्रीलिंगी आहे! दुहिता म्हणजे मुलगी, कन्या. जनकाची दुहिता म्हणजे जानकी, सीता. द्रुपदाची दुहिता द्रौपदी. दुहिता शब्दाचा अर्थ आहे, (गायीचे) दूध दोहन करणारी व्यक्ती! आणि हा शब्द तर केवळ कन्या या अर्थानेच वापरला जातो. याचाच अर्थ असा की, हा शब्द या भाषेत रूढ झाला त्या काळात घरच्या गायीचे दूध काढण्याचे काम कन्येने करावे, असा संकेत असावा. हा संकेत आता विसरला जाऊन केवळ शब्दकोशातला कन्या हा अर्थ तेवढा आपण लक्षात घेत असतो.

■ ■

दृश्य की दृष्य

दृश्य की दृष्य : काही शब्द आपल्या लेखनात असे असतात की, त्यांचे लेखन दोन प्रकारे अगदी सर्रास केले जाते; आणि त्यातला नेमका कोणता प्रकार 'शुद्ध' लेखनाच्या दृष्टिकोनातून योग्य आहे, याचे उत्तर देणे कठिण होऊन बसते. 'दृष्य' आणि 'दृश्य' ही दोन रूपे एकाच अर्थाची वाचक आहेत, हे आपल्याला कळते; दोन्ही रूपे लेखनात वापरात आहेत हेही जाणवते; पण यातले अगदी बरोबर रूप कोणते असे विचारले तर आपल्यालाही संभ्रम होतो.

दृश् म्हणजे पाहाणे असा संस्कृतमध्ये जो धातू आहे त्यापासून दृश्य असा

शब्द तयार होतो. दृश्य म्हणजे पाहाण्यासारखे. जे पाहायला हवे ते. जे आपण पाहू इच्छितो ते. दृश्य या शब्दात 'य' हा विध्यर्थक प्रत्यय आहे. कृत्य, कार्य, पेय, ग्राह्य, त्याज्य, अशा अनेक शब्दांमध्येही हा प्रत्यय आहे. कृत्य किंवा कार्य म्हणजे करण्यास योग्य वगैरे. योग्य याही शब्दात हा 'य' आहेच! 'य' लावताना मूळ धातूला काही प्रक्रियाही होतात. पण दृश् धातूला य जोडून दृश्य हा शब्द मिळतो, हे लक्षात घेऊन दृश्य हा शब्द योग्य ठरविणेच बरे!

दृष्टी सारख्या शब्दांमध्ये 'श्'चा ष् होतो, तो मूर्धन्य 'ट'च्या प्रभावामुळे. 'दृश्य'मधे तसे होण्याचे काही कारणच नाही. श् व य् दोन्ही तालव्य आहेत.

■ ■

देऊन/घेऊन

देऊन/घेऊन : जेवून, ठेवून या रूपांऐवजी जेऊन, ठेऊन ही रूपे चुकीने वापरली जातात, तर उलट देऊन, घेऊन या रूपांऐवजी देवून, घेवून अशी चुकीची रूपे वापरली जातात असेही आढळते. दे-देऊन, घे-घेऊन, गा-गाऊन, खा-खाऊन, ये-येऊन, ने-नेऊन, जा-जाऊन अशी ही अनेक योग्य रूपे इथे सांगता येतील.

जेवून, ठेवून सारखीच ही सर्व ऊन प्रत्ययांत रूपे आहेत. तू जेव, तू ठेव, तू जा, तू गा, अशी वाक्ये आहेत. त्यातली क्रियापदाची रूपे जेव, ठेव, जा, गा असेच मूळ धातू आहेत. त्यांच्यापुढे ऊन प्रत्यय जोडून जी रूपे मिळतात, त्यांना 'पूर्वकालवाचक धातुसाधित अव्यय' असे म्हणतात. हे इतके लक्षात न घेताही, योग्य रूप वापरता येईलच की!

■ ■

देदीप्यमान

देदीप्यमान : दीप्यमान म्हणजे प्रज्वलित केला जाणारा. उदाहरणार्थ अग्नी, दिवा इत्यादि. त्यामुळे कुठल्याही तेजस्वी गोष्टीला दीप्यमान असे विशेषण लावता येते.

यश हेही असे तेजस्वी असते. म्हणून खरे तर दीप्यमान यश असा शब्दबंध पुरेसा व्हावा; परंतु यश हे नेहमीच 'देदीप्यमान' असते! (अनेक लोक चुकीने दैदीप्यमान असाही शब्द वापरतात.)

देदीप्यमान या शब्दात 'दी' या अक्षराचे द्वित्व केलेले आहे. ते करताना प्रथमच्या 'दी' चे 'दे' ('ई'चे 'ए') असे रूपांतर होत असते. हे द्वित्व का करायचे? तर त्या अर्थाला अधिक धार यावी म्हणून! 'स्वागतम्' शब्दात एक 'सु' (सु-आगतम्) असतानाही सुस्वागतम् असे आपण म्हणतो, ते तरी कशासाठी?

■■

दौहित्र

दौहित्र : दौहित्र हा शब्द मराठीत सहसा लिहिण्या-बोलण्यात येत नाही. तरीही तो इथे विचारात घ्यायचे काय कारण?

कारण आहे – या शब्दाचा अर्थ लक्षात घेतल्यावर तो नव्याने भाषेत रूढ करता येईल. आणि तसा तो करावा, म्हणून त्याचा परिचय मराठी भाषिकांना करून द्यायला हवा. मग 'राजीव गांधी हे पं. नेहरूंचे दौहित्र होते.' या वाक्याचा अर्थ कळू शकेल! पौत्र शब्द आपल्या थोडा परिचयाचा आहे. पुत्राचा पुत्र तो पौत्र. म्हणजे नातू. पण मग मुलीचा, कन्येचा जो पुत्र असतो तोही नातूच ना? पण त्या नातवासाठी 'पौत्र' शब्द नाही वापरता येणार!

कन्येच्या पुत्राला म्हणतात दौहित्र. कारण कन्येला म्हणतात दुहितृ. दुहितृ शब्दाचे वाक्यात वापरले जाणारे रूप आहे दुहिता आणि जनकाची दुहिता म्हणजे सीता, या अर्थाने दुहिता शब्द आपल्याला माहीत आहे.

दुहितृचा मुलगा तो दौहित्र.

आपल्या कौटुंबिक व्यवस्थेत पुत्राचा विचारच अधिक होतो. कन्येचा म्हणजे दुहितेचा विचार फार कमी होतो. त्याचा परिणाम म्हणून दौहित्र हा शब्दही भाषेत रूढ होऊ शकलेला नाही. आपले धर्मशास्त्र मात्र सांगते आहे की, पौत्र आणि दौहित्र यात काहीही फरक नाही! दोघांचीही धर्मदृष्ट्या योग्यता एकच!

■■

द्रव्य

द्रव्य : द्रव्य म्हणजे कोणताही पदार्थ. पण त्याशिवाय द्रव्य शब्द आपण संपत्ती या अर्थाने वापरतो. सर्वच भारतीय भाषांमध्ये तो या अर्थाने वापरला जातो.

द्रु-द्रवते ह्या संस्कृत धातूचा अर्थ आहे पाझरणे, स्रवणे, वाहाणे. कोणताही द्रव पदार्थ हा असा वाहाणारा असतो. द्रव्य म्हणजे ज्याला वाहायला लावायचे आहे

असा कोणताही पदार्थ. वाहाण्याची क्रिया उंचावरून खालच्या स्थानाकडेच होत असते.

संपत्ती, धन या अर्थाने द्रव्य या शब्दाचा वापर करणाऱ्या भारतीय समाजाने एका अर्थाने या संपत्तीने 'आहे रे'कडून 'नाही रे'कडे गेले पाहिजे हीच भूमिका सूचित केलेली नाही का? भाषा ही सामाजिक संस्कृतीचा आरसा असते, ते अशा शब्दांमधून स्पष्ट होत असते.

■ ■

द्विज

द्विज : द्विज म्हणजे दोनदा जन्मणारा. विद्यासंपादनासाठी मुलांना आपले घर, माता-पिता यांना सोडून गुरुगृही जावे लागे, तेव्हा गुरु व त्यांची पत्नी हेच त्यांचे पिता व माता म्हणून समजले जात. या नव्या माता-पित्यांच्या संदर्भात या मुलांचा हा दुसरा जन्म असे, म्हणून त्याला द्विज म्हणत. त्यामुळे त्याचे नवे नावही ठेवले जाई. मौंजीबंधन, व्रतबंध किंवा उपनयन नावाचा संस्कार करताना असे बारशाच्या वेळी ठेवलेल्या नावापेक्षा वेगळे नाव ठेवले जाते, ते यामुळेच. व्रतबंधाची पद्धत क्षत्रिय व वैश्य वर्णीयांनी हळूहळू बंद केल्यामुळे पुढे भाषेत द्विज म्हणजे ब्राह्मण असे समीकरण रूढ झाले.

द्विज म्हणजे उपनयन संस्कार होणारा ब्राह्मण आणि त्याचप्रमाणे दोनदा जन्मणारे दात देखील! पण द्विज या शब्दाचा पक्षी असाही एक अर्थ आहे. कारण पक्षी एकदा त्याच्या मातेच्या पोटातून अंड्याच्या रूपात जन्मतो आणि नंतर ते अंडे फोडून बाहेर येतो तेव्हा पुन्हा एकदा त्याचा नवा जन्म होतो!

■ ■

धनाढ्य/गुणाढ्य

धनाढ्य/गुणाढ्य : धनाढ्य म्हणजे काय? श्रीमंत! साधा शब्द आहे हा अगदी!

पण धनाढ्य म्हणजे जर श्रीमंत, तर गुणाढ्य म्हणजे काय?

धनाढ्य आणि गुणाढ्य या दोन्ही शब्दांमध्ये समाविष्ट असलेला 'आढ्य' हा एक शब्द आहे. त्याचा अर्थ आहे, श्रीमंत! म्हणून धनाढ्य म्हणजे ज्याच्याजवळ धनाची श्रीमंती आहे तो आणि गुणाढ्य म्हणजे ज्याच्या जवळ गुणाची श्रीमंती आहे तो.

■ ■

धनिक

धनिक : धनिक म्हणजे धनवान! आणि धन म्हणजे संपत्ती! म्हणून धनिक म्हणजे ज्यांच्या जवळ भरपूर संपत्ती आहे असे लोक!

इतका हा साधा शब्द इथे चर्चेला घ्यायचे कारण तरी काय? या शब्दात काही वैशिष्ट्य आहे का? होय, आहे! संपत्ती जशी आर्थिक स्वरूपाची असते तशीच ती गुणांची असते, विचारांची असते, सांस्कृतिक परंपरांची असते. पण या प्रकारची संपत्ती बाळगणारांना धनिक म्हणत नाहीत!

संस्कृतमध्ये धन् या धातूचा अर्थ आवाज करणे असा आहे. धन् धातूपासून धनिक म्हणजे आवाज करणारा असा शब्द तयार होतो. जसे 'श्रम्'पासून श्रमिक. धनम् म्हणजे आर्थिक संपत्ती हा शब्द देखील 'धन्'पासूनच आलेला दिसतो. द्रव्याचा खणखणाट धनम् शब्दातून व्यक्त होतो. असा धनाचा व्यवहार करणारेच धनिक समजले जातात.

■ ■

धंदा

धंदा : उपजीविकेचे साधन या अर्थाने धंदा हा शब्द वापरात आहे, पण व्यवसाय व धंदा यात भेद केला जात असतो. डॉक्टरांनी केवळ पैसे कमविण्याचा धंदा करू नये, व्यवसाय करावा, असे म्हटले जाते. व्यवसायामागे बुद्धीने केलेला निश्चय असतो, निष्ठा असते.

धंदा हा केवळ धन-दा, धन देणारा असतो! धंदा हा शब्द कसा 'अर्थ'युक्त आहे आले का लक्षात?

■ ■

धर्मपत्नी

धर्मपत्नी : भाषेतले काही शब्द एका विशिष्ट परिस्थितीमध्ये वापरात येत असतात, पण नंतर ती परिस्थिती पालटल्यावरही ते त्याचे मूळ अर्थ समजून न घेताच वापरात राहातात. त्यातला हा एक शब्द दिसतो – धर्मपत्नी! '××× यांच्या धर्मपत्नी सौ. ××× यांचे निधन' किंवा '××× यांच्या सुविद्य धर्मपत्नी सौ. ×××

यांनी त्यांच्या या कार्यात त्यांना विशेष मदत केली' अशी वाक्ये आपण आजही वाचतो. पण कुणाला तरी धर्मपत्नी असे विशेषण लावणे म्हणजे इतर कुणाचा तरी सूचकतेने का होईना अधर्मपत्नी म्हणून आपल्या मनात विचार असणे असते, असे कुणी म्हटले तर? शे-दीडशे वर्षांपूर्वी आपल्या लग्नाच्या बायकोखेरीज एखाद्या स्त्रीशी पत्नीवत् संबंध राखणाऱ्या रसिक धनिकांची समाजात गणनीय संख्या असे आणि अशा संबंधाबाबत उघडपणे बोलले जाई. त्या काळात लग्नाच्या बायकोसाठी 'धर्मपत्नी' हा शब्द वापरणे योग्य होते. आता तसा तो वापरणे कितपत क्षम्य ठरेल? नुसता पत्नी हा उल्लेख पुरेसा होऊ नये का?

■ ■

धारातीर्थ

धारातीर्थ : एखाद्या सैनिकाचा रणांगणात मृत्यू झाला, तर त्या घटनेचे वर्णन अमूक एक सैनिक 'धारातीर्थी पडला' असे करण्याची प्रथा आहे.

मग धारातीर्थी पडणे याचाच अर्थ मरण पावणे असा आहे काय? नाही! कारण हाच सैनिक केवळ आजारी पडून घरच्या घरी मृत्यू पावल्यानंतर 'धारातीर्थी पडला' हा वाक्प्रचार त्याच्या बाबतीत वापरला जात नाही.

तीर्थ म्हणजे तारून नेणारी गोष्ट. श्रद्धाळू लोक तीर्थयात्रा करतात ती तीर्थक्षेत्रांची. जी क्षेत्रे 'तीर्थ' समजली जातात, तिथे गेलेल्या लोकांची पापं नाहीशी होतात, त्यांचा उद्धार होतो, ही स्थाने त्यांना संसार सागरातून तारून नेतात, असे म्हणतात.

सैनिकाच्या दृष्टीने असे तीर्थ, अशी तारून नेणारी गोष्ट, त्याचा उद्धार करणारी गोष्ट म्हणजे तलवारीची धार! ही धार (किंवा धारा) हेच त्याच्या दृष्टीने तीर्थ! म्हणूनच युद्धात मरण पावलेला सैनिक धारातीर्थी पडला असे मानले जाते.

■ ■

धारिष्ट (धार्ष्ट)

धारिष्ट (धार्ष्ट) : थोडेसे धारिष्ट अंगात नसेल, तर शारीरिक स्वरूपाच्या हल्ल्याला तुम्हाला कधीच तोंड देता येणार नाही. मग भले तुम्ही कितीही सशक्त आणि धष्टपुष्ट असा! अगदी एखादा काडी पहिलवानही केवळ अंगच्या धारिष्टाच्या बळावर आपले स्वत:चे आणि इतरांचे रक्षण करू शकतो! इथे धारिष्ट शब्दाचा सामान्यत: अर्थ आहे धीटपणा, निर्भयता, घाबरटपणाचा अभाव, संकटाला तोंड

देण्याची हिंमत.

हा शब्द मराठीत आला कसा? धृष् (धृष्णोति किंवा धर्षति) असा संस्कृत धातू आहे. धाडस करणे हा त्याचा अर्थ. त्यापासून धृष्ट असे विशेषण (धाडसी, आक्रमक वृत्तीचा, मागे न हटणारा या अर्थाचे) तयार होते. या विशेषणावरून पुढे संस्कृतमध्येच धार्ष्ट (धाडस) असे भाववाचक नाम तयार होते. 'धार्ष्ट' या संस्कृत शब्दाचा उच्चार करताना तो अधिक जोरदार करण्याच्या वृत्तीतून मराठीत 'धाष्ट्यं' असा केला जातो आणि मग तो थोडा अवघड वाटू लागला की, त्याचे रूपांतर होते 'धारिष्ट'मध्ये. त्याचेही हळूहळू 'धारिष्ट्य' होणारच आहे. शब्दाचा हा इतिहास. पण वर्तमानात आपल्या अंगी धारिष्ट बाणवले पाहिजे हे मात्र खरे!

■ ■

धूळपाटी

धूळपाटी : अक्षरलेखनाच्या साहाय्याने आपले विचार अक्षर म्हणजे चिरस्थायी करण्याची क्रिया फार प्राचीन काळापासून सुरू झालेली असली, तरी अक्षरलेखन करणे ही कला तशी सहजसाध्य होती असे म्हणता येणार नाही. वर्ण म्हणजे रंगाने काढलेले अक्षर असेल, तर त्यासाठी योग्य ते रंग तयार करावे लागत असणार. कागद तयार करणे हेही तसे अवघडच. तेव्हा अक्षरलेखन शिकवण्यासाठी सुमारे शंभर वर्षांपूर्वीपर्यंत धूळपाटी वापरीत. एक लाकडी फळी घेऊन तिच्यावर धूळ पसरायची आणि त्या धुळीवर बोटाने अक्षरे काढायची!

किती अवघड होत असेल नाही का हे शिकविणे?

बहुधा आजची मुळाक्षरे ही मुळात धुळाक्षरेच असावीत. कारण मुळाक्षरे या शब्दातून कुठला बोध होणार? 'ध'चा 'मा' होऊनच ती मुळाक्षरे बनलेली असावीत.

■ ■

ध्रुवीकरण

ध्रुवीकरण : अलीकडे हा शब्द राजकारणात प्रचारात आणला गेला आहे. पृथ्वीचे उत्तर आणि दक्षिण हे दोन ध्रुव भूगोलात प्रसिद्ध आहेत. ते एकमेकांच्या पूर्णपणे विरुद्ध दिशेला आहेत हे स्पष्ट आहे. एकाच क्षेत्रातल्या पण एकमेकांच्या अगदी विरोधी असलेल्या दोन गोष्टींना, विचारांना दोन ध्रुव असे म्हणता येईल. राजकारणात जेव्हा असे एकमेकांच्या विरोधातील दोन स्पष्ट गट दिसतात, तेव्हा

ध्रुवीकरण असा शब्दप्रयोग केला जातो. अनेक पक्ष असूनही त्यांचे दोन गटात विभाजन होऊन ते त्या दोन ठिकाणी एकत्र झाले की, झाले ध्रुवीकरण. परंतु प्रत्यक्षात असे परस्पर विरुद्ध दोन ठिकाणी ध्रुवीकरण झालेले नसतानाही केवळ काही गट एकत्र येण्याची प्रक्रिया सुरू झाली, तरी ध्रुवीकरण होऊ लागल्याचे मानले जाते आहे. म्हणून ध्रुवीकरण म्हणजे एकत्रीकरण असाच अर्थ रूढ झाला आहे.

■ ■

नक्त

नक्त : नक्त नावाचे एक व्रत काही (विशेषतः वृद्ध) माणसे करीत असतात. दिवसातून फक्त एकदाच भोजन करायचे हा यातला नियम. मग त्यासाठी रात्री पूर्ण उपोषण किंवा मग सोयीचे वाटत असेल, तर दिवसा उपोषण करून रात्री एक वेळ जेवण! पण कोणत्या ना कोणत्या पद्धतीने रात्री भोजन अथवा रात्री उपोषण असे या व्रताचे स्वरूप असते. या व्रताला नक्त म्हणतात. याचे कारण नक्त म्हणजे रात्र! जरा अपरिचित आहे ना हा शब्द? पण इंग्रजीतला Night हा शब्द नक्तचाच अवतार आहे. नाइट या उच्चारात जी-एच् या वर्णाचा उच्चार आहे का? तरीही हे वर्ण शब्दात आहेत. ते 'नक्त'मधील 'क'चे वारस आहेत. 'क'चे 'ग'मध्ये रूपांतर तर अनेक भाषांमध्ये होत असतेच.

■ ■

नखरे

नखरे : नखरा म्हणजे खोटा आविर्भाव, देखावा. आपले नसलेले सौंदर्य खुलविण्यासाठी भडक प्रसाधन कुणी करीत असेल, तर ती व्यक्ती नखरेबाज म्हटली जाते. एखाद्या कलावंताला त्याची कला सादर करायची विनंती केल्यावर तो जर जास्तच आढेवेढे घेऊ लागला (म्हणजेच अधिक आग्रहाची मनोमन अपेक्षा ठेवत खोटा विनय दाखवू लागला), तर तो फार नखरे करतो आहे असे म्हटले जाते.

नखरा हा शब्द कोशकारांच्या म्हणण्यानुसार असो बिचारा फारसी भाषेतून आलेला; पण ज्याने तो मराठीत प्रथम वापरला असेल तो बहुधा न खरा म्हणजेच खोटा या अर्थानेच वापरला असावा!

■ ■

नखशिखांत

नखशिखांत : 'नखशिखांत रक्ताने न्हालेल्या त्या माणसाला पाहून तिची बोबडी वळली!' या वाक्यातला नखशिखांत हा शुद्ध संस्कृत शब्द मराठीत जसाच्या तसा वापरला जातो. यातली नखे ही पायाची मानायची आहेत. शिखा म्हणजे शेंडीचे केस. ते अर्थातच डोक्यावरचे . म्हणजेच नखापासून सुरुवात करून शिखा हे शेवटचे टोक (अंत) धरून पायापासून तो डोक्यापर्यंत संपूर्ण शरीर या नखशिखांताने व्यापले जाते. आपादमस्तक हा शब्दही खरे तर संपूर्ण शरीराचा उल्लेख करतो, परंतु रक्ताने न्हाणे म्हटले की, ते नखशिखांतच असते; आपादमस्तक नसते! एकेका शब्दाचे असे हे भाषेतले स्थान ठरलेले असते.

■■

नणंद

नणंद : एका लोकगीताचे शब्द आहेत - 'आम्ही नणंद भावजया, जणु वैरिणी समजा या'. स्त्रियांना (सामान्यपणे) आपल्या नणंदेबद्दल म्हणजे नवऱ्याच्या बहिणीबद्दल आणि भावजयीबद्दल म्हणजे भावाच्या पत्नीबद्दल प्रेम वाटत नसते, असे या गीतातून सुचविलेले आहे.

त्यातला नणंद हा शब्द मुळातच आनंददायी नसलेली आणि आनंदीही नसलेली या अर्थाचा दिसतो. संस्कृतमधील ननन्दृ-ननान्दृ या शब्दांपासून नणंद शब्द तयार होतो. या संस्कृत शब्दातील 'नन्द्' धातूचा अर्थ आहे आनंद देणे, आनंदित होणे. त्यामागे 'न' हे नकार दर्शविणारे अव्यय! तेव्हा नणंद ही अशी स्वतःही खिन्न आणि इतरांनाही आनंद न देणारी. अर्थात प्रत्येकीचा अनुभव असाच असेल असे नाही.

■■

नंतर

नंतर : त्यानंतर असे घडले की....
दुपारच्या भोजनानंतर थोडी वामकुक्षी घेण्याची सवय....
निकाल जाहीर झाल्यानंतर....
अशा किती तरी वाक्प्रयोगांमध्ये आपण 'नंतर' हा शब्द वापरत असतो.

त्याचा अर्थ कसा सांगता येईल? नंतर म्हणजे? एखादी गोष्ट घडल्यावर त्यापुढच्या काळात म्हणजे नंतर. या साध्या शब्दाची चर्चा कशाकरिता? हा शब्द म्हणजे संस्कृत भाषेतील 'अनन्तरम्' या शब्दाचे मराठी रूप आहे. म् आणि अ गळाले! अनन्तरम् म्हणजे अन्-अन्तरम्; ज्यात अंतर नाही ते. एखाद्या गोष्टीला काळाच्या दृष्टीने लागून असलेली दुसरी गोष्ट म्हणजेच अंतर न ठेवता आलेली गोष्ट म्हणजे अनन्तर गोष्ट.

या अनंतरमधला 'अ' आपण बोलता बोलता सोडून दिला आणि हा शब्द 'नंतर' असा केला.

■ ■

न भूतो न भविष्यति

न भूतो न भविष्यति : अगदी अशक्य कोटीतील, आजवर न घडलेली, परंतु आश्चर्यकारकरीत्या आज मात्र अनुभवास आलेली अशी एखादी गोष्ट अभूतपूर्व या शब्दाने उल्लेखिली जाते. या शब्दातून व्यक्त होते, ती ही गोष्ट यापूर्वी कधीच घडू शकलेली नाही ही वास्तविकता. परंतु अशी गोष्ट पूर्वी तर कधी घडली नाहीच, पण ती पुढेही कधी घडण्याची शक्यता नाही (आताच ती घडली हे विशेषच!) अशी या घटनेची भावी काळातीलही अशक्यता व्यक्त करायची असेल तेव्हा तिचे वर्णन 'न भूतो न भविष्यति' या शब्दबंधाने (खरे म्हणजे वाक्याने) करतात. न भूतः (झालेला नाही) न भविष्यति (होणार नाही) असे हे वर्णन पुंलिंगयुक्त असले, तरी हे वाक्य कोणत्याही गोष्टीच्या संदर्भात लिंगनिरपेक्षपणे वापरले जात असते.

■ ■

नमस्ते

नमस्ते : 'नमस्ते' ह्या शब्दाचा वापर माहीत नाही असा महाराष्ट्रीयच काय, पण भारतीय मनुष्य सापडणार नाही. कुणालाही नमस्कार करण्यासाठी हा शब्द वापरला जातो.

पण हा एक शब्द नाही, तर ते संस्कृत भाषेतले एक वाक्य आहे! 'नमः ते।' असे. ते म्हणजे तुला आणि नमः म्हणजे नमस्कार असो!

आता 'ते' हा शब्द एकवचनी असला, तरी संस्कृत भाषेत तो कुणालाही उद्देशून चालण्यासारखा आहे, पण मराठी किंवा हिंदी भाषेत समोरच्या व्यक्तीला

उद्देशून असे एकेरी वचन वापरले आणि ती व्यक्ती रागावली तर? तिला हा एकवचनी शब्दप्रयोग माहीत नसतो, म्हणूनच हा राग प्रकट होत नाही! अथवा 'संस्कृत' भाषेचे हे पुण्य म्हणा! त्यापेक्षा नमस्कार हा शब्दप्रयोग बरा नाही का? यात एकवचनाचा अथवा बहुवचनाचा काही प्रश्नच निर्माण होत नाही.

■ ■

नरमेध

नरमेध : मेध शब्दाचा अर्थ आहे यज्ञ! नरमेध शब्दाचा स्वाभाविकपणेच अर्थ असा होतो की, ज्या यज्ञात नराची म्हणजे माणसाची हत्या करून आहुती देण्यात येते, तो यज्ञ! प्राचीन भारतीय वाङ्मयात नरमेध असा शब्द अवश्य सापडतो. परंतु मनुष्याचा बळी देण्याची सर्रास पद्धत भारतात होती, असा याचा अर्थ करणे इष्ट नाही. जरासंधाने अनेक राजांना कैद करून ठेवले होते. त्यांची एकाच वेळी कत्तल करून त्यांना ठार करण्याचा त्याचा विचार होता. त्या दृष्टीने त्याने 'नरमेध' करावयाचा ठरविले होते. असे काही क्रूर लोक भारतात होते. भारताबाहेरील जगात तर अशी उदाहरणे अधिक प्रमाणात आढळतील. जर्मनीत झालेल्या ज्यूंच्या कत्तली, रशिया, चीन, फ्रान्स या देशांत राजकीय विरोधकांची झालेली हत्याकांडे ही सारी नरमेधाचीच उदाहरणे आहेत. भारतात ही कल्पना अपवादात्मक, तर जगात अनेक ठिकाणी नित्याच्या अनुभवातली होती; आहे! 'नरमेध' हा संस्कृत शब्द असल्याने जणू काही ही एक भारतीय 'धार्मिक' प्रथा होती असे अनेकांना वाटते. परंतु धार्मिक क्षेत्रात यासाठी नृयज्ञ असा वेगळा शब्द आहे व त्याचा अर्थ वेगळा आहे. तोही समजून घ्यायला हवा.

■ ■

नर्मविनोदी

नर्मविनोदी : विनोदी वक्ता आणि विनोदी लेखक यांच्या विनोदाची जात कोणती याची चर्चा वाचक आणि समीक्षक करीत असतात, हे आपल्याला माहीत आहे. त्यात मग धबधब्यासारखा विनोद, शाब्दिक कोट्यांमधून साधलेला विनोद, समाजातील दांभिकतेवर आधारलेला विनोद, अश्लील विनोद, बोचणारा विनोद अशी अनेक प्रकारे वर्गवारी केली जात असते. त्यातच मग कुणाच्या तरी विनोदाचे वर्णन 'नर्मविनोद' असे केले जात असते. पण अशा वर्णनात कधी कुणी 'नर्म'

म्हणजे काय ते स्पष्ट करताना सहसा आढळत नाही. नर्म म्हणजे काय? नरम? कमी दर्जाचा? मुलायम? की मर्मभेदी? नर्म शब्दाचा अर्थ आहे सुख! नर्मदा हे जे नदीचे नाव आहे ना, ते देखील सुखदायिनी या अर्थाचे आहे. नर्म म्हणजे सुख. म्हणून नर्मविनोद म्हणजे ज्यात सुख (म्हणजे शुद्ध वातावरण) देण्याचे सामर्थ्य आहे असा विनोद आणि विनोद म्हणजेही ज्याने मनाला व शरीराला प्रेरणा मिळते अशी गोष्ट.

■ ■

नवपरिणीता

नवपरिणीता : नवीनच लग्न झालेल्या तरुणीचे वर्णन या शब्दाने करता येते. यातील 'नव' हा शब्द कालदृष्ट्या नजीकचा काल दाखवितो आणि परिणीता म्हणजे विवाहिता. परि-नी या संस्कृत धातूपासून हा शब्द सिद्ध होतो. त्यातील 'नी'चा अर्थ आहे नेणे. नीता म्हणजे नेलेली. परि म्हणजे सर्व दृष्टींनी; तिच्या सर्वस्वासह. परि नीता या दोन शब्दांचा एकत्र उच्चार करताना स्वाभाविकच जवळच्या 'र'चा परिणाम होऊन 'नी' ऐवजी 'णी' असा उच्चार होत असतो. परिणीता हा शब्द वर हा वधूला तिच्या घरून आपल्या घरी नेत असतो अशी प्रथा असल्याचे स्पष्ट करतो. शब्दांमधून सामाजिक पद्धतीचा परिचय होत असतो तो असा.

■ ■

नवरात्र/नवरात्रोत्सव

नवरात्र/नवरात्रोत्सव : नऊ रात्रींचा समूह या अर्थाने नवरात्र हा सामासिक शब्द तयार होतो. संस्कृत भाषेत 'नवरात्रम्' असा नपुसकलिंगी शब्द आहे. मराठीतही तो नपुसकलिंगीच आहे. नवरात्र सुरू झाले, नवरात्र संपले असेच वाक्प्रयोग केले जातात. परंतु रात्र हा शब्द स्वत: स्त्रीलिंगी असल्यामुळे आपण पुष्कळदा वाक्यामध्ये 'नवरात्रीच्या उत्सवात' अशा स्वरूपाचे प्रयोग करतो. खरे म्हणजे इथेही 'नवरात्रात' म्हणजेच 'नवरात्र या काळात' असे म्हणायला हरकत नसते, परंतु रात्रीच्या भाषिक 'स्त्री'लिंगाचा प्रभाव आपल्यावर असल्यामुळे आपण तसे न म्हणता 'नवरात्रीच्या वेळी' वगैरे शब्दबंध वापरतो. पण नवरात्र या शब्दाला उत्सव हा शब्द जोडताना काही वृत्तपत्रे अलीकडे नवरात्रोत्सवा ऐवजी 'नवरात्रौत्सव' छापू लागली आहेत. वास्तविक 'शारद-उत्सव' या दोन शब्दांचे सामासिक रूप जर आपण 'शारदोत्सव' असे करतो किंवा

'सूर्य-उदय' जर 'सूर्योदय' या स्वरूपात लिहितो, तर 'रात्र-उत्सवा'चे 'रात्रौत्सव' का करावे?

■ ■

नवविधा भक्ती

नवविधा भक्ती : भक्ती-संप्रदायात भक्तीचे नऊ प्रकार सांगितलेले आहेत. विधा म्हणजे प्रकार. नवविधा म्हणजे नऊ प्रकारांनी युक्त. हे नऊ प्रकार पुढील श्लोकात सांगितलेले आहेत.

श्रवणं कीर्तनं विष्णोः स्मरणं पादसेवनम्।
अर्चनं वंदनं दास्यं सख्यम् आत्मनिवेदनम्॥

यातील विष्णोः म्हणजे विष्णूचे. कोणत्याही देवतेचा वाचक शब्द येथे योजता येईल. अर्चन म्हणजे पूजा. बाकी सर्व शब्द येथे मराठीत वापरले जाणारेच आहेत. पाहा मोजून, नऊ प्रकार होतात की नाही?

■ ■

नवस

नवस : 'नवस करणे' ही गोष्ट अंधश्रद्धेच्या क्षेत्रात येते. भाषिक दृष्ट्या ती एक सर्वपरिचित गोष्ट आहे आणि नवस शब्दाच्या मुळाकडे आपण गेलो, तर नवस प्रक्रियेतली 'अंध' श्रद्धा थोडी दूर करता येणेही शक्य होईल. आपण समजतो की, नवस म्हणजे कुणा देवतेशी केलेला एखादा करार असतो अथवा देवतेला तिने करावयाच्या कृपेसाठी काही तरी देण्याचे आश्वासन असते. पण नवसातील हा देकार मूळच्या शब्दार्थात नाही!

संस्कृत भाषेत नमस् (नमस्कार) हा एक आपली नम्रता व आपला आदरभाव व्यक्त करणारा शब्द आहे. 'नमस्'चे नमः असे रूपांतर होत असते. या नमस् वरून नमस्य (म्हणजे आदरणीय) हा शब्द तयार होतो. एखाद्या देवतेला 'नमस्य' समजणे हे अगदी स्वाभाविकच असते. या देवतेपुढे मग तिला तू 'नमस्य' आहेस असे सांगण्यातूनच 'नवस' हा शब्द तयार झालेला दिसतो आणि माणसांना नेहमीच कुणाही श्रेष्ठांपुढे हात पसरण्याची सवयच असते. त्यानुसार या नमस्य देवतेपुढे याचना केली जाते हेही स्वाभाविकच!

■ ■

नाग

नाग : सर्पाची एक जात या अर्थाने नाग शब्द आपण वापरतो. या शब्दातच त्याचा एक विशेष अर्थ सामावलेला आहे. न-अ-ग अशा तीन घटकांनी हा नाग शब्द बनला. अ ग म्हणजे गती नसलेला आणि त्यामागे पुन्हा एक न जोडल्याने 'गती नाही असे नाहीच' असा अर्थ व्यक्त होतो. नाग कधी तुम्हाला एका जागी स्वस्थ बसलेला दिसतो का? तो सतत गतिमान असतो. त्याच्या बाबतीत गती नाही असे घडतच नाही!

नाग या शब्दाचा एक अर्थ सर्प हा सर्वज्ञात आहे. न अ ग म्हणजे जो गतिमान नाही असे नाही. म्हणून सतत गतिशील असलेला प्राणी असा या शब्दाचा अर्थ आहे. अगदी याच स्पष्टीकरणासह या शब्दाचा दुसरा अर्थ हत्ती असा आहे. नाग म्हणजे हत्ती!

हत्तीच्या आकाराकडे पाहून कुणाला असे वाटत असेल की, या अवाढव्य देहासह हा प्राणी चालत तरी कसा असेल? पण लक्षात घ्या की, हत्ती हा अतिशय वेगाने धावू शकतो. अगदी रेल्वे इंजिनाशी स्पर्धा करीत! तेव्हा न अ ग म्हणजे नाग हा हत्तीचाही वाचक शब्द आहे. कदाचित प्राचीन नागवंशीय लोक हत्ती पाळण्याचा व्यवसाय करीत असावेत.

■ ■

नातीगोती

नातीगोती : नाते हा शब्द ज्ञाती (ज्ञाति) शब्दावरून येतो, पण त्याचा अर्थ मात्र ज्ञाती या शब्दाच्या अर्थापेक्षा संकोच पावलेला आहे. ज्ञातीमध्ये समव्यवसायी आणि समानशील अशा मूळ एकाच वंशातून जन्माला आलेल्या सर्व लोकांचा समावेश होत असतो. नाते ही संकल्पना त्या मानाने संकुचित आहे. रक्ताचे नाते या शब्दबंधातून हा अर्थ व्यक्त होतो.

पण या संकुचित अर्थाच्या 'नाते' या शब्दाला थोडा व्यापक अर्थ प्राप्त करून देणारा घटक आहे गोत हा शब्द. गोत म्हणजे गोत्र; कुळ. एकाच ठिकाणी राहाणारे अथवा एकाच वंशात जन्माला आलेले सर्व जण एकाच गोत्रातले समजले जातात. नातीगोती हा जोडशब्द त्यामुळे आपल्या अर्थात अधिक लोकांचा समावेश करून घेतो.

■ ■

नातेवाईक/जातभाई

नातेवाईक/जातभाई : आपले सर्वच्या सर्व नातेवाईक कदाचित आपल्याला माहीत नसतीलही, पण नातेवाईक हा शब्द आपल्या नक्कीच चांगल्या परिचयाचा आहे.

मुळात 'नाते' सांगणारा हा शब्द ज्ञाती (ज्ञाति) या शब्दाचे रूपांतर आहे. या ज्ञाती शब्दावरूनच 'जात' हा जातवाचक शब्द तयार होतो. ज्ञातिबांधव म्हणजे जातभाई. या शब्दातील ज्ञ हे अक्षर मुळात ज् व ञ या दोन अक्षरांचे एकत्रीकरण आहे. जातभाई या शब्दात हा 'ज' शिल्लक राहातो, तर नातेवाईक या शब्दात 'ञ' या अनुनासिकाचे रूपांतर 'न'मधे होते. नातेवाईक या शब्दापेक्षा जातभाई या शब्दाचा अर्थ अधिक क्षेत्र व्यापतो आहे.

■ ■

नांदणे/नांदविणे

नांदणे/नांदविणे : '...तुम्ही नांदण्यास न आल्यास (अथवा नांदविण्यास न नेल्यास) आपला लग्न संबंध संपला असे समजून....' इत्यादि शब्दांनी युक्त अश्या सूचना वृत्तपत्रांतून प्रकाशित होत असतात. यातील नांदणे अथवा नांदविणे या शब्दांचा अर्थ केवळ (एकत्र) राहाण्यापुरता मर्यादित आहे काय? कायद्याच्या दृष्टीने इतका सीमित अर्थ कदाचित असेलही. तथापि मूळ अर्थ तसा दिसत नाही. नंद् या संस्कृत धातूपासून नांदणे व त्यावरून पुढे नांदविणे हे क्रियावाचक शब्द मराठीत आलेले आहेत. नंद् या संस्कृत धातूचा अर्थ आहे, आनंदित होणे व त्याचप्रमाणे इतरांना आनंदित करणे म्हणजेच आनंद देणे. आनंद या शब्दात सुद्धा हा धातू आहेच ना! नांदणे किंवा नांदविणे हे खऱ्या अर्थाने असे आनंदयुक्त आणि आनंददायक असायला हवे, नाही का?

■ ■

नांदी

नांदी : आतंकवाद्यांचा आततायीपणा ही तिसऱ्या महायुद्धाची नांदी ठरणार आहे काय? या वाक्यातील नांदी शब्दाचा अर्थ काय? नांदी म्हणजे प्रारंभ! होय ना? त्या अर्थाने हे वाक्य बरोबरच आहे. परंतु नांदी शब्दाचा नेमका अर्थ त्यात येत नाही!

पूर्वीच्या नाटकांचा प्रारंभ नटी आणि सूत्रधार यांच्या संवादाने होई. या संवादाला नांदी म्हणत. नांदी हा या प्रकारे नाटकाचा प्रारंभ असे.

मात्र 'नांदी' हे नाटकाचे एक प्रकारे मंगलाचरण असे. 'नंदंति देवता अस्याम्' – हिच्या ठिकाणी म्हणजेच हिच्यामुळे देवता आनंदित होतात, असा या नांदी शब्दाचा अर्थ असे. देवता संतुष्ट झाल्या म्हणजे पुढचा सर्व प्रयोग रसपूर्ण व आनंददायी होईल, अशी भावना नांदी करणारांची असे.

असा हा नांदी शब्द प्रारंभ या अर्थाने का होईना, संहारक युद्धाच्या बाबतीत वापरला जातो आहे, याला काय म्हणावे?

■■

नामशेष

नामशेष : नामशेष होणं म्हणजे नाहीसं होणं; मागे काहीच न उरणं; नष्ट होणं. होय ना? नाही! शेष म्हणजे बाकी, शिल्लक! म्हणून नाव तरी शिल्लक राहाणं म्हणजे नामशेष होणं.

भारताला स्वतंत्र करण्यासाठी सशस्त्र क्रांतीचा मार्ग स्वीकारणारे काही क्रांतिकारक 'नामशेष'ही राहिलेले नाहीत! कारण त्यांनी आपली खरी नावे सुद्धा कुठे प्रकट केलेली नव्हती.

आपल्या पश्चात आपले नाव शिल्लक राहावे, अगदी शिलालेखात कोरलेले राहावे यासाठी केवढा खटाटोप चाललेला असतो अनेकांचा! नाही का? क्रांतिकारकांचा असीम त्याग त्यांच्या या आपल्या नावाचाही विचार न करण्याच्या वृत्तीतून दिसून येतो.

■■

नाहक

नाहक : 'या जाळपोळीत अनेक निरपराध माणसांना नाहक बळी जावे लागले'. या वाक्यात नाहक या शब्दाच्या ठिकाणी विनाकारण हा शब्द वापरता येईल. त्यामुळे नाहक या शब्दाचा अर्थ काय, असा प्रश्न केला, तर त्याचे उत्तर विनाकारण असे देता येईल.

परंतु नाहक शब्दाचा खरोखर तसा अर्थ आहे का? 'या रस्त्यावर हे खोदकाम करायचे काही कारण नव्हते, पण तरीही नाहक इथे तसे केले आहे.' या वाक्यातही

नाहक म्हणजे विनाकारण असे म्हणता येईल; परंतु जरा विचार केला, तर असे लक्षात येईल की, हक्क नसताना, अधिकार नसताना, योग्य नसताना खोदकामाचा आदेश देणारांनी हे खोदकाम अस्थानी केलेले आहे, असे इथे म्हणायचे आहे. पाहा, नाहक हा शब्द किती सुंदर आहे तो! हक्क नसताना जी कृती केली जाते, ती नाहक कृती. तेव्हा एखादी गोष्ट नाहक घडत नाही, ती नाहक केली जाते! नाहक बळी जात नाहीत, नाहक बळी घेतले जातात!

■ ■

निकष

निकष : 'अमुक एका जागेसाठी पारितोषिकासाठी वगैरे निवड करण्याचे तुमचे निकष काय आहेत हो?' अशी पृच्छा केली जात असते. यात निकष म्हणजे कसोट्या. (कसोटी हे एकवचन, कसोट्या हे अनेकवचन.)

खरे तर कसोटी हा शब्द देखील निकषमधील कष् म्हणजे घासणे, ओरखडा काढणे या धातूपासून तयार झालेला आहे.

सोन्याची पारख करण्याकरिता सुवर्णकाराकडे एक विशिष्ट दगड असतो. त्यावर सोने घासून, सोन्याची रेषा ओढून सोने किती नंबरी आहे ते पाहिले जात असते. त्या दगडाला म्हणतात (निकष-उपल) निकषोपल (उपल म्हणजे दगड). मराठीत त्यालाच कसोटीचा दगड असे म्हणतात. मग सर्व व्यवहारात कसोटी, निकष हे शब्द उपयोगात आणले आहेत. निकष म्हणजे पारख करण्याचे साधन किंवा प्रमाण.

■ ■

निजधाम

निजधाम : एखाद्या व्यक्तीचा मृत्यू झाला की, ती व्यक्ती निजधामास गेली असे म्हटले जाते. का बरे? निजधाम म्हणजे स्वत:चे धाम, निवासस्थान, घर. मृत्यू पावणे म्हणजे 'स्वत:च्या घरी' जाणे असा याचा अर्थ! हा अर्थ स्वीकारण्यामागे एक श्रद्धा आहे. जीवात्मा एक कुठले तरी शरीर धारण करून या जगात जन्मला आहे, पण हे जग हे त्याचे 'स्वत:चे घर' नाही! इथे तो केवळ काही काळापुरता निवास करण्यासाठी आणि आपले 'संचित' भोग भोगण्यासाठी आलेला आहे. मृत्यूनंतर तो परत आपल्या मूळच्या स्थानी म्हणजे स्वगृही जाणार आहे.

'माझे माहेर पंढरी, आहे भीवरेच्या तीरी' असे म्हणताना एकनाथ महाराजांच्याही मनात हाच विचार आहे की, मूळचा मी ईश्वराच्या घरी राहाणारा आहे, तेच माझे घर, माहेर आहे आणि इथे, या जगात मी आहे म्हणजे 'सासरी' आलो आहे! हे काही माझे मूळचे घर नाही!

■■

निखिल

निखिल : निखिल हे मुलाचे एक आकर्षक नाव म्हणून प्रचारात आहे. प्रथम हे लक्षात घेतले पाहिजे की, हा शब्द 'निखील' असा लिहून वा उच्चारून चालणार नाही. त्यातले अर्थसौंदर्य अशा लेखनाने वा उच्चाराने बाधित होईल.

अखिल (परिपूर्ण, बाकी काही न ठेवता विचारात घेतलेले) आणि निखिल या दोन शब्दांमध्ये बरेचसे अर्थसाम्य आहे; पण थोडा अर्थभेदही आहे. अखिल म्हणजे मूळचे परिपूर्ण, ज्याला कसली जोड दिलेली नाही ते. परंतु खिल म्हणजे उरलेले. बाकी ज्यातून निघून गेलेले आहे, ते निखिल. म्हणजे एखाद्या भागाकाराचे उत्तर आल्यावर जर काही बाकी उरली, तर ती तेवढी काढून टाकून जी संख्या मिळते, तिला 'निखिल' म्हणता येईल.

■■

निमिषार्ध

निमिषार्ध : अत्यंत अल्पकाळाचा उल्लेख करायचा झाला, तर निमिषार्ध हा शब्द वापरतात. निमिषार्धात तो तेथून अदृश्य झाला. म्हणजे दिसेनासा होण्यासाठी त्याने अत्यंत कमी वेळ घेतला.

वेळेचे हे प्रमाण कसे ठरवले गेले आहे?

निमिष या शब्दाने सूचित होते, ते डोळ्यांच्या पापण्यांचे मिटणे! पापण्या आपोआप मिटतात, त्या क्रियेला किती वेळ लागतो? तो वेळ म्हणजे निमिष काल आणि त्याच्याही अर्धा वेळ म्हणजे निमिषार्ध-काल. पण पुढे जोडलेला काल हा शब्द खास जोडलाच पाहिजे असे नाही. तुमच्या लक्षात आला ना हा अर्थ? अगदी निमिषार्धात?

■■

नियती

नियती : 'नियतीच्या मनात असेल त्याप्रमाणेच घडणार. आपण त्यात काय बदल करणार?' या वाक्यात दैव असा शब्द या नियती शब्दाऐवजी वापरता येईलही. दैवात असेल तसे घडेल, असे म्हणता येईल. परंतु दैव आणि नियती हे शब्द अगदी समानार्थक आहेत काय? दैव म्हणजे देवांशी संबंधित. केवळ स्व-प्रयत्नांवरच विश्वास ठेवणारी मंडळी या दैवाचा कधी विचार करणार नाहीत. देवाची कृपा इच्छिणारे लोक 'दैव' विचारात घेतात. त्यासाठी देवजातीचे अस्तित्व मानावे लागते. परंतु नियतीचा देव-देवतांशी संबंध असतोच असे नाही. विश्वात सर्व गोष्टी वैश्विक अशाच काही नियमांनीच घडत असतात, असे मानण्याचीही अनेकांची भूमिका असते. हेच ते नियतीचे तत्त्व आहे. हे वैश्विक नियम साऱ्या गोष्टी नियत करतात म्हणजेच निश्चित करतात. त्यात कोणी बदल करू शकत नाही; अगदी परमेश्वर देखील, असे नियतीवादी मानतात.

■ ■

नियोग

नियोग : महाभारतातील धृतराष्ट्र, पांडु यांचा जन्म नियोगाने झाला होता. पांडूचे मुलगे पांडव यांचाही जन्म नियोगानेच झाला होता. अशा वाक्यातील 'नियोग' शब्दाचा अर्थ काय आहे? आज हा शब्द भाषेतून लुप्त झालेला असला, तरी त्याची ऐतिहासिक उपस्थिती ही भारतीय समाजातील एक सांस्कृतिक स्थिती दाखविते आहे.

ज्या स्त्रीला तिच्या पतीपासून संतान होण्याची शक्यता नसते तिला त्या पतीच्या संमतीने अन्य पुरुषापासून संतती प्राप्त करून घेण्याची मुभा प्राचीन भारतीय समाजाने दिलेली होती. या व्यवस्थेला नियोग म्हणतात. या व्यवस्थेतील त्या परपुरुषाला नियुक्त पुरुष म्हणावयाचे. कारण त्याचीच नियुक्ती त्या स्त्रीच्या पतीच्या असमर्थतेमुळे त्याच्या जागी केली जात असे. नियोग या शब्दात नि-युज् असा धातू असून 'युज्'चा अर्थ योजना करणे, जोडणी करणे, एखाद्या कामाच्या ठिकाणी योग्य (म्हणजे योजनीय) व्यक्तीची व्यवस्था करणे असाच आहे. नियोग या शब्दातून स्त्रीला संतानप्राप्तीचा नैसर्गिक हक्क दिला जात असल्याचे दिसते.

■ ■

निरंजन/निरांजन/नीराजन

निरंजन/निरांजन/नीराजन : देवाला, श्रेष्ठ व्यक्तींना, भावांना, वधू-वरांना ओवाळण्यासाठी निरांजन या उपकरणाचा वापर केला जात असतो. हा शब्द कसा तयार झाला?

निरंजन म्हणजे अंजनरहित. अंजन म्हणजे काजळी. डोळ्यात घालायच्या काजळालाही अंजन म्हणतात. निरंजन याचा अर्थ काजळीरहित, स्वच्छ! म्हणून निरंजन हे आत्म्याचे एक नाव आहे.

नीराजन हा एक विधी आहे. वस्तूला, व्यक्तीला प्रकाशात आणणे, तिचे निर्दोषत्व, तिची तेजस्विता प्रकट करणे हा या विधीचा अर्थ आहे.

निरंजन आणि नीराजन या दोन शब्दांच्या संकरातून निरांजन हा शब्द तयार झालेला आहे. काजळीरहित ज्योतीने व्यक्तीच्या चेहऱ्यावर प्रकाश टाकून आपण तिला प्रकाशित करतो, ते या उपकरणाच्या साहाय्याने. 'निरांजनाची ज्योत तेवते' असे म्हटले जाते.

■ ■

निरर्गल

निरर्गल : वक्त्याने आपल्या भाषणात कुणावर टीका करायचीच झाली, तरी ती जरा संयमानेच केलेली बरी. उगीच निरर्गल टीका करून त्याने आपल्या भाषणाची पातळी खाली आणू नये. या वाक्यातल्या निरर्गल या शब्दाचा अर्थ काय? अर्गल हा शब्द मराठीत अडसर असा परिवर्तित होऊन आलेला आहे. दरवाजा बंद केल्यावर पलीकडून धक्के मारूनही तो उघडता येऊ नये यासाठी त्यावर एक भिंतीतून आरपार जाणारा आडवा लाकडी दांडा अडकविण्याची पद्धत पूर्वीच्या घरांमध्ये आढळते. ही आडकाठी म्हणजे अर्गल आणि अर्गल काढून टाकलेली स्थिती म्हणजे निरर्गलता. कुठल्याही प्रकारचा धरबंध न ठेवता केलेली टीका म्हणजे निरर्गल टीका.

■ ■

निरशन

निरशन : 'आज आमची निरशनी एकादशी आहे' असे म्हणून एकादशीसाठी

कोणतेही फराळाचे पदार्थ न खाणारी काही मंडळी आढळतात. निरशनी या शब्दाचा उच्चार पुष्कळदा ही मंडळी निर्शनी असा करतात. हा उच्चार अर्थातच बरोबर नाही. निर्-अशन – निरशन या शब्दाचा अर्थ आहे, ज्यामधून 'अशन' म्हणजे खाणे हे 'निर्' म्हणजे हद्दपार केलेले आहे. अनशन आणि निरशन हे शब्द समानार्थक मानावे लागतील. अर्थात त्यातही सूक्ष्म अर्थभेद आहेच. अन्-अशनात मुळातच अशनाचा अभाव आहे, तर निर्-अशनात पुढ्यात आलेलेही अन्न नाकारायचे आहे! निरशनी एकादशी ही कुणी आग्रह केला तरी खाण्यापासून परावृत्त करणारी एकादशी असते.

■ ■

निरागस

निरागस : निरागस हे सामान्यत: बालक या नामाचे विशेषण असते. निरागस बालक हा शब्दबंध आपण जाणतो. आगस् (नपुं) शब्दाचा अर्थ आहे पाप, किल्मिष, मनातील दुर्भावना. ती पापभावना ज्याच्यातून निघून गेलेली आहे, म्हणजेच खरे तर ज्याच्या मनात ती अस्तित्वातच नाही, अशा बालकाला म्हणायचे निरागस बालक. सामान्यत: हे विशेषण मोठ्या माणसासाठी म्हणजे पुरुष व्यक्तीसाठी वापरले जात नाही! (स्वत:बद्दल ते वापरण्यासारखी स्थितीच ही माणसे सहसा येऊ देत नाहीत, हेच कारण असावे. नाही का?) निरागस शब्दाचे इंग्रजी भाषांतर पुष्कळदा इनोसंट (innocent) या शब्दाने केले जाते. तथापि इनोसंटच्या अर्थात जो अज्ञानीपणा आहे, तो निरागसच्या अर्थात नाही. त्यामुळे निरागस शब्द अधिक सुंदर आहे.

■ ■

निर्घृण

निर्घृण : 'त्याने ही हत्या अत्यंत निर्घृणतेने केलेली आहे, असे जर सिद्धच झालेले आहे, तर आता या खुनी माणसाला दया दाखविण्यात काय अर्थ आहे?'

या वाक्यातील 'निर्घृणता' या शब्दाचा अर्थ काय आहे? निर्घृण या विशेषणापासून निर्घृणता हे भाववाचक नाम तयार झालेले आहे. निर्घृण यात घृणेपासून मुक्त म्हणजेच घृणा नसलेला असा अर्थ सामावलेला आहे.

घृणा म्हणजे काय? एरवी आपण घृणा हा शब्द तिरस्कार या अर्थाने वापरतो.

तो अर्थ तर या शब्दला आहेच, पण त्याखेरीज घृणा हा शब्द दया, कींव, करुणा याही अर्थाने संस्कृत भाषेत वापरला जातो. त्यामुळे निर्घृण म्हणजे निर्दय, निष्करुण असा अर्थ प्राप्त होऊन खुनी माणसाने केलेली हत्या ही निर्घृणपणे केलेली असल्याचे सांगता येते.

■ ■

निर्णायक/निर्नायक

निर्णायक/निर्नायक : निर्नायक आणि निर्णायक या दोन शब्दांमध्ये फरक आहे तो 'न' आणि 'ण' या अक्षरांचा. याचा अर्थ यातला एक शब्द 'शुद्ध' आहे व दुसरा अशुद्ध आहे, असा करायचा का? आपण पाणी आणि पानी, बाण आणि बान इत्यादि शब्दांमध्ये असा फरक पाहातो आणि त्यातला एकच एक शब्द शुद्ध ठरवतो!

परंतु निर्नायक आणि निर्णायक हे दोन अगदी वेगवेगळे शब्द आहेत, कारण त्यांच्यात अर्थभेद देखील आहे.

नायक म्हणजे नेता. एखाद्या राष्ट्रात म्हणजे समाजात जेव्हा कोणीही नेता, प्रमुख मार्गदर्शक राहात नाही आणि त्यामुळे अराजकाची स्थिती निर्माण होते, तेव्हा त्या स्थितीला निर्नायक स्थिती म्हणावे.

निर्णय म्हणजे एखाद्या समस्येसंबंधी, प्रश्नासंबंधी आपण जी अखेरची स्थिती योजनापूर्वक ठरवितो, त्या संबंधीचा आपला निश्चित विचार. त्या स्थितीला, त्या उत्तराला, त्या विचाराला निर्णायक स्थिती, निर्णायक उत्तर, निर्णायक विचार म्हणावे.

■ ■

निर्माल्य

निर्माल्य : गणपतीच्या दिवसात घरोघर गणपतीची पूजा होते आणि त्या पूजेसाठी फुलेही भरपूर प्रमाणात वापरली जातात. ही फुले दुसऱ्या दिवशी मूर्तीवरून काढून टाकली जातात. त्यांनाच निर्माल्य असे म्हणतात.

निर्माल्य म्हणजे काय? माल्य म्हणजे माळता येण्यासारखे! ज्यातून असे माल्य द्रव्य निघून गेलेले असेल, ते निर्माल्य! म्हणजे आता ही मूर्तीवरून उतरविलेली जी फुले आहेत, त्यांची पुन्हा माळ करता येणार नाही आणि अर्थातच ती पुन्हा मूर्तीवर वाहिली जाणार नाहीत.

या फुलांना निर्माल्य म्हणतात. त्या अर्थी पूर्वी केव्हा तरी मूर्तीवर फुले वाहाताना ती माळ करूनच वाहावी अशी पद्धत रूढ असावी! आपण नेत्यांच्या गळ्यात नाही का हारच घालीत? त्यांना कुठे नुसती फुले वाहातो? तसेच पूर्वी देवांच्या मूर्तींना केवळ हार घालीत असले पाहिजेत. फुले वाहाण्याची पद्धत ही काही काटकसरीतून अथवा कमतरतेतून निर्माण झाली असावी का?

■■

निर्वासित

निर्वासित : भारताची फाळणी होऊन पंजाब, सिंध, बंगाल इत्यादि भागांमधून अनेक कुटुंबे निर्वासित होऊन अन्य प्रांतांमध्ये आश्रयासाठी आली. आजही काश्मीरमधील हिंदू पंडित (सर्वच हिंदूना जातिनिरपेक्षपणे पंडित म्हणण्याची काश्मीरात पद्धत आहे) निर्वासित होऊन अन्यत्र वास करून राहिले आहेत. त्यांना विस्थापित न म्हणता निर्वासित का म्हणायचे? धरणग्रस्तांना विस्थापित हे विशेषण का लावायचे? त्यांना निर्वासित का म्हणायचे नाही? निर्वासित म्हणजे वसतीमधून हुसकून लावले गेलेले. वसती शिल्लक आहे, पण तिथून काही लोकांना बाहेर काढले आहे! ते सारे निर्वासित. विस्थापित व निर्वासित हे दोघेही नव्या वसतीच्या शोधात असतात. तरीही त्याची कारणे वेगवेगळी असतात. शब्दभेदाने हे सुचविले जाते.

■■

निर्विवाद

निर्विवाद : दोन अथवा अधिक लोकांच्या प्रतिपादनामध्ये एकमेकांच्या विरोधी बोलणे अथवा प्रतिपादन होते त्या वेळी त्यासच विवाद म्हणतात. काही विषयांच्या बाबतीत जेव्हा अशी परस्पर विरोधी भूमिका घेण्याचे बंद झालेले असते अथवा मतैक्य झालेले असते, तेव्हा तो विषय 'निर्विवाद' झाल्याचे म्हटले जाते. ज्यातून विवाद निघून गेलेला असतो, तो विषय निर्विवाद ठरतो. एखादी गोष्ट निर्विवादपणे सिद्ध झाली असे म्हटले जाते, तेव्हा त्यासंबंधी विवाद म्हणजे विरोधी मत उरलेले नाही, असे सांगायचे असते.

सत्य हे निर्विवादपणे सिद्ध व्हायला हवे असते.

■■

निर्व्याज

निर्व्याज : 'आपल्यामुळेच सर्वांवर हे संकट आलेलं आहे, याची तिला यत्किंचितचही जाणीव झालेली नव्हती. तिचा निर्व्याज चेहरा पाहाताना मला तिच्याबद्दल राग येत नव्हता, तिच्याबद्दल अनुकंपाच वाटत होती.'

या परिच्छेदात निर्व्याज हा शब्द आलेला आहे. त्याचा नेमका अर्थ काय?

निर्व्याज म्हणजे व्याजरहित. व्याज म्हणजे कपट, पाप, खोटेपणा, लबाडी, धूर्तता. निर्व्याज म्हणजे निष्कपट, निष्पाप, निरागस. लहान मुलांचे वर्णन करताना या चारही शब्दांचा उपयोग करता येतो, कारण ती मुले अद्याप तरी लबाडी करायला शिकलेली नसतात!

इथे व्याजमधील 'ज'चा उच्चार जग, बहुजन, या शब्दांमधल्या 'ज' प्रमाणे करायचा असतो. तो उच्चार जर जहाजमधील 'ज' प्रमाणे केला, तर 'व्याज' शब्दाला वेगळाच अर्थ प्राप्त होईल.

■ ■

निश्चित

निश्चित : हा शब्द निश्चितच आपल्या सर्वांच्या परिचयाचा आहे. नक्की, अगदी खरोखर, अगदी थोडाही फरक न करता असा त्याचा अर्थ; पण अर्थ जरी सर्वज्ञात असला, तरी या शब्दाचा उच्चार मात्र अनेक लोकांच्या तोंडून 'निच्चित' असा ऐकायला मिळतो आणि जे जे कोणी असा उच्चार अनेकदा ऐकतात ते त्याच उच्चाराचे अनुकरण करतात!

निश्चित हा शब्द मुळात कसा तयार होतो?

निस् + चित असा हा शब्द आहे. 'च' हा तालव्य वर्ण असल्याने त्याच्या आधी येणाऱ्या 'स्'चे श् या तालव्य उच्चारात परिवर्तन होते. चित हा शब्दघटक परिचित, संचित, अशा काही शब्दांत आपण वापरतो. त्यामागे निस् हा उपसर्ग तेवढा जोडायचा. तोही निश् असे रूप करून. निश्-चित असे दोन भाग स्पष्टपणे वेगवेगळे उच्चारण्याची सवय केली, तर हा उच्चार निश्चितच सुधारेल. निच्चित असे त्याचे विकृतीकरण थांबेल. लेखनातही 'निश्चीत' असे उपांत्य दीर्घत्व नको आहे. निश्चित असेच लेखन हवे.

■ ■

निष्कांचन

निष्कांचन : निष्कांचन स्थिती म्हणजे दारिद्र्य. कांचन म्हणजे सुवर्ण. सुवर्ण हे प्राचीन काळापासून संपत्तीचे चिह्न मानले जाते आहे. आजही एखाद्या राष्ट्राजवळ सोन्याचा साठा किती आहे त्यावरून त्याची सांपत्तिक स्थिती जोखली जात असते. परदेशांकडून परकी चलनाचे कर्ज काढण्यासाठी आजही त्या देशाकडे सोने गहाण ठेवावे लागते आहे.

कांचनरहित होणे म्हणजे निष्कांचन होणे. ही स्थिती कौटुंबिक जीवनात कुणाही व्यक्तीच्या वाट्याला कधीही येऊ नये या सद्हेतूने धार्मिक दृष्टीने स्त्रीच्या अंगावर सुवर्णालंकार घालण्याची प्रथा भारत देशात पडली असावी. त्याशिवाय सुवर्ण अंगावर असणे हे आरोग्याच्या दृष्टीनेही उपकारक असतेच. जेव्हा घरातील स्त्रीच्या अंगावरही मुळीच सोने उरत नाही, तेव्हा निष्कांचन स्थिती आली आहे असे म्हटले जाते.

■■

नीतिमान की नीतीमान?

नीतिमान की नीतीमान : नीती, गती, भूमी रुची.... असे काही शब्द आपण आज ईकारान्त लिहितो. मुळात ते नीति, गति, भूमि, रुचि... असे इकारान्त आहेत. हे आपण जाणत असूनही ते ईकारान्त का लिहितो? तर उच्चारानुसार लेखन करण्याची पद्धत आपण स्वीकारलेली आहे आणि या शब्दांचे स्वाभाविकपणे उच्चार दीर्घ स्वरांतच होत असतात. तेव्हा आपले हे लेखन बरोबर आहे. (हिंदीमध्ये अद्यापही ते ह्रस्व स्वरांत इकारांत असेच लिहिले जातात.)

आता इथे एक प्रश्न उपस्थित होतो तो असा – नीतिमान, बुद्धिवादी, भूमिपुत्र, गतिरोध इत्यादि शब्द नीतीमान, बुद्धीवादी, भूमीपुत्र, गतीरोध असे लिहावे का?

स्वाभाविक उच्चारण नीतिमान, बुद्धिवादी....वगैरे स्वरूपाचे होत असल्यामुळे उच्चारानुसारी लेखन करण्याचा नियम पाळूनच ते नीतिमान, बुद्धिवादी, गतिशील वगैरे पद्धतीने लिहिले पाहिजेत. त्यात मूळचा शब्दही स्पष्ट होतोच.

■■

नीती, भीती इ.

नीती भीती इ. : मराठी शुद्धलेखनात संस्कृतमधून आलेले (ह्रस्व) इकारान्त शब्द (दीर्घ) ईकारान्त लिहिण्याची सवलत आपण घेत असतो. उदाहरणार्थ संतति मति, बुद्धि.... हे शब्द आपण संतती, मती, बुद्धी असे लिहितो आणि तसेच उच्चारतोही. त्यांच्या विभक्तियुक्त रूपांमध्ये सुद्धा हा 'ई'कार (दीर्घ) असतो. उदा. संततीला, मतीने, बुद्धीत वगैरे. मुळातले नीति, भीति, कीर्ति, प्रीति, दीप्ति, रीति हे शब्दही नीती, भीती, प्रीती, दीप्ती, रीती असेच (दीर्घ) ईकारान्त होतात. पण इथे एक गोष्ट लक्षात ठेवली पाहिजे की, या शब्दांमधले पहिले अक्षरही (दीर्घ) ईकारान्त आहे, ते तसेच राहाते; अगदी त्या शब्दांच्या विभक्तियुक्त रूपांमध्येही. नीतीने, भीतीने, कीर्तीने, प्रीतीने, दीप्तीने, रीतीने याप्रमाणे.

मराठी शुद्धलेखनातला एक ढोबळ नियम – 'अंत्य अक्षर दीर्घ असल्यास उपांत्य ह्रस्व असते' हा इथे लागू होत नसतो.

■■

नीरक्षीरविवेक

नीरक्षीरविवेक : नीर म्हणजे पाणी आणि क्षीर म्हणजे दूध. विवेक म्हणजे वेगवेगळे करणे. अशी एक समजूत आहे की, हंसापुढे दुधात पाणी मिसळून ठेवले, तर त्यातले फक्त दूध पिऊन तो पाणी वेगळे करू शकतो. (सरकारी दूध योजनेत हंसांची भरती करायला हवी, नाही का?)

परंतु ही केवळ कल्पना आहे. हंस असे काही करीत नाही. मात्र सरोवरातील कमळाच्या देठातून मिळणारा एक पांढरा पातळ रस हा हंस त्या पाण्यातूनही चोचीने शोषून घेताना पाहून कुणा कवीला तो पांढरा रस दुधासारखा वाटून त्याने ही नीरक्षीरविवेकाची शक्ती हंसाच्या ठिकाणी असल्याचे सांगितले असावे. एरवी एखाद्या चांगल्या गोष्टींमध्ये वाईट गोष्टींची भेसळ झाली असता (अगदी वैचारिक दृष्ट्या देखील) त्यातला वाईट भाग काढून टाकून चांगला तेवढा घेण्याच्या कृतीलाच नीरक्षीरविवेक म्हणतात.

■■

नीरव/नीरस

नीरव/नीरस : 'नीरव शांततेत तो आणि ती तळ्यातल्या त्या हंस-मिथुनाकडे एकटक पाहात होती.' अशा या वाक्यातल्या नीरव या शब्दाचा अर्थ काय? रव म्हणजे आवाज. कोंबडा आरवतो म्हणजे तो आवाज करतो. पदरव म्हणजे पायांचा आवाज. नीरव म्हणजे आवाज पूर्णपणे निघून गेलेला आहे अशी स्थिती, नि:शब्द स्थिती. आता प्रश्न असा की, मग हा शब्द 'नीरव' असा का लिहायचा? उच्चारायचा? 'निरव' का नाही? तर त्याचे कारण या शब्दातील नकार दर्शविणारा पूर्वप्रत्यय 'निस्' किंवा 'निर्' हा आहे; नुसता 'नि' नाही! निर्-अवयव म्हणजे अवयव नसलेला. असा शब्द वापरताना तो निरवयव असा होतो. यातील निर् बाजूला करून अवयव हा घटक लक्षात येतो. निरव असे लेखन केल्याने कदाचित निर्-अव अशी फोड होऊ शकेल आणि मग अर्थ लक्षात येणार नाही. यासाठी ही नीरव अशी योजना; 'निर्'चेच नी हे रूपांतर. नीरसमध्येही हीच प्रक्रिया. 'निर्'पुढे 'र' आला की असे होते.

■ ■

नूतन

नूतन : नूतन मराठी शाळा, नूतन पोषाख, नूतन विचारांची ओळख, इत्यादि शब्दबंधांमध्ये आढळणारा 'नूतन' हा एक शब्द आहे. त्याचा नेमका अर्थ काय आहे?

पुरातन – पूर्वी होऊन गेलेले, पूर्वीचे या शब्दाच्या उलट अर्थाचा शब्द म्हणून नूतन, आताचा, नवीन हा शब्द वापरात आहे, पण नेहमीच तसा तो असत नाही. 'नूतन वधूचे अभिनंदन!' असा शब्दबंध मग पुरातन वधू कोणती असा प्रश्न निर्माण करील! नु, नू या संस्कृत धातूंचा अर्थ आहे स्तुती करणे. त्यापासून नूतन म्हणजे स्तुतीस पात्र असा शब्द तयार होतो! नव म्हणजे नवीन, अलीकडचा. हा शब्द देखील 'नु' या धातूपासूनच प्राप्त होतो. याचा अर्थ नवीन गोष्टी या स्तवनीय, स्वीकार्य असतात असा आहे! नव आणि नूतन या शब्दांचे हे अर्थ समाजाची नव्याचे स्वागत करण्याची वृत्ती प्रकट करीत आहेत.

नू आणि नव या शब्दांचेच हे परिवर्तन दिसते. या इंग्रजी शब्दातील w चे संस्कृत 'व'शी नाते आहे.

■ ■

नूतनीकरण

नूतनीकरण : एखादे जुने मंदिर असते, त्याची पडझड झालेली असते, त्या पडक्या जुन्या मंदिराची दुरुस्ती करून त्याला नवे, आकर्षक रूप दिले जाते, त्या वेळी त्या मंदिराचा 'जीर्णोद्धार' करण्यात आला असे म्हटले जाते. पण एखाद्या राहात्या (अथवा राहाण्यासाठी अयोग्य असलेल्या) पडक्या घराला जेव्हा त्याची दुरुस्ती करून नवे रूप दिले जाते, तेव्हा त्या घराचे 'नूतनीकरण' केले गेले असे मानले जाते. नूतन म्हणजे नवीन (New). जे नवीन नाही, नूतन नाही, ते तसे करणे म्हणजे नूतनीकरण. नवीनीकरण असाही शब्द याच अर्थाने वापरता येतो. नवीकरण म्हणणेही योग्यच होईल.

प्रशस्तीकरण, रुंदीकरण, मानवीकरण, नाट्यीकरण, सुलभीकरण असे अनेक शब्द आपण वापरतो, ते एका विशिष्ट व्याकरणिक रचनेनुसार बनतात. यात करण या शब्दामागे एक ईकार असतो! या प्रकारच्या रूपांना संस्कृत व्याकरणात च्वि रूपे म्हणतात.

■ ■

नृयज्ञ

नृयज्ञ : नरमेध आणि नृयज्ञ हे दोन्ही शब्द वरवर पाहाता एकाच अर्थाचे वाटतात. परंतु त्यांचा उपयोग वेगवेगळ्या संदर्भात केला जातो. नरमेध म्हणजे माणसांची क्रूरपणे केलेली कत्तल. तिला धार्मिकदृष्ट्या कोणताही आधार नाही आणि प्रतिष्ठाही नाही.

नृयज्ञ हा मात्र गृहस्थाने करावयाच्या नित्य यज्ञांपैकी एक यज्ञ आहे. त्यामुळे त्याला धार्मिक आधार व प्रतिष्ठाही आहे. ब्रह्मयज्ञ (म्हणजे स्वाध्याय करणे), दैवयज्ञ (देवतांना उद्देशून आहुती देणे), पितृयज्ञ (पितरांसाठी श्राद्ध), भूतयज्ञ (भूतमात्रांसाठी अन्न देणे) आणि नृयज्ञ असे पाच प्रकारचे यज्ञ गृहस्थाच्या कर्तव्यात येतात. त्यातला नृयज्ञ म्हणजे नरमेध नव्हे, तर स्मृतिवचनांनुसार 'नृयज्ञः अतिथिपूजनम्।' नृयज्ञ म्हणजे अतिथींचा सत्कार होय!

या दृष्टीने भारतात सांस्कृतिक वारशाने नृयज्ञ संकल्पना प्रतिष्ठा पावलेली आहे. नृयज्ञ शब्दावरून लगेच भारतात यज्ञात नरबळी देण्याची पद्धती होती, असा निष्कर्ष काढणे आततायीपणाचे लक्षण आहे.

■ ■

नेति नेति

नेति नेति : 'एखाद्या गाष्टीचे स्पष्टीकरण करताना आपण अडखळू लागलो की, खुशाल नेति नेति असे तिचे वर्णन करून थांबावे म्हणजे झाले! म्हणजे आपले अज्ञानही लपते आणि पृच्छकाचे समाधान करण्याचे उत्तरदायित्वही आपणावर राहात नाही!'

या परिच्छेदात 'नेति नेति' हा जो शब्दबंध आलेला आहे, त्याचा काय अर्थ आहे? 'न इति न इति' हे 'नेति नेति'चेच संधी सोडवून मिळणारे रूप. ब्रह्म असे आहे का असा कोणत्याही गुणविशेषाचा संदर्भ देऊन प्रश्न केला तरी उत्तर द्यावे लागते- 'न इति'! म्हणजे 'असे नाही'! नेति नेति म्हणजे असे नाही, असे नाही असे! म्हणजे कोणत्याही शब्दांनी ब्रह्माचे वर्णन करताच येत नाही! पण आपल्याच स्वत:च्या अपूर्ण ज्ञानामुळे आपल्यासाठी ज्या गोष्टी अशा वर्णनापलीकडे असतील त्यांच्या बाबतीत आपण नेति नेति म्हणून वेळ मारून न्यावी, असा आहे वरील विधानाचा अर्थ.

■ ■

नेत्र-नयन

नेत्र-नयन : नेत्र आणि नयन या दोन्ही शब्दांचा अर्थ एकच आहे – डोळा अथवा डोळे! या शब्दांतच त्याचा अर्थही सामावलेला आहे. कारण नेत्र किंवा नयन काय करतात? तर आपल्याला दिशा दाखवून तिकडे नेतात. आपली सर्व प्रकारची स्वतंत्र गती ही आपले नेतृत्व करणाऱ्या म्हणजे आपल्याला त्या त्या दिशेला नेणाऱ्या नेत्रांवर, नयनांवर अवलंबून असते!

■ ■

नेत्रपल्लवी

नेत्रपल्लवी : डोळ्यांच्या खुणांनी आपल्या भिडूला, सहकाऱ्याला, मित्राला (अथवा मैत्रिणीला) काही सुचविणे, ही गोष्ट आपल्या परिचयाची आहे!

या कृतीलाच नेत्रपल्लवी असे म्हणतात. नेत्र म्हणजे डोळे, हा अर्थ इथे स्पष्ट आहे. पल्लवी शब्दाचा इथे काय संबंध ?

पल्लवी म्हणजे झाडाची कोवळी पाने! जुन्या काळात प्रेयसी आपल्या हातात

एक छोटी डहाळी ठेवून, तिची पाने हलवून त्या संकेताद्वारे आपल्या प्रियकराला आपले मनोगत सुचवू शकत असे. पल्लवी हे त्यामुळे एक पारंपरिक संपर्क साधन झालेले आहे आणि त्यामुळे डोळ्यांच्या खुणांनाही नेत्रपल्लवी म्हटले जाते. नेत्र हेच या ठिकाणी संपर्क साधन, संदेश वहनाचे साधन होत असते.

■ ■

नैतिक, जैविक इ.

नैतिक, जैविक इ. : अध्यात्मापासून आध्यात्मिक असा शब्द तयार होतो. या नव्या शब्दाला व्याकरणात तद्धित शब्द असे म्हणतात. अशी तद्धित रूपे करताना मूळ शब्दात प्रारंभीच्या अक्षरात जो स्वर असतो (अ, आ, इ, ई, उ, ऊ वगैरे) त्या स्वरावर एक संस्कार करतात. त्या संस्काराला वृद्धी म्हणतात. अ, आ चे आ, इ, ई, ए चे ऐ, उ, ऊ, ओ चे औ असे रूपांतर या संस्कारात होत असते.

नीति या शब्दापासून नैतिक, जीव या शब्दापासून जैविक, सेना शब्दापासून सैनिक, भूगोल शब्दापासून भौगोलिक, तंत्रापासून तांत्रिक, संस्कृतिपासून सांस्कृतिक अशी तद्धित रूपे आपल्या भाषेत येतात, ती ही व्याकरणिक शिस्त आपण पाळतो म्हणूनच.

■ ■

नैर्ऋत्य

नैर्ऋत्य : पूर्व, पश्चिम, दक्षिण, उत्तर या मुख्य दिशा आणि ईशान्य, आग्नेय, नैर्ऋत्य, वायव्य या चार उपदिशा नकाशात दाखविलेल्या असतात. त्यातील नैर्ऋत्य हा शब्द लिहायला थोडा अडचणीचा झालेला दिसतो. मराठी भाषेतील ऋ हा स्वरच अनेक अभ्यासकांना नकोसा झालेला आहे! हा शब्द 'नैरुत्य' असा उच्चारला जातो ना, मग तसाच तो लिहा, असा काहींचा आग्रह असतो. (चुकीचा उच्चार दुरुस्त करा की!) 'ऋ'बद्दल ज्यांना इतका तिरस्कार नाही, तेही अनेक जण 'नैऋत्य' असा शब्द वापरतात. मग 'नैर्ऋत्य' हे रूपच का वापरायचे?

(निर् ऋति) निर्ऋति या नावाची एक वैदिक देवता आहे. तिची दिशा म्हणून 'नैर्ऋत्य' असे या दिशेचे नाव आहे. हे नाव शुद्ध स्वरूपात लिहिले, तरच त्या नावामागची संकल्पना स्पष्ट होऊ शकेल. (नैरुत्य किंवा नैऋत्य यांचा काय अर्थ सांगणार?) नैर्ऋत्य हेच रूप योग्य.

■ ■

न्याहारी

न्याहारी : ब्रेक फास्ट किंवा नाश्ता हे शहरी शब्द ज्या अर्थाने वापरले जातात त्याच अर्थाने ग्रामीण भागात न्याहारी हा शब्द वापरात आहे. एखाद्या उच्चविद्याविभूषित व्यक्तीला जर विचारले की काय, न्याहारी झाली की नाही, तर त्याला कदाचित हा गावठी शब्द आपल्या बाबतीत का वापरला आहे असे वाटेल.

पण हा खेडवळ शब्द न्याहार या शुद्ध संस्कृत शब्दाचेच एक रूप आहे बरं का! आहार हा शब्द तर आपल्याला कळतोच. तोच जरा नि म्हणजे निकृष्ट, म्हणजे वस्तुमानाने थोडा कमी झाला की तोच होतो न्याहार! तीच ही न्याहारी. ग्रामीण भागातही संस्कृत शब्दांची अशी रेलचेल आढळते.

■ ■

न्यून

न्यून : न्यूनगंड, न्यूनभाव अशा शब्दांमध्ये तर न्यून हा एक घटक आपण वापरतोच, पण त्याशिवाय 'कुणाचे न्यून कधी इतर कुणासमोर उघडे करू नये' अशांसारख्या वाक्यात स्वतंत्र शब्द म्हणूनही तो वापरात आहे. नि-ऊन असा हा शब्द असून नि म्हणजे नितराम् म्हणजे अतिशय आणि ऊन म्हणजेच उणे हाही शब्द आपण वापरतो. कुणाचे उणे काढू नये, असे म्हणून! हा उणे हा शब्द गणितातही वजाबाकी करताना येतो, तोही कमी करणे याच अर्थाने. इतकेच काय, एकोणावीस, एकोणतीस, एकोणचाळीस इत्यादि संख्यावाचकांमध्ये देखील 'उणे' हा शब्द आहेच की! संस्कृतमध्ये या संख्या एकोनविंशति, एकोनचत्वारिंशत् इत्यादि शब्दांनी सांगितल्या जातात. या संस्कृत शब्दांचीच परिवर्तित रूपे आपण मराठीत वापरतो. ऊन चे उणे झाले, पण न्यून मात्र तसेच राहिले!

■ ■

न्हावी

न्हावी : समाजात जे विविध व्यवसाय आहेत, त्यात न्हावी हाही एक महत्त्वाचा व्यवसाय आहे. व्यक्तिमत्त्वाचा जो बाह्य भाग आहे, तो सुंदर व आकर्षक करण्याचे काम शिंपी आणि न्हावीच करतात! ब्यूटीपार्लरच्या निमित्ताने आता केशकर्तनालयालाही पांढरपेशा समाजात पूर्वी नसलेली प्रतिष्ठा प्राप्त होऊ लागली आहेच.

न्हावी ही व्यक्ती केवळ केशकर्तनकारच असते, असे निदान हा शब्द सांगत नाही! कारण न्हावी या शब्दाचे मूळ आहे 'नहावी' या शब्दामध्ये. नहावी या शब्दाचा अर्थ आहे जो स्नान घालतो तो! अजूनही ग्रामीण भागातील धनिक लोक दिवाळीच्या पहिल्या दिवशी म्हणजे नरकचतुर्दशीला न्हाव्याला घरी बोलावून त्याच्याकडून अंगाला तेल लावून घेतात, म्हणजेच 'अभ्यंग' करून घेतात. असे अंगाला मालिश करणाराला संस्कृतमध्ये 'संवाहक' म्हणतात. हे नुसते संवाहनाचे नव्हे, तर त्यानंतर स्नान घालण्याचेही काम बहुधा पूर्वी नहावी करीत असावेत. नहावी हा शब्द उच्चारता उच्चारता न्हावी झाला!

■ ■

पंगत

पंगत : अनेक लोक एकाच रांगेत जेवायला बसलेले दिसतात, तेव्हा त्यांच्या त्या रांगेला पंगत म्हटले जाते. पंगत शब्दाचे मूळ 'पंक्ति' या संस्कृत शब्दात आहे. आणि पंक्ति या शब्दाचेही एक विशेष स्पष्टीकरण आहे. पंक्ति शब्द पाच या शब्दातून निर्माण होतो. वसंततिलका, शार्दूलविक्रीडित इत्यादि अक्षरगणवृत्तांपैकी पंक्ति हे एक अक्षरगणवृत्त असून या रचनेमध्ये प्रत्येक ओळीत पाच अक्षरे असतात. जेव्हा जेवणाची पंगत बसते तेव्हा ती एक-दोघांची असू नये, किमान पाच जणांची असावी हे या पंगत (पंक्ति) शब्दातून सुचविले जात आहे.

■ ■

पंक्तिप्रपंच

पंक्तिप्रपंच : चार माणसे एकत्र जमली असता एकास एक प्रकारची आणि दुसऱ्यास दुसऱ्याच प्रकारची वागणूक देण्यात आली, तर अशा प्रसंगी पंक्तिप्रपंच झाला असे म्हटले जाते आणि अर्थातच असा पंक्तिप्रपंच कधी करू नये असेच या शब्दाच्या वापरातून सुचविलेही जाते.

हा शब्द आला कसा?

पंक्ति म्हणजे (किमान) पाच जणांची पंगत. या पंगतीत जेवायला बसलेल्या पाचही व्यक्तींना जर वेगवेगळे अन्नपदार्थ वाढले गेले आणि त्यांच्यात भेद दर्शविला गेला, तर ते इष्ट होईल का? हे पाचही जणांचे वेगळेपण प्रपंच या शब्दातून दाखवले जाते. असे वेगळेपण असेल, तर त्या पंगतीला अर्थच काय? केवळ

जेवणाच्या पंगतीतच नव्हे, तर जिथे कुठे कोणत्याही निमित्ताने माणसे एकत्र आलेली असतील, तिथे एकास एक आणि दुसऱ्यास दुसरेच, अशी तफावत करण्याच्या कृतीला पंक्तिप्रपंच करणे म्हणतात.

■ ■

पंच

पंच : दोन स्पर्धकांच्या स्पर्धेमध्ये विजय कुणाचा झाला आहे हे ठरविण्यासाठी जे मध्यस्थ नियुक्त केले जात असतात त्यांना पंच म्हणतात. स्पर्धा योग्य पद्धतीने चाललेली आहे की नाही, हे पाहाण्याचेही काम पंच करीत असतात. पंच या शब्दाचा उच्चार करताना आपण सामान्यपणे 'च' हा चतकोर, चोरी, चूक इत्यादि शब्दांमधल्या 'च' प्रमाणेच उच्चारतो आणि त्यामुळे त्या शब्दामधला एक सांस्कृतिक परंपरा सुचविणारा अर्थ आपल्या लक्षात येत नाही. 'पंच'मधील 'च', चहातील 'च' प्रमाणे उच्चारून पाहा. मग या शब्दाचा अर्थ 'पाच' असा संख्यावाचक होईल. आपल्या परंपरेत कधीही एकाधिकारशाही नव्हती. पाचामुखी परमेश्वर ही आपली भूमिका असे, त्यामुळे कोणताही निर्णय एकट्याने करण्याऐवजी पाच व्यक्तींचे मत आपण विचारात घेत असू हा अर्थ सुचविण्याचे सामर्थ्य या पंच या शब्दात आहे!

■ ■

पंचत्व

पंचत्व : एखाद्याचा मृत्यू झाला ही वार्ता किती वेगवेगळ्या प्रकारांनी कथन करता येते, नाही का? काळाच्या पडद्याआड जाणे, कालवश होणे, दिवंगत होणे, स्वर्गवासी होणे, कैलासवासी, बुद्धवासी, ख्रिस्तवासी होणे असे अनेक शब्दबंध मृत्यू होणे या अर्थाने आपण वापरतो. त्याचप्रमाणे पंचत्वात विलीन होणे किंवा पंचत्वाला जाणे असाही एक वाक्प्रयोग याच अर्थाने वापरात आहे.

हे पंचत्व काय आहे?

पृथ्वी, आप, तेज, वायू आणि आकाश ही पंचमहाभूते आपल्या परिचयाची आहेत. एक प्राण सोडला, तर बाकीची सर्व जड सृष्टी या पाच महाभूतांपासूनच बनलेली आहे, असे भारतीय भौतिकशास्त्र सांगते. मृत्यूनंतर मनुष्याचा प्राण कुठे जातो, ते काही समजत नाही, परंतु जड शरीर तर अखेरीस कोणत्या तरी मार्गाने

या पंचमहाभूतांतच विलीन होते की नाही? म्हणून कुणीही मृत पावल्यास तो पंचत्वात विलीन झाला, असे म्हटले जाते.

■ ■

पंचप्राण

पंचप्राण : पंच-प्राण म्हणजे पाच प्राण! पण मुळात प्राण म्हणजे काय?

एखाद्याचा मृत्यू झाला, तर आपण त्या घटनेचे वर्णन त्याचा प्राण गेला या वाक्याने करतो. म्हणजेच प्राण असणे हे जिवंतपणाचे लक्षण आहे. एखादा प्राणी जिवंत आहे की नाही, हे कसे ओळखावे? तर तो श्वासोच्छ्वास करीत आहे की नाही ते पाहून, नाही का?

श्वास घेणे आणि तो सोडणे म्हणजेच उत् श्वास करणे म्हणजेच जिवंत असणे, शरीरात प्राण असणे!

संस्कृतमध्ये अन् या धातूचा अर्थ आहे श्वासोच्छ्वास करणे. प्र हा उपसर्ग जोडून प्राण शब्द तयार होतो. अनिमत् म्हणजे जिवंत. जो कोणी 'अन्'युक्त आहे तो. (इंग्रजीतला ॲनिमल हा शब्द बहुधा या 'अनिमत्'पासूनच आला असावा!) तेव्हा प्राण म्हणजे हा शरीरातील वायू! तो शरीरात विविध प्रकारे वावरतो व कार्य करतो. त्यावरून त्याचे पाच प्रकार होतात. प्राण, अपान, व्यान, उदान, समान. हेच ते पंचप्राण!

■ ■

पंचाईत

पंचाईत : 'आता आली का पंचाईत!' असं आपण केव्हा म्हणतो? आपण किंवा आपल्या संबंधातली कुणी व्यक्ती एखादी अशी कृती करते की, त्या कृतीचे समर्थन करता येणे अशक्य असते, तेव्हा हे उद्गार आपल्या मुखातून बाहेर पडतात. आज पंचायत राज्य ही संकल्पना सर्वमान्य झालेली आहे. कोणत्याही गोष्टीचा निर्णय पंचायत सदस्यांनी द्यावा व तो सर्वांनी मानावा अशी व्यवस्था रूढ करण्याचा प्रयत्न आता पुन्हा चालू झालेला आहे. 'पुन्हा' म्हणण्याचे कारण पूर्वी ही पद्धत सर्वत्र रूढ होती आणि म्हणूनच 'पाचामुखी परमेश्वर' ही म्हणही भाषेत आलेली आहे. अर्थात हे पाच लोक सत्यनिष्ठ, नि:स्वार्थी, चारित्र्यसंपन्न असत! या पंचांपुढे कोणती समस्या येत असे? ज्या गोष्टींचे

सरळसरळ समर्थन करता येत नसे व त्यामुळे विवाद निर्माण होत असे, त्याच गोष्टी निर्णयासाठी या पंचायतीपुढे नेल्या जात असत. या व्यवस्थेमुळेच कोणतीही असमर्थनीय गोष्ट घडली की, 'आता आली का पंचाईत!' असा एक वाक्प्रयोग भाषेत आलेला आहे.

■■

पंचांग

पंचाग : पंचाग म्हणजेच अलीकडच्या भाषेत कॅलेंडर. पण कॅलेंडर वेगळे आणि पंचांग वेगळे. पंचांग हे नावाप्रमाणेच पाच अंगांनी युक्त असते. ती अंगे अशी –

तिथी, वार, नक्षत्र, योग आणि करण.

यापैकी तिथी ही रवि आणि चंद्र यातील (राशींच्या दृष्टीने) जे अंतर असते त्यावर ठरते. शून्य अंतरास अमावास्या होते. सूर्योदयापासून दुसऱ्या दिवशीच्या सूर्योदयापर्यंत एक वार असतो. त्यामुळे रात्री १२ची वेळ ही वार सुरू होण्याची खरी वेळ नव्हे. भारतात सूर्योदय होतो, त्या सुमारास इंग्लंडमध्ये रात्रीचे १२ वाजलेले असतात. त्या दृष्टीने इंग्लंडचा व आपला वार एकाच वेळी सुरू होतात. नक्षत्रे एकूण २७ आहेत. योगही २७च आहेत आणि एका तिथीत दोन करणे होतात. या सर्व गोष्टी पंचांगकर्ते गणिती एखाद्या दिवसाच्या बाबतीत कित्येक वर्षे आधी सांगू शकतात. कोणत्या दिवशी चंद्राचा उदय-अस्त कोणत्या वेळी होईल, ग्रहणे केव्हा होतील, ह्या सर्वांचे अचूक गणित करण्याची पद्धती भारतात कित्येक हजार वर्षे रूढ आहे.

■■

पटाईत

पटाईत : एखादा मनुष्य थापा मारण्यात पटाईत असतो, एखादा कुस्ती खेळण्यात पटाईत असतो. हा पटाईत शब्द आला कुठून?

पूर्वी तलवारीसारखेच पट्टा असे एक हत्यार युद्धात वापरले जात असे. हा पट्टा फिरविण्यात तरबेज असलेल्या व्यक्तीला पटाईत म्हणत असत. त्यावरून मग कोणत्याही एखाद्या गोष्टीत तरबेज असलेल्या व्यक्तीला पटाईत म्हणू लागले.

त्याशिवाय 'पटु' असा एक संस्कृत शब्द आहे. त्याचाही अर्थ चतुर, सक्षम असाच आहे. वाक्पटू – बोलण्यात हुशार, क्रीडापटू – खेळण्यात पटाईत हे शब्द

आपल्या परिचयाचे आहेत. यात पटु व पटाईत हे शब्द एकाच अर्थाने आपण वापरतो आहोत.

■ ■

पट्टीचा

पट्टीचा : पटाईत हा शब्द पट्टा हे हत्यार फिरविण्यात तरबेज असलेल्या व्यक्तीसाठी प्रथम वापरला जाऊन नंतर कोणत्याही क्षेत्रातील तरबेज व्यक्तीसाठी उपयोगात आणला जाऊ लागला. पण मग पट्टीचा पोहोणारा, पट्टीचा जाहिरातबाज असे शब्दबंध आपण वापरतो, त्यातला पट्टीचा हा शब्दही त्या पटाईतशीच संबंधित आहे का? तसे नसावे.

पट्टीचा हा शब्द 'पटु' या संस्कृत शब्दातून आलेला दिसतो. क्रीडापटु म्हणजे पट्टीचा खेळाडू. पटुत्वात शक्ती आणि युक्ती या दोन्हींचा समावेश होत असतो. पट्टीचा वक्ताही असू शकतो. वाक्पटु असा शब्द भाषेत आहेच.

■ ■

पट्टेवाला

पट्टेवाला : सरकारी कचेऱ्यांमध्ये पट्टेवाल्याची देखील एक 'पोस्ट' असते. खरे म्हणजे त्याला केवळ द्वारपाल म्हटले तरी चालेल, कारण तो कचेरीच्या दाराशी उभा राहून, आत कुणाला प्रवेश द्यायचा ते वरिष्ठांना विचारून त्याप्रमाणे आपली ड्युटी करीत असतो! छे! पण तो आपल्या वरिष्ठांनी दिलेल्या फाइल्स किंवा अन्य सर्व सामान आपल्या हातात घेऊन ते योग्य ठिकाणी पोहोचवितो, वरिष्ठांसह तो दौऱ्यावरही जातो, वगैरे! मग त्याला पट्टेवाला का म्हणायचे? पूर्वी अशी अधिकारी (म्हणजे जिच्यावर हे काम हे सोपविलेले आहे अशी) व्यक्ती आपल्या अंगावर अक्षरश: एक पट्टा बाळगीत असे. या पट्ट्यावर त्या वरिष्ठ अधिकाऱ्याचे पदनाम अंकित असे. उदाहरणार्थ COLLECTOR OF NASSICK म्हणजे नाशिकचे कलेक्टर! पण कलेक्टरचा हा पट्टा त्याच्या ज्या नोकराने आपल्या अंगावर सांभाळायचा असे, त्याला म्हणत पट्टेवाला!

■ ■

पंडित

पंडित : पंडित हे व्यक्तिनाम आणि उपनाम (आडनाव) म्हणूनही आपल्याला परिचित आहे. त्याचप्रमाणे पंडित ही विशेषणात्मक पदवी म्हणूनही आपल्याला माहीत आहे. (काश्मीरमध्ये हिंदूंना पंडित म्हणण्याची प्रथा आहे!) साधारणपणे ज्याचे धर्मग्रंथांचे काही अध्ययन झालेले असते अथवा संगीतासारख्या कलेच्या प्रातांत ज्यांनी विशेष प्रगती केलेली असते त्यांच्यामागे पं. (पंडित) ही उपाधी लावण्याचा प्रघात आहे. 'पंडित' हा शब्द कोणत्या तरी क्षेत्रातल्या नैपुण्याचा, विद्वत्तेचा वाचक ठरतो. संस्कृत भाषेत पंडित या शब्दाला आणखीही एक विशेष अर्थ आहे. पंडा म्हणजे आत्मविषयक ज्ञान. ते ज्याला झाले त्याला म्हणावे पंडित. असा हा अर्थ!

■■

पदाधिकारी

पदाधिकारी : विविध संस्थांमध्ये अनेक पदाधिकारी असतात. पदाधिकाऱ्यांना उच्चासने दिली जातात, त्यांचा सन्मान केला जातो. त्यामुळे पदाधिकारी असण्याचे अनेकांना एक प्रकारचे समाधान असते.

परंतु पदाधिकारी या शब्दाचा नेमका अर्थ किती जण लक्षात घेतात?

पद म्हणजे विशिष्ट स्थान, जागा, 'पोस्ट'.

त्या पदाचा - उदाहरणार्थ कार्यवाहपदाचा - अधिकार ज्याच्याकडे आहे, तो होतो पदाधिकारी! आणि अधिकार म्हणजे इतर कुणावरही सोपविता येणार नाही असे विशिष्ट काम! खेड्यांमध्ये यात्रेत वाजंत्री वाजविण्याचा 'अधिकार' विशिष्ट लोकांचा असतो. म्हणजेच ते काम ते इतर कुणाला करू देत नाहीत! हा आमचा अधिकार आहे, असे ते म्हणतात. पदाधिकारी हे असे अधिकारी असतात का? हे माझे काम आहे असे ते म्हणतात का?

■■

पद्धत

पद्धत : एखादी गोष्ट आपण वारंवार करू लागलो की, त्यातून एक परंपरा उत्पन्न होते. एक पद्धत निर्माण होते. उदाहरणार्थ, सभा भरली की, तिचे संचालन

करण्यासाठी एक अध्यक्ष असावा लागतो, ही एक पद्धत आहे! अलीकडे या अध्यक्षांना केवळ शेवटी चार शब्द बोलण्यासाठी संधी ठेवून संपूर्ण वेळ गप्प बसायला लावण्याची व त्यांचे सभा-संचालनाचे काम सूत्रसंचालक या एका नव्या कार्यकर्त्याकडून करून घेण्याची पद्धत पडलेली आहे.

पद्धत शब्दाचा हा अर्थ आपण जाणला. पण हा शब्द कसा तयार झाला आहे, हे माहीत आहे?

पद्-हति – पद्धति असा हा शब्द आहे. पद् म्हणजे चालणे. त्या चालण्याने जमिनीवर आघात होतो. हति म्हणजे आघात. त्याच त्याच मार्गाने नेहमी चालत गेले, तर एक पाऊलवाट तयार होते. तीच पद्धति. मराठीत आपण पद्धत (किंवा पद्धती) असे या शब्दाचे परिवर्तन केलेले आहे. रुळलेला मार्ग हा या शब्दाचा शब्दशः अर्थ.

■ ■

परंतु

परंतु : मराठी शुद्ध लेखनाच्या नियामांमध्ये शब्दातील अंत्य स्वर दीर्घ लिहावा असा एक नियम सांगितलेला आहे. या नियमाला अनुसरूनच मग नीति, मति इत्यादि संस्कृत ह्रस्वांत शब्द नीती, मती असे लिहिण्याची अनुमती दिली गेली आहे असे दिसते. परंतु या नियमाला अपवाद म्हणून खास 'परंतु' या शब्दाचा उल्लेख करण्यात आलेला आहे! 'परंतू' असे न लिहिता 'परंतु' असे का लिहायचे याचे स्पष्टीकरण मात्र दिले जात नाही! वस्तुस्थिती अशी आहे की, परंतु या शब्दाचे दोन घटक आहेत. परं आणि तु. अव्यय स्वरूपाचे हे दोन वेगवेगळे शब्द आहेत. 'परं-तु'चाच अर्थ 'असे असले तरी उलट' असा आहे. ही शुद्ध संस्कृत रचना असून, या शब्दसंहतीचा उच्चार करताना अनुस्वारामुळे 'परं'मधील 'रं' दीर्घ उच्चारला जातो. त्यामुळे 'तु'चा उच्चार आपोआपच ह्रस्व होतो.

■ ■

परमार्थ

परमार्थ : 'केवळ स्वत:पुरता किंवा स्वत:च्याच हिताचा विचार करून कसे चालेल? जरा दुसऱ्यांचाही विचार केला पाहिजे. स्वार्थ आणि परमार्थ, दोन्ही साधता आले पाहिजेत!'

– या विचाराशी अनेक जण सहमत असतात आणि त्यामुळे 'स्वार्थ आणि परमार्थ' हा परस्परविरोधी अर्थांचे शब्द म्हणून एकत्र असलेला शब्दबंध आपण अनेकांच्या तोंडून ऐकत असतो. परंतु इथे परमार्थ हा शब्द योग्य आहे काय? आपल्या मनात जे काही आहे, ते नेमक्या शब्दात आपण कित्येकदा मांडतच नाही! इथेच पाहा ना, स्वतःचे हित ते स्वहित, दुसऱ्यांचे हित ते परहित. तसा स्वचा अर्थ तो स्वार्थ, तर दुसऱ्यांचा अर्थ तो परार्थ! पण त्याऐवजी आपण तर परमार्थ म्हणतो! आणि परमार्थ म्हणजे? परम अर्थ. सर्वश्रेष्ठ कल्याण! दुसऱ्यांच्या हिताचा, दुसऱ्यांच्या फायद्याचा विचार म्हणजे परार्थ. परार्थ वेगळा, परमार्थ वेगळा.

■■

पराकाष्ठा

पराकाष्ठा : आपले ध्येय साध्य करण्यासाठी प्रसंगी प्रयत्नांची पराकाष्ठा करावी लागत असते. आणि त्याचीच तयारी नसल्याने माणसाला अखेर निराश व्हावे लागते!

यातली प्रयत्नांची पराकाष्ठा म्हणजे काय? आधी हा पराकाष्ठा शब्द नीट समजून घेतला पाहिजे. पुष्कळदा हा शब्द 'पराकाष्टा' असा 'ट'काराने युक्त उच्चारला व लिहिला जात असतो. ते योग्य नाही. काष्ठा असा 'ठ'कारयुक्त शब्द हवा.

काष्ठा हे काष्ठचे स्त्रीलिंगी रूप. काष्ठा म्हणजे काठी. धावण्याच्या शर्यतीत शेवटचे ठिकाण सांगण्यासाठी पूर्वी केव्हा तरी अशी एक काठी ठेवली जात असावी. ती काष्ठा म्हणजे मर्यादा वाढवीत जाणेही त्यामुळे शक्य होत असणार. (काठी उचलून आणखी पुढच्या टप्प्यावर ठेवायची!).

यातली परा म्हणजे शेवटची मर्यादा जी असेल तिला म्हणायचे परा-काष्ठा. आपण या विशेषण-विशेष्यांना एकत्र बांधून पराकाष्ठा असा शब्द तयार केला.

प्रयत्नांची पराकाष्ठा करायची म्हणजे अगदी शेवटच्या मर्यादेपर्यंत म्हणजेच यश मिळेपर्यंत प्रयत्न करीत राहायचे.

■■

परात

परात : पोळ्यांसाठी कणिक अथवा भाकरीसाठी ज्वारी-बाजरीचे पीठ भिजविण्यासाठी वापरले जाणारे ताटासारखे पसरट, परंतु बाजूला उंच कडा असलेले स्वयंपाकघरातले

एक पात्र, हा परात या शब्दाचा सर्वसाधारण अर्थ; पण त्याबरोबर उंच इमारतींना रंग देण्यासाठी व त्यांची डागडुजी करण्यासाठी भिंतीलगत बांधण्यात येणारी बांबूंची चौकटीयुक्त जाळी असते तिलाही पहाड किंवा परात म्हणतात! या जाळीचे तिच्या उंचीमुळे पहाड असे वर्णन योग्यच असते; पण मग तिला परात का म्हणत असावेत?

बहुधा हा शब्द 'पर्वत' या शब्दोच्चारात 'परात' होऊन गेलेला दिसतो.

■ ■

परार्थ/परमार्थ

परार्थ/परमार्थ : 'स्व'चा अर्थ (म्हणजे हवीशी गोष्ट, साध्य करावाची गोष्ट) तो स्वार्थ आणि 'परां'चा (म्हणजे दुसऱ्यांचा) अर्थ तो परार्थ.

पर या शब्दाने शेवटचे श्रेष्ठ म्हणजे ज्यापलीकडे काही नाही असे, असाही अर्थ क्वचित सांगितला जात असतो. उदाहरणार्थ परा-विद्या, परा-काष्ठा वगैरेमध्ये 'परा' (पर चेच स्त्रीलिंगी रूप) म्हणजे शेवटची; म्हणजेच श्रेष्ठही!

पण श्रेष्ठ, शेवटचा, ज्या मर्यादेपलीकडे अन्य काहीही नाही, असे सांगणारा चांगला शब्द आहे 'परम' हा आणि त्या दृष्टीने परम अर्थ = परमार्थ म्हणजे मिळवावयाची अशी गोष्ट (अर्थ) की, जिच्या प्राप्तीनंतर प्राप्त करून घ्यावे असे काहीही उरतच नाही!

म्हणून परमार्थ म्हणजे ईश्वरी कृपा किंवा स्वर्ग किंवा मोक्ष. या तीन गोष्टी खरे तर वेगवेगळ्या आहेत. त्या एकार्थक नाहीत; पण प्रत्येकाच्या दृष्टीने परमार्थ आणखीनही वेगळा असू शकेल.

■ ■

परावर्तन

परावर्तन : 'परावर्तनाची चळवळ' हा शब्दबंध आपण ऐकला असेल. पूर्वी कधी ज्यांनी धर्मांतर केलेले असेल, त्यांना पुन्हा आपल्या मूळच्या धर्मात येण्याची इच्छा असल्यास तसे करण्यासाठी सोय उपलब्ध करून देणारी ही चळवळ, असे म्हटले जाते.

परिवर्तन आणि परावर्तन या दोन शब्दांमध्ये अर्थदृष्ट्या पुष्कळच भेद आहे. परिवर्तन हे असलेल्या स्थितीत केलेला इष्ट तो बदल या स्वरूपाचे असते, तर

परावर्तन हे मूळच्या स्थितीत पुन्हा येणे असते. परत फिरणे या अर्थाचा हा शब्द आहे.

■ ■

परिवर्तन

परिवर्तन : परिवर्तनवादी चळवळ, परिवर्तनवादी साहित्य संमेलन, परिवर्तनाचा विचार असा अनेक शब्दबंधांमधून परिवर्तन हा शब्द ऐकायला, वाचायला मिळतो. परिवर्तन म्हणजे काय? सुधारणा? बदल? जुन्या गोष्टी टाकून नव्यांचा स्वीकार? नेमका अर्थ काय आहे 'परिवर्तन' या शब्दाचा? परिवर्तन या शब्दातील 'वर्तन' म्हणजे असणे, वागणे, वावरणे, एखाद्या परिस्थितीत योग्य तो प्रतिसाद देणे. परि म्हणजे परित:, सर्व बाजूंनी. एखाद्या गोष्टीत परिवर्तन घडवायचे, तर तिला सर्व बाजूंनी फिरविले पाहिजे. एखाद्या स्थितीत तिची अवस्था अवघडल्यासारखी होत असेल, तर असे स्वत:भोवतीच फिरताना एखादी सोयिस्कर स्थिती तिला प्राप्त होऊ शकेल. असे झाले, म्हणजे त्या गोष्टीचे किंवा त्या गोष्टीत परि-वर्तन झाले, असे म्हणता येईल.

■ ■

परिवीक्षण

परिवीक्षण : आपली सेवा एक वर्षाकरिता परिवीक्षणाधीन राहील, असे वाक्य नोकरीच्या नियुक्तीपत्रात वाचायला मिळाले, तर ते पत्र घेणाराला प्रश्न पडतो की, परिवीक्षण हा काय प्रकार आहे? आणि मग ऑन प्रोबेशन म्हटले की, त्याला चटकन समजते! परंतु त्या इंग्रजी शब्दाचा अर्थ कळतो म्हणजे नेमके काय होते? प्रोबेशन पीरियड एवढा एक शब्दबंध ऐकलेला असतो. केवळ संकेताने त्याचा एक अर्थ मनात बसलेला असतो; परंतु प्रोबेशनमधील मूळ धातूचा विचार केला जातोच असे नाही. वारंवार ऐकून शब्दार्थ समजलेला असतो इतकेच! त्याच पद्धतीने मग परिवीक्षण काल हाही शब्दबंध वारंवार ऐकण्यात आला तर त्याचाही अर्थ कळेलच की!

परि-वि-ईक्षण असा हा शब्द आहे, हे कळले तर हा अर्थ लवकर समजेल. कारण परि-ईक्षण – परीक्षण, सम्-ईक्षण – समीक्षण हे आणखी तत्सम शब्द आपल्या वापरात आहेतच ना! परि-ईक्षण यांच्या मध्ये 'वि' हा विशेष, विशिष्ट दृष्टीने, विशिष्ट मुद्दे लक्षात घेऊन, या अर्थाने आलेला आहे इतकेच.

■ ■

पर्यटन

पर्यटन : पर्यटन हा सध्या एक व्यवसायाचा भाग झालेला आहे. प्रेक्षणीय स्थळे ही पर्यटन स्थळे म्हणून विकसित केली जात आहेत.

पर्यटन हा शब्द परि-अटन असा जोडशब्द आहे. परि म्हणजे सर्व बाजूंनी (जसे परिभ्रमण) आणि अटन म्हणजे फिरणे.

मुळात हे अटन - फिरणे हे दिशाहीन, मार्ग मिळेल तसे आणि तिकडे असे समजले जाते आणि त्यावरून अटवी असा एक शब्द तयार होतो. त्याचा अर्थ आहे अरण्य! जिथे फिरताना झाडांमुळे सूर्यप्रकाशही कवडशाच्या रूपातच मिळणार! मिळेल तसा मार्ग काढीत जावे लागणार! त्या अरण्यात फिरणे या अर्थाने पर्यटन हा शब्द एके काळी भाषेत वापरला गेला आहे. पर्यटक म्हणजे असे अरण्यात फिरणारे लोक! आज पर्यटकांसाठी उत्तम मार्गांची आणि त्या मार्गांवर सर्व सुखसोयींची आपण व्यवस्था करीत आहोत.

■ ■

पश्चात्ताप

पश्चात्ताप : पश्चात्-ताप असा हा जोडशब्द आहे. पश्चात् म्हणजे नंतर. या उलट अर्थाचा शब्द आहे पूर्व. म्हणजे आधी. प्रथम म्हणजे पहिल्या वेळेस, प्रारंभी, सुरुवातीस आणि पूर्वम् म्हणजे पूर्वी. पूर्व म्हणजे एखाद्या घटनेच्या आधी. त्यामुळे 'पूर्व' हे प्रथम किंवा प्रारंभीच असेल असे नाही. त्याचप्रमाणे पश्चात् म्हणजे कोणत्या तरी घटनेच्या नंतर. त्यामुळे पश्चात् घडणारी गोष्ट ही अखेरची असेलच असे नाही.

ताप म्हणजे त्रास, खेद, दुःख, क्लेश, वेदना.

एखादी कृती करून झाल्यानंतर आपले काही तरी चुकले आहे, अशी जाणीव होऊन जी मानसिक वेदना मनुष्य अनुभवतो, त्या वेदनेला म्हणतात पश्चात्ताप.

परंतु असा पश्चात्ताप होऊनही तो मनुष्य तशीच कृती पुन्हा करण्याची शक्यता असतेच, कारण पश्चात् होणारा ताप हा काही अखेरचा असत नाही!

'पश्चात्ताप' हा शब्द 'पश्चाताप' असा उच्चारणे वा लिहिणे, छापणे गैर आहे!

■ ■

पहाड

पहाड : पर्वत या अर्थाने पहाड हा शब्द आपल्याला परिचित आहेच. 'मार्गात पहाडासारखी संकटे आली, त्या सर्वांवर मात करून त्यांनी आपले उद्दिष्ट साध्य केले' अशासारख्या वाक्यात उल्लंघन करता न येण्यासारखे उंच अडथळे, असा या पहाड शब्दाचा अर्थ असतो.

पण त्याबरोबरच उंच इमारतींचे बांधकाम करताना किंवा अश्या इमारतींची डागडुजी करताना अथवा त्यांना रंग देताना भिंतीलगत बांबू आणि लाकडी वासे यांच्या साहाय्याने कामगारांना उभे राहाण्यासाठी जी एक मोठी चौकटीची जाळी तयार करतात, तिलाही पहाड म्हणतात! तेव्हा हा पहाड मार्गात आड येत नाही, तर उलट उंचावर जाण्यासाठी साहाय्यकारक होत असतो.

■ ■

पहाणे, पाहणे व पाहाणे

पहाणे, पाहणे व पाहाणे : बघणे या अर्थाचा मराठीतला दुसरा धातू ('शुद्ध'लेखनाच्या दृष्टीने) पहाणे असा आहे की पाहणे असा? की पाहाणे असा? नक्की काय? ते ठरविण्यासाठी एक कसोटी वापरा.

बघणे या धातूपासून आज्ञार्थाचे द्वितीय पुरुषी एकवचन होते – (तू) बघ. म्हणजे 'बघणे'मधील फक्त 'णे' काढून टाकला जातो. त्याचप्रमाणे जाणे, करणे, खाणे, बसणे... इत्यादि धातूंपासून जा, कर, खा, बस... अशी रूपे मिळतात. त्याप्रमाणे पहाणेपासून पहा, पाहणे पासून पाह आणि पाहाणे पासून पाहा. यातले 'पाह' हे रूप अयोग्य. म्हणजे या बाबतीत 'पाहणे' हा धातू अयोग्य. म्हणजे एक तर पहाणे अथवा पाहाणे हेच योग्य दिसतात. पुढे 'बघणे'पासून पूर्वकालवाचक अव्यय होते बघून, तसे जाणे-जाऊन, खाणे-खाऊन वगैरे. तसे पहाणेपासून होईल पहून आणि पाहाणेपासून होईल पाहून. इथे पहून हे अयोग्य. म्हणजेच 'पहाणे' हा धातू म्हणून अयोग्य शब्द झाला. म्हणजे अखेर योग्य शब्द राहिला पाहाणे (पाहा, पाहून).

■ ■

पहारा

पहारा : भजन, कीर्तन, प्रवचन अशा कार्यक्रमांनी संपन्न अशा हरि-नाम-सप्ताहाचे आयोजन अनेक ठिकाणी केले जात असते. त्यात काही मंडळींकडे पहारा देण्याचे काम सोपविण्यात येते! क्रमाक्रमाने पहारा देण्याऱ्या व्यक्ती हातात एकतारी घेऊन नामस्मरण करीत देवाच्या द्वारी उभ्या राहातात, त्यामुळे संपूर्ण सप्ताहभर रात्रंदिवस मूर्तीपुढे नामसंकीर्तन चालू राहाते. हा 'पहारा' प्रहर या शब्दातून आलेला आहे. प्रहर म्हणजे दिवसाचा आठवा भाग. म्हणजे तीन तास. कारखान्यात पहारेकरी असतात. त्यांचीही पहारा करण्याची काही तासांची ड्यूटी ठरवून दिलेली असतेच! पण तो पहारा संरक्षणासाठी असतो, तर देवापुढचा पहारा जागृतीसाठी असतो.

■ ■

पक्ष

पक्ष : भाद्रपद महिन्याच्या दुसऱ्या पंधरवड्याला पितृपक्ष म्हणतात. प्रत्येक महिन्याचे दोन पक्ष असतात. एक शुद्ध पक्ष (प्रतिपदेपासून पौर्णिमेपर्यंत) व दुसरा कृष्ण पक्ष (पुढील प्रतिपदेपासून तो अमावास्येपर्यंत) या प्रमाणे पक्ष म्हणजे महिन्यातला एक द्वितीयांश भाग.

भाद्रपदात वद्य पक्षात त्या त्या तिथीला दिवंगत झालेल्या पितरांसाठी श्राद्धविधी करण्याची पद्धत आहे. हा विधी प्रत्येकासाठी एक एक तिथीपुरता मर्यादित असला, तरी तो सर्वांचा मिळून पक्षभर चाललेला असतो. त्याचाच परिणाम म्हणून या श्राद्धालाच अनेक लोक 'पक्ष' म्हणू लागलेले आहेत. त्यामुळेच 'आमच्याकडे आज पक्ष आहे' अशी वाक्ये आपल्याला ऐकायला मिळतात.

'पितृपक्ष' या शब्दातील पक्ष व महिन्याचे दोन पक्ष आपण बघितले. पक्ष म्हणजे पंख; पक्षी म्हणजे पंखयुक्त प्राणी. पक्ष्याला पंख दोनच असतात. म्हणून 'पक्ष' म्हटले की दोनच असायला हवेत. पक्षीय लोकशाही म्हणजे ती द्विपक्षीयच असायला हवी. एक राज्यकर्ता पक्ष आणि दुसरा त्यांच्यावर अंकुश ठेवणारा तुल्यबळ असा विरोधी पक्ष. परंतु आपण या 'पक्ष' शब्दाचा हा अर्थ बदलून टाकून अनेकपक्षीय स्थिती उत्पन्न केलेली आहे. इंग्रजीत पार्टी हा शब्द आहे तो काही 'पक्ष' हा अर्थ सांगत नाही. सहभागी असा त्याचा अर्थ आहे. आजचे अनेक 'पक्ष' हे खरे तर अनेक गट, समूह आहेत.

■ ■

पाचावर धारण

पाचावर धारण : महागाई ही गोष्ट परिचयाची नाही, अशी व्यक्ती (कदाचित राज्यकर्ते सोडून) कुणी सापडेल का? नाही ना? ह्या भडकलेल्या महागाईचे आपण वर्णन कसे करू? 'वस्तूंच्या किमती आकाशाला भिडल्या', असे सांगू, 'सामान्य माणसाला जगणे अशक्य झाले' असे म्हणू, वगैरे! सुमारे शंभर वर्षांपूर्वी म्हणत असत – 'पाचावर धारण बसली आहे!' हे 'पाचावर धारण' बसली काय प्रकरण आहे? आणि शंभर वर्षांपूर्वीच्या काळाशी त्याचा काय संबंध आहे?

त्या वेळी एक सुरती रुपया दिला की, पोतेभर ज्वारी मिळू शकत असे! अर्थात सर्वसाधारण प्राप्ती देखील बरीच कमी असे, पण तरी 'महागाई' वाटत नसे. पण दुष्काळासारख्या काही विपरीत परिस्थितीत धान्य महाग होई आणि त्याच्या किमती वाढता वाढता 'रुपयाला पाच शेर' इतक्या वाढत! मग अशा परिस्थितीचे वर्णन करताना म्हणत – महागाई इतकी वाढली की, अगदी पाचावर धारण बसली!

■ ■

पांचजन्य

पांचजन्य : पांचजन्य हे भगवान विष्णूच्या शंखाचे नाव आहे. महाभारतीय युद्धाच्या प्रारंभी कृष्णाने पांचजन्य शंखाचा ध्वनी केल्याचे गीतेत उल्लेखिलेले आहे. पांचजन्य या शब्दाचे मूळ पंच-जन या शब्दबंधात आहे. पाचामुखी परमेश्वर अशी मराठीत एक म्हण आहे. कोणतीही गोष्ट पाच लोकांनी म्हटली की, तिला प्रतिष्ठा मिळते, ती सर्वमान्य होते. पंच जनांचा तो पांचजन्य, असा या पांचजन्य शब्दाचा शब्दश: अर्थ आहे.

पांचजन्य हे विष्णूच्या शंखाचे नाव आहे. आणि विष्णू म्हणजे कोण ते 'ना विष्णु: पृथिवीपति:।' या संस्कृत म्हणीत सांगितलेले आहे. म्हणजेच राज्यकर्त्या माणसाला विष्णू म्हणावे असा या म्हणीचा अर्थ आहे. या विष्णूने आपल्या उद्घोषणेसाठी पांचजन्य वापरावा, याचा अर्थ त्याने पाच लोकांचे (म्हणजे अनेकांचे) जे मत असेल, तेच प्रकट करावे असा आहे. विपरीत लक्षणेने पांचजन्य म्हणजे बोंबाबोंब! पाच लोक करतात ती!

■ ■

पाटाचे लग्न

पाटाचे लग्न : 'स्त्रीचा पुनर्विवाह' हा विषय महाराष्ट्रात 'समाजसुधारणे'च्या चळवळीत एक महत्त्वपूर्ण विषय समजला जात असतो. पण खरे म्हणजे पुनर्विवाहाची ही समस्या (आज तर राहिलेली नाहीच, पण जेव्हा ती होती असे समजले जाते तेव्हा सुद्धा) केवळ पांढरपेशा वर्गापुरती मर्यादित होती. ब्राह्मणेतर अश्या अनेक जातींमधील मंडळींमध्ये ही समस्या कधी नव्हती म्हटली तरी चालेल. नवऱ्याने टाकून दिलेली अथवा नवऱ्याला सोडून राहाणारी स्त्री सहजपणे दुसरा घरोबा करीत असे. विधवा स्त्रिया देखील पुनर्विवाह करीत. आजही जातिरिवाजाप्रमाणे फारकत घेऊन दुसरा घरोबा करण्यास मोकळीक घेणाऱ्या व्यक्तींच्या नोटिसा प्रसिद्ध होत असतातच! या त्यांच्या दुसऱ्या लग्नाला पाटाचे लग्न म्हणतात. या स्त्रिया गव्हाच्या शेवया करताना हातावर त्या न करता लाकडी पाटावर त्या वळून करीत असत. पाटाचे लग्न हा शब्दप्रयोग असा एक सामाजिक प्रथेचा वाचक आहे. अशा लग्नाला पाट लावणे असेही म्हणतात.

■■

पाटील

पाटील : पाटील हा ग्राम व्यवस्थेतील एक हुद्दा समजला जातो आणि पूर्वी अनेक वर्षे पाटीलकी म्हणजे पाटील हा अधिकार कुटुंबात वडिलांकडून मुलाकडे याप्रमाणे चालत येत असे, त्यामुळे 'अमुक एका गावचे पाटील' या नात्याने त्या त्या कुटुंबाचे उपनाम (म्हणजे आडनाव) 'पाटील' होऊन जात असे. मुळात पाटील हा शब्द भाषेत आला कसा? संस्कृतमध्ये 'पट्टला' असा स्त्रीलिंगी शब्द आहे. त्याचा अर्थ आहे एक सामाजिक स्वरूपाची वसती. म्हणजेच एखादे ग्राम. या ग्रामाच्या प्रमुखाला संस्कृतमध्ये म्हणतात पट्टलिक. त्या शब्दाचे हे मराठीतील परिवर्तित रूप दिसते. गुजरातीत त्याचे पटेल असे रूप झाले आहे. प्रामुख्याने विदर्भात पाटील या हुद्यासाठी वापरात असलेला पटवारी हा शब्दही बहुदा या पट्टलाशी संबंधित असावा. त्याखेरीज पट किंवा पट्ट म्हणजे गावातील जमिनी कसणाऱ्या कुळांची यादी. त्या यादीवरूनच जमिनीचा महसूल वसूल केला जाऊ शकतो. ती जबाबदारी सांभाळणारा तो पाटील किंवा पटवारी.

■■

पाडवा

पाडवा : पाडवा हा भारतीय समाजात एक सणाचा दिवस असतो. चैत्र महिन्याच्या पहिल्या दिवसाला पाडवा म्हणतात. ही चैत्रातली शुद्ध प्रतिपदा तिथी असते. पाडवा हा मराठीतला शब्द प्रतिपदा या संस्कृत शब्दाचेच बदलत गेलेले रूप आहे. प्रतिपदा हा शब्द प्रति-पद् या संस्कृत धातूपासून मिळतो. प्रतिपदा हे तिथी या स्त्रीलिंगी नामाचे विशेषण आहे.

चालायाला सुरुवात केल्यावर लहान मूल पहिले पाऊल टाकते, त्याला प्रति-पद् म्हणता येईल. म्हणून प्रतिपदा म्हणजे पहिली तिथी. कार्तिक महिन्यातल्या पहिल्या तिथीला प्रतिपदा म्हणून पाडवा म्हणतात. खरे तर प्रत्येक महिन्याच्या प्रारंभीच्या दिवसाला पाडवा म्हणता येईल, परंतु शब्दांच्या अर्थाचे क्षेत्र मर्यादित होत असते. तसे या बाबतीत झालेले आहे. पाडवा म्हणजे पहिला दिवस. या अर्थाने 'पाऊस-पाडवा' असा शब्दबंध मर्ढेकरांनी वापरलेला आहे. पावसाचा पहिला दिवस!

■ ■

पांडुरंग

पांडुरंग : आषाढी-कार्तिकीला जमणाऱ्या भक्त मेळ्यात 'विठ्ठल विठ्ठल' या नामाच्या गजराबरोबरच 'पांडुरंग हरी वासुदेव हरी' असे भजन देखील आपल्याला ऐकायला मिळते. रुखमाई म्हणजेच रुक्मिणीसह विठ्ठल असतो. यावरून विठ्ठल हे कृष्णाचेच एक नाव आहे, हे स्पष्ट आहे. या विठ्ठलालाच पांडुरंग देखील म्हणतात. त्यामुळे पांडुरंग हे कृष्णाचेच आणखी एक नाव होते.

ज्याचा रंग पांडु आहे, तो पांडुरंग. पण पांडु म्हणजे काय? अंगावर उडालेल्या धुळीमुळे शरीराचा वर्ण धुळकट, भुरकट असा दिसू लागतो. तेव्हा दिवसभर गायींच्या पावलांनी उडालेल्या धुळीने त्याचे अंग माखते. म्हणून त्याला म्हणतात पांडुरंग! मुळात कृष्ण हा काळाच! जसा विठ्ठल काळा! पण तोच होतो रोज सायंकाळी – पांडुरंग!

■ ■

पात्र - नदीचे, पाण्याचे

पात्र - नदीचे, पाण्याचे : पात्र हा शब्द आपण वेगवेगळ्या संदर्भात वापरतो. नदीचे एक पात्र असते. विशाल, रुंद अथवा संकुचित, आकसलेले! पाणी भरपूर असेल किंवा ते कमी झालेले असेल, त्यानुसार ही विशेषणे बदलतात. पण या पात्राला पात्र का म्हणतात? पा म्हणजे पिणे! पिण्यासाठी पाणी लागते. ते पाणी ज्यामुळे 'त्र' म्हणजे रक्षिले जाते, ते असते त्या नदीचे पात्र. काही वेळा ते भरलेले असते, तर क्वचित सुकूनही जाते. तेव्हा ते रिकामे (रिक्त) असते. असे एक पूर्ण (भरलेले) अथवा रिक्त (रिकामे) पात्र आपण नेहमी पाणी पिण्याकरता सुद्धा वापरतोच! या ठिकाणी पात्र म्हणजे भांडे! हे भांडे सुद्धा लहान प्रमाणात का होईना, आपल्या पिण्याच्या पाण्याचे (अथवा इतर पेय पदार्थांचे) रक्षण करतेच ना? पूर्णपात्र या शब्दाचे आपण फुलपात्र असे रूपांतर करून टाकले आहे. पुष्पपात्राशी त्याचा काही संबंध नसावा. इतरही पात्रे म्हणजे भांडी त्यातल्या पदार्थांचे रक्षणच करतात. तिथे पा म्हणजे रक्षण करणे हा अर्थ लागू होतो.

■■

पात्र - नाटकातले

पात्र - नाटकातले : पात्र शब्द जसा नदीच्या विस्ताराच्या संदर्भात अथवा पाण्यासारख्या कोणत्याही पेयाच्या अथवा काही वस्तूंच्या रक्षणाच्या संदर्भात केला जातो, तसा तो नाटकातील व्यक्तींच्या संबंधात केला जातो.

नाटकातील पात्रयोजना म्हणजे काय?

पात्रांची निवड योग्य होती अथवा योग्य नव्हती, असे म्हटले जाते. तेव्हा पात्र शब्दाचा अर्थ काय असतो?

नाटकात ज्या व्यक्तींचे संवाद असतात त्या त्या व्यक्तींची रूपे घेणाऱ्या नट-नटींनाच 'पात्रे' म्हणतात ना? ही नाटकातली पात्रे लेखकाने प्रस्तुत केलेल्या व्यक्तींचे नीट प्रतिनिधित्व करीत असतील, त्यांचे लेखकाला अभिप्रेत असलेले रूप अत्यंत समर्पकपणे आपल्या अभिनयातून प्रकट करीत असतील, तर त्या पात्रांची योजना योग्य अन्यथा अयोग्य. पात्र शब्दात पा धातू आहे. रक्षण करणे याचा अर्थ हे नट त्या त्या व्यक्तींचे मूळ रूप बिघडू देत नाहीत. या अर्थाने ते पात्र असतात.

■■

पात्र - योग्य

पात्र - योग्य : पात्र हा शब्द नाटकातल्या नटांच्या संदर्भात वापरला जातो. ती पात्रयोजना चांगली अथवा वाईट असू शकते. योजना म्हणजे जोडणे! युज् म्हणजे जोडणे. योग हा शब्दही युज्पासूनच आला आहे आणि योग्य हा शब्दही!

योग्य म्हणजे जोडण्यासारखा, जोडायला हरकत नसावी असा. एखाद्या कामासाठी एखादी व्यक्ती योग्य अथवा अयोग्य असू शकते.

नाटकातले पात्र जर योग्य नसेल, तर नाटकाचा विचका होईल. त्यामुळे पात्र हे योग्यच असले पाहिजे हा विचार सर्वमान्य आहे.

आता पाहा; पात्र हे योग्यच हवे. या विचाराचाच परिणाम म्हणजे 'पात्र' या शब्दाचाच अर्थ योग्य असा होऊन राहिला आहे.

अमुक एक कामासाठी, पारितोषिकासाठी, शिक्षेला अमुक एक व्यक्ती पात्र आहे असे आपण म्हणतो, तेव्हा पात्र शब्दाचा अर्थ असतो योग्य. पात्र या विशेषणापासून भाववाचक नाम तयार होते पात्रता.

■ ■

पात्र - रक्षा, राख, वेश्या

पात्र - रक्षा, राख, वेश्या : पात्र शब्दाचे वेगवेगळे अर्थ आहेत. नदीचे पात्र, पाण्याचे पात्र, नाटकातले किंवा एकूणच पात्र म्हणजे योग्य, हे अर्थ सर्वपरिचित आहेत. पण या शब्दाला आणखीही एक अर्थ आहे. तो तेवढा सर्वपरिचित नाही.

गेल्या शतकात, विशेषत: त्या शतकाच्या पहिल्या चतुर्थांशात पात्र हा शब्द या वेगळ्या अर्थाने वापरात होता. पात्र हा शब्द इंग्रजीतल्या keep ठेवलेली बाई या कुत्सित अर्थाने वापरला जात असे. मात्र त्यातली उदारता अशी की, पा म्हणजे रक्षण करणे या धातूशी या शब्दाचा संबंध असे. या वेश्यावृत्तीने (पण एकनिष्ठपणे) एका व्यक्तीकडे राहाणाऱ्या स्त्रीला (त्या व्यक्तीचे ते) 'पात्र' म्हणत असत. हे अमुक अमुक त्या अमक्याचे पात्र आहे असा वाक्प्रयोग असे. कारण तो तिचे रक्षण करीत असे. 'राख म्हणून घ्यायाचे आले आज तिच्या भाळी' अश्यासारख्या ओळीत 'राख' म्हणजे रक्षिलेली (विवाहबाह्य स्त्री). यातही रक्ष् म्हणजे रक्षण करणे हाच धातू आहे. संस्कृतमध्ये 'रक्षा', 'रक्षिता' असेच शब्द आहेत. धात्वर्थ व्यापक, पण लाक्षणिक अर्थ मर्यादित आणि कुत्सितही.

■ ■

पान लागणे

पान लागणे : ग्रामीण भागात पावसाळ्यात शेतात काम करीत असताना व विशेषत: वाढलेले गवत कापताना अथवा झाडाझुडपांची छाटणी करीत असताना त्या कामकऱ्यांना सर्पदंश होण्याच्या घटना अनेकदा घडतात. या वेळी आपल्याला 'साप चावला' असे न सांगता ही मंडळी, विशेषत: स्त्रिया 'पान लागले' असे म्हणतात. जेव्हा त्यांच्या या म्हणण्याचा अर्थ सर्पदंश असल्याचे शहरी माणसाच्या लक्षात येते, तेव्हा त्याला वाटते, गवत कापताना हा अपघात झाला असल्याने हा 'पान' शब्द प्रचारात आलेला असला पाहिजे.

परंतु तसे नाही. संस्कृत भाषेत पन्नग म्हणजे सर्प. ज्याला चालण्यासाठी पाय नाहीत! पदा न गच्छति – पायाने चालत नाही, पण तरीही गतिमानच! म्हणून पन्नग. त्यावरून हा पान शब्द आलेला आहे. ग्रामीण भागातही फार पूर्वी संस्कृत भाषाच प्रचारात होती याची अशी पुष्कळच चिह्ने विद्यमान आहेत.

■ ■

पारख/पारखी

पारख/पारखी : रत्नपारखी, पारखी अशी कुलनामे महाराष्ट्रात प्रचलित आहेत. रत्नपारखींच्या कुळात पूर्वी कुणी तरी रत्नांची परीक्षा करण्यात वाकबगार व्यक्ती असेल, कदाचित परंपरेने या कुळात पूर्वी रत्नांची परीक्षा करून त्यासंबंधीचा व्यवहार चालत असेल. परीक्षकचे पारखी झाले. परीक्षा हा संस्कृत शब्दही आता मराठीत रूढ झालेला आहेच. शिवाय त्याचे पारख असे परिवर्तित रूपही माणसांची पारख, स्वभावाची पारख इत्यादि शब्दबंधांतून आपण वापरतोच. मात्र परीक्षा आणि पारख हे शब्द सर्वत्र एकमेकांच्या ऐवजी वापरता येतील असे नाही. त्यांची क्षेत्रे वेगवेगळी आहेत. पारख ऐवजी परीक्षा शब्द चालेल; पण परीक्षा ऐवजी पारख चालेलच असे नाही.

■ ■

पारखा

पारखा : 'आम्ही अलीकडे तुमच्या भेटीला पारखे झालो आहोत!' किंवा 'भूमी पावसाला पारखी झाली होती' अशा वाक्यांमध्ये आलेला हा पारखा (पारखे हे

पुल्लिंगी अनेकवचन, पारखी हे स्त्रीलिंगी रूप) शब्द नेमका कोणता अर्थ सांगतो? दुरावणे, संबंध संपणे, अशा अर्थाचा हा शब्द आहे.

परोक्ष (म्हणजे दृष्टीच्या पलीकडे) हा संस्कृत शब्द या पारखा शब्दाच्या मुळाशी असावा. पाहा, परीक्षा शब्दाचे रूपांतर 'पारख'मध्ये होते, तर परोक्षातून पारखा शब्द निर्माण होतो. मूळचे संस्कृत शब्दच बदलत बदलत आज मराठी झालेले आहेत.

■ ■

पारंपरिक

पारंपरिक : पारंपरिक म्हणजे परंपरेने युक्त. परंपरेशी संबंधित. 'हा आमचा पारंपरिक व्यवसाय आहे खरा, पण आता पुढच्या पिढीत तो तसाच चालू राहील की नाही कुणास ठाऊक!' हे वाक्य अनेक कुटुंबांमधून आपल्याला ऐकायला मिळते. इथे व्यवसाय कोणता हा प्रश्न नाही. तो परंपरेने त्या कुटुंबात चालत आलेला आहे हे महत्त्वाचे.

परंपरा या शब्दात परम् आणि पर-परा अशी 'पर' शब्दाचीच रूपे आहेत. पर म्हणजे पलीकडे; पुढे पुढे जाणाऱ्या पद्धतीला परंपरा म्हणतात. आमच्या घराण्यात काशीयात्रा करण्याची परंपरा आहे. म्हणजे एकामागून एक असे ही यात्रा करणारे अनेक लोक आतापर्यंत झालेले आहेत आणि पुढेही, या उपरही होतील, असे वाटते. (बघा, उपर हा शब्द या परचेच रूपांतर आहे.)

'परंपरा'पासून 'पारंपरिक' हा शब्द तयार होतो. हा शब्द व्याकरणाच्या भाषेत तद्धित समजला जातो. असे तद्धित रूप साधताना मूळ शब्दातील पहिल्या स्वराची वृद्धी करतात. त्यामुळे 'प'मधील 'अ'चे 'आ' हे रूपांतर होते. जसे 'स्वभाव'पासून स्वाभाविक, प्रदेश पासून प्रादेशिक तसेच परंपरापासून पारंपरिक. (पारंपारिक नव्हे!)

■ ■

पारायण

पारायण : अनेक मंदिरांमध्ये अथवा ज्येष्ठ नागरिकांच्या मंडळांमध्ये ज्ञानेश्वरी पारायण, हरिविजयाचे पारायण असे कार्यक्रम होत असतात. दत्त जयंतीच्या सुमारास अनेक दत्तभक्त गुरुचरित्राचे पारायण करतात.

पारायण म्हणजे काय? पार-अयन असे दोन शब्द एकत्र येऊन हा शब्द तयार

होतो. अयनमधील 'न'चे रूपांतर 'ण'मध्ये होते, ते 'पार' या शब्दातील 'र'च्या उच्चाराच्या प्रभावामुळे. ही उच्चार बदलाची क्रिया आपोआप होत असते. रामायण या शब्दातही राम-अयन यांचे असेच एकत्रीकरण झालेले आहे व तेथेही अयनमधील 'न'चे रूपांतर 'ण'मध्ये झालेले आहे.

अयन म्हणजे जाणे. पार-अयन म्हणजे पार जाणे, पलीकडे जाणे. ग्रंथाचे पारायण करणे म्हणजे ग्रंथाच्या प्रारंभापासून (म्हणजे अलीकडच्या स्थानापासून) शेवटापर्यंत (म्हणजे पलीकडच्या स्थानापर्यंत) जाणे! म्हणजे संपूर्ण ग्रंथाचे अथपासून इतिपर्यंत वाचन करणे.

असे पारायण जर एका दिवसात होण्यासारखे नसले, तर अधिक दिवसात ते करतात. म्हणूनच मग पारायणाचा सप्ताह करतात.

■ ■

पारावार

पारावार : 'त्यांच्यावर एकामागून एक अशी संकटे येत राहिल्यामुळे त्यांच्या दुःखाला पारावार राहिला नाही!' या वाक्यात पारावार हा शब्द कोणत्या अर्थाने आलेला आहे? या शब्दाऐवजी वरील वाक्यात सीमा हा शब्द घालता येईल. 'सीमा राहिली नाही!' म्हणजेच पारावार म्हणजे सीमा असे सांगता येते. परंतु सीमा ही एका वेळेस एकाच दिशेकडची लक्षात घेता येईल.

पारावार मध्ये मात्र दोन दिशांचा बोध होतो. कारण हा शब्द मुळात पारापार असा आहे. पार-अपार. पार म्हणजे पलीकडे आणि अपार म्हणजे त्या उलट अलीकडे! नदीला दोन काठ असतात ना! त्या दोन काठांना पार आणि अपार म्हणता येईल. आपण नदी पार करून जातो म्हणजे नदीच्या पलीकडे जातो. अशी एकच दिशा आपण इथे लक्षात घेतो, पण अपार म्हटले की, त्याविरुद्धचीही दिशा लक्षात येते. दुःखाला पारावार न राहाणे म्हणजे पलीकडची किंवा अलीकडची, कोणतीच सीमा नसणे! विस्ताराचाही विस्तार त्यात सुचविला जातो.

■ ■

पार्श्वभूमी/पृष्ठभूमी

पार्श्वभूमी/पृष्ठभूमी : निळ्या आकाशाच्या पार्श्वभूमीवर हा इथला एकुलता एक गुलमोहोराचा वृक्ष आपले कसे लक्ष वेधून घेतो आहे. पाहा! या वाक्यात

पार्श्वभूमी हा शब्द 'बॅकग्राउण्ड' या इंग्रजी शब्दाचे भाषांतर म्हणून वापरलेला दिसतो.

बॅकग्राउण्ड या शब्दाचे भाषांतर करायचे, तर खरे म्हणजे ते पृष्ठभूमी असे करायला हवे. परंतु पुष्कळदा ते पार्श्वभूमी असेच केले गेलेले आढळते. याचे एक कारण म्हणजे पृष्ठभूमी आणि पार्श्वभूमी या शब्दांच्या अर्थामध्ये नेमका काय भेद आहे हे आपण सहसा लक्षात घेत नाही.

पृष्ठभूमी म्हणजे पाठीमागचा भाग. पाठ हा शब्द पृष्ठचेच अपभ्रष्ट रूप दिसते आहे. पार्श्वभूमी म्हणजे काय? पार्श्व हा शब्द संस्कृत भाषेत आपल्या शरीराच्या डाव्या - उजव्या अंगांसाठी वापरतात. वामपार्श्व म्हणजे डावीकडचा काखेपासूनचा भाग, तर दक्षिणपार्श्व म्हणजे उजवीकडचा तसाच भाग. पार्श्वभूमी याचा अर्थ त्यामुळे आसपासचा भाग असा होतो.

मराठीत आपण पार्श्वभूमी आणि पृष्ठभूमी हे दोन शब्द एकाच अर्थाने वापरतो. खरे तर त्यांच्या त्यांच्या वेगळ्या अर्थाने ते वापरता येतील.

■ ■

पाश्चात्य/ पाश्चिमात्य

पाश्चात्य/पाश्चिमात्य : पश्चिमेकडचे देश, पश्चिमेकडचे विचारवंत इत्यादि शब्दबंधांमधील 'पश्चिमेकडचे' या अर्थाने पुष्कळदा पाश्चात्य असा शब्द वापरला जातो. आपण बोलणाराच्या मनातील अभिप्रेत अर्थ समजून घेतो. परंतु ही शब्दयोजना नेमका कोणता आशय व्यक्त करू शकते, याचा आपण विचार करत नाही.

पाश्चात्यमध्ये 'पश्चात' असा एक घटक आहे. पश्चात म्हणजे पाठीमागची बाजू. (काळात आणि स्थळातही) पश्चात् ताप – पश्चात्ताप म्हणजे नंतर होणारा खेद. या पश्चात शब्दाचेच तद्धित रूप आहे पाश्चात्य. म्हणजे मागच्या वा नंतरच्या भागाशी, काळाशी संबंधित गोष्ट.

पाश्चिमात्य हा शब्द पश्चिम (दिशा) याचे तद्धित रूप असून 'पश्चिमेशी संबंधित' असा त्याचा अर्थ आहे.

मग आता आपल्याला यातला कोणता शब्द योग्य वाटतो?

■ ■

पिधान युती

पिधान युती : दोन ग्रह आकाशात एकाच राशीत अगदी सरळ आले म्हणजे

त्यांची युती झाली असे म्हणतात. (युती हा शब्द राजकारणात तर रूढच झालेला आहे!) ग्रहांच्या युतीमध्ये त्यांचे आकाशातले अंशात्मक अंतर कमी होत होत ते ग्रह जवळ येतात. त्यामुळे ते आकाशात क्षितिजाशी समांतर असलेल्या एका रेषेत दिसतात. मात्र या रेषेवरचे त्यांचे एकमेकांपासूनचे अंतर त्यांच्या भ्रमण कक्षेनुसार ठरते. परंतु काही वेळा हे अंतर इतके कमी होते की, एक ग्रह दुसऱ्याला झाकून टाकतो! अर्थात काही वेळच! कारण त्यांच्या स्वतःच्या गतीनुसार पुन्हा त्यांचे राशीतील अंशात्मक अंतर बदलणार असतेच. त्यामुळे ते मागेपुढे होणार असतातच.

असे एका ग्रहाने दुसऱ्याला झाकून टाकले की, या युतीला म्हणतात पिधान युती. पिधान म्हणजे 'कव्हर', झाकण. या शब्दाचे एक वैशिष्ट्य आहे. वास्तविक हा शब्द मुळात अपिधान असा आहे. पण संस्कृत ही एके काळी बोली भाषा होती, तेव्हा त्या संस्कृत भाषिकांनीच बोलता बोलता 'अ' सोडून दिला! त्यामुळे संस्कृत भाषेतच हे दोनही शब्द (अपिधान व पिधान हे) योग्यच समजले जातात. बोली भाषेत असे परिवर्तन शक्य असते.

■ ■

पुनरवलोकन

पुनरवलोकन : घटनेचे पुनरावलोकन हा शब्दबंध आपल्या वाचण्यात वा ऐकण्यात आला असेल. कुठल्याही गोष्टीचे अवलोकन करायचे म्हणजे तिच्याकडे नीट पाहायचे, तिचे परीक्षण करायचे. एकदा अथवा अधिक वेळा पाहिलेल्याच वस्तूंकडे पुन्हा पाहायचे झाल्यास त्या कृतीला म्हणायचे पुनर्-अवलोकन. हे दोन शब्द एकत्र करून एकदम उच्चारले, तर नवा शब्द तयार होईल. तो म्हणजे 'पनुरवलोकन'. पण अनेक जण म्हणतात, 'पुनरावलोकन'. हे योग्य नाही.

एक गोष्ट खरी की, पुनरवलोकन या शब्दात ह्रस्व अक्षरे अधिक संख्येत असल्याने तालबद्धतेसाठी पुनरावलोकन असा उच्चार सोयीचा वाटतो, पण तो शब्द बरोबर नाही. म्हणून जर पुनरवलोकन असा एकत्र शब्द उच्चारणे त्रासाचे होत असेल, तर पुनर्-अवलोकन असे दोन शब्द वेगवेगळे उच्चारावे हे बरे. केवळ उच्चारायला सोपा म्हणून चुकीचा शब्द उच्चारू नये. सोपेपणासाठी 'पुनर्विलोकन' म्हणणे अधिक चांगले.

■ ■

पुनश् च हरिः ओम्

पुनश् च हरिः ओम् : पुनश्च म्हणजे 'आणि पुन्हा', 'हरिः ॐ' हे हरीला म्हणजे आपल्या इष्टदेवतेला उद्देशून केलेले नमन आहे. त्या देवतेला साद घालणे आहे. कुठलीही गोष्ट सुरू करताना इष्ट देवतेला नमन करण्यात कर्त्याची नम्रता व अनहंकारिता प्रकट होत असते. पुनश्च हरिः ॐ हे एक संपूर्णपणे संस्कृत वाक्य आहे; पण ते मराठीत रूढ झालेले आहे. इतकेच की, पुष्कळ लोक हरिः या शब्दातील विसर्गाचा उच्चार न करता 'पुनश्च हरिओम्' असे म्हणतात.

■■

पुरस्कार

पुरस्कार : विविध पुस्तकांना विविध संस्थांचे विविध पुरस्कार 'देण्यात' येत असल्याबद्दलचे वृत्त आपल्या वाचनात असते. हे पुरस्कार रोख स्वरूपात दिले जात असतात, हेही आपण जाणतो. त्यामुळे ही रक्कम अथवा ही सत्काराची उपकरणे, यांनाच आपण 'पुरस्कार' समजतो!

पण पुरस्कार या शब्दातून खरोखर कोणता अर्थ व्यक्त होतो? आम्ही अमुक एका प्रागतिक विचारांचा पुरस्कार करतो, असाही एखाद्या वाक्यात आपण हा शब्द वापरतो की नाही? पुरस् (पुरः) म्हणजे पुढे. एखादी गोष्ट पुढे करणे, इतर अनेक गोष्टी मागे सारून तीच एक गोष्ट पुढे सारणे याला म्हणतात पुरस्कार!

पुस्तकांना दिला जाणारा पुरस्कार हा या पद्धतीने त्या पुस्तकाला पुढे आणणे या स्वरूपात असतो. पण त्याचे साधन हाच आपण 'पुरस्कार' म्हणून मानतो. वास्तविक त्या साधनाने त्याच्या माध्यमातून 'केलेला' पुरस्कार असे म्हणावयास हवे.

■■

पुराण

पुराणः 'आता तुमचं हे 'पुराण' थांबवाल का कृपा करून?' असा प्रश्न तुम्ही कधी कुणाला विचारलेला असेल. तो केव्हा? तर एखादी कंटाळवाणी गोष्ट पुन्हा पुन्हा घोळून घोळून कुणी सांगत असेल, तेव्हा! होय ना?

पण मुळात पुराण हा शब्द असा हीनार्थक नाही. संस्कृतमध्ये अठरा पुराणे व तितकीच उपपुराणे असे एकूण छत्तीस पुराणग्रंथ आहेत आणि त्या सर्वांचा कर्ता व्यास असल्याचे सांगितले जाते. या पुराणांमध्ये सामान्यत: देवतांच्या कथा आहेत हे खरे; पण त्यात इतरही अनेक विषय आहेत. विशेषत: प्राचीन इतिहासाचे ज्ञान करून घेण्याचे पुराणे हे एक साधन आहे. अनेक वंशावळी त्यात आपल्याला मिळतात. त्याशिवाय तत्कालीन समाजाच्या श्रद्धा व समजुती, त्यांचे शास्त्रीय ज्ञान यांचीही माहिती त्यातून घेता येते. पुराणे ही देवळांमधून सामान्य जनांसाठी वाचून त्यावर विवरण करण्याची प्रथा होती. या प्रथेला केवळ कर्मठपणाचे स्वरूप आल्यानेच पुराण म्हणजे कंटाळवाणी गोष्ट असे समीकरण रूढ झाले. वास्तविक पुराण म्हणजे 'पुरा अपि नवम्' – जुने असूनही नवीन काळाशी सुसंगत, असा या शब्दाचा अर्थ आहे!

■ ■

पुराणातली वांगी

पुराणातली वांगी : 'पुराणातली वांगी पुराणात' असे म्हणून चतुर्मासातही कांदे, वांगी खाणारी अनेक माणसे आहेत. त्यांच्या म्हणण्याचा आशय असा असतो की, प्रवचन, कीर्तन, पुराण किंवा अन्य प्रकारची भाषणे-व्याख्याने यातून जो काही वर्तनविषयक उपदेश असतो, तो त्याच मंदिरात किंवा सभागृहात विसरून जायचा असतो!

हा आशय बरोबर (म्हणजे योग्य अथवा इष्ट नव्हे, तर त्यांच्या म्हणण्याचा अर्थ या दृष्टीने केवळ बरोबर) आहे. तथापि त्यासाठी पुराणातली 'वांगी' काही उदाहरणादाखल घ्यायला नकोत. कारण हा शब्द मुळात 'वानगी' असा आहे. आणि वानगी म्हणजे उदाहरण, दृष्टांत. वानगीदाखल म्हणजे उदाहरणादाखल. असे म्हणता येईल की, सावित्रीने यमाकडून आपल्या पतीचे प्राण परत मिळविले तसेच सर्व पतिव्रतांना मिळवता येतील असे म्हटले, तर सांगावेच लागेल, पुराणातली वानगी पुराणात! (आपण वानगीचे वांगी करून टाकलेले आहे!)

■ ■

पुरातन/सनातन

पुरातन/सनातन : पुरातन आणि सनातन हे शब्द वरवर पाहाता समानार्थक व त्यामुळे एकमेकांऐवजी वापरण्यास योग्य असे वाटतात खरे; पण तसे ते खासच

नाहीत. तन् म्हणजे पसरणे, अस्तित्वात येणे; या धातूपासून हे दोन्ही शब्द तयार होतात. त्यामुळे 'अस्तित्वात असणारे' असा या शब्दातील उत्तरार्धाचा (तन या भागाचा) अर्थ आहे. पुरा म्हणजे पूर्वी. त्यामुळे पुरातन म्हणजे पूर्वीच्या काळी अस्तित्वात असलेले. सनातन या शब्दातील 'सना' हा घटक 'सदा' या शब्दाचे परिवर्तित रूप असून त्याचा अर्थ नेहमी, सतत असा आहे. त्यामुळे सनातन म्हणजे चिरंतन, सतत अस्तित्वात असणारे.

पुष्कळदा पुरातन व सनातन हे दोनही शब्द जुने (आणि म्हणून टाकाऊ) या अर्थाने वापरले जातात, हे शब्दार्थाबद्दलच्या अज्ञानामुळे.

■ ■

पुरोगामी/प्रतिगामी

पुरोगामी/प्रतिगामी : आपण तेवढे पुरोगामी आणि आपण ज्यांना विरोध करतो ते सर्व प्रतिगामी असे एक वर्गीकरण आपल्या मनात असते. याचा अर्थ असा की, कुणालीही प्रतिगामी म्हणवून घेणे आवडत नाही. कारण पुरोगामी म्हणजे सुधारक आणि प्रतिगामी म्हणजे बुरसटलेल्या व जुनाट विचारसरणीचा अशी समीकरणे आपल्या मनात असतात.

पुरोगामी म्हणजे पुर: पुरस् गामी – पुढे जाणारा आणि प्रतिगामी म्हणजे त्या उलट (प्रति) मागे जाणारा. या दृष्टीने पाहाता काही बाबतीत ही विशेषणे आपण योग्य तेथेच वापरतो की नाही हे पाहाणे उद्‌बोधक होईल. उदाहरणार्थ, विवाह संस्काराशिवाय स्त्री-पुरुषांनी संबंध ठेवणे हे आज पुरोगामीपणाचे लक्षण समजले जाते. परंतु रानटी असंस्कृत समाजात विवाह संस्कार नव्हता. तो पुढच्या काळात आला. तेव्हा विवाह हाच पुरोगामी प्रकार मानायला हवा, नाही का? पण आज स्वत:ला पुरोगामी म्हणविणारे तसे मानत नाहीत!

■ ■

पुरोहित

पुरोहित : पुरोहित, पुरोहितशाही हे शब्द आपल्या परिचयाचे आहेत. विवाहासारख्या धार्मिक कृत्यांमध्ये पुरोहित आवश्यक मानला जातो. तो त्या विधितील मंत्रपठणासाठी. 'देवाची पूजा करताना भक्त आणि देव यांच्यातला (नको असणारा) मध्यस्थ म्हणजे पुरोहित' असेही म्हटले गेले आहे. पण पुरोहित म्हणजे नेमके काय? वेदामध्ये

अग्नीला ‘पुरोहित’ म्हटलेले आहे. कारण तो पुरः म्हणजे पुढे, समोर; हित म्हणजे ठेवलेला, प्रज्वलित केलेला असा असतो. यजमानाने देवतांसाठी अर्पण केलेल्या आहुती हा प्रकाशमान अग्नीच देवतांपर्यंत पोहोचवतो अशी कल्पना होती. म्हणूनच मग देव आणि यजमान (यज्ञ करणारा) किंवा भक्त यांच्यातील मानवी मध्यस्थालाही पुरोहित म्हणण्याची प्रथा पडली असावी. परंतु राजांकडे पुरोहित असत, ते त्यांच्या समवेत असणारे त्यांचे मार्गदर्शक, प्रकाशदर्शक असत. वसिष्ठ हे असे रामाचे पुरोहित होते.

■ ■

पुष्पघट

पुष्पघट : शाळा कॉलेजांमध्ये वार्षिक स्नेहसंमेलनाच्या वेळी अथवा महिला मंडळांमध्ये वेगवेगळ्या समारंभप्रसंगी ज्या विविध स्पर्धा घेतल्या जात असतात, त्यात पुष्कळदा पुष्परचना स्पर्धा असतात. वेगवेगळ्या रंगांची (वास असलाच पाहिजे असे नाही!) आणि आकाराची फुले त्यांच्या लांबलचक देठांसह आणि त्या देठावरच्या पानांसह घेऊन, त्याशिवाय काही शोभेची म्हणून समजली जाणारी पानेही छोट्या फांद्यांसह ठेवून एखाद्या फुलदाणीत आकर्षक रीतीने मांडणे, हे असते या स्पर्धेचे स्वरूप. असे ‘फ्लॉवरपॉट्स’ आपल्या दिवाणखान्यात अथवा अभ्यासिकेत टेबलांवर ठेवायला लोकांना आवडतेही. या फ्लॉवरपॉटसाठी ‘फुलदाणी’ हा एक शब्द मराठीत रूढ आहे. कुणी त्याला पुष्पपात्रही म्हणतात. ‘पुष्पघट’ हा शब्द त्यासाठी कसा वाटतो? फ्लॉवरपॉटमधील ‘पॉट’शी साम्य असलेला घट हा शब्द यात असल्याचे पटकन जाणवते ना! हा पुष्पघट हा शब्द महाराष्ट्रातल्या एक दिवंगत विदुषी दुर्गा भागवत यांनी सुचविलेला आहे.

■ ■

पुसणे

पुसणे : ‘अहो, ते मोठे असतील घरचे, पण त्या मंत्रालयात त्यांना कोण पुसतो हो!’ या वाक्यातील पुसतो या क्रियापदाऐवजी ‘विचारतो’ हे क्रियापद वापरून चालेल! म्हणजेच पुसणे या क्रियेचा अर्थ विचारणे अथवा दखल घेणे असा होतो, हे आपल्या लक्षात येते. एरवी फळा पुसणे, फरशी पुसणे अशा वाक्प्रयोगांमध्ये पुसणे म्हणजे स्वच्छ करणे हा अर्थ आपण घेतो, पण स्वच्छ

करणे म्हणजे काही विचारणे किंवा दखल घेणे नव्हे! मग पुसणे या क्रियेला विचारणे हा अर्थ कुठून आला? तर प्रच्छ् (पृच्छति) असा संस्कृतमध्ये धातू आहे. त्याचा अर्थ विचारणे असा आहे. पृच्छा म्हणजे विचारणा हा शब्द याच धातूपासून मिळतो. कुणीही व्यक्ती आपल्यासमोर आल्यावर आपण काय कसे काय, केव्हा आलात, काय काम काढलेत, इत्यादि प्रश्न त्या व्यक्तीला विचारतो म्हणजेच त्या व्यक्तीची दखल घेतो म्हणून निदान अशी साधी विचारपूस करणे म्हणजे पुसणे! बघा, इथेही विचार या शब्दाला आपण पूस जोडले आहे. पूस म्हणजे पृच्छा!

■ ■

पृथक्करण

पृथक्करण : व्याकरणाचा अभ्यास करताना आपण वाक्याचे पृथक्करण करतो. म्हणजे काय करतो? वाक्यातले घटक वेगवेगळे करतो. पृथक् म्हणजे वेगवेगळे, एकमेकांपासून दूर. विभक्त. पृथक्करण काही केवळ वाक्याचेच करता येते असे नाही. कोणत्याही विषयाचे, वस्तूचे, अनेक घटकांनी बनलेल्या गोष्टींचे असे पृथक्करण करता येते. म्हणजेच त्या विषयातील, वस्तूतील विविध घटक एकमेकांपासून वेगळे करता येतात.

तसा पृथक्करण हा शब्द अर्थाच्या दृष्टीने समजायला अवघड नाहीच; परंतु तो लिहिताना पुष्कळ लोक 'पृथ:करण' असा लिहितात, छापतात, तेव्हा असे लक्षात येते की, त्यांनी या शब्दाचे दोन वेगवेगळे घटक नीट लक्षात घेतलेले नसतात! 'पृथ:करण' आणि 'पृथक्‌करण' या शब्दांच्या उच्चारांमध्ये फारसा फरक जाणवत नाही हे खरे. तथापि पृथक्-करण (पृथक्करण) असाच हा शब्द लिहिला आणि उच्चारला पाहिजे, हे त्याचे पृथक् (विभक्त, वेगवेगळे) करण (करणे) हे दोन घटक लक्षात घेतले म्हणजे नक्कीच जाणवेल.

■ ■

पृथ्वी

पृथ्वी : आपल्या पृथ्वीला पृथ्वी का म्हणतात, असे कुणी विचारले, तर कदाचित उत्तर दिले जाईल केवळ संकेत म्हणून! पृथ्वीऐवजी कृथ्वी म्हटले तरी चालेल आणि त्या शब्दाचा अर्थ सर्वमान्य संकेताने निश्चित होईल. कारण हे अर्थसंकेत यादृच्छिक तर असतात! परंतु हे खरे नाही. कारण सगळे अर्थसंकेत असे

यादृच्छिक (arbitrary) नसतात. पृथ्वीला पृथ्वी का म्हणतात? प्रथ् म्हणजे पसरणे. या धातूपासून पृथ्वी शब्द तयार होतो. पृथ्वीवर उभे राहून पाहा. ती सगळीकडे पसरलेली दिसते! म्हणून तिला पृथ्वी म्हणायचे. यास्काचार्य नावाचे एक प्रख्यात भाषावैज्ञानिक प्राचीन भारतात होऊन गेले. त्यांनी पृथ्वी शब्दाची ही व्युत्पत्ती सांगितलेली आहे. पृथ्वी ही अशी सर्वत्र पसरलेली असली तरी ती सपाट मात्र नाही, तर ती परिमण्डलाकार (Spherical) आहे. याचेही ज्ञान वैदिक काळात सर्वांना होते. 'परिमण्डला पृथ्वी' असे तिचे वर्णन वैदिक वाङ्मयात करण्यात आलेले आहे. इतकेच काय, परिमण्डलः चन्द्रमाः, परिमण्डलः सूर्यः अशीही वर्णने वैदिक वाङ्मयात आहेत.

■ ■

पैसा आडका

पैसा आडका : पूर्वीची माणसे एखाद्याच्या आर्थिक सुस्थितीबद्दल बोलू लागली म्हणजे 'तो पैसा आडका चांगला बाळगून आहे' असे म्हणत असत. पैसा आडका या शब्दप्रयोगातून 'भरपूर द्रव्य' असा अर्थ समजून घ्यायचा असतो. तथापि या शब्दांचे शब्दशः अर्थ मात्र वेगळे आहेत.

पैसा म्हणजे द्रव्य हे तर खरेच. तथापि नाण्यांमध्ये पूर्वी एक पैशाचे एक नाणे असे. त्याला दिडकी देखील म्हणत. अश्या चौसष्ट दिडक्यांचा एक रुपया होत असे. आणि पैशाचेही तीन भाग असत. त्यांना पै असे म्हणत. तीन पयांची एक दिडकी व चौसष्ट दिडक्यांचा एक रुपया. एक रुपयाच्या १९२ पया.

या पैचेही दोन भाग केले तर त्यांना अडका (अर्धक?) म्हणायचे असे सांगतात!

पैसा, अडका हे शब्द या पद्धतीने चलनातील नाण्यांचे वाचक होते. दोन्हींचे आता कुणाला दर्शनही होत नाही; पण भाषेतून तरी अद्याप हे शब्द नाहीसे झालेले नाहीत.

शब्ददृष्ट्या हा एक 'अडका' असला तथापि उच्चार सौकर्यासाठी तो 'आडका' झाला.

■ ■

पोस्ट ऑफिस

पोस्ट ऑफिस : पोस्ट ऑफिस हा शब्द आता मराठी भाषेत रुळला आहे. म्हणजेच रूढ झाला आहे. फार तर ऑफिसऐवजी काही लोक 'हापिस' असे म्हणत असतील! आणि पोस्टऐवजी 'पोष्ट' असा उच्चार करीत असतील.

मुळात ‘पोस्ट ऑफिस’ हे काय प्रकरण आहे? सामान्यत: प्रत्येक मोठ्या गावातील मुख्य पोस्ट ऑफिसपाशी त्या गावाचा शून्य किलोमीटरचा स्तंभ उभा असतो. तेथून गाव सुरू होते. ही जागा पूर्वी इंग्रजांनी, सैनिकी दृष्टीने त्यांच्या सेनाधिकाऱ्याची जागा, ‘पोस्ट’ म्हणून नक्की केलेली असे. पोस्ट ऑफिस हे असे प्रारंभी सेनाधिकाऱ्याचे स्थान होते. तेथून सरकारी पत्रव्यवहार होई. सांडणीस्वार रवाना होत. त्या खर्चाची व्यवस्था करण्यासाठी इंग्रजांनी औदार्याचा आव आणून सामान्य प्रजाजनांचे देखील टपाल, त्याबद्दल पैसे घेऊन तेथूनच पाठविण्याची पद्धत सुरू केली. त्यामुळे पोस्ट ऑफिस म्हणजे टपाल कचेरी हे समीकरण रूढ झाले. मुळात ती ‘पोस्ट’ म्हणजे सेनाधिकाऱ्याचे ठाणे होते आणि प्रारंभी पोस्ट-मास्टर हा सेनाधिकारीच असे.

■ ■

पौत्र-दौहित्र

पौत्र-दौहित्र : ग्रामीण भागात, विशेषत: कोकणात ग्रामदैवताला ‘गाऱ्हाणं घालण्याची’ एक प्रथा आहे. ज्या व्यक्तीसाठी अथवा कुटुंबासाठी गाऱ्हाणे घालायचे, त्या व्यक्तीने वा कुटुंबाने केलेली त्या देवतेची पूजा तिने स्वीकारावी व भक्तांवर सर्व प्रकारे कृपा करावी, अशी मागणी या गाऱ्हाण्यात त्या देवतेच्या देवळातला पुजारी गुरव सर्वांना ऐकू जाईल अशा आवाजात करीत असतो.

त्यात त्या कुटुंबातील सर्वांना - पुत्र पौत्रांसह - क्षेम कल्याण व आयुरारोग्य यांची मागणी केली जाते. यात पौत्र म्हणजे कोण, तर पुत्राचा पुत्र तो पौत्र! म्हणजे नातू! किंवा पुत्राचे अपत्य ते पौत्र. खरे तर पौत्रांप्रमाणेच दौहित्रांचाही या गाऱ्हाण्यात उल्लेख असायला हवा. दौहित्र म्हणजे कोण? दुहितृ म्हणजे कन्या. तिचे अपत्य ते दौहित्र.

विशेष म्हणजे पौत्र आणि दौहित्र यांच्यात धर्मशास्त्राच्या दृष्टीने काहीही फरक नसल्याची ग्वाही साक्षात मनुस्मृतिकार मनूने दिलेली आहे.

पौत्रदौहित्रयो: कश्चित् न विशेषोऽस्ति धर्मत:। असे मनु सांगतो.

■ ■

प्रकरण

प्रकरण : प्रकरण शब्द अनेक ठिकाणी वापरला जातो. कोर्टातले प्रकरण, कोणत्याही ठिकाणी करावयाच्या खटपटीचे पर्यवसान म्हणून एक प्रकरण, एखाद्या प्रकरणाची फाईल, वगैरे! पण त्याबरोबरच चाळीतल्या अथवा सोसायटीतल्या

लैला-मजनूंचेही प्रकरण आहेच! त्यात आणि खरे तर कोर्ट वगैरेंसारख्या ठिकाणच्या प्रकरणात एक गूढता, एक अनाकलनीयता आणि याचा शेवट काय होणार यासंबंधीची एक चिंता असते!

हे सर्व भाव व्यक्त करणारा प्रकरण हा शब्द आला कुठून? तर संस्कृतात 'नाटक' या साहित्य प्रकारात दहा उपप्रकार आहेत, त्यातील एक उपप्रकार आहे 'प्रकरण'. त्यात एक प्रेमकथा असावी लागते. तिच्यातील उत्कंठा वाढवावी लागते! म्हणून पुढे प्रेमकथेलाच प्रकरण नाव पडले आहे. कादंबरीची प्रकरणे हाही शब्दप्रयोग त्यातूनच सुचलेला आहे. 'आमचा बाळ्या आणि तुमची ही यांचं काय प्रकरण चालू आहे, माहीत आहे का?' या वाक्यातल्या प्रकरण या शब्दाचा उगम असा थेट संस्कृत नाटकामध्ये सापडेल!

■ ■

प्रकांडपंडित

प्रकांडपंडित : पंडित म्हणजे ज्ञानवान हे समजू शकते. त्यामागे हे 'प्रकांड' हे काय प्रकरण आहे?

वृक्षाच्या मुळापासून नंतर पुढे एक दणकट खोड असते, त्यानंतर फांद्या व पाने-फुले असा क्रम असतो. फांद्या फुटेपर्यंतच्या या खोडाच्या भागाला संस्कृतमध्ये प्रकांड म्हणतात. पंडित या शब्दाला प्रकांड हे पूर्वपद जोडून असे सुचविले जाते की, कोणत्याही एखाद्या ज्ञानशाखेच्या मूलभूत अथवा पायाभूत अशा संकल्पनांसह ज्ञान या पंडिताला असावे. स्वत: हा प्रकांडपंडित म्हणजेही असा एक ज्ञानाचा गड्डा, किंवा वृक्षच!

पण प्रकांडपंडित हा शब्द काही वेळा व्याजस्तुतीच्या म्हणजेच प्रच्छन्न निंदेच्या स्वरूपातही वापरला जाऊ शकतो. त्या वेळी त्याचा अर्थ 'पुस्तकी ज्ञानाचे अवडंबर माजविणारा' असा असतो.

■ ■

प्रगती-पत्रक

प्रगती-पत्रक : शालेय विद्यार्थ्यांची अभ्यासातली प्रगती कळावी, यासाठी विशिष्ट कालावधीनंतर विविध विषयांतील त्यांच्या तयारीची परीक्षा घेऊन, त्याने दर्शविलेल्या नैपुण्यासाठी गुणदान करून त्या गुणांची नोंद करणारे एक पत्रक

(बहुतेक पालकांच्या माहितीसाठी) शिक्षक-परीक्षक तयार करतात, त्या पत्रकाला त्या विद्यार्थ्याचे प्रगतीपत्रक म्हटले जाते.

मुलगा अनुत्तीर्ण झालेला असेल, तर त्याने सहीसाठी पालकांकडे आणलेले त्याचे प्रगती-पत्रक पालक रागाने फेकून देत त्याला विचारतात, 'अरे, हे काय प्रगती-पत्रक आहे का? हे तर तुझे अधोगती-पत्रक आहे!' अशी स्थिती असताना या पत्रकाला नेहमीच प्रगती-पत्रक का म्हणतात? अन्य काही शब्दाने त्याचा उल्लेख का करीत नाहीत? केवळ निर्णयपत्रक म्हणायला काय हरकत आहे? असे अनेकांना वाटते. प्रगतीपत्रक हा शब्द 'प्रोग्रेस कार्ड' या इंग्रजी शब्दाचे भाषांतर म्हणून आलेला आहे. अर्थात, केवळ गुण-नोंदणीपत्रक असे त्याला म्हणता येईलच. मार्क-शीट म्हणजे तरी काय असते? प्रगतीपत्रक हा शब्द बाद करून गुण-पत्रक म्हणावे.

■ ■

प्रगल्भ

प्रगल्भ : 'तुम्ही आता लहान राहिलेला नाही. या वयात प्रगल्भता यायला पाहिजे तुमच्या ठिकाणी!' या वाक्यात प्रगल्भता म्हणजेच प्रगल्भ असण्याचा गुण, हा शब्द आलेला आहे. पण प्रगल्भ म्हणजे काय? इंग्रजीत ज्याला awfulness म्हणतात असा आदरयुक्त दरारा निर्माण करणारे काही शब्द आपल्या भाषिक व्यवहारात येत असतात. त्यांच्यापैकी 'प्रगल्भ' हा एक शब्द आहे. संस्कृतमध्ये गल्भ्-गल्भते असा एक धातू आहे. त्याचा अर्थ धीट होणे, आत्मविश्वासयुक्त होणे असा आहे. त्यामुळे प्रगल्भ या विशेषणाचा अर्थ धीट, आत्मविश्वासयुक्त असा होईल, परंतु वर दिलेल्या वाक्यात प्रगल्भता या शब्दाच्या ऐवजी केवळ धीटपणा, आत्मविश्वास, हे शब्द वापरून आपल्या मनातला आशय पूर्णत: व्यक्त होणार नाही म्हणूनच जरा प्रौढता दर्शविणारा 'प्रगल्भता' हा जरा जड शब्द वापरायचा! Maturity या इंग्रजी शब्दातही हाच अर्थ आहे. प्रगल्भ म्हणजे mature.

■ ■

प्रचंड

प्रचंड : भयंकर या शब्दाचा जसा त्याचा मूळ अर्थ समजून न घेता केवळ फार, अति इत्यादि अर्थाने उपयोग अर्थात भाषिक अज्ञानामुळे केला जातो, त्याचप्रमाणे

प्रचंड याही शब्दाच्या बाबतीत घडते. एखादी सभा आपल्या दृष्टीने 'प्रचंड' होते, त्या सभेत 'प्रचंड' हास्य निर्माण करणारा वक्ता बोलत असतो! पण आपण हे विशेषण सभा किंवा हास्य या नामांसाठी वापरताना 'प्रचंड' शब्दाचा अर्थ विचारातच घेत नसतो! चंड म्हणजे तापदायक, हिंसक! म्हणून ज्याचे अंशु म्हणजे किरण चंड, ताप देणारे आहेत अशा सूर्याला चंडांशु म्हणतात, तर चंद्राला मात्र सुधांशु म्हटले जाते. 'चंड' शब्दाला 'प्र' हा उपसर्ग जोडून त्या शब्दाच्या अर्थातला प्रकर्ष दाखविला जातो. म्हणजे प्रचंड म्हणजे प्रकर्षाने तापदायक असणारा! त्यामुळे आग प्रचंड असू शकते, पण एखादी फुलबाग प्रचंड असू शकत नाही! परंतु एखादा मराठी लेखक 'त्या 'प्रचंड' बागेत ती दोघे कुठे लपली होती?' ते वाचकांना शोधायला लावतो, ते शब्दार्थज्ञानाच्या अभावामुळेच!

■ ■

प्रच्छन्न

प्रच्छन्न : प्रच्छन्न हा शब्द पुष्कळदा अगदी उलट अर्थाने वापरला जातो आहे असे आढळते. उदाहरणार्थ हे वाक्य पाहा – 'मंत्र्यांवरच्या या प्रच्छन्न आरोपांमुळे सभागृहातील वातावरण गंभीर बनले! हे आरोप सभागृहाबाहेर जाहीर सभेत करण्याचे आव्हान संबंधित मंत्र्यांनी दिले!'

यातला प्रच्छन्न शब्द उघडउघड, स्पष्ट, भडक, लक्ष वेधून घेणारे इत्यादि अर्थांनी वापरलेला दिसतो. परंतु तसा या शब्दाचा वापर करणे गैर आहे. कारण प्रच्छन्न म्हणजे झाकलेले. म्हणजेच प्रच्छन्न आरोप हे स्पष्ट शब्दांत न केलेले, पण सूचित केलेले, आडवळणाने केलेले असे असायला हवेत. प्रच्छन्न म्हणजे आच्छादित. नुसतेच आच्छादित नव्हे, तर अगदी प्रकर्षाने म्हणजे नीट, विचारपूर्वक आच्छादित. म्हणजे कुणी काही म्हटलेच, तर कानांवर हात ठेवायला मोकळे होता येईल असे!

अशा प्रच्छन्न आरोपांचा उच्चार जाहीर सभेत करण्याचे आव्हान देता येणार नाही. कारण हे आरोप तसे स्पष्ट नसणारच!

■ ■

प्रणय/प्रेम

प्रणय /प्रेम : प्रणय म्हणजे प्रेम! होय ना? प्रणयी जोडपे म्हणजे (एकमेकांवर)

प्रेम करणारे जोडपे. प्रणय आणि प्रेम यात सूक्ष्म भेद आहे. या दोनही शब्दांमध्ये 'प्र' हा प्रकर्षवाचक उपसर्ग आहे. मात्र 'प्रणय'मध्ये 'नी' हा नेणे या अर्थाचा धातू आहे. त्यामुळे एखाद्या व्यक्तीला विशिष्ट दिशेने, उद्देशाने, हेतूने प्रेरित करणे त्यात अभिप्रेत आहे. त्याउलट प्रेममध्ये असलेला 'इ' हा धातू 'स्वत: जाणे' या अर्थाचा आहे. म्हणजेच प्रेम तुम्हाला करता येते. प्रणयात दुसऱ्या व्यक्तीला स्वत:कडे आकृष्ट करून घ्यायचे असते. प्रणयासाठी आराधना करावी लागते. तेच प्रणयाराधन! प्रेम एकतर्फी असू शकते. प्रणय तसा नसतो. प्रेम कुणावरही करता येते. प्रणय दोन व्यक्तींमधील प्रक्रिया आहे.

■ ■

प्रणव

प्रणव : हे मुलांच्या नावांपैकी एक आकर्षक नाव म्हणून अनेकांच्या परिचयाचे आहे. खरे तर ते प्र-नव अशा घटकांचे मिळून बनलेले आहे. या दोघांचे एकत्रीकरण होतांना 'न'चे उच्चारण 'ण' असे स्वाभाविकपणेच होते. म्हणून प्रणव. नव शब्द नवीनता, ताजेपणा त्यामुळे प्रफुल्लितपणा दर्शवितो. 'प्र'ने प्रकर्ष, आधिक्य दाखविले जाते. प्रणव म्हणजे अत्यंत नवीन! सृष्टीच्या प्रारंभी प्रथम शब्द होता, असे जगातले अनेक धर्मपंथ मानतात. ॐ या ध्वनीतून सर्व सृष्टी निर्माण झाली, असे भारतीय तत्त्वज्ञ मानतात. पण ॐ सुद्धा जेव्हा प्रथम प्रकटला असेल, तेव्हा तो अत्यंत नवीन, ताजा, प्रफुल्लित असाच असणार! या प्रथमोत्पन्न ॐकाराला प्रणव म्हणतात.

■ ■

प्रणाली

प्रणाली : 'स्वत: नेत्यांनीच अवैध मार्गांनी संपत्ती मिळवून धनिक म्हणून मिरवावं हे आपल्या समाजवादी विचारप्रणालीत कसे बसू शकेल?' या वाक्यात 'विचारप्रणाली' हा शब्द आला आहे. त्याऐवजी विचारसरणी असाही शब्द वापरता येईलच. विचारसरणी हा शब्द नेहमीच्या वापरातला आणि म्हणून सहज समजण्यासारखा आहे. प्रणाली म्हणजे काय?

नाला, नाली हे शब्द आपण वापरतो की नाही? पाण्याचा नाला – जरा मोठा प्रवाह. नाली ही छोटी असते; पण तिच्यातूनही पाणी वाहू शकतेच. नाली प्रमाणेच

नाडी हाही शब्द आपण जाणतो. रक्तप्रवाह या नाडीतून चालतो. नाली हा संस्कृत शब्द आहे. (नाला, शुद्ध मराठी!) नालीमागे 'प्र' जोडला तेव्हा उच्चारसौकर्यासाठी 'न'चा 'ण' झाला. प्रणाली म्हणजे काहीही (विचार सुद्धा) पुढे पुढे वाहून नेणारी व्यवस्था; वाहाण्यासाठी सोयीचा मार्ग.

■ ■

प्रणीता

प्रणीता : मुलींच्या नावांमध्ये प्रणीता हे एक नाव 'आधुनिक' या सदरात आढळते. या शब्दांचा साधा सरळ अर्थ आहे, पुढे सरकविलेली. यज्ञामध्ये अग्नी प्रज्वलित ठेवण्याकरता अग्नीत घृताची म्हणजे तुपाची आहुती देण्यासाठी एक लांब दांडीची लाकडी पळी वापरतात. तिची दांडी लांब असल्याने अग्नीचे चटके हाताला जाणवत नाहीत. एका अर्थाने या जरा पुढे सरकून अग्नीत तूप टाकणाऱ्या अथवा त्यासाठी ऋत्विजाने पुढे केलेल्या पळीला प्रणीता म्हणतात. या प्रणीताचा परिणीता या शब्दाशी काही संबंध नाही. अर्थातच, केवळ लांब दांडीची पळी हा अर्थ यज्ञविधीशी संबंधित आहे. सुंदर शब्द म्हणून मुलीचे नाव ठेवायला काहीच हरकत नाही!

■ ■

प्रतिनिधी की नेता?

प्रतिनिधी की नेता? : राजकीय, सामाजिक, धार्मिक, आर्थिक, शैक्षणिक इत्यादि स्वरूपाच्या सार्वजनिक संस्थेत तिथला कारभार पाहाण्यासाठी लोक आपले प्रतिनिधी निवडून देत असतात. हे प्रतिनिधी पुढे त्यांना निवडून देणाऱ्या या सर्वसाधारण जनतेचे आपण नेते आहोत अशा थाटात वागताना दिसतात. लोकही त्यांच्या नेतृत्वाला एक प्रकारे मूक संमतीच देतात.

प्रतिनिधी आणि नेता या दोन शब्दांच्या अर्थात मात्र भाषिक दृष्टीने मोठीच भिन्नता आहे. नेता हा प्रतिनिधी असेलच असे नाही; प्रतिनिधी हा नेता असेलच असेही नाही. निधि (धी) हा शब्द नि-धा (म्हणजे ठेवणे, एकत्र करणे, संचय करणे इत्यादि) या धातूपासून तयार होतो. कोणत्याही संचयाला निधी म्हणता येते. लोक हाही एक निधीच असतो. 'प्रति'मुळे त्या ऐवजी, त्या जागी, असा अर्थ मिळतो. त्यामुळे लोकांऐवजी, लोकांच्या जागी जाणारी व्यक्ती प्रतिनिधी समजली जाते. प्रतिनिधी हा लोकांना पर्याय असतो.

नेता हा असा पर्याय नसतो. नेता (नेतृ) हा शब्द नी म्हणजे नेणे या धातूपासून सिद्ध होतो. नेता हा लोकांना मार्ग दाखवीत पुढे नेणारा असतो. तेव्हा प्रतिनिधित्वाच्या बळावर स्वत:ला नेता समजणे योग्य नसते.

■ ■

प्रतियोगी

प्रतियोगी : महात्मा गांधींचे राजकीय जीवनातील सर्वात मोठे योगदान 'सत्याग्रह' हे होते. त्याचप्रमाणे लोकमान्य टिळकांच्या संबंधात असे सांगितले जाते की, त्यांनी 'प्रतियोगी सहकारिता' हे तत्त्व राजकारणात आणले. भारतीय लोकांनी इंग्रज सरकारशी संबंध ठेवताना प्रतियोगी सहकारितेचे धोरण बाळगले पाहिजे, असे ते म्हणत. येथे सहकारिता म्हणजे सहकार्य हा अर्थ स्पष्ट आहे; पण प्रतियोगी म्हणजे काय? प्रतियोगी हा शब्द प्रति+युज् या धातूपासून निर्माण होतो. युज् म्हणजे जोडलेले असणे, संबंध ठेवणे वगैरे. 'प्रति'ने समोरच्या प्रतिपक्षाचा बोध होतो. समोरचा वागेल तसे आपणही वागणे म्हणजे प्रतियोग करणे! टिळकांनी आपल्या या सिद्धांताच्या स्पष्टीकरणार्थ गीतेतले एक वाक्य उद्‌धृत केलेले आहे. ते असे – ये यथा मां प्रपद्यन्ते तांस्तथैव भजाम्यहम्! – ज्याच्याशी प्रतियोग करायचा तो शत्रूच असेल असे नाही, मित्रही असू शकतो. त्यामुळे प्रतियोगी हा शब्द स्पर्धेत भाग घेणाऱ्या स्पर्धकांसाठी वापरला जातो.

■ ■

प्रतिष्ठान

प्रतिष्ठान : प्रतिष्ठान हा शब्द अलीकडे सामान्यत: एखाद्या विशिष्ट विषयासाठी स्थापन झालेल्या संस्थेच्या नामकरणात वापरतात. उदाहरणार्थ, कुसुमाग्रज प्रतिष्ठान, विद्या प्रतिष्ठान इत्यादि.

प्रति-स्थान या शब्दांचे एकत्रीकरण प्रतिष्ठान असे होते. जसे अनुस्थानचे अनुष्ठान होते, तसेच प्रतिस्थानचे प्रतिष्ठान होते.

यातील स्थान हा शब्द एक विशिष्ट ठिकाण, म्हणजेच एक स्थिर अशी संस्था, याचा वाचक होतो.

प्रति हा उपसर्ग विशिष्ट दिशा म्हणजेच विशेष उद्दिष्ट दर्शविणारा आहे.

येथील 'स्थान' म्हणजे राहाणे, हे सातत्यपूर्ण तर आहेच; पण ते विशेष

हेतूसाठी आहे, हे या 'प्रति'ने दाखविले जाते.

प्रतिष्ठान या अभिधानामुळे संस्थेच्या प्रतिष्ठेतही भर पडते.

■ ■

प्रतीक्षा, परीक्षा, समीक्षा

प्रतीक्षा, परीक्षा, समीक्षा : हे तीनही शब्द त्यांचे अंतर्गत घटक कोणते आहेत याची जाणीव न ठेवल्यामुळे कित्येकांच्या लेखनात प्रतिक्षा, परिक्षा, समिक्षा असे लिहिलेले-छापलेले आढळतात. ते प्रतीक्षा, परीक्षा, समीक्षा असेच लिहिणे आवश्यक आहे, कारण ते क्रमाने प्रति-ईक्ष्, परि-ईक्ष्, सम्-ईक्ष यांच्यापासून तयार झालेले आहेत. यातील ईक्ष् धातूचा अर्थ आहे पाहाणे. त्यापासून ईक्षा हे नाम तयार होते. प्रति, परि, सम् हे या धातूस लागणारे उपसर्ग आहेत. प्रति म्हणजे कुणासाठी तरी, कोणत्या तरी हेतूने, कोणत्या तरी दिशेने. प्रतीक्षा म्हणजे वाट पाहाणे. परि म्हणजे भोवताली, सर्व बाजूंनी. परीक्षा अशीच असते. सम् म्हणजे योग्य रीतीने, साकल्याने. समीक्षा अशीच असावी अशी अपेक्षा असते. या सर्व शब्दांमधला जो 'ईक्ष्' धातू आहे त्यापासून जसे 'ईक्षा' हे नाम तयार होते, तसेच 'ईक्षण' देखील होते. त्यामुळेच परि+ईक्षण = परीक्षण, परीक्षक, समीक्षक हे शब्दही री, मी अशा दीर्घ अक्षरांनीच युक्त हवेत.

■ ■

प्रत्यर्पण

प्रत्यर्पण : एखाद्या देशातला कुणी गुन्हेगार अन्य देशात पळून गेला, तर त्याला तिथे पकडण्यात आले पाहिजे आणि त्याला त्याच्या स्वत:च्या देशाच्या संबंधित अधिकाऱ्यांच्या स्वाधीन केले गेले पाहिजे. बरोबर? पण ही आपली अपेक्षा कितीही बरोबर असली, तरी तसे घडण्यासाठी त्या दोन देशांमध्ये परस्परांच्या कैद्यांच्या बाबतीत तसा करार झालेला असणे आवश्यक असते. इंग्रजीत अशा कराराला Extradition treaty असे म्हणतात. Extradite या क्रियावाचक धातूचा अर्थ आहे (परदेशातील गुन्हेगाराला त्याच्या देशाच्या) स्वाधीन करणे. त्या क्रियावाचकापासून Extradition हे नाम तयार होते.

या इंग्रजी शब्दासाठी मराठीत रूढ झालेला शब्द आहे, प्रत्यर्पण. प्रति-अर्पण हे दोन शब्द एकत्र येऊन, इ + अ = य असा संधी होऊन हा प्रत्यर्पण शब्द तयार

होतो. अर्पण करणे म्हणजे देणे, स्वाधीन करणे. प्रति हे दिशादर्शक असल्याने एकमेकांना, एकमेकांकडे हा अर्थ त्यातून व्यक्त होतो. प्रत्यर्पण करार हा दोन देशांमधला परस्परांशी केलेला करार असतो. 'प्रत्यर्पण' या शब्दाचे 'प्रत्यार्पण' असे रूप काही लोक करतात. पण शब्दघटनेच्या दृष्टीने ते योग्य नाही.

■ ■

प्रत्यक्ष

प्रत्यक्ष : 'मी हे प्रत्यक्ष पाहिलेलं आहे, कुणी सांगितलेलं नाही मला!' या वाक्यात 'प्रत्यक्ष पाहिलेलं' म्हणजे काय? डोळ्यांनी पाहिलेलं; नाही का? कारण अक्ष (अक्षि) म्हणजे नेत्र. 'पण, मी हे प्रत्यक्ष ऐकलेलं आहे, या माझ्या कानांनी!' या वाक्यातला 'प्रत्यक्ष' या शब्दाचा अर्थ काय? आपण डोळ्यांनी ऐकत तर नाही ना! पाणी थंड आहे की ऊन, ते जरा त्यात हात घालून 'प्रत्यक्षच' अनुभवतो ना आपण? किंवा डोळे मिटूनही केवळ वास घेऊन फुलाचे नाव सांगतो की नाही? डोळे बंद ठेवून, पण 'प्रत्यक्ष' चाखून एखाद्या पदार्थाची चवही आपण सांगतोच की!

श्रोत्र (कान), चक्षु (डोळे), स्पर्शन (त्वचा), रसन (जिव्हा), घ्राण (नाक) या आपल्या ज्ञानेंद्रियांपैकी कोणत्याही इंद्रियाने प्राप्त केलेल्या अनुभवाला म्हणजेच ज्ञानाला आपण 'प्रत्यक्ष' ज्ञानच म्हणतो, कारण या सर्व इंद्रियांपैकी सर्वात अधिक अनुभव आपण डोळ्यांनीच घेत असतो आणि त्यामुळे ते सर्वात महत्त्वाचे इंद्रिय असल्याची आपल्याला जाणीव असते. ही जाणीवच या सर्वच अनुभवांना 'प्रत्यक्ष' म्हणण्यामागे दडलेली असते.

■ ■

प्रत्युत्पन्नमती

प्रत्युत्पन्नमती : प्रत्युत्पन्नमती! केवढा अवघड शब्द आहे, नाही का? पण काही वेळा पत्रकारांनाही तो वापरावा लागतो. एका थोर, विद्वान व्यक्तीचा परिचय लिहिताना एका पत्रकार लेखकाने लिहिले आहे, 'प्रत्युत्पन्नमती असल्यामुळे कोणत्याही विद्वत्-सभेत त्यांची छाप पडल्याशिवाय राहातच नाही!' म्हणजे विद्वानांच्या सभेत सुद्धा आपले श्रेष्ठत्व सिद्ध करण्याची क्षमता या 'प्रत्युत्पन्नमती' असण्याशी संबंध राखते, असे दिसते.

नेमका काय बरं अर्थ आहे या शब्दाचा?

प्रति-उत्पन्न-मति (मती) असे तीन घटक या शब्दात आहेत. मती म्हणजे बुद्धी. ती निर्माण होणे, आविष्कृत होणे, प्रकट होणे म्हणजे उत्पन्न होणे. पण ही गोष्ट पुन्हा 'प्रति' म्हणजे कुठल्या तरी संदर्भात, कदाचित कुणाच्या तरी विरोधातही! विद्वान लोक चर्चा करीत असतील तेव्हा कुठल्याही मुद्यावर आपले खास मत मांडण्याची क्षमता म्हणजे ही प्रति-उत्पन्न-मती असते. ती ज्याच्याजवळ असते तो इतरांना सहजच निरुत्तर करू शकतो. त्यामुळे त्याची छापही पडते. साध्या शब्दात हजरजबाबीपणा प्रत्युत्पन्नमतीमुळे येतो.

■ ■

प्रथितयश

प्रथितयश : कुणा वक्त्याचा (मग तो वक्ता एखादा लेखक असेल, डॉक्टर असेल, प्राध्यापक असेल किंवा कुणी पुढारी असेल) परिचय करून देताना त्या वक्त्यासाठी 'प्रथितयश' हे विशेषण बहुदा वापरले जाण्याची शक्यता असते! आणि संभवत: तो वक्ता त्याच्या त्याच्या त्या क्षेत्रामध्ये प्रथितयश असण्याची शक्यताही असतेच!

प्रथितयश म्हणजे काय? ज्याचे यश प्रथित आहे त्याला प्रथितयश म्हणतात. आणि प्रथित म्हणजे (सर्वत्र) पसरलेले! प्रथा हा शब्द आपण जाणतो. त्या शब्दाचे मूळ असलेला प्रथ् हा धातू आहे. त्याचा अर्थ 'पसरणे' असा आहे. प्रथित हे त्यापासून तयार झालेले भूतकालवाचक विशेषण आहे. ते यश या नामाचे विशेषण म्हणून वापरून मग प्रथितयश हा संपूर्ण शब्द वक्त्याचे विशेषण म्हणून वापरला जातो. वक्ता सर्वत्र प्रसिद्ध असतो, असा त्याचा अर्थ. परंतु प्रसिद्ध हा शब्द थोडा वेगळ्या अर्थाचा आहे.

■ ■

प्रदक्षिणा

प्रदक्षिणा : कोणत्याही मंदिरात जरा डोकावले, तर तिथे मंदिराभोवती प्रदक्षिणा करणारे श्रद्धावान भक्त दृष्टीस पडतातच. स्त्रिया आणि वृद्ध पुरुष यांची संख्या त्यात सर्वाधिक असते. मंदिराचा आकार जितका मोठा, तितकी ही प्रदक्षिणा मोठी असते. त्यामुळे या प्रदक्षिणेत चालण्याचे अंतर तेवढेच वाढते. प्रदक्षिणा घालताना इतर

कुणाशी गप्पागोष्टी करीत ती घालत नाहीत, तर शक्य तर एकाग्र मनाने व शक्य तितक्या गतीने, मधे मधे न थांबता ती घालतात. या प्रदक्षिणांची संख्या त्या त्या व्यक्तीने ठरवून घेतलेली असते. अकरा, एकवीस, एकशे आठ वगैरे! म्हणजे चालण्याचे अंतर नेमके होते. नित्य प्रदक्षिणा घालणारांनी खरे तर हेही लक्षात घ्यावे की, हा आपल्याला सुचविण्यात आलेला एक नियमित व्यायाम आहे! तोही शिस्तबद्ध रीतीने व्हावा म्हणून सर्वांसाठी फिरण्याची एकच दिशा ठरविलेली आहे. अन्यथा एकमेकांच्या समोरून विरुद्ध बाजूने येणाऱ्यांची संख्या असेल, तर चालताना अडथळा उत्पन्न होऊ शकेल. धार्मिक विधींची आरोग्याशी घातलेली ही एक सांगड आहे.

■■

प्रपंच

प्रपंच : प्रपंच म्हणजे संसार, होय ना? प्रपंचात राहूनही परमार्थ करता येतो असे म्हणताना संसारी माणसाने परमार्थासाठी संन्यास घेण्याची आवश्यकता नसते हेच सांगितले जात असते. पण मग या संसाराला, या साऱ्या व्यवहाराला प्रपंच का म्हणत असावेत? बहुधा अशासाठी की, या विश्वाची रचना पंचमहाभूतांपासून झालेली आहे. मनुष्याचा आणि विश्वाचा संबंध पंच ज्ञानेंद्रियांच्या द्वारे येतो. या जगात वावरताना मनुष्य पंच कर्मेंद्रियांनी सर्व व्यवहार करतो. सर्व खटाटोप चाललेला असतो तो पंचप्राणांसाठी! शेवटी विलीन व्हायचे असते तेही पंचत्वात! या सर्व पाच पाच गोष्टींचा इथे प्रकर्षाने विचार होतो, म्हणून तर याला प्रपंच म्हणत नसावेत ना?

■■

प्रभाव

प्रभाव : यापुढे तुम्ही काहीही म्हटले, काहीही केले, तरी तुमचा प्रभाव पडण्याची सुतराम शक्यता दिसत नाही. या वाक्यात आलेला प्रभाव हा शब्द तेज, सामर्थ्य, परिणाम करण्याची शक्ती या अर्थाने आलेला आहे हे आपण समजू शकतो. प्रभावशाली व्यक्तिमत्त्व, प्रभावी वक्तृत्व अशा शब्दबंधांमधूनही हा शब्द आढळतो. प्रभु म्हणजे साक्षात परमेश्वर! त्याचा गुण तो प्रभाव. या विश्वात त्याच्या इतका प्रभावशाली, प्रभाव या गुणाने युक्त असा कोण आहे? आणि त्याच्या प्रभावाच्या तुलनेत हा गुण कुणा अन्य व्यक्तीच्या ठिकाणी किती प्रमाणात

असू शकेल? पण आपण हे प्रमाण कितीही कमी असले, तरी प्रभाव हा शब्द निःसंकोचपणे वापरीत असतो खरे!

■ ■

प्रमाण/प्रमेय

प्रमाण/प्रमेय : प्रमाण हा शब्द कोणत्याही मोजावयाच्या वस्तूंच्या संदर्भात विचारात घ्यावा लागतो. कारण ही मोजावयाची वस्तू कोणत्या साधनाने मोजावयाची, हे प्रथम ठरवावे लागते. एखाद्या रेषेची लांबी मीटरमध्ये मोजायची की फुटामध्ये, सेंटीमीटरमध्ये की इंचांमध्ये, हे प्रथम ठरवावे लागते. म्हणजे प्रमाण कोणते? मीटर की फूट, सेंटिमीटर की इंच असा प्रथम प्रश्न पुढे उभा राहात असतो. मीटर/फूट इत्यादि लांबी मोजण्याची 'प्रमाणे' आहेत. तशी वजन मोजण्याची वेगळी प्रमाणे आहेत.

प्रमाण हा शब्द प्र+मा या धातूपासून तयार होतो. मा म्हणजे मोजणे. मान म्हणजे मोजण्याचे साधन. 'प्र'ने त्याचा काटेकोरपणा सांगितला जात असतो.

प्रमेय हाही शब्द प्र+मा याच धातूपासून मिळतो. मेय म्हणजे जे मोजायचे आहे, म्हणजे ज्याचे स्वरूप जाणून घ्यायचे आहे, ते. 'प्र' या उपसर्गाने काटेकोरपणा, उत्कर्ष सुचविला जातो.

भूमितीमध्ये 'प्रमेय' असते. म्हणजेच त्या त्या विषयाचे स्वरूप नीट लक्षात घ्यायचे असते. त्याची सिद्धता स्पष्ट करायची असते.

■ ■

प्रयत्न

प्रयत्न : एखाद्या रुग्णाला एखादे औषध नियमाने घ्यावे लागत असते. अशा रुग्णांना पुष्कळदा असा अनुभव येतो की, त्या औषधाचा डोस (म्हणजे औषधाचे प्रमाण) उत्तरोत्तर वाढविल्याशिवाय त्याचा परिणाम होत नाही! झोपेच्या गोळ्यांच्या बाबतीत हा अनुभव अनेकांना येतो. त्या विशिष्ट रुग्णांच्या बाबतीत त्या औषधांचा प्रभाव कमी कमी होत असतो. भाषेतील शब्दांचेही असेच असते का? प्रयत्न हा शब्द तरी हेच दर्शवीत आहे. 'यत्न' हा शब्द खरे तर आवश्यक तो आशय व्यक्त करायला समर्थ आहे. पण नुसत्या यत्नाने भागेनासे झाल्यामुळे त्याला एक 'प्र' जोडून त्याचा प्रयत्न करावा लागलेला आहे. प्रकर्षाने, अधिक जोमाने केलेला यत्न

म्हणजे प्रयत्न. आता प्रयत्न देखील क्षीणार्थ झालेला असल्यामुळे 'पुन्हा पुन्हा प्रयत्न करून पाहा!' असे म्हणावे लागते आहे! खरे ना?

■ ■

प्रवास

प्रवास : 'तुमच्या पत्रिकेत प्रवासयोग दिसतो, त्यामुळे तुम्ही नक्कीच अमेरिकेत जाणार' असे एखाद्या ज्योतिष्याने कुणाला सांगितले की, ती व्यक्ती खूश होते, होय ना?

परंतु पूर्वी तसे नव्हते. प्रवासयोग हा एक अनिष्ट योग समजला जाई. कारण प्रवास या शब्दाचा त्या वेळी घेतला जाणारा अर्थ!

निवास म्हणजे घरातले वास्तव्य, तर प्रवास म्हणजे घराबाहेर राहाणे! प्रवासात अनंत अडचणी असत. म्हणून प्रवास नकोसा वाटे. 'धनी गेले गं दूरदेशी' अशी व्याकुळता त्यामुळेही काव्यातून प्रकट होई. या प्रवासातही फारच लांबचे अंतर आणि प्रवासाचा सुदीर्घ काळ यांचे सूचन करण्यासाठी 'विप्रवास' असा शब्द वापरीत.

प्रवास म्हणजे स्वनिवास सोडून जाणे हा अर्थ आजही कायम आहे, पण त्यातील अनिष्टता दूर पळाली आहे.

■ ■

प्रशस्त

प्रशस्त : एखाद्या इमारतीतला मोठा, विस्तीर्ण हॉल पाहिला की, त्यासाठी 'प्रशस्त' हे विशेषण वापरले जाते. मग प्रशस्त शब्दाचा अर्थ विस्तीर्ण असा आहे काय? नाही! 'हे तुमचं वागणं काही प्रशस्त वाटत नाही बुवा!' यासारख्या वाक्यात हा अर्थ कसा लागू होईल?

प्रशस्त आणि प्रशंसा हे शब्द अर्थदृष्ट्या जवळचे आहेत. प्रशंसा म्हणजे स्तुती, गुणवर्णन. प्रशस्त म्हणजे ज्याची स्तुती झाली आहे, म्हणजेच होऊ शकते असे काहीही म्हणजेच चांगले, स्तुत्य. प्रशस्ती हाही शब्द स्तुती, गुणवर्णन याच अर्थाने आपण वापरतो. प्रशस्तीपत्रक किंवा प्रशस्तीपत्र म्हणजे असे गुणवर्णनपर पत्रक अथवा पत्र. असे पत्र मिळालेला मनुष्य मोठाच मानला पाहिजे; परंतु काही वेळा केवळ मोठ्या, विशाल शरीराच्या व्यक्तीचाही उल्लेख 'प्रशस्त' शरीराचा असा होत असतो. हेवा करण्यासारखेच असते ना हे शरीर?

■ ■

प्रसिद्ध

प्रसिद्ध : 'श्री. .... हे एक प्रसिद्ध डॉक्टर आहेत, हे आपण सर्व जण जाणतोच!' अशासारख्या वाक्यामध्ये प्रसिद्ध या शब्दाचा नेमका कोणता अर्थ आपल्याला अभिप्रेत असतो? या डॉक्टरांना सर्वत्र प्रसिद्धी मिळालेली आहे, म्हणजेच त्यांची माहिती अनेकांना आहे, त्यांचे यश सर्वत्र पसरलेले आहे, हे एक प्रथितयश डॉक्टर आहेत, असेच सामान्यपणे आपल्याला म्हणायचे असते. भाषेत प्रसिद्ध हा शब्द याच अर्थाने रूढ झालेला आहे. मात्र प्रसिद्ध शब्दाचा मूळ अर्थ तसा नाही! तो समजून घेण्यासाठी 'सिद्ध' शब्दाचा विचार करावा लागेल. सिद्ध पुरुष, म्हणजे ज्याला काही सिद्धी प्राप्त झालेल्या आहेत. म्हणजेच काही विशेष स्वरूपाचे, कृतींचे ज्ञान ज्याच्याजवळ आहे, असा पुरुष. प्र+सिद्ध म्हणजे प्रकर्षाने सिद्ध, विशेष सिद्ध. खरे तर 'प्रसिद्ध' (विशेष गुणांनी युक्त) असल्याने या व्यक्ती नामवंत होत असतात. पण मग प्रसिद्ध शब्दाचाच तो अर्थ होऊन बसतो.

■■

प्रस्ताव/ठराव

प्रस्ताव/ठराव : पुष्कळदा प्रस्ताव आणि ठराव हे शब्द एकमेकांऐवजी वापरले जातात, असे आढळते. वास्तविक या दोन शब्दांना दोन वेगवेगळे अर्थ आहेत. ते लक्षात घेतले म्हणजे आपल्याला जाणीव होईल की, प्रस्ताव आणि ठराव यांच्यात एक क्रम आहे. प्रस्ताव आधी येतो आणि ठराव नंतर होतो.

प्रस्ताव म्हणजे एखाद्या गोष्टीसंबंधी काही माहिती देऊन त्याबद्दल काही शिफारस करणे. प्रस्ताव या शब्दात मुळात प्र-स्तु असा धातू आहे. त्याचा अर्थ विशेष स्तुती करणे. आणि स्तुती करणे म्हणजेच योग्य ती, खरी माहिती देणे. त्या माहितीच्या आधारे 'असे करणे योग्य होईल' असे सुचविणे म्हणजे प्रस्ताव.

हा प्रस्ताव सर्वांनी मान्य केला, म्हणजे होतो ठराव. कारण त्यात काही गोष्टी सर्वांनी मिळून अथवा बहुमताने ठरविलेल्या असतात. असा हा प्रस्ताव व ठराव यातला क्रम आहे.

■■

प्रस्तावना

प्रस्तावना : 'पुस्तकाच्या या प्रस्तावनेत प्रस्तावनाकारांनी लेखकाची केवळ स्तुतीच केलेली दिसते आहे हो! या लेखनात आक्षेपार्ह दोषास्पद असे काही नाहीच की काय?' असे जर कुणी एखाद्या वाचकाने एखाद्या पुस्तकाच्या प्रस्तावनेसंबंधी म्हटले, तर आपण त्याच्या त्या म्हणण्यावर एकदम काही आक्षेप घेत नाही. कारण आपलेही सामान्यत: असेच मत असते की, प्रस्तावनेत गुण आणि दोष दोन्हींचा उल्लेख हवा. केवळ गुण नोंदणे बरोबर नाही! परंतु प्रस्तावना या शब्दाच्या अर्थाशी ते विसंगत होईल. स्तुती हा शब्द आपण जाणतो ना? या शब्दात 'स्तु' हा संस्कृत धातू आहे. त्याचा अर्थ स्तुती करणे असा आहे. या धातूपासून स्तवन आणि स्तावन, असे स्तुती याच अर्थाचे शब्द तयार होतात. त्यामागे जोडलेला 'प्र' हा उपसर्ग तर प्रकर्ष, आधिक्य दाखविणाराच आहे. प्रस्तावना हा स्त्रीलिंगी शब्द प्रकर्षाने स्तुती हाच अर्थ व्यक्त करतो. मग पुस्तकाच्या प्रस्तावनेत जर केवळ स्तुती असेल, तर तक्रार करायचे कारणच काय?

■■

प्रस्तुत

प्रस्तुत : 'प्रस्तुत लेखकाचे असे मत आहे की...' किंवा 'प्रस्तुत विषयाच्या संबंधात असे म्हणता येईल...' अश्या वाक्यरचनांमध्ये प्रस्तुत हा शब्द वापरलेला आढळतो. प्रस्तुत म्हणजे काय? ज्या विषयाचा विचार आत्ता चाललेला आहे तो विषय म्हणजे प्रस्तुत विषय किंवा जो लेखक आत्ता लिहितो आहे किंवा ज्याचा आत्ता उल्लेख झालेला आहे तो प्रस्तुत लेखक; हा अर्थ आपण समजून घेतो. 'प्रस्तुत' हा शब्द प्र+स्तु या संस्कृत धातूपासून मिळणारे विशेषण आहे. प्रस्ताव, प्रस्तावना हे शब्दही याच धातूपासून मिळतात. स्तु म्हणजे स्तुती करणे. पण स्तुती म्हणजे काय? गुणवर्णन! म्हणजे जी स्थिती आहे तिचे वर्णन! आपण भाषेत केवळ सद्‌गुणांच्या वर्णनाला स्तुती समजतो! हा या धातूच्या अर्थाचा संकोच आहे. अर्थात अगदीच अवगुणांच्या वर्णनासाठी काही स्तु धातूचा वापर होत नाही! पण अखेर उल्लेख करणे, लक्षात आणून देणे या अर्थाने हा धातू वापरल्यावर प्रस्तुत म्हणजे आता उल्लेखलेला हा अर्थ समजू शकतो.

■■

प्रस्तुतीकरण

प्रस्तुतीकरण : प्रस्तुतीकरण म्हणजे प्रस्तुत करणे. म्हणजे एखादी गोष्ट तिचे आवश्यक ते वर्णन करून कुणाच्या तरी पुढे ठेवणे! हे प्रस्तुत करणे केव्हा केव्हा 'सादर' – आदराने युक्त असेल, केव्हा केव्हा 'सप्रेम' – प्रेमाने युक्त असेल. स्नेहाने युक्त असेल तर सस्नेह, करुणेने युक्त असेल तर सकरुण असेही प्रस्तुतीकरण असू शकेल. आपण जर प्रस्तुतीकरण या शब्दाऐवजी 'सादरीकरण' असा शब्द वापरत असू, तर मग आता प्रेमीकरण, स्नेहीकरण, करुणीकरण असे आणखी शब्द वापरायला काय हरकत आहे? पण आपण ते वापरत नाही, कारण ते योग्य नाहीत, हे आपल्याला जाणवते. त्याच पद्धतीने खरे तर सादरीकरण शब्दही योग्य नाही. पण तो रूढ झाला आहे खरा! सादरीकरण ऐवजी योग्य शब्द वापरता येईल – प्रस्तुतीकरण. प्रस्तुत करणे म्हणजे पुढ्यात ठेवणे. प्रस्ताव हाही शब्द याच अर्थाचा आहे आणि प्रस्तावनेतही त्याच अर्थाची छटा आहे. संस्कृत धातू आहे प्र-स्तु.

■ ■

प्रस्थान ठेवणे

प्रस्थान ठेवणे : पूर्वी प्रवास करताना मुहूर्त पाहून प्रवासाला निघण्याची प्रथा होती. (आजही अनेक लोक, 'आज अमावास्या आहे ना, मग आज नको जायला' असे म्हणतात!)

पण एखाद्या विशिष्ट दिवशी प्रवासाला निघणे तर अत्यावश्यक असेल, पण तो दिवस 'शुभ' दिवस नसेल, तर मग अशा लोकांची थोडी पंचाईत होत असे.

मग ते काय करीत असत? प्रवासाच्या दिवसाच्या अलीकडचा जवळचा एखादा 'शुभ' दिवस पाहात आणि त्या दिवशी आपण प्रवासाला निघायचे, असा मनाशी संकल्प करीत! (नुसता संकल्प म्हणजे कृतीचा विचार; प्रत्यक्ष कृती नव्हे!)

आणि त्या संकल्पाप्रमाणे आपण प्रवासाला जणू काही निघालो आहोत, असे मानून एक हळकुंड आणि सुपारी एकत्र बांधून दाराशी बाहेरच्या बाजूला ठेवून देत असत!

हळकुंड हे वळकटीचे आणि सुपारी हे गाठोड्याचे प्रतीक बरं का!

त्याला म्हणत, प्रस्थान ठेवले! प्र+स्थान म्हणजे निघणे (प्रवासाला)!

■ ■

प्रस्थानत्रयी

प्रस्थानत्रयी : ज्ञानदेवांची भावार्थदीपिका (म्हणजेच ज्ञानेश्वरी), तुकाराम महाराजांची गाथा (अभंग संग्रह) आणि एकनाथांचे भागवत या तीन ग्रंथांना मिळून वारकरी मंडळी 'प्रस्थानत्रयी' म्हणतात. प्रस्थान म्हणजे पायरी. वरच्या पातळीवर जाण्यासाठी जिन्याच्या पायऱ्या असतात ना, त्या एकेका पायरीला प्रस्थान म्हणतात. तीन पायऱ्या म्हणजे प्रस्थानत्रयी. या तीन पायऱ्यांच्या साहाय्याने भक्त परमेश्वराच्या स्थानाकडे जाऊ शकतो किंवा मोक्षसाधनेच्या या तीन पायऱ्या आहेत, असे मानले जाते. प्रस्थान करणे म्हणजे प्रवासाला निघणे असाही एक अर्थ आहे. त्या दृष्टीने मोक्षाचा प्रवास करायला निघालेल्या व्यक्तीला साहाय्यक असे तीन ग्रंथ म्हणजे ही प्रस्थानत्रयी.

उपनिषदे, त्यांचे सार सांगणारा ब्रह्मसूत्र हा ग्रंथ आणि भगवद्‌गीता या तीन ग्रंथांना प्रस्थानत्रयी म्हणतात. पण संस्कृत भाषेमुळे ते ग्रंथ समजेनासे झाले, तेव्हा ही वारकऱ्यांची नवी प्रस्थानत्रयी निर्माण झाली आहे.

■ ■

प्राक्तन

प्राक्तन : प्राक्तन हा शब्द पुष्कळदा नशीब या अर्थाने वापरला जातो. आमच्या प्राक्तनात असेल ते आम्हाला भोगले पाहिजे, या वाक्यात प्राक्तन ऐवजी नशीब म्हटले जाऊ शकते.

जिचे स्वरूप समजू शकत नाही, परंतु जिचा परिणाम भोगावा लागतो अशी नशीब ही एक अनाकलनीय गोष्ट आहे; परंतु प्राक्तन म्हणजे नशीब नव्हे.

प्राक् म्हणजे पूर्वी. तन् म्हणजे केलेले, आपल्या हातून घडलेले (कर्म). प्रत्येक कर्माचे फल कर्त्याला भोगावेच लागते हा कर्म-फल सिद्धांत भारतीय तत्त्वज्ञानी मानतात. त्यामुळे आपल्या वाट्याला आलेले सुख वा दुःख हे नेमके कशामुळे प्राप्त झाले आहे, हे जेथे समजू शकत नाही, तेथे मग हे प्राक्तनाचे म्हणजेच पूर्वी केलेल्या कर्माचेच फल असले पाहिजे असे मानले जाते. अर्थात हे प्राक्तन नेमके कोणत्या स्वरूपाचे होते, याची स्मृती मात्र व्यक्तीला असतेच असे नाही.

■ ■

प्रागतिक

प्रागतिक : प्रागतिक म्हणजे पुढे पुढेच जाणारा, जुने विचार सोडून नवीन प्रगत विचारांची कास धरणारा!

प्रागतिक शब्द हा काही प्र-अगतिक म्हणजे विशेषत्वाने अगतिक या अर्थाचा नाही! प्रगत शब्दापासून तो तयार होतो. जगत्‌पासून जागतिक, संसारपासून सांसारिक, स्वभावपासून स्वाभाविक तसा हा प्रगत पासून प्रागतिक.

'प्रागतिक' हा शब्द 'प्रगतिक' असा लिहून चालणार नाही. तसाच तो प्रगतीक किंवा प्रागतीक असाही लिहिता कामा नये. प्रागतिक असेच त्याचे लेखन हवे.

■■

प्रागैतिहासिक

प्रागैतिहासिक : 'प्रागैतिहासिक काळात माणसे अधिक प्रमाणात मांसाहारीच असणार आणि प्राण्यांची शिकार करून त्यावरच त्यांची उपजीविका चालत असणार, नाही का?'

या वाक्यातल्या 'प्रागैतिहासिक' या शब्दाचा 'खूप खूप पूर्वी' हा अर्थ अंदाजाने कुणीही समजू शकेल. पण नेमका अर्थ काय ते सांगता येईल का? ऐतिहासिक म्हणजे इतिहासाशी संबंधित. ऐतिहासिक काळात असे म्हटले, म्हणजे ज्या काळातील इतिहास आपण जाणतो त्या काळात! हा काळ कदाचित आठ-दहा हजार वर्षांपर्यंत मागे नेता येईल. परंतु त्याही पूर्वीच्या काळात काय काय घडले, ते आपण संगतवार सांगू शकत नाही. त्या ऐतिहासिक काळाच्याही मागे जाणाऱ्या या भूतकाळाला म्हणतात प्रागैतिहासिक काळ. प्राक् म्हणजे पूर्वी, आधी. प्राक् या शब्दाला ऐतिहासिक हा शब्द जोडताना क् + ऐ यांचा संधी होतो तेव्हा 'क'चे रूपांतर ग् या मृदु व्यंजनात होते व त्या 'ग्'मध्ये ऐ मिसळून गै हे अक्षर मिळते.

■■

प्रांजलपणा

प्रांजलपणा : 'मी प्रांजलपणानं सांगतो की, मी प्रथम क्रमांकाच्या विद्यार्थ्याला भरपूर मोठे पारितोषिक देऊन त्याच्या यशाचे श्रेय माझ्याच कोचिंग क्लासचे

असल्याचे त्याच्याकडून वदवून घेतले आहे! या वाक्यातल्या प्रांजलपणा या शब्दाचा अर्थ काय आहे?

त्यात आपल्या गैर वर्तनाबद्दलची थोडी खंत व्यक्त होते आहे. एक प्रकारे हा कबुली जबाब असून त्यात किंचितशी क्षमायाचना आहे. स्वत:कडे थोडा कमीपणा घेण्याची वृत्ती आहे. प्रांजल हा शब्द 'प्रांजली'पासून निर्माण झालेला आहे. अंजली म्हणजे ओंजळ, जोडलेले दोन हात; प्र म्हणजे पुढे केलेली ओंजळ. म्हणजे जोडलेले हात पुढे करून एक प्रकारे याचना करणे, हाच अर्थ प्रांजलपणात समाविष्ट होतो.

■ ■

प्राण

प्राण : मृत्यू येणे म्हणजेच प्राण जाणे असे आपण म्हणतो. संस्कृतमध्ये अन्-अनिति असा एक धातू आहे. त्याचा अर्थ श्वास घेणे! या धातूपासूनच तर प्र-अन् – प्राण असा शब्द तयार होतो. प्राण म्हणजे अखेर श्वासच! 'अन्'पासून आपण जर अनिमत् असा एक श्वासयुक्त या अर्थाचा शब्द कल्पिला, तर इंग्रजीतल्या (Animal व animate) या शब्दांचा अर्थ आपल्याला बरोबर समजेल! जड वस्तूंसाठी इंग्रजीत (Inanimate) हे विशेषण वापरतात.

■ ■

प्राणांतिक उपोषण

प्राणांतिक उपोषण : सार्वजनिक स्वरूपाचे काही भ्रष्ट आचार नष्ट व्हावेत, यासाठी संबंधितांवर दडपण आणण्यासाठी अथवा आपल्या स्वत:वर अथवा अन्य कुणावर झालेला अन्याय दूर करण्यासाठी उपोषणाचा मार्ग स्वीकारणारे काही कार्यकर्ते असतात. 'आत्मशुद्धी' किंवा 'चित्तशुद्धी' या हेतूंसाठी देखील उपोषण करण्याची प्रथा आहे. निषेध म्हणून, एखादी कृती करवून घेण्यासाठी म्हणून उपोषण करण्याचा व्यक्ती समूहांचा अधिकार समाजाने मान्य केलेला आहे. परंतु जेव्हा काही लोक 'प्राणांतिक' उपोषणाची घोषणा करतात, तेव्हा प्राणांतिक हा शब्द हळूहळू आपला अर्थ गमावून बसेल की काय अशी शंका येऊ लागते. प्राणांतिक म्हणजे प्राणांचा अंत करणारे किंवा प्राण आहेत तोवर चालणारे. म्हणजेच केवळ मृत्यूनेच थांबणारे! असे उपोषण करण्याची कायद्यानेही परवानगी नसते, कारण तो

आत्महत्येचा गुन्हा असतो! कुणी असे उपोषण करूही नये. म्हणून 'प्राणांतिक' असा शब्द न वापरता 'बेमुदत' हाच शब्द अशा उपोषणांसाठी वापरावा हे बरे!

■■

प्राणी

प्राणी : मनुष्य हाही एक प्राणीच आहे, असे कुणी म्हटले, तर एखाद्या माणसाला राग येईल कदाचित! कारण वाघ, सिंह, घोडा, गाढव इत्यादींचा उल्लेख प्राणी म्हणून करण्याची आपली नेहमीची पद्धत आहे ना! परंतु प्राणी म्हणजे काय? प्राणयुक्त आहे असा कोणीही प्राणीच. नाही का? जसे गुणयुक्त तो गुणी, धनयुक्त तो धनी, तसेच प्राणयुक्त तो प्राणी! मनुष्यही त्या अर्थाने एक प्राणी आहेच.

■■

प्रादुर्भाव

प्रादुर्भाव : एखाद्या रोगाच्या साथीचा प्रादुर्भाव होणे म्हणजे ती रोगाची साथ निर्माण होणे. दारिद्र्य, बेकारी, रोगराई, दुष्काळ अशा अनिष्ट गोष्टींचा प्रसार सांगताना प्रादुर्भाव या शब्दाचा वापर करण्याची प्रथा दिसते. बहुतेक करून दुर्भाव यातील 'दुर्' या घटकाचा हा प्रभाव असावा. परंतु या 'दुर्'चा अनिष्ट किंवा वाईट असा मात्र इथे अर्थ नाही. दुर्भाव म्हणजे अभाव. अदुर्भाव म्हणजे त्याउलट भाव, अस्तित्व. आणि प्रादुर्भाव म्हणजे प्र अदुर्भाव. यातील 'प्र'ने या अस्तित्वाची व्याप्ती वाढविली जाते. म्हणून जेव्हा रोगाचा प्रादुर्भाव झाला असे म्हटले जाते तेव्हा त्या रोगाची नुसती उत्पत्तीच नव्हे, तर त्याचा प्रसारही त्यातून सूचित होतो.

■■

प्राप्ती

प्राप्ती : प्राप्ती हे मराठी रूप; संस्कृत पद्धतीने प्राप्ति. आपण मराठी रूपाचाच स्वीकार करू. हा शब्द दुःखाची प्राप्ती, शस्त्रास्त्रांची प्राप्ती, जोडीदाराची प्राप्ती, यशाची प्राप्ती वगैरे शब्दबंधांमध्ये वापरला जातो. तेव्हा केवळ मिळालेले, लाभलेले, असा तिथे त्याचा अर्थ असतो. पण जेव्हा 'तुमची मासिक प्राप्ती काय आहे?' असा

प्रश्न (खरे म्हणजे कुणाला विचारू नये म्हणतात! पण तरीही) विचारला जातो तेव्हा त्याचा अर्थ द्रव्यप्राप्ती, धनप्राप्ती, अर्थप्राप्ती असाच आपण समजतो! म्हणजे बघा, आपल्याला जीवनात काय काय प्राप्त करून घ्यायचे आहे, (उदाहरणार्थ ज्ञान, यश, अगदी सत्ता सुद्धा) त्या सर्वांचा वेगळा उल्लेख करावा लागतो; पण प्राप्ती म्हटले की, आपण न बोलताच धन गृहीतच धरतो, इतके आपण धनप्राप्तीसाठी धडपडत असतो! या एका शब्दातून मानवी वर्तनासंबंधी एक सिद्धांत सूचित होतो आहे.

■ ■

प्रामाणिक

प्रामाणिक : प्रामाणिक म्हणजे? खरे बोलणारी, खोटे न बोलणारी, दुसऱ्याला फसवून व्यवहार न करणारी वगैरे व्यक्ती. पण हा अर्थ व्यक्त होईल असा कोणता घटक या शब्दात आहे?

वस्तूचे ज्ञान करून घेण्याचे साधन म्हणजे 'प्रमाण'. प्रत्यक्ष प्रमाणाने म्हणजे आपल्या इंद्रियांनी अनुभव घेऊन वस्तूचे ज्ञान होते. तसे ते अनुमानाने, आप्तवाक्याने असेही होते. ही प्रमाणे मान्य करूनच जी व्यक्ती व्यवहार करते तिला म्हणतात प्रामाणिक. अश्या व्यक्तीला खोटे कसे सांगता येईल? म्हणून प्रामाणिक म्हणजे खरे बोलणारी व्यक्ती. प्रमाण म्हणजे वस्तू मोजण्याचे (म्हणजेच तिचे स्वरूप समजून घेण्याचे) साधन. म्हणून वजनमापे देखील प्रमाणेच आहेत. एक किलो वस्तू देताना एक किलोचेच माप म्हणजे प्रमाण वापरणारा व्यापारी प्रामाणिक व्यापारी! या पद्धतीने सर्वच व्यवहारात प्रामाणिक व्यक्ती त्या त्या व्यवहारातील 'प्रमाण' स्वीकारून वागत असते. तशी ती असेल, तरच ती प्रामाणिक अन्यथा अप्रामाणिक!

■ ■

प्रायोजक

प्रायोजक : 'टी.व्ही. सीरियलसाठी स्पॉन्सर (स्पॉन्सरर नव्हे) हवे आहेत!' अशी जाहिरात इंग्रजी शब्दाचा वापर करून दिली गेली, तर कुणी स्वभाषाप्रेमी स्पॉन्सर या शब्दासाठी प्रायोजक हा मराठी शब्द अवश्य सुचवू शकेल.

योजना करणारा म्हणजे योजक. त्यामागे नुसता प्र हा उपसर्ग लावला, तर

प्रयोजक हा शब्द तयार होईल. पण या शब्दाचा भाषिक व्यवहारात एक विशिष्ट अर्थ आहे. एखादी क्रिया करणे वेगळे आणि ती दुसऱ्याकडून करवून घेणे वेगळे. हे करविणे हे प्रयोजक क्रियापद आहे. बसणे-बसविणे, झोपणे-झोपविणे अशी अन्य उदाहरणे सांगता येतील. प्रायोजक हा नुसता प्रयोजक नव्हे, तर प्र-आयोजक असतो. म्हणजे तो एखादी गोष्ट घडविण्यासाठी आवश्यक त्या सर्व सोयी करून देतो. सध्याच्या काळात आर्थिक गरज भागविणे हे सर्वात महत्त्वाचे, त्यामुळे प्रायोजकाचे तेच खरे काम असते.

■■

प्रायोपवेशन

प्रायोपवेशन : स्वा. सावरकरांनी प्रायोपवेशन करून देहत्याग केला. या वाक्याचा अर्थ तर कळला, पण प्रायोपवेशन म्हणजे नेमके काय, ते खरेच कळले आहे का? प्रायोपवेशन म्हणजे उपवास, अन्नत्याग असा अर्थ सामान्यपणे घेतला जातो; परंतु असा अन्नत्याग हे प्रायोपवेशनाचे केवळ बाह्य चिह्न असते.

प्राय हा शब्द प्र-इ या धातूपासून सिद्ध होतो. प्र-इ म्हणजे पुढे पुढे जाणे. सर्व प्राणी हे पुढे पुढे म्हणजे मृत्यूकडे जात असतात म्हणून प्राय म्हणजे मृत्यूकडे जाणे! त्यासाठी केलेले उपवेशन म्हणजे प्रायोपवेशन.

आणि उपवेशन (किंवा उपवेश) म्हणजे स्वस्थ बसून राहाणे. कोणतीही इतर कृती न करता मृत्यू येण्याची वाट पाहात बसून राहाण्याला म्हणायचे प्रायोपवेशन. त्यात अर्थातच खाण्या-पिण्याचाही त्याग करायला हवा.

त्यामुळेच प्रायोपवेशन याचा अर्थ उपवास असा घेतला जाऊ लागला आहे. तोही घ्यावा; पण हा उपवास मृत्यू येण्यापर्यंत करावयाचा, मृत्यूची वाट पाहात करावयाचा उपवास आहे हे लक्षात घ्यावे.

■■

प्रारब्ध

प्रारब्ध : एखाद्या अनपेक्षित अडचणीत सापडल्यावर आपल्या कपाळावर हात मारून घेऊन माणसे म्हणतात, 'प्रारब्ध आमचे! दुसरे काय!'

यात प्रारब्ध शब्दाचा त्यांना अभिप्रेत असलेला अर्थ असतो, नशीब!

परंतु प्रारब्ध म्हणजे नशीब नव्हे किंबहुना कर्मसिद्धांत मानणाऱ्या भारतीयांना

नशीब नावाची कोणतीही अनाकलनीय गोष्ट मान्यच नाही, असेही म्हटले तरी चालेल

मग प्रारब्ध म्हणजे काय? प्रारब्ध शब्दाचा शब्दशः अर्थ आहे, सुरू केलेले, प्रकर्षाने आरंभिलेले. ते काय? तर कर्म! आम्ही जे काही कर्म आरंभिलेले आहे, त्याचे फलित म्हणूनच आजचा हा प्रसंग आमच्यावर येऊन पडला आहे, असा या 'प्रारब्ध आमचे!' या वाक्याचा खरा अर्थ! यात प्रत्येक कर्माचे फल त्या कर्माच्या कर्त्याला भोगावे लागते. त्यातून त्याची सुटका नाही, हा विचार अनुस्यूत आहे.

■ ■

प्रार्थनीय उपस्थिती

प्रार्थनीय उपस्थिती : 'आपली उपस्थिती प्रार्थनीय आहे.' या वाक्याची अलीकडे सवय झालेली आहे. 'आपण उपस्थित राहावे, अशी आमची आपणास विनंती आहे.' हा त्या वाक्याचा अर्थ आपण समजून घेतो. परंतु शब्दशः पाहिले, तर तसा अर्थ इथे होत नाही! प्रार्थनीय म्हणजे प्रार्थना करण्यास योग्य! याचा अर्थ आम्ही प्रार्थना करतो आहोत, असा मात्र नाही. जसे आपले यश अभिनंदनीय आहे, म्हणजे अभिनंदन करण्यास योग्य आहे; पण आम्ही मुक्तपणे अभिनंदन करीत आहोत असे नाही!

मग हिंदी भाषेच्या प्रभावातून आलेला 'प्रार्थनीय उपस्थिती' हा शब्दबंध टाळून सरळ सरळ विनंती करायला काय हरकत आहे? 'आपण अवश्य उपस्थित राहावे, अशी प्रार्थना आहे.' असे म्हणणेच योग्य.

■ ■

प्रार्थित/प्रार्थीत

प्रार्थित / प्रार्थीत : '...आपली उपस्थिती प्रार्थनीय आहे' या वाक्यातील प्रार्थनीय हा शब्द काढून तिथे 'प्रार्थित' हा शब्द घालता की, आम्ही आपल्या उपस्थितीसाठी ही प्रार्थना केलेली आहे, असा स्पष्ट अर्थ मिळेल. 'प्रार्थनीय'मुळे फक्त प्रार्थना करण्याची इच्छा व्यक्त होईल; कृती नाही.

पण हा 'प्रार्थित' शब्द सुद्धा 'प्रार्थीत' असा लिहून (मुद्रित करून) चालणार नाही. इतकेच काय, उच्चारात सुद्धा प्रार्थीत असा उपान्त्य अक्षराचा दीर्घ उच्चार

चालणार नाही. का बरं? तर असा दीर्घ 'र्थी' जर उच्चारला, तर उपस्थितीचे विशेषण म्हणून हा शब्द स्वीकारता येणार नाही. प्रार्थीत हा शब्द केव्हा चालेल? त्या वेळी वाक्य कसे करावे लागेल – आम्ही आपल्या उपस्थितीसाठी प्रार्थना करीत आहोत. म्हणजे आम्ही आपली उपस्थिती प्रार्थीत आहोत.

इथे आम्ही प्रार्थीत आहोत, असे स्वतंत्र वाक्य तयार होईल व उपस्थितीचे ते विशेषण न होता 'प्रार्थीत' आहोत असे क्रियापद होईल. (करीत आहोत, ठेवीत आहोत या प्रमाणे.)

प्रार्थित आणि प्रार्थीत यातील हा अर्थभेद लक्षात घेतला पाहिजे.

■ ■

प्राज्ञ

प्राज्ञ : ज्ञ म्हणजे जाणणारा. त्यावरून अज्ञ – न जाणणारा, अडाणी (अज्ञानी) असा शब्द तयार होतो. या 'ज्ञ'च्या मागे प्र हा उपसर्ग लावला, तर प्र म्हणजे प्रकर्षाने जाणणारा या अर्थाने प्रज्ञ असा शब्द तयार व्हायला हवा. परंतु प्रज्ञ असा शब्द न वापरता आपण 'विशेष जाणकार' या अर्थानेच प्राज्ञ असा शब्द वापरतो. अगदी शुद्ध संस्कृत भाषेतही प्राज्ञ असाच तो आहे.

या शब्दाला पाणिनीनेही मान्यता दिलेली आहे. प्रज्ञ ऐवजी प्राज्ञ म्हणजे एक अशुद्ध शब्द रूढ झाला असे म्हणावे का? नाही! प्रज्ञ हा पुल्लिंगी शब्द, तर त्याचे स्त्रीलिंगी रूप होईल प्रज्ञा. आणि प्रज्ञा शब्द काही जाणकार स्त्री या अर्थाने वापरता येणार नाही. कारण त्याला स्वतंत्र अर्थ आहे; बुद्धी. मग भाषेत जाणकार स्त्री या अर्थाचा शब्द हवा की नको? तो आहे प्राज्ञा. 'प्राज्ञ'चे स्त्रीलिंगी रूप प्राज्ञा किंवा प्राज्ञी देखील!

■ ■

प्रियकर/प्रेयसी

प्रियकर/प्रेयसी : प्रियकर म्हणजे आपल्या प्रेयसीला जे जे प्रिय ते ते सर्व करणारा! पण त्याची ती प्रेयसी अश्याच पद्धतीने क्रियाशील असते, असा अर्थ तिच्यासाठी वापरला जाणारा प्रेयसी हा शब्द सुचवीत नाही.

प्रेयस् या शब्दाचे स्त्री लिंगी रूप आहे प्रेयसी. श्रेयस् म्हणजे पारलौकिक कल्याण. त्या उलट प्रेयस् म्हणजे या जगातील. म्हणजेच ऐहिक असे सुख! प्रेयसी

हा शब्द प्रियकर पुरुषाची त्या स्त्रीकडे पाहाण्याची, तिच्यासंबंधी विचार करण्याची विशिष्ट दृष्टी, वृत्ती स्पष्ट करणारा आहे. या प्रियकराला ती स्त्री हीच या जगातील सर्वात अधिक आनंददायक गोष्ट वाटत असते असा आहे प्रेयसी या शब्दातून व्यक्त होणारा अर्थ! त्यामुळे प्रियकर-प्रेयसी ही शब्द जोडी केवळ पुरुषाच्या मनोवृत्तीचे व तदनुसार कृतीचे प्रकटन करू शकते आहे. स्त्रीचा प्रतिसाद त्यातून स्पष्ट होत नाही.

■ ■

प्रेषित

प्रेषित : आपण ज्या व्यक्तीला पत्र लिहितो त्या व्यक्तीच्या पत्त्याबरोबरच पत्र पाठविणारी व्यक्ती म्हणून आपलाही पत्ता लिहीत असतो. त्या वेळी आपण आपला उल्लेख प्रेषक असा करतो. प्रेषक म्हणजे पाठविणारी व्यक्ती.

हा शब्द लक्षात घेतला म्हणजे मग प्रेषित शब्दाचा अर्थ सहज लक्षात येईल. तो आहे – पाठविलेला, पाठविलेली अथवा पाठविलेले. ज्या पत्राचे आपण प्रेषक असतो, ते आपले प्रेषित असते! आणि ते आपले प्रेषित पत्रच आपला संदेशही इष्ट व्यक्तीकडे घेऊन जात असते.

पण आपण प्रेषित हा शब्द संदेश नेणाऱ्या आपल्या साध्यासुध्या पत्रासाठी वापरीत नाही, तर परमेश्वराने स्वतः प्रेषक बनून, मानवजातीसाठी आपला संदेश घेऊन पाठविलेल्या व्यक्तीला आपण त्याचा प्रेषित म्हणतो!

■ ■

प्रौढ/प्रौढा

प्रौढ/प्रौढा : प्रौढ नागरिक संघ ही संज्ञा आपल्या परिचयाची आहे. प्रौढ म्हणजे काय? साधारणपणे पन्नाशीच्या पुढच्या व्यक्तींना प्रौढ म्हणायला हरकत नसावी. पण म्हणजे प्रौढ या शब्दाचा पन्नास वर्षांशी अथवा वयाशी काही संबंध आहे काय?

प्रौढ हा शब्द मुळात प्रौढा या स्त्रीलिंगी शब्दाचे पुल्लिंगी रूप आहे. मूळ शब्द स्त्रीलिंगी आहे. एरवी बाल-बाला, तरुण-तरुणी, वृद्ध-वृद्धा याप्रमाणे मूळ पुल्लिंगी शब्दावरून स्त्रीलिंगी शब्द तयार होतो, पण प्रौढ हा शब्द मात्र प्रौढाचे पुल्लिंगी रूप आहे!

ऊढा म्हणजे विवाहिता (विवाहित हे देखील नंतरचे पुल्लिंगी रूप बरं का!), वाहून नेलेली. वर हा वधूला वाहून नेतो ना! तिच्याशी लग्न लावून. म्हणून ऊढा

म्हणजे लग्न झालेली. म्हणून ऊढ म्हणजे लग्न झालेला पुरुष. लग्न होऊन पुष्कळ वर्षे झालेल्या स्त्रीला म्हणायचे प्रौढा, तर पुरुषाला प्रौढ!

म्हणजे लग्न न करणारी स्त्री वयाने कितीही मोठी झाली, तरी कधीच 'प्रौढा' होत नसते, हे भाषिक आधारानेही सागंता येईल, नाही का?

आज मात्र प्रौढ या शब्दाचा विवाहाशी अविभाज्य संबंध राहिलेला नाही. अविवाहित स्त्री-पुरुष देखील वयाने वाढल्यावर प्रौढा/प्रौढ या विशेषणाचे अधिकारी होत आहेत.

■ ■

फालतू

फालतू : 'हा काय फालतूपणा चालला आहे तुमचा!' असं तुम्ही कुणाला उद्देशून कधी म्हटलं असेल. त्यातल्या फालतू शब्दाचा अर्थ काय?

हिंदी भाषेत या शब्दाचा अर्थ जादा, उरलेला, अधिकचा असा होतो. त्यामुळे कैद्यांची मोजणी करताना ती 'चार जोडी एक फालतू' म्हणजे नऊ अशा पद्धतीने केली जात असते.

पण मराठीतला फालतूपणा म्हणजे असा उरलेपणा खासच नाही!

संस्कृतमध्ये एक म्हण आहे - 'सारं ततो ग्राह्यम् अपास्य फल्गु!' सार तेवढे येथून घ्या; निरुपयोगी, निरर्थक असेल ते टाकून द्या, असा या म्हणीचा अर्थ. यातील 'फल्गु' या शब्दाचेच रूपांतर मराठीत फाल्तू, फालतू असे झालेले दिसते. म्हणूनच त्याचा अर्थ निरर्थक, टाकाऊ असाच आहे. शेंगांची टरफले आपण टाकून देतो ती याच सार-फल्गु न्यायाने.

■ ■

फी

फी : फी हा आता शुद्ध मराठी शब्द आहे. कारण शब्दाची अन्य रूपे आपण मराठीत वापरतो. उदा. फिया हे अनेकवचन, फीसाठी, फीमुळे, फीला इत्यादि शब्दयोगी आणि विभक्तीप्रत्यययुक्त रूपे!

फी या शब्दाचा अर्थ काय?

मुळात FEO या अँग्लो सॅक्सन भाषेतील शब्दापासून FEE हा इंग्रजी शब्द आला आणि या FEO या शब्दाचा अर्थ आहे, गुरे-ढोरे! फ्रेंच भाषेतून आलेला FIEF हा शब्दही याच अर्थाचा वाचक आहे.

याचा अर्थ, कुणालाही कसलेही शुल्क किंवा दक्षिणा देताना जशी प्राचीन भारतात गायींच्या रूपात ते देण्याची पद्धत होती, त्याचप्रमाणे जगात अन्यत्रही पशूंच्या रूपातच शुल्क देण्याची प्रथा असली पाहिजे. भाषावैज्ञानिक तर मुळी FEO हा शब्द देखील पशु या संस्कृत शब्दापासून निर्माण झाल्याचे सांगत आहेत.

■ ■

फुकट फौजदार

फुकट फौजदार : सार्वजनिक कामात आपली बुद्धी, शक्ती, यांचा उपयोग निरपेक्षपणे, कोणत्याही मोबदल्याशिवाय करून देणारे काही लोक असतात. ते अर्थातच स्तुतीस पात्र असतात. परंतु या अशा लोकांचा त्या सार्वजनिक कामात उपद्रव होऊ लागला की, त्यांनाच म्हटले जाते, फुकट फौजदार!

पूर्वी आपल्या पदरी सैनिकांची तुकडी (म्हणजे फौज) ठेवून युद्धप्रसंगी जो कोणी जास्ती मोबदला देईल त्याच्या बाजूने आपल्या फौजेसह युद्धात भाग घेणारे काही लोक असत. हेच तेव्हाचे फौजदार. मोबदला घेऊन फौज उपलब्ध करून देणारे ते फौजदार. (अलीकडे हा शब्द सामान्यत: पोलिस अधिकाऱ्यांसाठी वापरतात.) हे फौजदार बहुदा मोहिमेवर गेल्यावर शत्रु प्रदेशात वारेमाप लूट देखील करीत. त्यामुळे त्यांचा अनेकांना उपद्रव देखील होत असे. मोबदल्याची अपेक्षा न करता केवळ लुटीच्या अपेक्षेनेही काही फौजदार मोहिमेवर येत असावेत. अशा उपद्रकारक फौजदारांप्रमाणेच सार्वजनिक अथवा मित्रादिकांच्या एखाद्या कामामध्ये कोणत्याही लाभाची अपेक्षा न ठेवता मदतीचा हात पुढे करून आपल्या प्रत्यक्ष कामातून मात्र त्रासदायकच ठरणाऱ्या साहाय्यकांना म्हणतात फुकट फौजदार.

■ ■

बडबड

बडबड : 'आमचा दोन वर्षे वयाचा प्रसाद सारखा बडबड करीत असतो!' किंवा 'फार बडबड करू नकोस! जरा गप्प बैस!' अशा वाक्यांमधल्या बडबड शब्दाचा अर्थ कुणालाही कळू शकेल, नाही का? या शब्दाचे मूळ काय आहे, माहीत आहे? वद् असा संस्कृत धातू आहे. त्याचा अर्थ बोलणे! वद म्हणजे तू बोल! वद वद ही द्विरुक्ती, बोल, बोल ना! अशा अर्थाची! पण अशा मनधरणीने समोरच्या व्यक्तीने एकदा का बोलायला सुरुवात केली की, ती होते – बडबड!

सामान्यत: लहान मुले आणि स्त्रिया 'बडबड' करीत असतात, असाच आपला अनुभव आहे काय? असे असेल, तर त्यांना फार बोलायला लावू नका!

■ ■

बन्धक

बन्धक : अलीकडे हिंदी भाषेतून मराठीत येणाऱ्या शब्दांचे प्रमाण बरेच वाढलेले आहे. प्रेक्षक या अर्थाने दर्शक हा शब्द आता मराठीतही रूढ झाला आहे. तो दूरदर्शनच्या विविध वाहिन्यांवरून हिंदीतून केल्या जाणाऱ्या भाषणांमधून आलेला आहे.

तसाच आता बंधक हाही शब्द मराठीत येण्याची शक्यता निर्माण झाली आहे.

तसा बंधक या शब्दात दोष काय आहे? काहीच नाही! पण हिंदीमध्ये तो अलीकडे बंदी, कैदी या अर्थाने वापरला जाऊ लागला आहे, म्हणून ही चिंता वाटते! बंधक या शब्दाचा खरे तर अर्थ बंधन निर्माण करणारा असा आहे! हे सर्व नियम आम्हाला बंधनकारक नाहीत या अर्थाने बंधक नाहीत असे म्हणता येईल. 'प्रतिबंधक' असा शब्द मराठीत आहेच ना! तेव्हा बंधक म्हणजे बांधून ठेवणारे, अडविणारे! पण अलीकडे हिंदी वर्तमानपत्रांमधून कैदी, बंदी या अर्थाने 'बंधक' शब्द दिसून येऊ लागला आहे! तेव्हा मराठी भाषिकांनो, सावधान! या शब्दाला मराठीत प्रतिबंध करा!

■ ■

बलात्कार

बलात्कार : 'लग्नाचे आमिष दाखवून ...ने ...वर सतत चार महिने बलात्कार केला....' अशी एखादी बातमी आपल्या वाचनात आलेली असेल. या वाक्यातील बलात्कार हा शब्द योग्य आहे असे आपल्याला वाटते का? मुळात बलात्कार या शब्दाचा सरळ सरळ अर्थ संबंधित व्यक्तीची संमती न घेता, तिच्या इच्छेविरुद्ध बळाने कोणतीही कृती करणे एवढाच आहे. तथापि कोणतीही कृती याऐवजी 'लैंगिक संबंधाची कृती' या अर्थापर्यंत हा शब्द संकोच पावलेला आहे. पण निदान त्यातील 'बलात्' – बळजबरीने हा तरी आशय स्थिर राहायला हवा की नाही? 'बळजबरी' शरीर संबंधासाठी वारंवार होऊ शकते? की हे संबंध होताना संबंधित व्यक्तीची तात्कालिक व तात्पुरती का होईना, संमती असतेच?

अश्या स्थितीत अशाही संबंधांसाठी बलात्कार हा शब्द वापरून वापरून अधिक संकुचित अर्थाने युक्त होऊन जाईल की नाही? बलात्कार म्हणजे लैंगिक शरीरसंबंध इतकाच अर्थ राहील.

■ ■

बलिदान

बलिदान : क्रांतिकारकांनी केलेल्या प्राणत्यागाला आत्मबलिदान म्हटले जाते. बलिदान म्हणजे दान! सर्वस्वाचे दान!

बलिदान या शब्दाचा उगम आहे एका पौराणिक कथेमध्ये. ही कथा अशी आहे – आपल्या दानशीलतेचा अहंकार झालेल्या बली (बळी) राजाने वामनाला त्याची तीन पावले मावतील येवढ्या जागेचे दान मान्य केले. तेव्हा वामनाने दोन पावलांत सर्व विश्व व्यापून, बलीच्या सांगण्यावरून तिसरे पाऊल त्याच्या मस्तकावर टेकविले व त्याला पाताळात पोहोचविले आणि या प्रकारे त्याचा अहंकार घालविला.

त्यानंतर मात्र बलीचा गौरव करण्याच्या भूमिकेतून समाजाने बलीने केलेले दान म्हणजे सर्वस्वाचे दान हा अर्थ रूढ केला व सर्वस्वाचे दान म्हणजे बलिदान हा शब्द वापरात आणला. सामासिक शब्द तयार होताना बली-दान याऐवजी बलिदान असे त्याचे रूप होत असते.

बली हा संस्कृत शब्द मराठीत बळी झाला, पण बलिदान हा शब्द मात्र तसाच राहिला.

■ ■

बहुदा

बहुदा : 'बहुदा असं होतं की...' असं म्हणत तुम्ही वारंवार घडणाऱ्या कोणत्या तरी गोष्टीसंबंधीची माहिती सांगू इच्छिता. बहुदा घडणारी गोष्ट म्हणजे पुष्कळदा घडणारी!

बहु म्हणजेच पुष्कळ.

एकदा म्हणजे एके वेळी. सर्वदा म्हणजे सर्व वेळा, नेहमी. त्याचप्रमाणे बहुदा म्हणजे पुष्कळ वेळी, अनेक वेळी!

पण मग काही वेळा 'बहुदा' हा शब्द 'बहुधा' असा लिहिलेला, छापलेला आढळतो. त्याचे काय? बहुधा असाही शब्द भाषेत आहेच, पण जेव्हा अनेक वेळा

असा अर्थ व्यक्त करायचा असेल, बहुतेक वेळी, असे म्हणायचे असेल, तेव्हा बहुदा असाच शब्द वापरणे योग्य होईल.

■ ■

बहुधा

बहुधा : 'बहुदा' आणि 'बहुधा' हे दोन वेगवेगळे शब्द आहेत. सर्वदा सारखाच बहुदा हा शब्द आहे. मात्र बहुधा हा शब्द द्विधा सारखा आहे. द्विधा मन:स्थिती आपल्या परिचयाची आहे. दोन भागात विभागलेली, दोन प्रकारची असा या द्विधा शब्दाचा अर्थ आहे. विधा म्हणजे प्रकार. यात वि हा उपसर्ग आणि धा हा धातू आहे. हिंदी भाषेत वाङ्मयीन विधा म्हणजे साहित्यप्रकार असा एक शब्दप्रयोग आहे. बहुविध साहित्य म्हणजे अनेक प्रकारचे साहित्य असे आपण मराठीतही म्हणतो. तेव्हा अनेक भागातील विभाजन सांगायचे असेल, तेव्हा बहुधा हा शब्द योग्य होईल. लोकमत हे असे बहुधा विभागले जात असते.

■ ■

बहुश्रुत

बहुश्रुत : ज्ञान मिळविण्याची अनेक साधने आज उपलब्ध आहेत. पूर्वीही स्वप्रयत्नाने, निरीक्षणाने, प्रयोगांमधून अनेक जिज्ञासू ज्ञान मिळवीतच असत. आज पुस्तकांची अथवा इतर काही लिखित, मुद्रित मजकुरांची उपलब्धता भरपूर असल्याने स्वत: वाचून काही ज्ञान मिळविता येते. छपाईची सोय नव्हती तेव्हा ग्रंथ हाताने नकलून काढावे लागत. त्यामुळे ग्रंथांची संख्या कमी असे. म्हणून ज्याने ग्रंथ वाचलेला असेल त्याने तो मंदिरांसारख्या सार्वजनिक ठिकाणी इतरांसाठी वाचून दाखवावा व त्याचे विवेचन करावे अशी प्रथा असे. इतरांनी ते ऐकून ज्ञान मिळवावे! त्यामुळे श्रुत (ऐकलेले) या शब्दालाच ज्ञान हा अर्थ प्राप्त झाला.

असे विविध विषयांवरील भरपूर (बहु) ज्ञान ज्या व्यक्तीजवळ असे, तिला म्हणत बहुश्रुत. आजही अनेक विषयांचे ज्ञान असलेल्या व्यक्तींसाठीच हे विशेषण वापरतात. मग ते ज्ञान त्या व्यक्तीने केवळ ऐकूनच मिळवलेले असते असे नाही! 'श्रुत' म्हणजे ज्ञान हा शब्द कित्येक लोक चुकीने 'श्रृत' असा लिहितात, छापतातही. श्रृ या अक्षराचे घटक कोणते आहेत? श्-र्-ऋ हे ते तीन घटक. यांचा एकत्र

उच्चार तरी करता येईला का? नाही! मग आता 'बहुश्रृत' ऐवजी 'बहुशृत' असे लिहिले, छापले, तर? तरी चालणार नाही! कारण श्रुत = ज्ञान, तर शृत = जे काही कापलेले, तुकडे केलेले आहे, ते!

म्हणून, ज्ञानी व्यक्ती या अर्थाने बहुश्रुत हाच शब्द हवा. बहुश्रृत किंवा बहुशृत चालणार नाही. बहुश्रुत असेच हवे.

■■

बादरायण संबंध

बादरायण संबंध : दोन गोष्टींचा एकमेकींशी फारसा काही संबंध नाही हे स्पष्ट दिसत असतानाही ओढूनताणून असा काही संबंध दाखविण्यात येतो, तेव्हा त्याला म्हणतात बादरायण संबंध. उदाहरणार्थ, 'तुम्ही ज्या कॉलेजात शिकलात, त्याच कॉलेजात आमच्या गावचा एक मुलगा माळी म्हणून फार वर्षांपूर्वी काम करीत होता, त्यामुळे आता आमचं काम तुम्हाला करायलाच हवं, नाही का?' हा आहे बादरायण संबंधाचा नमुना! पण बादरायण या शब्दाचा बादरायण व्यासांशी काही संबंध नाही. हा संबंध स्पष्ट करणारा एक श्लोक असा आहे –

अस्माकं बदरीचक्रं युष्माकं बदरीतरुः। बादरायणसंबंधात् यूयं वयं वयम् यूयम्।।

आम्ही बोरीच्या झाडापासून चाक केलेलं आहे आणि तुमच्या इथे एक बोरीचं झाड आहे, हा जो बादरायण (बदरीमुळे - बोरीच्या झाडामुळे आलेला) संबंध आहे, त्यामुळे तुम्ही आम्ही एकच झालो की!

■■

बावळट

बावळट : बावळट हा शब्द अनेकांच्या मुखातून आपल्याला ऐकायला मिळेल. आपल्याला कुणी बावळट म्हटलेले आपल्याला आवडणार नाही. परंतु एखादी व्यक्ती बावळटच आहे, असे आपले मत असू शकते. त्या व्यक्तीच्या एखाद्या कृतीला 'काय बावळटपणा चालला आहे!' असे म्हणून आपण नावे ठेवण्याची शक्यता असते.

बावळट हा शब्द बालवत् या संस्कृत शब्दाचे मराठी रूपांतर आहे. बालवत् म्हणजे बालासारखे, बालासमान आणि बाल म्हणजे? केवळ लहान मुलगा येवढाच या शब्दाचा अर्थ नाही, तर ज्याला काही समज आलेली नाही असा

कोणीही 'बाल' या शब्दाने निर्देशिला जाऊ शकतो. म्हणजे मूर्ख हो! अर्थात मराठीत मात्र बाल हा शब्द कौतुकाची भावना घेऊन येत असतो!

■ ■

बाष्कळ

बाष्कळ : 'तुझी बाष्कळ बडबड आता पुरे झाली!' किंवा 'हा बाष्कळपणा आम्ही किती काळ सहन करायचा?' अशासारख्या वाक्यांमधून वापरला जाणारा 'बाष्फळ' हा शब्द 'निरर्थक' या अर्थाचा आहे. पण निरर्थकतेला बाष्कळपणा का म्हणायचे? ऋग्वेद हा ग्रंथ मुखोद्‌गत करीत असताना त्यात गुरुपरत्वे काही भेद होत होत ऋग्वेदाच्या काही शाखा निर्माण झाल्या. बाष्कल या नावाच्या एका ऋषींच्या नावाने ऋग्वेदाची एक शाखा बाष्कल शाखा म्हणून प्रसिद्धीला आली. ऋग्वेदाचे केवळ पठण करणारांना त्या पठणाचा अर्थ कालपरत्वे समजेनासा झाला. त्यात बाष्कल शाखेच्या शिष्यांचा कदाचित लवकर समावेश झाला असेल. त्यामुळे त्यांचे पठण म्हणजे निरर्थक बडबड असे लोक समजू लागले असावेत. अशी कोणत्याही विषयातील निरर्थक बडबड म्हणजे बाष्कळपणा झाला. खरे म्हणजे मूळच्या बाष्कल ऋषीवर त्याच्या शिष्यांमुळे झालेला हा केवढा घोर अन्याय आहे, नाही?

■ ■

बिरुद-बिरुदावली

बिरुद-बिरुदावली : 'क्षत्रियकुलावतंस गोब्राह्मण प्रतिपालक, छत्रपती शिवाजी महाराज की जय!' अशी आपण ललकारी देतो. या घोषणेत प्रारंभीच्या प्रत्येक विशेषणाला 'बिरुद' असे म्हणतात आणि ती सर्व एकत्र होतात तेव्हा ती होते बिरुदावली. आवली म्हणजे ओळ. दीपावली या शब्दातही ही आवली आहे.

बिरुद म्हणजे पदवी, श्रेष्ठतावाचक उपाधी. त्यामुळे अगदी शैक्षणिक पदव्यांनी सुद्धा 'बिरुदावली' बनते. बिरुद म्हणजे पदवी. हा एक संस्कृतमधून मराठीत आलेला 'तत्सम' शब्द आहे. विशेष गोष्ट अशी की, मुळात तो विरुद असा आहे आणि संस्कृत ही जेव्हा सर्वच समाजाची बोली भाषा होती तेव्हा त्या काळात विरुद ऐवजी लोक बिरुद (व ऐवजी ब) म्हणू लागले. विरुद हा शब्द वि+रुद् या धातूपासून मिळतो आणि या धातूचा अर्थ आहे मोठ्याने सांगणे!

■ ■

बीमोड

बीमोड : 'कुणाही सेनाधिकाऱ्याने कधीही शत्रुपक्षाचा पूर्ण बीमोड झाल्याशिवाय स्वस्थ बसणे योग्य होणार नाही.'

या वाक्याचा अर्थ स्पष्ट आहे. शत्रुपक्षाचा बीमोड करणे म्हणजे त्याचा पूर्ण नि:पात करणे, पूर्ण नाश करणे. हा नाश केवळ नाश नसतो, तर ज्या वस्तूचा अथवा गोष्टीचा नाश करावयाचा ती वस्तू वा गोष्ट पुन्हा निर्माणच होणार नाही, अशी व्यवस्था करून तो नाश करावयाचा असतो. तरच त्याला बीमोड म्हणता येईल. बीमोड हा शब्द खरे तर वनस्पतींच्या संबंधात मुळात वापरता येईल. बी म्हणजे बीज. तेही नाहीसे करणे म्हणजेच ती वनस्पती पुन्हा उगवूच शकणार नाही, असे करणे, म्हणजे बी-मोड करणे! (अर्थात वनस्पतींच्या क्षेत्रात हे पूर्णत: शक्य आहे की नाही कुणास ठाऊक!) मुळातच एखादी गोष्ट उखडून टाकणे, ती पुन्हा दिसणारी नाही, असे करणे, या अर्थाने अनेक क्षेत्रात बीमोड हा शब्द वापरला जातो. हा शब्द 'बिमोड' असा न लिहिता 'बीमोड' असा लिहिला की त्याचा अर्थ नीट लक्षात येईल.

■ ■

बेचिराख

बेचिराख : युद्धामध्ये प्रदेशच्या प्रदेश बेचिराख होत असतात. अलीकडेच झालेल्या अफगाण-अमेरिका युद्धात तालिबानांची अनेक गावे अशी बेचिराख झाल्याचे आपण जाणतो.

बेचिराख या शब्दाचा उगम आहे बेचिराग या शब्दामध्ये. चिराग म्हणजे दिवा. बेचिराग म्हणजे दिवा नसण्याची स्थिती. बेदाग, बेजबाबदार इत्यादि शब्दांमध्ये नकारार्थ दाखविणारा 'बे' हा उपसर्ग आपण वापरतो.

जेव्हा एखाद्या घरामध्ये कुणीही माणसे राहात नाहीत आणि तिथे अन्य कुणी येण्याची शक्यता नसते तेव्हा ते घर, कुणीही तिथे दिवा लावीत नाही या अर्थाने बेचिराग होते.

आपण या चिराग शब्दातल्या 'ग'चा 'ख' केला आहे. सगळी राखरांगोळी झाल्याची भावना व्यक्त करण्याची आपली इच्छा त्या शब्दातल्या 'राख' या ध्वनीतून आपण प्रकट करतो.

■ ■

बेलभंडार

बेलभंडार : निवडणुकीत आपल्या बाजूची मते फुटू नयेत म्हणजेच फितुरी होऊ नये याकरिता संबंधित मतदारांना बेलभंडार उचलून शपथ घ्यायला लावण्याची प्रथा काही ठिकाणी पाळली जाते!

हे बेलभंडार म्हणजे काय?

शंकराच्या पिंडीवर बेलाची पाने वाहिलेली असतात. त्याचप्रमाणे खंडोबाच्या मूर्तीवर आणि मूर्तीपुढे भंडारा म्हणजे हळदीची पूड उधळलेली असते. शंकराच्या देवळात जाऊन तेथील बेलाचे पान हाती घेऊन किंवा खंडोबाच्या देवळात हा भंडारा हाती घेऊन शपथ घेणे म्हणजे बेल-भंडार उचलून शपथ घेणे. अशी शपथ घेण्याची प्रथा विशेषत: शिवशाहीमध्ये रूढ होती.

देवापुढे (म्हणजे देवाच्या मूर्तीपुढे) उभे राहून दिलेले आश्वासन पाळावेच लागते, अन्यथा त्या देवाचाच आपल्यावर कोप होतो अशी श्रद्धा बाळगणारे जे कोणी असतात, त्यांनाच अशी शपथ घ्यायला लावून काही उपयोग झाला तर होणार!

■■

बैरागी

बैरागी : बैरागी हा शब्द 'विरागी' या संस्कृत शब्दाचे मराठी रूपांतर आहे. विरागी म्हणजे ज्याच्या मनातून 'राग' निघून गेलेला आहे, असा मनुष्य. आणि राग म्हणजे कोणत्याही गोष्टीसंबंधीची आसक्ती, ओढ, प्रेम! आपण सर्वसाधारण माणसेही अनेक गोष्टींबद्दल आसक्ती बाळगतो, प्रेम बाळगतो आणि त्या गोष्टी मिळवण्याचा प्रयत्न करतो. तो प्रयत्न असफल झाला की, आपण दु:खी होतो. दु:ख नाहीसे करण्याचा मार्ग म्हणजे मुळात हा 'राग' नाहीसा करणे! म्हणजेच विरागी बनणे. विरागीपण म्हणजेच वैराग्य! भगवी वस्त्रे हे त्याचे बाह्य लक्षण. बैरागी माणसे अशी वस्त्रे परिधान करूनच वावरतात. प्रत्यक्ष त्यांच्या मनातून आसक्ती नाहीशी झालेली असते का, हा मात्र एक प्रश्नच आहे.

■■

ब्र

ब्र : 'तो अगदी गप्प म्हणजे गप्प बसला! तोंडातून ब्र काढील तर शपथ!' यातला ब्र हा शब्द काय सांगतो? तोंडातून ब्र न काढणे म्हणजेच मुळीच न बोलणे! पण म्हणून काय बोलायला सुरुवात करताना आपण तोंडातून 'ब्र' काढतो का? म्हणजेच ब्र हा शब्द उच्चारतो का? खरे तर 'ब्र' आपण सहसा उच्चारीतच नाही! (इथला हा अपवाद सोडून द्या!) मग 'ब्र' म्हणजे काय?

संस्कृतमध्ये बोलणे या अर्थाचा ब्रू धातू आहे. त्याचेच ब्र हे मराठीतले गाळीव रूप आहे.

■ ■

भगवान

भगवान : ईश्वराला भगवान म्हणतात, हे आपण सर्व जण जाणतोच. पण भगवान म्हणजे काय? जो भगयुक्त असतो तो भगवान (जसे गुणयुक्त असतो तो गुणवान, धनयुक्त तो धनवान वगैरे.)

भग म्हणजे सहा प्रकाराचे सामर्थ्य, समग्र ऐश्वर्य (सर्व प्रकारचे वैभव), वीर्य (पराक्रम), यश (कीर्ती), श्री (सौंदर्य), ज्ञान आणि वैराग्य या सहा घटकांना मिळून 'भग' असे म्हणतात. भगवान शब्दाचे स्त्रीलिंगी रूप आहे भगवती. जी कोणती स्त्री अथवा देवता या सहा गुणांनी युक्त असते तिला भगवती म्हणावे.

■ ■

भंगार

भंगार : वस्तू टाकाऊ झाली की ती भंगार झाली असे म्हणण्याची प्रथा आहे. आता हे भंगार म्हणून सुद्धा कुणी घेणार नाही, असे म्हणतात!

वास्तविक भंगार हा शब्द 'सुवर्ण'वाचक आहे! म्हणजे सुवर्ण – सोने हा त्याचा वाच्यार्थ आहे, पण त्या अर्थाची किती ही अवनती झालेली आहे पाहा! याला विपरीत लक्षणा म्हणतात. शहाणा हा शब्द मूर्ख या अर्थाने आपण वापरतो ना कधी कधी! तसेच. पण आपण मराठी भाषिक लोक भंगार आणि भंगुर (नाहीसे होणारे) या दोन शब्दात जे ध्वनिसाम्य आहे, त्यामुळेच भंगार शब्द भंगुरऐवजी वापरू

लागलो!

नाशिकला टाकाऊ वस्तूंच्या बाजाराला पूर्वी भगूरबाजार म्हणत असत! हा भगूर शब्द भंगुर शब्दाचेच रूपांतर होते.

■ ■

भयंकर

भयंकर : काही काही शब्दांचे आपल्याला का आकर्षण असते, कुणास ठाऊक! भयंकर हा असाच एक शब्द आहे! आपल्याला एखादी गोष्ट भयंकर सुंदर वाटते, एखादे घर भयंकर प्रशस्त दिसते, एखाद्याचे व्याख्यानही आपल्या दृष्टीने भयंकर विचारप्रवर्तक ठरते! एखाद्या गोष्टीचा आपल्याला भयंकर कंटाळा येतो, भयंकर आनंदही होतो!

इथे भयंकर म्हणजे फार, खूप एवढाच अर्थ आपल्याला अभिप्रेत असतो, नाही का? पण भयंकर या शब्दाचा हा उपयोग भाषेच्या दृष्टिकोनातून भयंकरच समजायला हवा! कारण भयंकर म्हणजे भय उत्पन्न करणारी गोष्ट!

हं, भयंकर गर्दी, भयंकर महागाई, असे शब्दबंध ठीक आहेत. पण आनंद कसा काय भयंकर असेल? तेव्हा भयंकर हा शब्द वापरताना तो जरा जपूनच वापरायला हवा.

■ ■

भरद्वाज

भरद्वाज : भरद्वाज हे एका प्राचीन ऋषींचे नाव आहे. भरद्वाज हे एका पक्ष्याचेही नाव आहे आणि या पक्ष्याचे दर्शन घडले तर धनलाभ होतो, अशी एक श्रद्धा (अंधश्रद्धा म्हणा हवे तर!) लोकमानसात आहे.

या श्रद्धेचे मूळ या भरद्वाज शब्दाच्या अर्थामध्ये असावे.

वाज म्हणजे अन्न आणि अन्न म्हणजेच संपत्ती. ही संपत्तीच मनुष्याला ऊर्जा किंवा सामर्थ्य देत असते. वाजीकरण हा शब्द याच अर्थाशी नाते सांगणारा आहे.

भरत् (भरद्)-वाज म्हणजे जो अन्न, संपत्ती, ऊर्जा, धारण करतो, म्हणजेच त्यामुळे इतरांनाही देतो तो. म्हणून भरद्वाज पक्ष्याचे दर्शन हा एक शुभ शकून मानला जात असावा.

■ ■

भरमसाठ

भरमसाठ : 'अशी भरमसाठ विधानं करण्यात त्याच्याशी कुणी स्पर्धा करूच शकणार नाही!' या वाक्यातला भरमसाठ हा शब्द अंत्य ठ ऐवजी 'ट'नेही युक्त म्हणजेच 'भरमसाट' असाही लिहिला किंवा उच्चारला जातो.

भरमसाठ विधान म्हणजे एक तर अत्यंत अतिशयोक्तीपूर्ण विधान किंवा मग ज्यात काही कार्यकारणभाव असणार नाही असं विधान. एखाद्यानं म्हटलं की, मी जमिनीपासून वीतभर अंतरावर हवेत सहज तरंगू शकतो, तर अशा विधानावर तुम्ही विश्वास ठेवाल?नाही ना? 'असलं काही तरी भरमसाठपणे बोलू नकोस.' असंच बहुदा तुम्ही त्याला म्हणाल!

भरमसाठ हा शब्द कसा आला असेल भाषेत? भरम म्हणजे भ्रम. 'भ्रम'चा उच्चार ग्रामीण भाषेत भरम असाच होतो ना! आणि भ्रम म्हणजे असत्य जाणीव. मिथ्या ज्ञान. भ्रमसात् (आत्मसात् प्रमाणे) म्हणजे भ्रमात समाविष्ट झालेले. भ्रमसात् हे हळुहळू भरमसाठ बनले असावे!

■ ■

भलते

भलते : 'काय सांगायचंय ते नीट लक्षात आलं कां? भलतं सलतं काही सांगत बसू नकोस!' असं एक कुणी आई आपल्या मुलाजवळ कुणासाठी तरी काही निरोप देताना म्हणते आहे. तिच्या म्हणण्याचा एकूण अर्थ आपल्या लक्षात येण्यासारखा आहे. भलतं सलतं या जोडीतला सलतं हा भाग केवळ भलतं या भागाशी ध्वनिसाम्य घेऊन आलेला आहे. त्याला स्वत:ला वेगळा अर्थ नाही, हेही आपण जाणतो. भलतं हा शब्द कसा आला आहे? 'भलतं' हे बोली भाषेतले रूप. व्याकरणिक दृष्ट्या 'भलते' हे त्याचे योग्य रूप. भलते बोलणे म्हणजे नको ते, अनावश्यक ते अथवा अनिष्ट, अनपेक्षित बोलणे!

संस्कृतमध्ये भल्-भलते असा धातू आहे . त्याचा अर्थ विस्ताराने म्हणजेच पाल्हाळाने वर्णन करणे! त्यातून मराठीत 'भलते' हा शब्द आलेला दिसतो. केवळ पाल्हाळ हा त्याचा अर्थ न राहाता अनपेक्षित व नको ते कथन हा नवाच, परंतु पूर्वीच्याशी संबंधित अर्थ त्याला प्राप्त झाला आहे.

■ ■

भवति न भवति

भवति न भवति : 'इतकी अगदी भवति न भवति होऊन सुद्‌धा अखेर त्या सभेत कोणताही निर्णय घेतला गेलाच नाही की!' या वाक्यातला 'भवति न भवति' हा शब्दबंध असे सांगतो की, या संबंधित सभेमध्ये प्रस्तुत विषयावर साधक बाधक, अनुकूल प्रतिकूल असे अनेक विचार मांडले गेले!

हा संपूर्ण शब्दबंध हे खरे तर संस्कृत भाषेतील एक स्वतंत्र वाक्य आहे. भवति हे भू म्हणजे होणे, घडणे, असणे, या धातूपासून तयार होणारे वर्तमानकाळी क्रियापद आहे. भवति म्हणजे होते, घडते, असते, आणि न भवति म्हणजे अर्थातच त्या उलट स्थिती .

अनेक मराठी भाषिकांच्या बोलण्यात काही इंग्रजी वाक्प्रयोग मधून मधून येत असतात, तसेच काही संस्कृत वाक्यप्रयोगही असतात; त्यातलाच हा एक आहे.

■ ■

भस्मासुर

भस्मासुर : 'ज्यांनी अतिरेक्यांना शिक्षण देऊन शस्त्रसंपन्न केले त्यांच्यावरच आता त्या अतिरेक्यांनी हल्ला चढवायला प्रारंभ केलेला आहे! भस्मासुर उलटला म्हणायचा!'

या परिच्छेदातील भस्मासुर या शब्दाचा नेमका अर्थ कळला नाही, तरी सर्वसाधारण मजकूर लक्षात येत असल्याने खास कुणी या एकाच शब्दाचा फारसा विचार करीत नाही. इथे भस्मासुराची पौराणिक कथा जाणून घेतली पाहिजे.

काय आहे ही भस्मासुराची कथा? – भस्मासुर हा शब्द मराठी भाषेत एक उपमान म्हणून वापरला जातो. भस्मासुराची पौराणिक कथा अशी आहे – शंकराला रोज चिता -भस्म म्हणजे चितेवरील ताजे भस्म (राख) अंगाला लावण्यासाठी हवे असे. ते आणून देण्याचे काम एका असुरावर सोपवले होते, परंतु रोज नवी चिता मिळणे त्याला कठिण वाटू लागले . तेव्हा शंकराने त्याला वर दिला की, तू ज्याच्या डोक्यावर हात ठेवशील तो भस्म होऊन पडेल! म्हणून त्या सेवकाला भस्मासुर म्हणू लागले.

त्याला आपल्या या सामर्थ्याचा गर्व झाला आणि एकदा तर तो शंकराच्याच डोक्यावर हात ठेवायला पुढे सरसावला! या परिस्थितीला म्हणतात, भस्मासुर उलटला! त्या भस्मासुराचे पारिपत्य करण्यासाठी विष्णूने मोहिनीचे रूप घेतले .

नंतर नृत्य करीत असताना आपले अनुकरण करण्यास सांगून त्याला स्वत: आपल्या मस्तकावर आपला हात ठेवायला लावला, तेव्हा त्या असुरानेही स्वत:च्या मस्तकावर हात ठेवल्याने तो स्वत:च भस्म झाल. भस्मासुरांचा असाच स्वत:च्याच मार्गाने नाश होत असतो.

■ ■

भाऊबंद

भाऊबंद : ग्रामपंचायतीपासून तो लोकसभेपर्यंत कोणत्याही स्तरावरच्या असोत, निवडणुका आल्या की, खेड्यांमधून जातीतल्या व्यक्तींप्रमाणेच भाऊबंदांचीही सर्वांना आठवण येत असते. कित्येक पुढारी आपल्या सर्व नातेवाईकांची मते आपल्यालाच मिळणार या विश्वासानेच निवडणुका लढविताना आढळतात. या सर्व नातेवाईकांचे वर्णन भाऊबंद या शब्दाने केले जात असते .

भ्रातृ या संस्कृत शब्दातून भाऊ हा मराठी शब्द उगम पावला आहे आणि बंद हा शब्द बंध या शब्दाचेच उच्चारदृष्ट्या सोपे करून घेतलेले रूप दिसते. भावाच्या नात्याने निर्माण होणारे प्रेमाचे बंधन ज्यांच्यात असते त्यांना भाऊबंद म्हणावे, असा या शब्दातून सूचित होणारा अर्थ आहे. एकाच गोत्रातल्या अथवा कुळातल्या लोकांना परस्परांचे भाऊबंद असे म्हटले जात असते. एखाद्या व्यक्तीला त्याच्याच आडनावाच्या दुसऱ्या एखाद्या व्यक्तीबद्दल विचारले, तर बहुदा 'ते आमचे भाऊबंद आहेत' असे उत्तर मिळते. संस्कृतमध्ये अशा भाऊबंदांना 'सपिंड' म्हणतात.

■ ■

भाऊबंदकी

भाऊबंदकी : भाऊबंद हा शब्द एकाच गोत्रातल्या अथवा कुळातल्या व्यक्ती परस्परांसाठी वापरत असल्या आणि या शब्दातून त्यांचे आपापसातील रक्ताचे नाते (सपिंडत्व) सूचित होत असले, तरी त्यामुळे त्यांच्यामध्ये अपेक्षित असलेले परस्परांबद्दलचे प्रेम न आढळता एकमेकांबद्दलचे द्वेष, भांडण, हेवेदावे असे प्रकार दिसत असतील, तर त्यांच्यात भाऊबंदकी आहे असे म्हटले जाते.

पैतृक संपत्तीची वाटणी भावा-भावांमध्ये ज्या पद्धतीने केली जाते, त्यातून काही व्यक्तींमधे असंतोषाची भावना निर्माण होऊन परिणामत: सख्ख्या भावाबद्दलही द्वेष, शत्रुत्व वाटू लागते . अश्या वेळी त्यांच्यात भ्रातृभावामुळे अपेक्षित असे प्रेमाचे

बंधन न राहाता भाऊबंदकी सुरू होते. ही भाऊबंदकी मुळात दोन अथवा अधिक भावांमधली असते. परंतु कोणत्याही क्षेत्रातील समान पातळीवरच्या व्यक्तींमध्ये सत्ता-संपत्तीच्या संबंधात वितुष्ट उत्पन्न होत असते, तेव्हाही त्या ठिकाणी भाऊबंदकी हाच संघर्षवाचक शब्द वापरला जात असतो. भाऊबंदकी या शब्दाच्या मूळ अर्थाचा हा विस्तार म्हणावा लागेल. याला अर्थाचा अतिदेश म्हणतात.

■ ■

भाग/ सहभाग

भाग/सहभाग : 'आजच्या संगीत स्पर्धेत एकूण सत्तावीस स्पर्धकांनी भाग घेतलेला आहे.' या वाक्यात 'भाग' या शब्दाऐवजी 'सहभाग' हा शब्द वापरून चालेल काय? 'स्पर्धकांनी सहभाग घेतला.' असे म्हणण्याऐवजी 'स्पर्धकांचा सहभाग होता.' असे म्हणणे अधिक युक्त होईल. भाग घेता येईल, सहभाग घेता येणार नाही; तर 'सहभागी 'होता येईल. काही वाक्प्रयोग असे भाषेत रूढ झालेले असतात आणि तसे होण्यामागे काही कारणही असते. सहभागी प्रमाणे आपण भागी असा शब्द वापरत नाही. (वास्तविक तो व्याकरणाच्या दृष्टीने बरोबर आहे! पण रूढ नाही.) भाग आणि सहभाग या शब्दांमधील भिन्न अर्थच्छटा लक्षात घेण्यासाठी प्रवासी आणि सहप्रवासी या जोड्यांमधील भिन्न अर्थ लक्षात घ्यावे. मी प्रवास करतो, पण आपण कुणाच्या तरी बरोबर प्रवास करतो, तेव्हा आपण त्यांचे सहप्रवासी असतो.

■ ■

भारद्वाज

भारद्वाज : 'भरद्वाज' आणि 'भारद्वाज' हे दोन वेगवेगळे शब्द आहेत, पण ते सर्रास एकमेकांऐवजी वापरले जातात, असे आढळते! या दोन शब्दांमध्ये अर्थभेद आहे हे लक्षात घेतले, तर अशी भाषिक चूक आपण करणार नाही. भरद्वाजाच्या पुत्राचे नाव भारद्वाज होईल. निदान भारद्वाज म्हणजे भरद्वाजाच्या वंशजांपैकी कोणीही द्रोणाचार्यांचे एक नाव भारद्वाज होते. कारण त्यांचे गोत्र भरद्वाज होते. जसे भरद्वाजापासून भारद्वाज असे एक वेगळे नाम तयार होते त्याचप्रमाणे 'सगर'पासून सागर, 'भरत'पासून भारत अशी नामे तयार होतात. 'जंगल'पासून जांगल असाही शब्द मिळतो. मात्र जांगल हा शब्द मराठीत फारसा प्रचारात नाही. जांगल म्हणजे

जंगलामध्ये सापडणारे काहीही. आपण जंगली प्राणी असे म्हणतो ना, त्यांना जांगल प्राणी म्हणायला हरकत नाही.

■■

भार्या

भार्या : भार्या म्हणजे पत्नी हा अर्थ सामान्यत: सर्वांना माहीत असतो. हा शब्द भृ-भरति म्हणजे भरणपोषण करणे या संस्कृत धातूपासून तयार होतो. भार्या म्हणजे जिचे भरणपाषण करायला हवे. म्हणजेच जी स्वत:चे भरणपोषण करू शकत नाही, अशी स्त्री. त्यामुळे स्वत: अर्थसंपादन करणाऱ्या आणि त्याद्वारे आपल्या पतीलाच अर्थसाहाय्य करणाऱ्या पत्नीला भार्या म्हणता येणार नाही!

परंतु पूर्वपतीकडून पोटगीची अपेक्षा करणाऱ्या घटस्फोटप्राप्त स्त्रीलाही ती भार्या आहे असेच म्हणावे लागेल. आपल्या पत्नीचे भरणपोषण पतीने तिच्या आयुष्यभर केले पाहिजे हा विचार भार्या या शब्दातून व्यक्त होत आहे .

■■

भावजय

भावजय : भावजय हा कौटुंबिक नातेसंबंधातील एक नातेसंबंध सांगणारा शब्द आहे. दीर-भावजया असा जोडशब्दही अनेकदा वापरला जातो. पण दीर जसा केवळ स्त्रीलाच असू शकतो, तसे भावजयांच्या बाबतीत नसते. स्त्री अथवा पुरुष अश्या कुणाही व्यक्तीला भावजय असू शकते. कारण भावाची बायको (वहिनी) म्हणजेच भावजय.

भ्रातृजाया या संस्कृत शब्दाचे भावजय हे मराठीतले तद्भव रूप आहे आणि जाया म्हणजे पत्नी.

पण जाया अश्या पत्नीला म्हणतात, जिने अपत्याला जन्म दिलेला आहे.

■■

भाषक/भाषिक

भाषक/भाषिक : आपण 'मराठी भाषिक' आहात की 'मराठी भाषक' आहात?

याचे उत्तर देण्यापूर्वी या दोन शब्दांमधला अर्थभेद समजून घेतला पाहिजे. भाषक म्हणजे ध्वनी करणारा, शब्द उच्चारणारा, आपल्याला न समजणाऱ्या कोणत्याही भाषेतील एखादा उतारा पाठ करून आपण तो म्हणून दाखवू शकू. उदाहरणार्थ, कानडी किंवा तेलगू किंवा हिब्रू भाषेतील. तेव्हा आपण कानडी भाषक, तेलगू भाषक अथवा हिब्रू भाषक समजले जाऊ.

भाषिक म्हणजे भाषा जाणणारा, वापरणारा. जसे मांत्रिक म्हणजे मंत्र जाणणारा, वापरणारा, तांत्रिक म्हणजे तंत्र जाणणारा, वापरणारा, यात्रिक म्हणजे यात्रा करणारा. हे शब्द काही मंत्रक, तंत्रक, यात्रक असे आपण वापरत नाही.

मला वाटते, आपण 'मराठी भाषिकच' आहात, केवळ 'भाषक' नव्हेत.

■ ■

भाषांतर

भाषांतर : 'पुढील उताऱ्याचे इंग्रजीत भाषांतर करा.' अशा आशयाच्या सूचना आपण आपल्या एखाद्या भाषा विषयक प्रश्नपत्रिकेत वाचलेल्या असतील.

पुष्कळदा 'भाषांतर' या शब्दाऐवजी अनुवाद असा शब्द वापरणे कित्येकांना आवडते. अनुवाद या शब्दाची प्रतिष्ठा अधिक आहे असे वाटते. मूळ मजकूरात जे जे शब्द आहेत त्या-त्या शब्दांसाठी नेमके शब्दच भाषांतरात हवेत की काय, अशी आशंका अनेकांच्या मनात असते. परंतु शब्दशः भाषांतर अपेक्षित असेल तरच असे मानावे अन्यथा भाषांतरात केवळ मूळचा आशय वेगळ्या भाषेत मांडण्याचीच अपेक्षा ठेवावी, असे सांगावेसे वाटते.

कारण भाषांतर म्हणजे काय, तर वेगळी भाषा! जसे वेषांतर म्हणजे काय, तर वेगळा वेष! देशांतर म्हणजे दुसरा, वेगळा देश. स्थानांतर म्हणजे वेगळे स्थान. अनुवाद शब्दाचा अर्थ काय? अनु – पाठीमागून, वाद (वद् म्हणजे बोलणे या धातुपासून) – बोलणे, मागून बोलणे! तर मग 'भाषांतर' या शब्दाऐवजी अनुवाद हा शब्द वापरणे कितपत इष्ट मानावे?

■ ■

भिक्षांदेही

भिक्षांदेही : अनाथ विद्यार्थ्यांचा सांभाळ करत, त्यांच्या शिक्षणाची व्यवस्था

करण्यासाठी ज्यांनी प्रयत्न केले अशा समाजसेवकांना आपल्या या कार्याचा खर्च भागविण्यासाठी हातात झोळी घेऊन सतत भिक्षांदेही करावी लागलेली आहे.

या वाक्यातील भिक्षांदेही या शब्दातून व्यक्त झालेला अर्थ समजणे हे काही फारसे कठिण नाही.

भिक्षांदेही म्हणजे याचना, भीक मागणे. हा शब्द भाषेत आला कुठून? पूर्वी प्रत्येकच विद्यार्थ्याला गुरुगृही गेल्यानंतर स्वत:च्या भोजनासाठी गावात काही घरी जाऊन थोडे थोडे अन्न मागून आणावे लागत असे.

त्या वेळी दाराशी उभे राहून तो म्हणत असे – ॐ भवति भिक्षां देहि। (बाईसाहेब, भिक्षा वाढा!) 'भिक्षां देहि' हे संस्कृत वाक्य आहे.

त्याचा अर्थ – भिक्षा दे. ही घरातल्या गृहिणीला उद्देशून, मातेला उद्देशून घातलेली साद आहे. ती स्त्रीही आईच्या मायेने या भिक्षेकऱ्याला अन्न वाढीत असे.

'भिक्षां देहि' या संस्कृत वाक्यातून मराठीत 'भिक्षांदेही' हा शब्द आलेला आहे.

■■

भीती, नीती, कीर्ती, प्रीती, दीप्ती

भीती, नीती, कीर्ती, प्रीती, दीप्ती : हे बरेचसे शब्द आपण इथे एकत्र का केले असावेत? हे शब्द एकार्थक तर मुळीच नाहीत. प्रत्येकाचा अर्थ वेगळाच आहे. या सर्व शब्दांमध्ये असे कुठले साम्य आहे की ज्यामुळे आपल्याला त्यांचा एक गट करता आलेला आहे?

या सर्वच शब्दांचे अंत्य स्वर मुळात ह्रस्व (इ) आहेत, तरीही मराठीतले त्या शब्दांचे उच्चार लक्षात घेऊन आपण ते दीर्घ (ई) लिहिण्याचा प्रघात ठेवलेला आहे. केवळ तेच शब्द आणि तेही एकवचनात वाक्यात वापरताना ते ह्रस्वांत लिहिले (भीति, नीति इ.) तरी चालते, परंतु अनेकवचनात ते दीर्घांतच (भीती, नीती इ.) हवेत. शिवाय या शब्दांना कोणताही प्रत्यय लावतानाही त्यांचा अंत्य स्वर दीर्घच हवा. (भीतीने, नीतीचा इ.) परंतु कोणत्याही परिस्थितीत यातले उपांत्य अक्षर दीर्घच उच्चारले पाहिजे व ते तसे लिहिलेही पाहिजे. (भिती, निती असे नको!)

■■

भुरटे चोर

भुरटे चोर : बाहेर अंगणात कपडे वाळत टाकलेले असतील, तर त्यातला

एखादाच कपडा किंवा अंगणात पडलेली एखादी अगदी बिनमहत्त्वाची वस्तू सहज जाता जाता उचलून चोरून घेऊन जाणाऱ्या चोराला भुरटा चोर म्हणतात. शेतात धान्याची कणसे आलेली आहेत. अश्या वेळी रस्त्याने जाता जाता हाताशी येतील तेवढी चार-दोन कणसेच झटपट तोडून घेऊन नेणाऱ्या चोरासाठी भुट्टा चोर असा शब्दप्रयोग करतात. कारण भुट्टा म्हणजे कणीस. अशा या लहानसहान चोऱ्या करणाऱ्या सर्वांनाच मग भुरटे चोर म्हणायला सुरुवात झाली आहे.

■ ■

भूतपूर्व

भूतपूर्व : 'लोकसभेचे भूतपूर्व सभापती श्री....' अशासारख्या शब्दबंधामधून भूतपूर्व हा शब्द आढळेल. माजी असेही एक विशेषण याच अर्थाने वापरले जाते. परंतु भूतपूर्व हा शब्द जरा अधिक भारदस्त वाटतो. कारण तो संस्कृतमधून मराठीत जसाच्या तसा आलेला म्हणजेच तत्सम शब्द आहे. तो आता मराठीत रूढ झालेला आहे.

संस्कृतमधील हा एक सामासिक शब्द असून हा समासही थोडा अपवादात्मक पद्धतीने झालेला आहे. 'पूर्वं भूत:' असा त्याचा विग्रह असून अगदी सरळ मार्गाने त्याचे पूर्वभूत: असे स्वरूप व्हायला हवे होते. पण तसे ते न होता भूतपूर्व असे रूप केले गेले! बोली भाषेत कित्येकदा नित्याची पद्धत सोडून वेगळ्या प्रकारे शब्दघटना होत असते, तसे हे 'बोली' संस्कृतमधील रूप आहे. व्याकरणात त्याची व्यवस्था केली गेली आहे.

मराठी भाषेत आपण त्यातील समासाचा विचार करीतच नाही. हा शब्द संस्कृतमधून आलेला आहे, याचीही आपल्याला माहिती असतेच असेही नाही! आणि तशी खास आवश्यकता तरी काय आहे? भूतपूर्व या शब्दाचा अर्थ आपल्याला कळतो, येवढे पुरे आहे.

■ ■

भूमिका

भूमिका : नाट्य क्षेत्रातील भूमिका हा शब्द सर्वपरिचित आहे. पार्ट किंवा रोल या इंग्रजी शब्दांचे भाषांतर करताना हा शब्द वापरतात. पण केवळ भाषांतरासाठी शोधून काढलेला हा शब्द नसून तो मुळातच संस्कृत नाट्य क्षेत्रात वापरात आहे आणि तो संस्कृतमधून मराठीत तत्सम या स्वरूपात आलेला आहे. भू, भूमि (भूमी) हे शब्द

जमीन या अर्थाने आपण जाणतो. भूमिका हा 'भूमि' शब्दाचेच पण अल्पार्थ दर्शविणारे रूप आहे. अनेक मजली इमारतींच्या मजल्यांना भूमिका म्हणतात. म्हणजे भूमीचा तो तो भाग, अंश. नाट्य क्षेत्रात भूमिका म्हणजे काय? तर संपूर्ण नाटक ही एक भूमी मानली आणि सर्व पात्रे मिळून ती भूमी बनते असे मानले, तर प्रत्येक पात्र ही एक-एक भूमिका बनते. शिवाय नट काय करतो, तर त्या भूमिकेला साजेसा अभिनय स्वत: करतो, त्या भूमिकेत जातो, ती भूमिका स्वत: घेतो! संपूर्ण जग हीच एक रंगभूमी आहे या अर्थाने आपणही या जगात एक एक भूमिका निभावत असतो. आपले मूळ स्वरूप वेगळे. या जगात, या जन्मात आपण स्वीकारलेली भूमिका वेगळी!

■ ■

मंगल विवाह

मंगल विवाह : विवाह या शब्दाला मंगल हे विशेषण लावून हा एक शब्दबंध आपण निर्माण केलेला आहे. वास्तविक विवाह हा नेहमीच मंगल असतो; निदान असावा. विवाहाचे वर्णन आपण कधी अमंगल या शब्दाने करू इच्छीतच नाही. मग अश्या स्थितीत मुद्दाम मंगल हे तरी विशेषण इथे कशासाठी जोडायचे?

ही प्रथा पडण्याचे कारण बहुधा विवाह या शब्दाच्या मूळ अर्थाशी संबंधित असावे. वि-वह् म्हणजे वाहून नेणे, उचलून घेऊन जाणे, पळवून नेणे. त्यापासून विवाह हा शब्द सिद्ध होतो. पूर्वी कधी काळी वधूला तिच्या घरून असे पळवून आणूनच तिच्याशी लग्न लावण्याची पद्धत होती. आजही काही जातींमध्ये विवाहाच्या मिरवणुकीत नवरदेवाजवळ एक शस्त्र देण्याची प्रथा आहे. ती या पूर्वपरंपरेची आठवण करून देणारीच आहे. असे हे कुणी वराने आक्रमण करावे आणि मुलीला तिच्या घरातून उचलून घेऊन जावे हे बरे नाही. कारण त्यात शत्रुत्वाची चाहूल आहे. म्हणून ही अमंगलता टाळून, योग्य वराला पाचारण करून त्याला आनंदपूर्वक आपली कन्या देण्याची (कन्या दान करण्याची) मंगल प्रथा सुरू करण्यात आली. त्याचे चिह्न म्हणून आपण विवाह या शब्दामागे मंगल हे विशेषण लावीत असतो.

■ ■

मंगलाष्टक

मंगलाष्टक : विवाह समारंभात वधूवरांचा परस्परांना पुष्पहार घालून एकमेकांना

वरण्याचा विधी होण्यापूर्वी मंगलाष्टके म्हणतात.

वधूवरांचे मंगल चिंतून त्यांना आशीर्वाद द्यावा अशी अपेक्षा निसर्गातील नद्या, पर्वत, आकाशस्थ ग्रह इत्यादिकडे व्यक्त करणारी, कुणाच्याही लग्नात म्हणण्यास योग्य अशी संस्कृतमध्ये शार्दूलविक्रीडित वृत्तामध्ये रचित आठ पद्ये म्हणजे हे मंगलाष्टक. यातील आठ या संख्येमुळे त्याला अष्टक म्हणतात.

अलीकडे वधूवरांशी संबंधित काही पद्यरचनाकार अनेकांची नावे ग्रथित करणारी काही पद्ये मातृभाषेत रचतात व ती मंगलाष्टके म्हणून विवाहप्रसंगी म्हटली जातात. त्यात मांगल्य असते. तथापि या पद्यातील कडव्यांची अथवा ओळींची संख्या मात्र आठच असते असे नाही. ती कमी-जास्त कशीही असली, तरी या पद्याला मंगलाष्टक असेच म्हटले जाते. याचा अर्थ, या शब्दातला अष्टक हा अंश आपला अर्थ गमावून बसला आहे. मंगलाष्टक या शब्दालाही एक प्रकारचे धार्मिक वलय प्राप्त झाले असल्याने या पद्यातील कडवी अथवा ओळी मोजून कुणी त्याला मंगलपंचक, मंगलचतुष्क, मंगलसप्तक इत्यादि नावे द्यायला तयार होत नाहीत.

■■

मत/मतदान

मत/मतदान : मतदान हा आपला हक्क आहे, ते आपले एक पवित्र कर्तव्य आहे, हे आपण जाणतो.

पण मतदान म्हणजे काय?

उमेदवाराच्या नावापुढे त्याच्या चिह्नावर शिक्का मारणे म्हणजे मतदान असा एक अर्थ मतदारांच्या मनात असतो. त्यानुसारच त्यांची कृती देखील असते.

मत हा शब्द मन् धातूपासून तयार झालेला आहे आणि मन् म्हणजे विचार करणे! मत म्हणजे आपण केलेला विचार! मतदान करताना आपण काही साधकबाधक विचार केलेला असतो काय, हा प्रत्येक मतदाराने स्वतःच स्वतःला विचारून पाहाण्यासारखा प्रश्न आहे. मत या शब्दाचा अर्थ समजून घेऊनच मतदान करायला हवे, नाही का?

■■

मतिभ्रष्ट, बुद्धिनिष्ठ, भीतिग्रस्त, इ.

मतिभ्रष्ट, बुद्धिनिष्ठ, भीतिग्रस्त इ. : संस्कृतमधून मराठीत तत्सम स्वरूपात

आलेले नीति, बुद्धि, मति इ. शब्द नीती, बुद्धी, मती अशा रीतीने आपण लिहितो, ते योग्यच आहे. म्हणजेच या मूळ शब्दातील अंत्य ह्रस्व स्वर आपण दीर्घ उच्चारतो म्हणून दीर्घ लिहितो.

परंतु हेच शब्द जेव्हा सामासिक शब्दाचा प्रथम घटक म्हणून येतात, तेव्हा मात्र त्यांचे मूळ रूप संस्कृतप्रमाणेच राहाते, हे लक्षात घेतले पाहिजे. मतिभ्रष्ट (ज्याची मती भ्रष्ट झाली आहे तो), बुद्धिनिष्ठ (बुद्धी ही निष्ठा बाळगणारा), भीतिग्रस्त (भीतीने ग्रस्त झालेला) अशा शब्दांमधील हे प्रथम घटक या दृष्टीने विचारात घेण्यासारखे आहेत.

■ ■

मती/बुद्धी

मती/बुद्धी : प्राथमिक शाळेत शब्दार्थ सांगताना मती म्हणजे बुद्धी (आणि अर्थातच बुद्धी म्हणजे मती), असा अर्थ सांगितला जातो. प्राथमिक स्तरावर ते ठीकच आहे. तथापि या दोन शब्दांच्या अर्थात जो भेद आहे तो लक्षात घ्यायला हवा.

मन् म्हणजे विचार करणे. त्यावरून मति हा शब्द साधला जातो. बुध् म्हणजे समजून घेणे, जाणणे. त्यावरून बुद्धि हा शब्द मिळतो. मति व बुद्धि हे संस्कृत शब्द मराठीत लेखनसंकेतानुसार मती व बुद्धी असे लिहिले जातात.

मती म्हणजे विचार करण्याची शक्ती, तर बुद्धी म्हणजे जाणून घेण्याची, समजून घेण्याची शक्ती.

■ ■

मधु

मधु : 'मधु मागसि माझ्या सख्या परी, मधुघटचि रिकामे पडति घरी' ही कवी भा. रा. तांबे यांच्या मधुघट या कवितेतील ओळ आपण ऐकत आलो आहोत. कवींना (छंदाच्या सोयीसाठी) शुद्धलेखनाचे नियम माफ असल्यामुळे या ओळीत मागसि, मधुघटचि, पडति या शब्दांमधली अंत्य अक्षरे मुळात दीर्घ असूनही ती ह्रस्व स्वरूपात स्वीकारण्यात आलेली आहेत.

प्रश्न आहे तो मधु या शब्दाबद्दल! इथे अशीच काही तडजोड आहे का? शब्दातले उपांत्य अक्षर ह्रस्व असेल, तर अंत्य अक्षर दीर्घ होते हा आपला 'शुद्ध'

लेखनातला नियम! त्यानुसार 'मधु'चे 'मधू' असे रूप आपण करायला हवे का? अनेक लोक तसे ते करतातही. पण जरा हा शब्द उच्चारून तर पाहा! मधू हा उच्चार आपण एखाद्या व्यक्तीला हाक मारण्यासाठी तर केलेला नाही ना, अशी आपल्याला शंका येईल! 'मधु' (मध) हा शब्द आपण इथे आहे त्याच स्वरूपात स्वीकारला की आपण मधुकर (भुंगा), मधुमक्षिका (मध गोळा करणारी माशी) असे शब्दही सहज सहज समजून घेऊ शकू! मध या अर्थाने मधु हा शब्द 'उ'कारांत (म्हणजे ह्रस्व स्वराने अंत होणारा) असाच लिहिला व वाचलाही पाहिजे. या तत्सम संस्कृत शब्दाचे स्वरूप बदलविता कामा नये.

■ ■

मधुर

मधुर : मधुर म्हणजे काय? गोड! होय ना? आता हा शब्द लिहिताना पुष्कळ लोक तो मधूर असा लिहितात. का बरं? त्यांचं म्हणणं असं की, मराठी शब्दामध्ये जर अंत्य अक्षर ह्रस्व असेल, तर उपांत्य अक्षर दीर्घ होते.

आता हा 'शुद्ध' लेखनातला एक ढोबळ नियम आहे, हे खरे! तो बहीण, विहीर, मुनीम, अशा काही शब्दांच्या संबंधात लागूही केला जातोच.

पण तो नियम जर मधुर या शब्दाला लावून आपण त्याचे मधूर असे रूपांतर केले, तर आपण या शब्दाचा मूळ अर्थच गमावून बसू! मधुर असा शब्द आहे.

मधु म्हणजे मध. मधमाशी गोळा करते तो मध. तो गोडपणाचे प्रतीक आहे. आणि 'र' हे राति म्हणजे देतो, याचे संक्षिप्त रूप आहे! गोडवा देणारी, कोणतीही गोष्ट आपण मधु-र – मधुर या विशेषणाने गौरवितो. फुलाचा वास मधुर असतो, गवयाचा स्वर मधुर असतो, प्रेयसीचे अथवा प्रियकराचे दर्शनही मधुर असते! या सर्वांना मधूर, म-धूर करून कसे चालेल?

■ ■

मध्यस्थ

मध्यस्थ : तटस्थ म्हणजे काठावर उभा राहाणारा म्हणजेच दोन पक्षांच्या भांडणात कुणाच्याही बाजूला न जाणारा. पण कोणत्या बाजूच्या काठावर उभे राहायचे, ते तटस्थ ठरवू शकतोच! तटस्थांप्रमाणेच मध्यस्थ देखील कुणा एका पक्षाची बाजू घेऊन भांडणात पडत नाहीत. पण तटस्थ आणि मध्यस्थ यांच्यात

फरक आहे. तटस्थ केवळ दूर उभे राहून भांडण पाहात असतात, तर मध्यस्थ त्या दोन पक्षांच्या बरोबर मधे उभे राहून आपल्या शक्तीने एक, तर त्या दोन पक्षांना परस्परांपासून खूप दूर करून अथवा मैत्रीपूर्ण वातावरणात त्यांना एकमेकांच्या जवळ आणून त्यांच्यातले भांडण संपविण्याचा प्रयत्न करतात. दोन्ही पक्षांपासून स्वतःचे अंतर समान ठेवून मधे उभे राहाणारालाच मध्यस्थ म्हणावे. एका पक्षाकडे जर तो झुकला, तर तो पक्षपाती ठरेल.

■ ■

मनोती

मनोती : व्याज म्हणजे कर्जाऊ रकमेवरची वृद्धी, वाढ. परंतु ही वाढ व्याजाने म्हणजे कपटाने, अज्ञानी ऋणकोला फसवून घ्यायला प्रारंभ झाल्याने तिलाच व्याज म्हणू लागले असावेत.

तसाच हा मनोती शब्द आहे. तो आता फारसा प्रचारात नसला, तरी त्या शब्दाने व्यक्त होणारी क्रिया मात्र प्रचारात आहेच! ही क्रिया कोणती? तर कर्ज देतानाच त्याच रक्कमेतून व्याज प्रथमच कापून घ्यायचे!

हे खरे तर योग्य नाही; पण सावकाराने मनास येईल त्यानुसार वागायचे, हे ठरलेलेच असे! त्याची ही मनोती!

नुसते व्याजच नाही, तर मनोती! भाषेतील शब्द समाजातील प्रथा दाखवितात. जसजश्या प्रथा नष्ट होतात, तसतसे शब्दही नाहीसे होतात.

■ ■

मनोनीत

मनोनीत : काही संस्थांमध्ये सभासदांमधून मतदानाने निवडून येणाऱ्या पदाधिकाऱ्यांप्रमाणेच काही नुसतेच 'नियुक्त' पदाधिकारी देखील असतात. लोकसभा-विधानसभांसारख्या प्रतिनिधी-सभांमध्ये सुद्धा सर्वसाधारणपणे निवडणुकीच्या माध्यमातून सभासद येतात. परंतु काही सभासद 'नियुक्त' सभासद असतात.

या सभासदांची नियुक्ती कुणी करायची यासंबंधी काही नियमही असतातच. ज्यांना हा नियुक्तीचा अधिकार दिलेला असतो, ते स्वतःच्या विचारानुसार म्हणजेच स्वतःच्या मनाला विचारून, स्वतःच्या मनाचा कौल घेऊन अशी नियुक्ती करतात.

म्हणून अशा सभासदांना अलीकडे नियुक्त सभासद म्हणण्याऐवजी काही ठिकाणी मनोनीत सभासद म्हणण्याची प्रथा पडू लागली आहे.

मनो-नीत म्हणजे मनाने (एखाद्या विशिष्ट जागी) नेलेले. हिंदी भाषेतून हा शब्द अलीकडे मराठीत आला आहे.

■ ■

मनोविनोद

मनोविनोद : यातील विनोद हा शब्द 'शब्दरूप' या सदरामध्ये चर्चेसाठी घेतला जातो आहे, हा सुद्धा कुणाला एक विनोद वाटण्याची शक्यता आहे! असे वाटलेच, तर विनोद या शब्दाचा अर्थ एक हास्यास्पद गोष्ट असा होईल. एरवी विनोद हा रसिक व्यक्तीला हसायला लावतोच की!

परंतु विनोद म्हणजे केवळ हास्योत्पादक गोष्ट मात्र नव्हे. नाही तर मनोविनोद या शब्दाचा अर्थ काय सांगावा?

विनोद हा शब्द वि-नुद् या संस्कृत धातूपासून तयार होतो. नुद् धातूचा अर्थ आहे प्रेरणा देणे. स्थिर असलेल्या वस्तूला, व्यक्तीला, मनाला चालना देणे. वि म्हणजे विशेषत्वाने. त्यामुळे मनोविनोद म्हणजे कोणतीही अशी गोष्ट की जी सुस्त झालेल्या, खिन्न झालेल्या, दु:खी झालेल्या, मरगळलेल्या अशा मनाला हलवते, चालना देते आणि अर्थातच आनंदी करते.

■ ■

मन:शांती

मन:शांती : मन:शांती ही एक अशी गोष्ट आहे की, प्रत्येकालाच ती हवी असते. या वाक्यात मन:शांती या शब्दाचा अर्थ काय? मनाची शांती, मन शांत असण्याची स्थिती.

'मनाची शांती' या दोन शब्दांना एकत्र आणून त्यांचा एकच शब्द बनविण्याच्या या पद्धतीला समास करणे असे म्हणतात. हा समास करताना 'मनाची' यातील मूळ शब्द घेऊन त्यापुढे 'शांती' हा शब्द जोडला जातो.

मग 'मनशांती' असे का म्हटले जात नाही? कारण मुळातला शब्द मन असा नसून मनस् (मन:) असा आहे. मनाचे विकार या दोन शब्दांचा सामासिक शब्द होतो मनोविकार; मनविकार नव्हे. मनाचा रथ या अर्थाने शब्द होतो मनोरथ; मनरथ नव्हे.

मनाची भूमिका म्हणजे मनोभूमिका. या ठिकाणी 'मन:' याचेच रूपांतर 'मनो' असे होत असते.

■ ■

मन्त्र

मन्त्र : 'आमच्या गुरूंनी मला आशीर्वाद देऊन एक 'मंत्र' दिला आहे आणि त्या मंत्राचा रोज १०८ वेळा जप करायला सांगितले आहे!' अध्यात्म्याच्या क्षेत्रातले कुणी साधक अशी काही माहिती आपल्या एखाद्या मित्राला देताना आपण ऐकले असेल. आपल्यालाही असा 'मंत्र' देणारा एखादा गुरू मिळाला तर बरे, असेही कदाचित आपणास वाटलेले असेल!

'श्रीराम जयराम जय जय राम' हा त्रयोदश अक्षरी मंत्र समर्थ रामदास स्वामी जपत असत. तुकाराम महाराजांना 'रामकृष्ण हरी' हा मंत्र स्वप्नात त्यांच्या गुरूंकडून मिळाला होता. 'गोपाळा, गोपाळा, देवकीनंदन गोपाळा' हा गाडगे महाराजांनी लोकप्रिय केलेला धावा. हाही एक मंत्रच आहे. असे आणखीनही काही मंत्र आपण जाणत असाल. या सर्वांना मंत्र का म्हणतात? त्याचे उत्तर असे आहे – मननात् त्रायते यस्मात् तस्मात् मंत्रः प्रकीर्तितः। मनन केल्याने तो आपले रक्षण करतो, म्हणून त्याला मंत्र असे म्हणतात. म्हणजेच मन् म्हणजे मनन करणे आणि त्रै म्हणजे रक्षण करणे, या दोन धातूंच्या संयोगातून मंत्र शब्द सिद्ध झालेला आहे.

■ ■

मंत्रपुष्पांजली

मंत्रपुष्पांजली : देवता-पूजन चालू असताना पुष्पसमर्पणाचा एक विधी असतोच. त्याशिवाय पूजेच्या अखेरीस आरती झाल्यावरही ओंजळीत फुले घेऊन मंत्र म्हणून ती देवतेला अर्पण करण्याच्या विधीला मंत्रपुष्पांजली म्हणतात. या वेळी तेथे उपस्थित असलेल्या सर्वांच्याच हातात उपलब्ध असलेली फुले दिली जाऊन सर्वांनी ती फुले देवाला वाहाण्याची पद्धत आहे.

अनेक सभासमारंभांमध्ये प्रमुख अतिथींना त्यांचे आभार मानून पुष्पगुच्छ देण्याची प्रथा आहे. ती एक प्रकारे आधुनिक मंत्रपुष्पांजलीच आहे.

■ ■

मंत्रमुग्ध

मंत्रमुग्ध : '... यांच्या गायनाने सभा अगदी मंत्रमुग्ध झाली!' किंवा '.. यांचे भाषण सर्व जण अगदी मंत्रमुग्ध होऊन ऐकत होते.' अशी वाक्ये आपल्या वाचनात येतात; आपणही पुष्कळदा वापरतो.

लिहिणाराला काय म्हणायचे आहे, ते आपण समजून घेतो. एकाग्र चित्ताने सर्व जण गायन किंवा भाषण ऐकत आहेत, माना डोलवत आहेत, असे इथे म्हणायचे असते. परंतु 'मंत्रमुग्ध' शब्दाचा हा उपयोग या शब्दाचा मूळ अर्थ माहीत नसल्याने केवळ गैरसमजातून केला जात असतो, हे आपल्याला माहीत आहे का?

'तो विषारी साप मंत्रमुग्ध झाल्याप्रमाणे डोलू लागला!' या वाक्यात हा शब्द योग्य अर्थाने वापरलेला आहे. मंत्रसामर्थ्याने एखाद्याला 'मुग्ध' करता येते, अशी एक समजूत इथे गृहीत धरलेली आहे आणि मुग्ध म्हणजे मूर्ख. ज्याला काही समजत नाही, विचार करता येत नाही आणि त्यामुळे काय करावे हे कळत नाही, तो मुग्ध! मंत्र उच्चारून एखाद्याला असे मुग्ध करता येत असेलही! काही पुढाऱ्यांची भाषणे या अर्थाने श्रोत्यांना मंत्रमुग्ध करणारी असूही शकतात! पण त्यात श्रोते मूर्ख ठरतात हे लक्षात घेतले पाहिजे.

■ ■

मराठी स्पेलिंग

मराठी स्पेलिंग : एखाद्या इंग्रजी शब्दाचे स्पेलिंग चुकलेले आढळले की, जाणकार वाचकाला ते खटकते! चॅलेंज या शब्दाचे स्पेलिंग शाळेतल्या विद्यार्थ्याला विचारा. दहापैकी निदान सहा मुले challange असे लिहितील. मग शिक्षक त्यांना त्यांची चूक सांगतात आणि दुरुस्त स्पेलिंग फळ्यावर लिहितात - challenge

एका a ऐवजी e इतकाच फरक! या e ऐवजी a लिहिल्याने काय बिघडते एवढे, असा प्रश्न आपण विचारीत नाही! इंग्रजी स्पेलिंगच्या बाबतीत आपण जेवढे जागरूक व काटेकोर असतो तेवढे मराठी स्पेलिंगच्या बाबतीत का असू नये? कोणत्याही शब्दातील अक्षरे, त्यातील ह्रस्व-दीर्घ, काना-मात्रा, इकार-उकार, अनुस्वार-विसर्ग म्हणजे मराठी शब्दातले स्पेलिंगच नव्हे का?

पुष्कळदा या मराठी स्पेलिंगमध्ये चूक झाली, तर अर्थ देखील बदलतो! खून आणि खूण यात 'न' ऐवजी 'ण' किंवा 'ण' ऐवजी 'न' आला तर अर्थभेद होतो ना? मिलन आणि मीलन यात इ आणि ई मुळे अर्थ बदलतो, हे आपण लक्षातच

घेत नाही आणि खुशाल एकाऐवजी दुसरा शब्द वापरतो. रिती आणि रीती यातला अर्थभेद जाणून घेऊनच हे शब्द तसे लिहायला हवेत, नाही का?

■ ■

मल्लीनाथी

मल्लीनाथी : कुणाच्या लेखनावर अथवा भाषणावर केलेल्या टीकेला काही वेळा मल्लीनाथी म्हटले जाते. या शब्दातून थोडी तिरस्काराची भावना व्यक्तविली जात असते. कारण अशी टीका करणाराला म्हटले जाते, 'तुझी मल्लीनाथी आता पुरे कर!'

मल्लीनाथ नावाचा एक प्रख्यात संस्कृत टीकाकार होता. त्याने अनेक संस्कृत काव्य ग्रंथांवर स्पष्टीकरणात्मक टीका लिहिलेल्या आहेत. या टीकांच्या साहाय्याने हे ग्रंथ समजून घेणे खूपच सोपे होते. परंतु मल्लीनाथाने रसास्वादन पद्धतीने टीका लिहिलेली नसल्याने मल्लीनाथी म्हणजे कोरडी टीका, कोरडे स्पष्टीकरण, असा अर्थ रूढ झाला.

■ ■

महत्तम

महत्तम : गणितातील म. सा. वि. मध्ये म्हणजे महत्तम साधारण विभाजकात हा शब्द आपल्याला सापडतो. महत्तम म्हणजे? महत् म्हणजे मोठा. त्या मोठ्याहून मोठा या अर्थाने (महत् तर) महत्तर आणि सर्वात मोठा या अर्थाने (महत् तम) महत्तम! मराठीतले तर आणि तम हे प्रत्यय तरतमवाचक आहेत. कोणत्याही विशेषणाची तीव्रता ते वाढवितात. प्रिय, प्रियतर, प्रियतम; दूर, दूरतर, दूरतम अशा रीतीने ते वापरता येतात. महत्तम या शब्दात हा 'तम' म्हणजे सर्वात अधिक या अर्थाचा प्रत्यय आहे.

■ ■

महत्त्व

महत्त्व : हा शब्द इथे चर्चेला घेण्याचे विशेष कारण काय? यात शेवटचे

अक्षर 'त्त्व' हे त्-त्-व असे आहे. गुरुत्व, नेतृत्व, स्त्रीत्व वगैरे शब्दांमधला त्व हा केवळ त्-व असा आहे. मग 'महत्त्व'मधेच एक जास्तीचा त् कशासाठी?

त्व हा भाववाचक नाम तयार करणारा प्रत्यय आहे. गुरुत्व म्हणजे गुरु असण्याची स्थिती. स्त्रीत्व म्हणजे स्त्री असण्याचा भाव.

महत् त्व (महत्त्व) म्हणजे महत् असण्याची स्थिती. यात महत् असा मूळ शब्द असून त्याला पुढे त्व हा प्रत्यय जोडलेला आहे म्हणून महत्त्व.

■■

महाजन

महाजन : 'महाजनो येन गतः स पन्थाः' असे एक संस्कृत सुभाषित आहे. महाजन ज्या मार्गाने गेलेले असतील तोच मार्ग (आपल्याही दृष्टीने) योग्य, त्याच मार्गाने आपणही जाणे इष्ट आहे, असा या सुभाषिताचा अर्थ आहे.

परंतु महाजन म्हणजे काय, हे नीट लक्षात आल्याशिवाय या सुभाषिताचा अर्थ कसा कळणार?

महान् जनः म्हणजे मोठा माणूस! श्रेष्ठ माणूस! हा एकवचनी शब्दप्रयोग असेल, तर मोठ्या माणसाचे अनुकरण करावे असा मग या सुभाषिताचा अर्थ होईल. श्रेष्ठ मनुष्य कुणाला म्हणावे हा मात्र प्रश्नच आहे.

महाजन म्हणजे माणसांचा मोठा गट. एकाच ठिकाणी अधिक संख्येने असलेली माणसे, जनसमुदाय.

म्हणजे मग आता बहुसंख्य माणसे जे करतात ते योग्य असे समजून त्याप्रमाणे आपणही तसेच वागावे, असा अर्थ!

पण महाजन याचा आणखीही एक अर्थ आहे.

महाजन हे पद श्रीमंत, सावकार व्यक्तीसाठी वापरतात.

समाजात सामान्यतः संपत्तीने श्रेष्ठ व्यक्तीचेच इतर लोक अनुकरण करीत असतात.

■■

महिला

महिला : महिला या शब्दाचा स्त्री हा अर्थ आहे, हे वेगळे सांगावे लागत नाही. परंतु या शब्दातील ला बाजूला करून महि म्हणजे जणू काही मही म्हणजे पृथ्वीच,

अशी कल्पना करून महिला म्हणजे गलेलठ्ठ, निदान धष्टपुष्ट स्त्री असा अर्थ अनेकांच्या मनात येतो. त्यातूनच विशाल महिला मंडळ असे काही शब्दबंध निर्माण केले जातात. परंतु महिला शब्दातून हा 'विशाल' अर्थ वास्तवात व्यक्त केला जात नसतो. संस्कृतमध्ये मह् म्हणजे सन्मान करणे असा एक धातू आहे. 'महनीय वक्ता' ह्या शब्दबंधातील महनीय हा शब्द सन्माननीय या अर्थाचा आहे. मह् या धातूला पाणिनीय पद्धतीने इल (इलच्) असा प्रत्यय लागून महिल शब्द तयार होतो. सन्मान्य हा त्याचा अर्थ. या शब्दाचे स्त्रीलिंगी रूप महिला. म्हणजे महिला या स्त्रीवाचक शब्दातून स्त्रीबद्दलची सन्मानाची भावना व्यक्त होते. विशेष म्हणजे महिल असा पुरुषवाचक शब्द मात्र भाषेत वापरला जात नाही!

■ ■

माघार

माघार : 'सासरच्या छळाला कंटाळून तिनं जीव की हो दिला! त्यापेक्षा माघारी का नाही आली ती?' इथे या वाक्यात माघारी म्हणजे माहेरी! आणि त्यामुळेच माघार म्हणजेच माहेर! मातृगृह या संस्कृत शब्दाचेच परिवर्तन होत होत माघार आणि माहेर हे दोन्ही शब्द निर्माण झाले आहेत. मुलीने माघारी येणे म्हणजे माहेरी येणे.

पण मग सैनिक केव्हा केव्हा माघार घेतात, त्यातला माघार हा शब्द कुठून आला? तोही खरे म्हणजे मातृगृह या शब्दाचेच परिवर्तित रूप आहे. कुठेही पुढे गेलेल्या प्राण्यावर जर कुणाचेही आक्रमण झालेच, तर सर्वात सुरक्षित म्हणून त्याने ज्या ठिकाणाचा आश्रय घेणे योग्य, ते ठिकाण अत्यंत स्वाभाविकपणे त्याचे मातृगृह असणार नाही का? मुलगी देखील संसारात माघार घेते म्हणजे आक्रमणापासून बचाव करण्यासाठीच मातृगृहाचा आश्रय घेते.

■ ■

मानद-मानसेवी

मानद-मानसेवी : अनेक सार्वजनिक संस्थांमध्ये काम करणारे कार्यकर्ते आपल्या कामाचे कोणतही वेतन घेत नसतात. केवळ सेवावृत्तीने त्यांचे कार्य चाललेले असते. अगदी नित्याची काही कामे करावी लागणारे कार्यवाह किंवा चिटणीस यांना काही संस्थांमध्ये अल्पसे का होईना, वेतन दिले जाते. मात्र असे वेतन न घेणाऱ्या

कार्यवाहाला मग मानद कार्यवाह, मानद चिटणीस असे म्हणण्याची प्रथा आहे. 'ऑनररी सेक्रेटरी' या इंग्रजी शब्दबंधाचे हे भाषांतर! मानद हा शब्द रूढ झाला आहे खरा, पण अर्थदृष्ट्या तो अयोग्य आहे. मानद म्हणजे काय? जलद म्हणजे जल देणारा (मेघ), सुखद म्हणजे सुख देणारे (एखादे वृत्त), दुःखद म्हणजे दुःख देणारे (कुणाचे तरी निधन) या शब्दांमध्ये द म्हणजे देणारे हा अर्थ आहे ना? त्या दृष्टीने मानद म्हणजे काय? कार्यवाह इतरांना मान देतात, म्हणून त्यांना मानद म्हणायचे का? खरे तर द्रव्याच्या स्वरूपात वेतन न घेता केवळ इतरांनी दिलेल्या सन्मानावर ते संतुष्ट राहातात. तेव्हा त्यांचा मानद ऐवजी मानसेवी असे म्हटले पाहिजे, नाही का?

■ ■

मानसिक भावनिक इ.

मानसिक भावनिक इ. : मराठी शुद्धलेखनातला एक ढोबळ नियम असा की, शब्दातील अंत्य अक्षर ह्रस्व असेल तर उपांत्य अक्षर दीर्घ असते. उदा. बहीण, माहीत, ढेकूण, विहीर इ. परंतु संस्कृतमधून मराठीत आलेले कित्येक शब्द या नियमांचे अपवाद म्हणून सांगावे लागतात. उदाहरणार्थ- मानसिक, भावनिक, प्राथमिक, वैधानिक, प्रापंचिक, तांत्रिक, आध्यात्मिक, सांस्कृतिक वगैरे!

हे सर्व शब्द इक या प्रत्ययांनी युक्त आहेत आणि या शब्दांमध्ये पहिले अक्षर दीर्घ आहे हे आपल्या लक्षात आलेच असेल. व्याकरणिक दृष्टीने हे शब्द 'तद्धित' या वर्गात येतात.

पाहा, व्याकरणिक (म्हणजे व्याकरणाशी संबंधित) या शब्दातही उपांत्य अक्षर ह्रस्वच आहे आणि त्याचप्रमाणे संबंधित या शब्दात सुद्धा!

■ ■

मार्ग

मार्ग : मार्ग म्हणजे काय? रस्ता! दुसरे काय? पण रस्ता आणि मार्ग यात भेद आहे. रस्ता ही रथासाठी तयार केलेली 'रथ्या' या स्वरूपाची वाट असते. या वाटेवरून रथ म्हणजे मोठे वाहन जाऊ शकते. ही वाट मुद्दाम तयार केलेली असते. रथ चालविणाराला ही शोधावी लागत नाही.

मार्ग मात्र आपला आपण शोधायचा असतो. मृग् आणि मार्ग् असे दोन धातू

संस्कृत भाषेत आहेत. त्या दोन्हींचा अर्थ एकच, शोध घेणे. त्यावरून मार्ग शब्द आला आहे. हा शोध देखील कशाचा तरी पाठलाग करीत घ्यायचा असतो. रानात, जिथे नीट रस्ता सापडत नाही तिथे एखादे जनावर आडवे तिडवे पळत गेले, तर त्याच्या मागून जाणारा शिकारी त्याचा माग काढीत जातो ना? तो हा इथला मराठीतला माग हा शब्द 'मार्ग'चेच परिवर्तित रूप आहे. एखाद्याच्या मागे मागे जाणे यातही तोच अर्थ सामावलेला आहे. बघा, आपण या मार्ग शब्दाच्या कसे मागे लागलो आहोत!

■ ■

माहात्म्य

माहात्म्य : माहात्म्य हा शब्द देवतांच्या नावांपुढे जोडला जाऊन काही शब्द तयार होतात किंवा काही धार्मिक कार्यक्रम अथवा पूजा, ग्रंथ इत्यादिच्या पुढे जोडूनही काही शब्द तयार करता येतात. उदाहरणार्थ - देवीमाहात्म्य, ललितागौरी-माहात्म्य, भगवद्‌गीता-माहात्म्य वगैरे. माहात्म्य म्हणजे मोठेपणा, गौरव.

ह्याही शब्दाचे लेखन पुष्कळ ठिकाणी महात्म्य, महात्म असे केलेले आढळते, ते अयोग्य मानले पाहिजे. महात्म म्हणजे ज्याचे स्वरूप (आत्मन्) महान म्हणजे मोठे आहे असा कोणीही. महात्मा हे त्याचे पुल्लिंगी रूप आहे. परंतु मोठेपणा असा काही त्याचा भाववाचक अर्थ होत नाही आणि महात्म्य हे रूप तर व्याकरणिक दृष्ट्याच अयोग्य ठरते.

पुष्कळांना वाटते की, म ऐवजी मा असे का करावयाचे? तर तद्धित शब्दांची ती एक शिस्त आहे. त्यांचा प्रारंभीचा स्वर वृद्धियुक्त दीर्घ असतो. जसे आध्यात्मिक, स्थैर्य, शौर्य, व्रात्य वगैरे.

■ ■

माळी

माळी : जात-वाचक असे बरेचसे शब्द त्या-त्या जातीतील व्यक्तींच्या पिढीजात व्यवसायाचे दर्शन घडवीत असतात. माळी हा असाच एक शब्द आहे. बागकाम करणे, बागेतील फुलझाडांची निगा राखणे, त्यांची फुले काढून त्यांच्या माळा करून त्या समाजातील गरजू लोकांना देणे, अर्थात त्याबद्दल त्यांच्याकडून योग्य तो मोबदला घेऊन देणे असे काम करणारी व्यक्ती म्हणजे माळी. मालाकार हा संस्कृत शब्द ह्या माळी शब्दाचा पूर्वावतार आहे. मालाकार म्हणजे (फुलांच्या)

माळा तयार करणारा माणूस. माळी या शब्दात देखील माळ हा शब्द आहेच. माळ करणारा तो माळी असाच त्याचा मूळचा अर्थ. फुलांच्या माळा करण्यासाठी त्या फुलांचे उत्पादन करणाराला, बागकाम करणाराला व त्यानंतर बागायती शेती करणारालाही माळी म्हणू लागले असावेत. वंशपरंपरेने तोच तो व्यवसाय करणारे लोक मग स्वत:ला माळी म्हणवू लागले आणि तो शब्द जातवाचक झाला. मालाकार हा मात्र जातवाचक शब्द नाही.

■ ■

मित्र

मित्र : मित्र म्हणजे? मित्र म्हणजे स्नेही! स्नेही म्हणजे स्नेह-शील! म्हणजे प्रेम करणारा! मित्र शब्द पुरुषवाचक आहे. त्याचा स्त्रीवाचक शब्द कोणता? मैत्रीण! मराठी भाषेत मित्र हा शब्द संस्कृतमधून जसाच्या तसा (तत्सम) आला आणि त्याचा स्त्रीवाचक शब्द मराठीने नव्याने निर्माण केला.

संस्कृतमध्ये मिद्-मेदति म्हणजे प्रेम करणे असा एक धातू आहे. त्याचप्रमाणे मिथ्-मेथति म्हणजे संबंध जोडणे असाही एक धातू आहे. या दोन्ही धातूंच्या संकरातून मित्र हा शब्द तयार होतो. तो मित्रम् असा नपुंसकलिंगी शब्द असून त्यातून स्त्री-पुरुष परस्परांचे मित्र असू शकतात हा भाव व्यक्त होतो. आम्ही मित्र-मित्र मिळून किंवा आम्ही मैत्रिणी-मैत्रिणी मिळून असे वेगळे गट सुचविणारे शब्दप्रयोग संस्कृतमध्ये नाहीत! सगळेच एकमेकांचे मित्र! प्राचीन भारतातील स्त्रीविषयक विचाराचे हे अल्पसे दर्शनच आहे. मैत्रीतली स्त्री-पुरुष समानता!

■ ■

मिलन/मीलन

मिलन/मीलन : मिलन व मीलन या दोन शब्दांमध्ये फरक आहे तो केवळ एका अक्षराच्या ह्रस्व-दीर्घत्वाचा. परंतु त्यामुळे त्यांचे अर्थ एकमेकांपासून भिन्न होतात, हेही लक्षात घेतले पाहिजे.

मीलन या शब्दाच्या विरुद्ध अर्थाचा शब्द आहे उन्मीलन. फुलांच्या उमलण्याला म्हणायचे उन्मीलन. त्यामुळे फुलांच्या पाकळ्या मिटतात तेव्हा त्या प्रक्रियेला म्हणायचे मीलन. उमललेल्या फुलांच्या पाकळ्या पुन्हा मिटतात? होय, कमळाच्या पाकळ्या पुन्हा एकत्र येऊन त्याचे रूपांतर पुन्हा कळीमध्ये होत असते.

मिलन म्हणजे एकत्र येणे. मिळणे, नद्यांचे, प्रियकर प्रेयसीचे वगैरे असते ते मिलन. त्यांच्या मिलनासाठी मीलन हा शब्द वापरणे इष्ट नाही.

■ ■

मीठ/गोड

मीठ/गोड : मीठ आणि गोड या दोन शब्दांची जोड कशी जमणार, असे कुणाला वाटेल.

ग्रामीण भागात कित्येक ठिकाणी जेवताना 'मीठ वाढा' असे न म्हणता 'गोड वाढा' असे म्हणण्याची प्रथा आहे. गोड म्हणजे मीठ! शहरी शिक्षणातून हे समीकरण हळूहळू लुप्त होईल. परंतु मूलत: ते बरोबर आहे. कसे?

आपण मिष्टान्न हा शब्द गोड पदार्थांसाठीच वापरतो ना? त्यातील मिष्ट शब्दाचेच रूपांतर आहे मीठ! अन्नाची खरी गोडी मिठानेच तर वाढते. भाजी-आमटीचा चवदारपणा (म्हणजेच गोडी) जर मिठाची कमतरता पूर्ण करून वाढणार असेल, तर त्या मिठाला 'गोड'च म्हणायला हवे.

■ ■

मुहूर्त

मुहूर्त : लग्नाच्या निमंत्रण पत्रिकेत मुहूर्त दिलेला असतो. म्हणजे एक निश्चित वेळ दिलेली असते. कित्येकदा त्या वेळेच्याही बऱ्याच नंतर लग्न लागते, असेही आढळते. मग अनेकांना मुहूर्त टळल्याची चुटपूट लागते! पण मुहूर्त शब्दाचा अर्थ अशी अगदी नेमकी वेळ, नेमका क्षण असा आहे का? शुभ वेळ हा अर्थ शब्दाला जरूर आहे, परंतु त्या वेळाची व्याप्ती विशिष्ट क्षणापुरती नाही! अहोरात्रं मुहूर्तास्तु त्रिंशन्मासो दिनैस्तथा। असे एक वचन आहे. तीस मुहूर्तांनी मिळून एक 'अहोरात्र' (पूर्ण दिवस) व असा तीस दिवसांचा एक महिना होतो, असा या वाचनाचा अर्थ. म्हणजेच 'मुहूर्त' हा ४८ मिनिटांचा होईल. पूर्वीच्या परिभाषेत दोन नाडिकांचा किंवा दोन घटिकांचा एक मुहूर्त होतो आणि एक घटिका २४ मिनिटांची असते.

■ ■

मूकस्तंभ

मूकस्तंभ : विचारलेल्या प्रश्नाचे उत्तर देता येत नसल्याने केवळ गप्प उभे राहाणाऱ्या विद्यार्थ्यांवर रागावताना शिक्षक त्याला म्हणतात, 'अरे असा मुखस्तंभासारखा उभा काय राहिला आहेस नुसता? बोल ना काही तरी!'

त्या मुलाला या वाक्याचा अर्थ कळतो; पण तो अंशात्मकच. आपण खांबासारखे उभे आहोत, हे त्याला जाणवते. स्तंभ म्हणजे खांब, हा अर्थ त्याला कळतो. पण या स्तंभामागे 'मुख' कशासाठी जोडलेले असते?

खरे म्हणजे हा शब्द मूक-स्तंभ असा आहे. खांब बोलूच शकत नसल्याने तो मूक असतोच. मूक शब्दाचा उच्चार करता करता स्तंभाबरोबर तो मुख होऊन जातो. स्तंभ या शब्दातला घर्षक स् आणि महाप्राण भ् यांचा तो परिणाम असावा. शिवाय बोलण्याची क्रिया मुखातून होत असल्याने हा शब्द तिथे योग्यच वाटू लागतो. पुढे मग मुखस्तंभ असे म्हणतानाही शेवटच्या (महाप्राणयुक्त) 'भ'चे ब या मृदु उच्चारात रूपांतर होऊन हा शब्द मुखस्तंब असाही उच्चारला जातो. मात्र अर्थदृष्ट्या विचार करता मूकस्तंभ असे म्हटले पाहिजे व तसेच लिहिलेही पाहिजे.

■■

मूल्य

मूल्य : वस्तूचे मूल्य तिच्या वेष्टनावर मुद्रित केलेले असते. अथवा विक्रेता त्या वस्तूचे मूल्य वस्तू खरेदी करणाराला सांगतो. मूल्य म्हणजे त्या वस्तूची किंमत. द्रव्याच्या (अथवा अन्य कुठल्या तरी) रूपाने दिलेला मोबदला.

तो मोबदला देऊन ती विक्रेय वस्तू त्या विक्रेत्याकडून काढून घेतली जात असते. ती वस्तू काढून घेण्याच्या क्रियेसाठीच संस्कृतमध्ये मूल् (मूलति) असा धातू आहे. त्या धातूवरून मग पुढे मूल्य असा शब्द तयार होतो. त्यामुळे मूल्य म्हणजे काढून घेण्यास योग्य, खरे म्हणजे ती वस्तू स्वतःच 'मूल्य' होत असते. ती वस्तू विक्रेत्याकडून काढून घेताना त्याला तीच जणू काही आपण तिच्या किमतीद्वारे परत देत असतो!

■■

मेहूण

मेहूण : पती-पत्नींना एकत्र, बरोबरच विशेषत: जेवायला वगैरे निमंत्रण दिले जाते. त्या वेळी त्या दोघांचा मिळून उल्लेख मेहूण या शब्दाने केला जात असतो. हा शब्द मिथुन या शब्दाचे परिवर्तित रूप आहे. मिथुन म्हणजे जोडी. राशिचक्रामध्ये मिथुन या नावाची एक (बारा राशींपैकी तिसऱ्या क्रमांकाची) रास आहे. तिचे चित्र काढतानाही स्त्री-पुरुषांची एक जोडी काढलेली असते. मिथुन म्हणजे वस्तुत: कोणत्याही दोन वेगवेगळ्या गोष्टी एकत्र येणे. शंकराचार्यांनी तर एका ठिकाणी सत्य आणि अनृत (असत्य) यांचेही मिथुन कल्पिलेले आहे. परंतु आता या शब्दाचा अर्थसंकोच होऊन केवळ नर-मादी, स्त्री-पुरुष यांच्या जोडीसाठीच मिथुन शब्दाचा वापर होऊ लागलेला आहे.

■ ■

मेषपात्र

मेषपात्र : अजागळ, बावळट, मूर्ख इत्यादि विशेषणांसारखेच मेषपात्र हेही एक दूषणवाचक विशेषण आहे. विशेषत: ज्याच्या ठिकाणी तरतरीतपणा नसेल, ज्याची वृत्ती केवळ इतर काय करतात त्यांचे अनुकरण करण्याची असेल, ज्याला कोणत्याही परिस्थितीत स्वतंत्र बुद्धीने स्वत:चा काही निर्णय घेण्याची सवय तर नसेलच, पण क्षमताही नसेल, अशा माणसाचे वर्णन मेषपात्र या शब्दाने करता येईल. मेष म्हणजे मेंढा. वास्तविक मेंढा हा प्राणी तसा उग्र आणि शक्तिसंपन्न असतो. परंतु मेंढी हे त्या प्राण्याचे स्त्रीलिंगी रूप लक्षात घेऊन मेंढ्या हे त्याही शब्दाचे अनेकवचन विचारात घेतले व नंतर मेंढ्यांचा एक विशेष स्वभावही ध्यानात आणला, म्हणजे मग मेषपात्रमधील मेष शब्दाचा अर्थ स्पष्ट होईल. मेंढ्या कोणत्या वृत्तीसाठी प्रसिद्ध आहेत? त्यांना नेहमी कुणी तरी मार्गदर्शक आवश्यक असतो. मेंढपाळ लोक त्यासाठी मेंढ्यांच्या कळपात एक तरी शेळी बाळगतात. शेळी जिकडे जाते, तिकडेच सगळ्या मेंढ्या जातात. त्या शेळीने खड्ड्यात उडी घेतली, तर सर्व मेंढ्या तिच्या मागोमाग म्हणजे एक मेंढी दुसरीमागे याप्रमाणे सर्व मेंढ्या त्याच खड्ड्यात उड्या घेतील!

■ ■

मोक्ष/मुक्ती

मोक्ष/मुक्ती : स्वतंत्रता भगवतीचे स्तोत्र गाताना स्वातंत्र्यवीर सावरकरांनी म्हटलेले आहे, 'मोक्ष-मुक्ति ही तुझीच रूपे!' या ओळीत मोक्ष आणि मुक्ती हे दोन शब्द आले आहेत आणि वरवर पाहाता ते एकाच अर्थाचे दिसतात! एकाच अर्थाचे दोन शब्द लागोपाठ वापरणे हे काही चांगल्या रचनेचे लक्षण नाही ना? मग हा इथे रचनेचा दोष समजायचा का? पण तसे काही म्हणण्यापूर्वी या शब्दांचे अर्थ नीट समजून घेतले पाहिजेत! मोक्ष म्हणजे सुटका. जन्ममरणांच्या चक्रातून सुटका. पुन्हा पुन्हा जन्म घ्यावा न लागणे म्हणजे मोक्ष. आणि मुक्ती म्हणजे? या ठिकाणी 'चारी मुक्ती' ही संकल्पना लक्षात घेतली पाहिजे. त्या चार मुक्ती आहेत, सलोकता, समीपता, सरूपता आणि सायुज्य. या चारही मुक्तींचा संबंध विष्णुलोकाशी किंवा वैकुंठाशी आहे. इथे पुनर्जन्मातून सुटकेचा विषय नसून देवता संपर्क महत्त्वाचा आहे. 'मोक्ष' ही संकल्पना कोणत्याही देवता-विशेषाशी संबंधित नाही! म्हणून हे दोन शब्द वेगवेगळ्या अर्थाचे आहेत.

■ ■

मौन

मौन : मौन म्हणजे मुकेपणा! नाही का? बोलणे बंद म्हणजे मौन! त्यामुळे मौनात असलेले काही लोक आपल्या मनातला आशय कागदावर किंवा पाटीवर लिहून व्यक्त करतानाही आढळतात. म्हणजेच केवळ मुखातून शब्द न काढणे म्हणजे मौन, असा अर्थ रूढ झालेला आहे. वास्तविक मौन म्हणजे मुनीचा गुणधर्म आणि मुनी हा शब्द (मननात् मुनि:) मनन-चिंतन करणारा या अर्थाचा आहे. म्हणून मौन हे मनन-चिंतनयुक्त असायला हवे. हे चिंतन मुनिवृत्तीने केलेले म्हणजेच नि:स्वार्थपणे, जगाच्या कल्याणाकरता संतांच्या विभूती या न्यायाला अनुसरून केलेले असावे. केवळ शब्दोच्चार न करणे आणि रागद्वेषयुक्त विचार मात्र न सोडणे म्हणजे खरे मौन नव्हे.

■ ■

मौलिक

मौलिक : 'आपला मौलिक सल्ला आम्ही अवश्य लक्षात घेऊ व यापुढे आमच्या संस्थेच्या कारभारात आवश्यक त्या सुधारणा अवश्य करू!'

यातील सल्ला या शब्दाचे मौलिक हे जे विशेषण आहे, त्याचा अर्थ काय? मौलिक म्हणजे मूल्यवान? नाही! म्हणजे हा मौलिक सल्ला मूल्यवान असू शकतो, परंतु मौलिक या शब्दाचा तो अर्थ नाही!

मग मौलिक म्हणजे काय?

मूल (म्हणजे मूळ. जिथून कोणत्याही गोष्टीचा प्रारंभ होतो.) या शब्दापासून मौलिक हे तद्धित तयार होते. जसे 'भूत'पासून भौतिक, 'जीव'पासून जैविक म्हणून मौलिक म्हणजे मूलभूत स्वरूपाचा; मुळाशी जाऊन विचार व्यक्त करणारा. मौलि या शब्दाचा अर्थ मस्तक, शीर्ष असा आहे. पण मौलिक विचार हा शीर्षस्थानी विराजमान होणारा असला, तरी त्याचा या मौलि शब्दाशी काही संबंध नाही. मौलिक हा शब्द उपान्त्य दीर्घ करून चालणार नाही. भौतिक, जैविक, नैतिक अशा इतरही अनेक शब्दांच्या बाबतीत हे लक्षात ठेवले पाहिजे.

■ ■

म्हातारचळ

म्हातारचळ : एखादी वृद्ध व्यक्ती जर स्वत:चे वय विसरून थोडी उच्छृंखलपणे वागू लागली, तर तिचे वर्णन करताना 'या माणसाला म्हातारचळ लागलेला दिसतो!' या शब्दात केले जाते आणि हे वर्णन ऐकणारा कुणीही श्रोता या वाक्याचा अर्थ तर नक्कीच समजू शकतो.

परंतु या शब्दातील घटकांची चिकित्सा करून त्याचा अर्थ स्पष्ट करायचा झाला, तर तो कसा सांगता येईल? म्हाताऱ्या माणसाला लागलेला चळ म्हणजे म्हातारचळ. म्हातारपण हे वयाने ठरविता येते. पण 'चळ' म्हणजे काय? चळ हा शब्द 'चल'चे शुद्ध मराठी रूप आहे. चल् आणि चर् असे संस्कृतमध्ये दोन धातू आहेत. 'चर्'वरूनच चारित्र्य हा शब्द तयार होतो. 'चर्'चा अर्थ आहे वागणे, वावरणे, वर्तन करणे. 'चल्'चाही तो एक अर्थ आहेच, पण त्यात थोडी भिन्नता आहे. 'चर्'मध्ये मानसिक वृत्तीची स्थिरता असते, तर 'चल्'मध्ये मानसिक वृत्ती अस्थिर असतात. अमक्याची 'चाल' चांगली नाही, असे आपण म्हणतो. तो चाल हा शब्द याच 'चल्'पासून मिळतो. तसाच चळ हा शब्द आहे. चळ म्हणजे वागणेच, पण त्यात थोडी मानसिक विकृती गृहीत आहे. चळणे असे क्रियापद देखील असाच अर्थ दर्शविते.

■ ■

म्हातारा

म्हातारा : एखाद्या माणसाला म्हातारा म्हटलं, तर त्याला बहुधा रागच येतो. विशेषत: ज्याचे केस अकाली पांढरे झालेले आहेत, अश्या मध्यमवयीन व्यक्तीला, अगदी तुमच्या मित्रालाही 'म्हातारा' म्हणून पाहा. तो थोड्या भुवया उंच केल्याशिवाय राहाणार नाही.

वास्तविक म्हातारा या मराठी शब्दाचे जे संस्कृत मूळ आहे, ते किती चांगल्या अर्थाचे आहे!

महत्तर या शब्दाचे अपभ्रष्ट रूप आहे म्हातारा!

महत्-तर म्हणजे काय? तर 'महत्'पेक्षा मोठा, अधिक मोठा! आणि याच तर-तम-वाचक मालिकेत पुढचा तमवाचक शब्द आहे, महत्-तम – महत्तम.

म्हणून स्वत:ला महत् म्हणजे मोठा समजणाऱ्याने समोरच्या व्यक्तीला महत्तर म्हणजे अधिक मोठा म्हटल्याने काय बिघडणार आहे? म्हणूनच बहुदा ग्रामीण भाषेमध्ये आपल्या पित्याला 'म्हतारा' म्हणण्याची प्रथा पडली असावी! 'म्हतारा' हे रूप तर 'म्हातारा'पेक्षाही संस्कृत शब्दाला अधिक जवळचे आहे.

■ ■

यजमान

यजमान : आंतरराष्ट्रीय स्वरूपाच्या परिषदांमध्ये यजमान राष्ट्रावर इतर सर्वांची व्यवस्था व सुरक्षितता याबद्दलची मोठीच जबाबदारी असते.

खेळांच्या स्पर्धांमध्येही कुणी तरी 'यजमान' असतात.

यातला यजमान या शब्दाचा संदर्भाने अर्थ सहज कळतो, पण यजमान शब्दाचा नेमका अर्थ त्यातून स्पष्ट होत नाही.

यजमान हा एक संस्कृत शब्द आहे. यज् धातूचा अर्थ आहे यज्ञ करणे. यजमान म्हणजे यज्ञ करीत असलेला. पूर्वी जेव्हा यज्ञ होत असत त्या वेळी त्या यज्ञात अनेक लोक एकत्र येत असत. खरे म्हणजे त्या पूर्वीच्या काळातल्या परिषदाच होत्या. त्या यज्ञामध्ये यज्ञ प्रत्यक्ष करणारा म्हणजे देवतांना उद्देशून आहुती देणारा मनुष्य 'यजमान' समजला जाई. बाकीचे सगळे पाहुणे!

पन्नास-साठ वर्षांपूर्वीपर्यंत स्त्रिया आपल्या पतीचा उल्लेख यजमान असा करीत असत. कुटुंब चालविणे हाच एक यज्ञ. त्यात प्रमुख भूमिका करणारी व्यक्ती त्या यज्ञातली 'यजमान'.

■ ■

यथाशक्ती

यथाशक्ती : 'आपण आपलं यथाशक्ती सतत मदत करीत राहावं लोकांना!' अशी आपली एक भूमिका असते, नाही का?

यात यथाशक्ती या शब्दाचा काय अर्थ आपल्याला अभिप्रेत असतो?

ही आम्ही जी यथाशक्ती मदत करतो ना, ती खरे तर हात आखडता घेऊन केलेली मदत असते. आपली क्षमता त्यापेक्षा अधिक असू शकते.

आपली जेवढी शक्ती आहे, ती पूर्णपणे वापरून केलेली कृती म्हणजे यथाशक्ती कृती. त्यापलीकडे जाणे आता केवळ अशक्य आहे, ती शक्ती आता संपली आहे, अशी स्थिती आली, तरच आपण त्या संदर्भात यथाशक्ती हा शब्दप्रयोग करायला हवा. शक्तिम् अनतिक्रम्य – शक्तीचे अतिक्रमण न करता, म्हणजेच शेवटच्या टोकापर्यंत जाऊन तेथे केवळ नाईलाजाने थांबून म्हणजे यथाशक्ती!

■ ■

यंदा

यंदा : यंदा उन्हाळा जरा जास्तीच आहे, यंदा पाऊस चांगला झाला, यंदाचे पीक चांगले आहे वगैरे वाक्यांमध्ये असलेल्या 'यंदा' या शब्दाचा अर्थ काय आहे? 'या वर्षी' अथवा 'चालू वर्षी' असा त्याचा आपण अर्थ करतो.

यात थोडासा भविष्यकालदर्शक अर्थ दडलेला आहे. संपलेल्या वर्षाबद्दल आपण कधी यंदा असा शब्द वापरणार नाही. जे वर्ष चालू आहे व जे संपायला अद्याप अवधी असल्याने अजून काही काळ चालू राहाणार आहे, ते म्हणजे यंदाचे वर्ष! अथवा येणारे नजीकचे वर्ष म्हणजे देखील यंदाचेच वर्ष!

आयंदा (= यापुढे, भविष्यात, भावी काळात) हा फारसी शब्द या यंदाचा पूर्वज शब्द आहे. 'आयंदा कभी ऐसा न करना' या हिंदी वाक्यात हा भविष्यकालवाचक आयंदा शब्द आहे. असा हा यंदा मूळचा फारसी शब्द आहे; 'आ' गाळलेला!

■ ■

यातायात

यातायात: 'एखादी गोष्ट साध्य करायची म्हणजे ते काम करणाराला केवढी यातायात करावी लागते याची काही कल्पना आहे का तुम्हाला?' असा प्रश्न

विचारणाराच्या मनात यातायात शब्दाचा कोणता अर्थ असतो?

हिंदी भाषेनुसार तर केंद्रीय मंत्रिमंडळात सुद्धा एक यातायात मंत्री असतात! त्या मंत्र्यांना सुद्धा यासारखीच यातायात करावी लागते का?

यातायात या शब्दात दोन घटक आहेत. यात आणि आयात. 'या' या धातूचा अर्थ आहे, जाणे! (बरंय, या आता! या वाक्यातून 'जा' असाच अर्थ सूचित होतो ना?) या हा गतिवाचक धातू आहे. यात म्हणजे गेलेले आणि आयात म्हणजे आलेले. यातायात म्हणजे जाणे-येणे, जाणे-येणे, जाणे-येणे... याप्रमाणे होणारी हालचाल. ती त्रासदायकच होणार! म्हणून यातायात म्हणजे त्रास, कष्ट, सारखे हेलपाटे घालणे. हिंदीतील यातायात देखील दळणवळण याच अर्थाची आहे. फक्त तिथे 'त्रास' मानण्याची प्रवृत्ती नाही. मराठी भाषिकांना यातायात ही कष्टदायक असते!

■ ■

यात्रा

यात्रा : 'निवृत्त झालात, पेन्शन घेतलीत, आता तुम्ही यात्रा करायला मोकळे झालात!' अशासारख्या वाक्यातला यात्रा शब्द तीर्थयात्रा या अर्थानेच वापरलेला दिसतो. खरे तर यात्रा या शब्दाचा प्राथमिक अर्थ आहे, आपल्या जागेवर स्थिर न राहाता तेथून हलून दुसरीकडे जाणे! 'या' हा धातू 'जाणे' या अर्थाचा, गतिवाचक आहे. त्यामुळे यात्रा म्हणजे कोणताही प्रवास. म्हणूनच रेल्वे खाते सर्वच प्रवाशांना 'यात्री' समजते. पण आपण मराठीत मात्र यात्रा ही केवळ धार्मिक स्थाळांना भेट देण्यापुरतीच मर्यादित ठेवलेली आहे. त्यावरून मग तीर्थयात्रा, चारी धामांची यात्रा, पशुपती यात्रा, बुद्धगयेची यात्रा, हाज यात्रा, अमरनाथ यात्रा असे शब्दबंध तयार झालेले आहेत.

■ ■

यामिनी

यामिनी : 'तोच चंद्रमा नभात, तीच चैत्र-यामिनी' हे गीत आपल्या परिचयाचे आहे. यातील यामिनी शब्दाचा अर्थ आहे रात्र. शब्दश: अर्थ आहे यामयुक्ता. याम म्हणजे आजच्या कालपरिमाणानुसार तीन तासांचा काळ. अर्थात, रात्र काही केवळ तीन तासांची नसते. म्हणून तिला त्रियामा – तीन यामांची – असेही म्हणतात. पण तिथेही ती (तीन) यामांनी युक्त म्हणून यामिनीच असते ना? कदाचित गाढ झोपेचा काळ केवळ तीन तासांचा मानूनही रात्र ही यामिनी (एका यामाची) म्हटली गेली असेल.

यामिनी हे स्त्रीचे नाव म्हणून प्राचीन काळापासून रूढ आहे. पुराणांमधील प्रल्हादाच्या कन्येचे नाव यामिनी होते. चंद्राला यामिनीश, यामिनीनाथ, यामिनीपती असेही म्हणतात.

■ ■

यावच्चंद्रदिवाकरौ

यावच्चंद्रदिवाकरौ : ''महत्प्रयासाने मिळविलेले आपले स्वातंत्र्य कायम टिकावे असे वाटत असेल तर...'' अशासारख्या वाक्यांशात 'कायम' या शब्दाऐवजी 'यावच्चंद्रदिवाकरौ' हा शब्द वापरून पाहा. वाक्याला जरा भारदस्तपणा येईल.

यावत् चन्द्रदिवाकरौ (स्तः) असे हे संस्कृत वाक्य आहे. यावत् म्हणजे जोपर्यंत. चन्द्रदिवाकरौ म्हणजे चन्द्र आणि सूर्य. स्तः म्हणजे आहेत. हे क्रियापद अध्याहृत आहे, म्हणजे ते समजून घ्यायचे आहे. 'आचन्द्रसूर्य नांदो स्वातंत्र्य भारताचे' या वाक्यातील आचंद्रसूर्य या शब्दाचाही अर्थ यावच्चंद्रदिवाकरौ असाच आहे.

■ ■

युवराज

युवराज : राजपदावरील भावी हक्कदार व्यक्तीला म्हणजेच राजाच्या सर्वात वडील मुलाला (अथवा एकुलत्या एक असलेल्याही मुलाला) युवराज म्हणतात. युवा राजा, तरुण राजा असा या शब्दाचा अर्थ आहे. परंतु हे विशेषण या मुलाला अगदी जन्मापासून चिकटते. लहान वयातच त्याचा उल्लेख युवराज असा होऊ लागतो. युवा म्हणजे तर तरुण!

हा मुलगा तरुण होताच राज्यकारभार त्याच्या स्वाधीन करायचा आहे आणि आपण निवृत्त होऊन वानप्रस्थाश्रम स्वीकारायचा आहे याची सतत आठवण राजाला राहावी, असा या शब्दयोजनेमागे उद्देश आहे. प्राचीन भारतातील एक राजनैतिक मूल्यच या शब्दातून व्यक्त होते आहे. समाजाची संस्कृती त्या समाजाच्या भाषेतून व्यक्त होत असते.

■ ■

येडा

येडा : 'हा काय येडाबिडा हाय का काय?' या वाक्यातला 'येडा' हा ग्रामीण

शब्द आपण नागरीकरणात 'वेडा' म्हणून स्वीकारतो. ठीक आहे! पण वेडा म्हणजे काय? ज्याला काही समजत नाही, असा भ्रमिष्ठ, मूर्ख मनुष्य! होय ना? संस्कृत भाषेत एड असा शब्द आहे. त्याचा अर्थ आहे बहिरा! बहिऱ्या व्यक्तीला आपण काही सांगू लागलो, तर त्याची जी 'काहीच न समजल्याची अथवा भलतेच काही समजल्याची' प्रतिक्रिया असते, तीच तर आपण ज्याला वेडा समजतो त्याचीही असते! एड शब्दाचे संस्कृत भाषेतील पुल्लिंगी रूप आहे, 'एडः'. त्याचेच पुढे मराठीत 'येडा' होते. हा ग्रामीण शब्दच मूळच्या संस्कृत शब्दाला अधिक जवळचा आहे. सुशिक्षित माणूस मात्र येडा ऐवजी वेडा शब्द वापरतो!

■ ■

योगायोग

योगायोग : एखादी गोष्ट योगायोगाने घडली, असे जेव्हा आपण म्हणतो तेव्हा आपल्याला असे म्हणायचे असते की, ती गोष्ट निश्चितपणे घडणारच होती असे नाही. खरे म्हणजे एरवी ती घडण्यातली नव्हतीच, पण तरीही घडलेली तर दिसते आहे.

हा केवळ योगायोगाचा भाग आहे!

घटना घडण्याची शक्यता आणि न घडण्याचीही शक्यता या जेव्हा समान असतात तेव्हाच योगायोग हा शब्द वापरता येतो. योग म्हणजे जोडणी. कशाची? तर आपली अपेक्षा आणि मिळावयाचे प्रत्यक्ष यश, यांची जोडणी होते तो योग. आणि जिथे ही जोडणी होत नाही तो अयोग. योग आणि अयोग या दोन्हींचा मिळून शब्द तयार होतो – योगायोग.

■ ■

यःकश्चित्

यःकश्चित् : 'एखाद्या यःकश्चित् माणसानं साक्षात पंतप्रधानांवर तोंडसुख घेणं हे बरं आहे का?' असं कुणी म्हटलेलं एखाद्या वेळी तुमच्या कानांवर येतं की नाही?

यातल्या यःकश्चित् या शब्दाचा काय अर्थ आहे? अत्यंत सामान्य, ज्याला काही विशेष किंमत देण्याचे कारण नाही, असा मनुष्य म्हणजे यःकश्चित् माणूस! खरे म्हणजे आपले 'मत' व्यक्त करण्याच्या बाबतीत कुणाबद्दलही असे मानू नये, ही खरी लोकशाही! पण ठीक आहे, मतांच्या बाबतीत नसली, तरी अन्य अनेक

बाबतीत अशी य:कश्चित् माणसे असतातच ना?

य: म्हणजे जो, क: म्हणजे कोण आणि चित् हे अव्यय नेमकेपणाचा अभाव, अनिश्चितता दाखविते. त्यामुळे 'य:कश्चित्'चा अर्थ होतो, जो कोणी असेल तो. म्हणजेच सामान्य! असामान्य व्यक्तीच्या बाबतीत असे म्हणता येत नसते. त्याचे नेमकेपण त्याच्या नावातून प्रकट होत असते. नावही न घेण्यासारखी व्यक्ती म्हणजे य:कश्चित् व्यक्ती!

■ ■

रंभा

रंभा : मेनका, रंभा, उर्वशी इत्यादि अप्सरांची नावे आपल्या वाचण्यात आहेत. नवजात कन्येचे नाव ठेवताना या नावांचाही क्वचित विचार केला जातो. यांपैकी रंभा हे एक नाम 'सुंदर स्त्री' या अर्थाचेही वहन करते. म्हणजेच भाषेत सुंदर स्त्री या अर्थाने रंभा हा शब्द वापरता येईल. (अर्थात संदर्भपरत्वे शोभेल अशाच पद्धतीने.)

विशेष म्हणजे 'रंभा' ह्या शब्दाचा एक अर्थ केळीचे झाड असाही आहे! अर्थात केळीचे तुकतुकीत, तेजस्वी आणि नेत्रसुखद असे स्पर्शालाही सुखकारक झाडच पुढे केव्हा तरी सुंदर स्त्रीसाठी उपमान म्हणून एखाद्या कवीला सुचले असावे आणि त्यातून त्याने सुंदर स्त्रीलाच 'रंभा' म्हटले असावे. नाही का?

सुंदर स्त्री या अर्थाने संस्कृत भाषेत रंभोरू असा एक शब्द आहे. त्याचा शब्दश: अर्थ – जिचे ऊरू म्हणजे मांड्या रंभेप्रमाणे म्हणजे केळीप्रमाणे - (केळीच्या सोपटाप्रमाणे-केळीच्या खांबाप्रमाणे) आहेत, ती. अर्थात सुंदर स्त्री!

■ ■

रसरंग

रसरंग : मकरसंक्रांतीच्या सुमारास शेतकऱ्यांच्या घरात धनधान्याची, भाजीपाल्याची आवक भरपूर झालेली असते. अशा समृद्ध घरातल्या स्त्रिया आपल्या मैत्रिणींना मकरसंक्रांतीच्या हळदीकुंकवासाठी आपल्या घरी बोलावतात व एखाद्या वस्तूची 'लूट' करवितात. उदाहरणार्थ येणाऱ्या प्रत्येक स्त्रीला हळदीकुंकवाबरोबरच तिळगूळ आणि शिवाय एखादी ओल्या हरबऱ्याची जुडी किंवा गुळाचा खडा म्हणजे छोटी भेलीच किंवा असाच काही कृषिजन्य पदार्थ भेट म्हणून देतात. शहरात सुशिक्षित स्त्रिया काचेच्या,

प्लॅस्टिकच्या किंवा स्टेनलेसच्या छोट्या वस्तू यासाठी वापरत असतात.

मकरसंक्रांतीच्या दिवशी होणाऱ्या या हळदीकुंकवाच्या समारंभाला रसरंग म्हणतात, हे आपण आता विसरून गेलो आहोत! शब्दकोशात मात्र अद्याप हा अर्थ आपली जागा टिकवून आहे.

■ ■

रसातळ

रसातळ : 'अशा वागण्याने तुमचा सगळा उद्योगधंदा रसातळाला गेल्याशिवाय राहाणार नाही!' किंवा 'संस्था रसातळाला गेली तरी चालेल, पण मी आता या प्रकरणाचा सोक्षमोक्ष लावल्याशिवाय स्वस्थ बसणार नाही!' अशासारख्या वाक्यांमध्ये रसातळाला जाणे याचा अर्थ सामान्यपणे 'नष्ट होणे', 'नाश पावणे' असा असल्याचे आपण लक्षात घेतो.

पण हे 'रसातळ' काय आहे? रसा हे पृथ्वीचेच एक नाव आहे. तिच्या तळाला म्हणायचे रसातळ. रसातळाला जाणे म्हणजे खड्ड्यात जाणे! नाहीसे होणे! पण हा खड्डा खूप खूप खोल असणार!

पृथ्वीवर जमिनीखाली एक 'पाताळ' आहे अशी एक कल्पना आहे. पण हे पाताळ म्हणजे एकूण सात थरांपैकी शेवटचा, सातवा थर! अतल, वितल, सुतल, रसातल, तलातल, महातल आणि पाताल असे हे सात थर समजण्यात येतात.

त्यातला चौथा थर म्हणजे रसातल! म्हणजे सातातला मध्य! फार काळजीचे कारण नाही! अगदी पाताळात गाडले जाण्यापेक्षा रसातळाला जाणे थोडेसे तरी बरे!

■ ■

रहस्य

रहस्य : रहस्य म्हणजे गुप्त गोष्ट. सहजासहजी समजू न शकणारी, परंतु जिच्याबद्दलचे कुतूहल मात्र अनेकांच्या मनात असते अशी गोष्ट. आपल्या दीर्घायुष्याचे रहस्य काय? असा प्रश्न त्यामुळेच संभवतो. मुळात हा 'रहस्' असा शब्द आहे. त्याचा अर्थ एकांत. जेथे अन्य कोणीही व्यक्ती येऊ शकत नाही अशी जागा. रहसि म्हणजे अशा ठिकाणी आणि मग अशा ठिकाणी घडणाऱ्या गोष्टींना रहस्य म्हटले जाऊ लागते. त्यामुळेच चोरून केल्या जाणाऱ्या प्रेमाच्या बाबतीत देखील 'अलीकडे त्यांचं वागणं म्हणजे एक रहस्य होऊन बसलं आहे.' असे म्हटले जात असते. या

बाबतीत जरा थोडा असभ्य शब्द वापरला जातो, तो आहे भानगड किंवा प्रकरण!

■ ■

रहाणे, राहणे की राहाणे

रहाणे, राहणे की राहाणे : इथे उभी रहा! असे कुणी लिहिले, तर या वाक्यात 'रहा' या शब्दाऐवजी 'राहा' अशी दुरुस्ती कुणी करू पाहातो. 'मी उभा रहातो' ऐवजी 'मी उभा राहतो' असे लिहा असे सांगितले जाते. शुद्धलेखनविषयक पुस्तकांमध्ये राहणे/रहाणे अशी क्रियावाचके आढळतात. प्रश्न असा पडतो की, कोणते रूप बरोबर आहे? रहाणे, राहणे की राहाणे? हे ठरविण्यासाठी निकष आहेत. धातूचे मूळ रूप (किंवा त्यातील 'णे' हा घटक वगळून) हेच आज्ञार्थी द्वितीयपुरुषी एकवचन असते. 'बसणे'पासून तू बस, तू कर, तू जा, तसे तू रहा/राहा असे म्हणू शकू. पण तू राह म्हणता येत नाही. म्हणून 'राहणे' हे रूप अयोग्य. रहा आणि राहा (रहाणे/राहाणे) यांपैकी बसून, जाऊन, ठेवून याप्रमाणे 'रहा'पासून 'रहून' होईल. ते अयोग्य. 'राहा'पासून 'राहून' होईल. ते योग्य. पूर्वकालवाचक अव्यय ही ती कसोटी आहे. तिच्या उपयोगाने राहाणे हा धातू योग्य ठरतो. हेच निकष पहाणे, पाहणे व पाहाणे यांच्याही बाबतीत लावून पाहाणे हा धातू योग्य ठरविता येतो.

■ ■

राख

राख : 'राख म्हणून घ्यायाचे आले आज तिच्या भाळी!' ही ओळ आहे 'बी' कवींच्या 'थोरातांची कमळा' या दीर्घ कवितेतली! हिंदीतला 'रक्षा' हा शब्द आणि मराठीतला 'राख' हा शब्द लग्नाशिवायची बायको हा एकच अर्थ व्यक्त करतात.

शब्द हे सामाजिक संकेतांचे निदर्शक असतात. त्या दृष्टीने हा शब्द विचारात घेण्यासारखा आहे. पूर्वी शक्तिसंपन्न व धनिक लोक असहाय व निराधार स्त्रियांना आपल्या घरी आश्रय देत व त्यांचे रक्षण करीत. या अर्थाने त्या 'रक्षिता' असत. परंतु उपभोग्य म्हणूनच त्यांचे रक्षण करण्याच्या धनिकांच्या प्रवृत्तीतूनच या रक्षितांची 'रक्षा' किंवा 'राख' झालेली दिसते! अगदी अक्षरशः राख!

■ ■

रागद्वेष

रागद्वेष : स्थितप्रज्ञ मुनी, कर्मयोगी, ज्ञानयोगी, (तसा कोणताही योगी) रागद्वेषांच्या पलीकडे गेलेला असतो असे म्हणतात. म्हणजे त्याला राग वा द्वेष या भावना शिवत नाहीत.

म्हणजे काय? त्याला राग येत नाही आणि कुणाबद्दल द्वेष वाटत नाही, असेच ना?

तसा हा अर्थ बरोबरच आहे. पण अगदी बरोबर मात्र नाही. इथला 'राग' शब्द आपण नेहमी ज्या क्रोधाचा वाचक म्हणून वापरतो, त्यापेक्षा वेगळ्या अर्थाचा आहे. इथे राग म्हणजे प्रेम. द्वेषाच्या उलट असलेली भावना म्हणजे राग.

मग आता रागद्वेषाच्या पलीकडे जाणे म्हणजे काय? तर कुणाबद्दलही खास प्रेम, आकर्षण, आसक्ती नाही की कुणाबद्दल द्वेष, शत्रुत्वाची भावनाही नाही! सर्वांकडे समत्वबुद्धीने पाहाणे! कारण कुणाबद्दलच्या तरी रागामुळे (म्हणजेच प्रेमामुळे) अन्य कुणाबद्दलचा द्वेषही निर्माण होऊ शकतो. रागामुळे मनुष्य पक्षपाती बनतो.

■ ■

राजबिंडा

राजबिंडा : एखादा राजबिंडा राजकुमार आपल्याला जीवनसाथी म्हणून मिळावा, असे स्वप्न पाहाणे हे वयात आलेल्या मुलींच्या दृष्टीने स्वाभाविकच असते. पण राजबिंडा म्हणजे काय? तरुण, तरतरीत, तेजस्वी, सुंदर असे वर्णन करता येईल अश्या व्यक्तीला राजबिंडा म्हणता येते.

हा शब्द खरे तर राजपिंड या शब्दाचे अपभ्रष्ट रूप आहे. आणि राजपिंड म्हणजे राजाच्या वंशात जन्मलेला. या दृष्टीने राजकुमार आणि राजबिंडा हे समानार्थक शब्द होतील. राजवंशातील सर्वच व्यक्ती तरतरीत, तेजस्वी, सुंदर असतात असा सर्वसाधारण समज या शब्दातून व्यक्त होतो आहे. सामान्य मनुष्यही राजबिंडा असतो म्हणजे काय, तर त्याचे रूप राजवंशातल्या व्यक्तीसारखे असते!

■ ■

राजा/राज्य

राजा/राज्य : राज्य, राज्यकर्ते हे शब्द आपल्या नित्य परिचयाचे आहेत.

आपण अलीकडे राजा हा शब्द राज्यकर्ता या अर्थाने वापरीत नाही! राजा हा शब्द ज्या राज् धातूपासून सिद्ध होतो त्याच धातूपासून राज्य हाही शब्द मिळतो. त्यामुळे राजाशी संबंधित असलेली गोष्ट म्हणजे राज्य असा अर्थ निष्पन्न होतो. राज्यकर्ता इतका मोठा शब्द हवा कशाला? राजा म्हणजेच राज्यकर्ता. पण राजा म्हटले की, आपल्याला एकाधिकारशाहीच आठवते. संस्कृतमध्ये वापरात असलेला राजा हा शब्द मात्र अशी एकाधिकारशाही सूचित करीत नाही. एक तर राज् धातूचा अर्थ आहे प्रकाशमान असणे, शोभणे, तेजस्वी असणे. राजा हा असा तेजस्वी असतो. म्हणून आपोआपच तर सर्व जण त्याच्या अंकित राहातात. तेजस्वितेला शरण जाणे, ही एक नैसर्गिक प्रेरणा असते. शिवाय प्रजांचे रंजन करणारा, त्यांना आनंद देणारा तो राजा अशीही राजा शब्दाची एक व्युत्पत्ती दिली जाते. राज्यकर्त्यांनी राजाची ही विशेषणे लक्षात घेण्यासारखी आहेत.

■ ■

रात्रौ

रात्रौ : जुन्या मराठीत 'रात्री' (म्हणजे रात्र झाल्यावर, रात्रीच्या वेळी) या अर्थाने 'रात्रौ' असा शब्द वापरलेला आपल्याला अनेक ठिकाणी आढळेल. पूर्वी नाटकाची जाहिरात करताना 'आज रात्रौ' (म्हणजे आज रात्री) असे म्हणून सुरुवात करीत असत. (आज रात्रौ नऊ वाजता विजयानंद थिएटरमध्ये.... वगैरे)

रात्रौ हा जो शब्द आहे ना, तो शुद्ध संस्कृत भाषेतला आहे. रात्रि या ह्रस्व इकारान्त स्त्रीलिंगी शब्दाचे ते सप्तमी विभक्तीचे एकवचनाचे रूप आहे. त्याचा अर्थ आहे रात्री. पूर्वी रात्रीं असा अनुस्वारयुक्त शब्द वापरून मराठीतली सप्तमी विभक्ती दर्शवीत असत. त्या अनुस्वारयुक्त 'रात्रीं' या शब्दाऐवजी 'रात्रौ' हा शब्द पाटीवर रंगविणे हे जाहिरातदारांना कदाचित सोयीचे जात असावे. कदाचित संस्कृत शब्द वापरण्याची हौस असेल!

■ ■

रामबाण

रामबाण : अमुक एका रोगावर काही एक रामबाण औषध आहे काय हो? किंवा आम्ही तयार केलेले हे रामबाण औषध वापरून पाहा – अशी वाक्ये आपण ऐकली, वाचली, वापरली असतील. अचूक गुणकारी अशा या औषधाचे वर्णन

'रामबाण' या विशेषणाने करण्याची पद्धत आहे. वास्तविक हा शब्द काही मुळात विशेषण या स्वरूपाचा नाही. रामाचा बाण हा त्याचा अर्थ. रामाचा बाण शत्रूला यमसदनाला पाठविणारा, तर रामबाण औषध हे रुग्णाला यमाच्या पाशातून सोडवून आणणारे! मग या शब्दांची संगती कशी लावायची? पण आपण जाणतो की, रामाचे धनुर्विद्येतले कौशल्य असे होते की, त्याने सोडलेला बाण हा इष्ट त्या लक्ष्याचा वेध घेणारच! तो बाण कधीही फुकट जाणार नाही, म्हणून तर रामाला एकबाणी या विशेषणाने गौरवितात. एखादे औषधही जर संबंधित रोगावर निश्चितपणे व निरपवादपणे लागू होणार असले, तर त्यालाही मग रामबाण औषध का म्हणू नये? कोणत्याही समस्येवर अथवा प्रश्नावर निश्चित काही उपाय असेल, तर त्या उपायालाही रामबाण उपाय असेच म्हणतात. रामाचा विचार हा असा विविध क्षेत्रांतून आपल्या मनामनात रुजलेला आहे.

■ ■

रामोशी

रामोशी : एके काळी, म्हणजे इंग्रजांच्या राज्यात हिंदू समाजातील काही जातींना कायमचे 'गुन्हेगार' म्हणून घोषित करण्यात आलेले होते. त्यांच्यात रामोशी देखील होते. पण त्यांना गुन्हेगार समजण्याचे कारण काय होते? इंग्रजांना या जातीची भीती वाटे. इंग्रजविरोधी स्वातंत्र्यलढ्यास ज्यांनी जिवावर उदार होऊन साथ दिली आणि त्यासाठी रानोमाळ भटकण्याचे संकटही सहकुटुंब स्वीकारले ती ही शूर रामोशी मंडळी! पण त्यांच्यापासून प्रजेचे संरक्षण करण्याच्या बहाण्याने इंग्रजांनी त्यांना कायमचे गुन्हेगार ठरविले.

हे रामोशी म्हणजे 'रामवंशी'. ते स्वतःला रामाचे वंशज म्हणवितात. त्यामुळेच पारतंत्र्याला विरोध करण्यात ते आघाडीवर होते. आपण रामवंशींना रामोशी बनविले आहे!

■ ■

राष्ट्रपती महिला

राष्ट्रपती महिला : भाषेतील काही शब्दांसंबंधीची चर्चा, ही तशी चर्चा करण्यासारखी परिस्थिती निर्माण झाली की, नंतरच होऊ शकत असते, याचे एक उदाहरण 'राष्ट्रपती महिला' या शब्दबंधाच्या चर्चेतून प्राप्त झाले आहे. चर्चेचे कारण आहे

पति (पती) हा शब्द. आणि समस्या आहे, हा पुरुषांसाठी वापरला जाणारा शब्द महिलेसाठी कसा वापरावा?

सामान्यत: मराठी भाषेत पतिपत्नी या जोडीमध्ये पति या शब्दाला नवराबायको या जोडीतल्याप्रमाणे नवरा हा अर्थ आहे. पण पति (पती) या शब्दाला काही तेवढाच अर्थ नाही. नवरा हा अर्थ केवळ पत्नीच्या संदर्भात आहे.

अन्य संदर्भात स्वामी, संरक्षक असे अर्थ आहेत. त्या दृष्टीने राष्ट्राचे संरक्षक म्हणून कुणालाही राष्ट्रपती म्हणता येईल. पति (पति) या शब्दाचे खास स्त्रीलिंगी रूप भाषेत मिळत नाही, याचे कारण यापूर्वी कधी असे पतित्व कुणा स्त्रीकडे आलेले नसावे! म्हणून महिला राष्ट्रपती असे म्हणताना भाषिक प्रमाद झाला, असे मानण्याचे कारण नाही.

■ ■

रिकामा

रिकामा : एखादे भांडे रिकामे आहे, असे जेव्हा आपण म्हणतो, तेव्हा त्या भांड्यात पाणी, दूध वगैरे काहीही ठेवलेले नाही अथवा त्या वस्तूंनी ते भांडे भरलेले नाही, असे आपल्याला म्हणायचे असते, नाही का?

मग जेव्हा आपण असे म्हणतो की, अमूक एक माणूस अगदी रिकामाच तर बसलेला दिसतो आहे, त्या वेळी हे त्याचे रिकामपण नेमके काय असते?

आणि रिकामे म्हणजे अपूर्ण भरलेले हा अर्थ इथे कसा काय लागू व्हावा?

रिकामे, रिकामा या शब्दांचा वास्तविक 'भरणे' या शब्दाशी मुळात काही संबंध नाही!

रिकामा हा शब्द हिंदीमधल्या 'निकम्मा' या शब्दाबरोबर उच्चारला म्हणजे लक्षात येईल की या निकम्माचेच हे रूपांतर आहे! आणि निकम्मा म्हणजे काय? निरुद्योगी, ज्याचा काही उपयोग नाही असा!

निष्कर्मी म्हणजे काहीही कर्म किंवा काम न करणारा. या शब्दापासून हिंदीमधला निकम्मा शब्द तयार झाला आहे. त्याचे मराठी रूपांतर रिकामा! 'रिकामा बसू नकोस, काही तरी उद्योग कर.' या वाक्यात हाच अर्थ आहे!

भांडे जेव्हा 'रिकामे' असते, त्या वेळी काही तरी वस्तू धारण करणे हे त्याचे काम ते भांडे करीत नसते!

■ ■

रिकामटेकडा

रिकामटेकडा : जो मनुष्य काहीही काम न करता नुसता बसून वेळ घालवतो आहे, त्याला लोक 'रिकामा काय बसला आहेस. काही उद्योग कर की!' असे म्हणतात. आणि असा हा रिकामा माणूस कामाकडे अगदीच दुर्लक्ष करणारा व नुसते बसून खाणारा असला तर? तर त्याला नुसतेच रिकामा न म्हणता 'रिकामटेकडा' म्हणतात, नाही का?

पण ह्या शब्दाचा नेमका अर्थ काय? रिकामा म्हणजे निकम्मा. काही कामाचा नाही असा आणि टेकडा म्हणजे टेगडा (हिंदीतला कुत्रा!). काहीही उपयोग नसलेला कुत्रा म्हणजे रिकामटेकडा! तेव्हा आपण हा शब्द कोणासाठी वापरायचा ते जरा विचारपूर्वक ठरवायला हवे.

■■

रेफाचे स्थान

रेफाचे स्थान : पुढील शब्द वाचताना आपल्याला फारसे जड जाणार नाही. पुर्ननवीकरण, आर्शीवाद, शंकरार्चाय, परिर्चचा वगैरे.

कदाचित एकदम चार शब्द इथे असे दिल्याने यात काही तरी चुकले आहे असे आपल्याला वाटू शकेल. पण असा एखादाच शब्द पुढे आला, तर तो आपण सहज वाचून पुढे जातो. उदा. धारार्तीथ!

या शब्दांमध्ये रेफाचे स्थान चुकलेले आहे. रेफ म्हणजे र् हा उच्चार. 'आर्शीवाद' ऐवजी 'आशीर्वाद' असे हवे. म्हणजेच शी या अक्षराऐवजी वा या अक्षरावर रेफ चिह्न हवे. त्याचप्रमाणे पुनर्नवीकरण, शंकराचार्य, परिचर्चा असे शब्द हवेत.

रेफ अक्षराच्या डोक्यावर असतो. त्याचा उच्चार त्या अक्षरापूर्वी करावयाचा असतो. पुर्न असे लिहिल्यास पुर्‌न असा उच्चार होईल. आर्शीवाद असे लिहिल्यास आर्‌शीवाद असा उच्चार होईल. रेफ चिह्न कुठे द्यायचे ते आपण कोणत्या अक्षरापूर्वी त्याचा उच्चार करतो त्यावर ठरते.

■■

रोम/लोम

रोम/लोम : 'भ्रष्टाचार आता लोकांच्या 'रोमारोमात' भिनला आहे! असे वाक्य

आपण ऐकतो. रोमारोमात या शब्दाऐवजी पुष्कळ लोक 'रोमरोमात' असाही शब्द वापरतात.

रोम-रोम म्हणजे काय? रोम हा शब्द केस या अर्थाचा आहे. शक्यता आहे की, हा शब्द रुह् म्हणजे वाढणे या धातूपासून तयार झालेला असेल. कारण केस सारखे वाढतच असतात. आपल्या शरीरावरील (डोक्याचे व दाढीमिशांचे धरून) केसांची संख्या कुणाला मोजता येईल काय? भ्रष्टाचाराची व्याप्ती किती आहे, हे परिणामकारकपणे सांगण्यासाठी तो रोमरोमात भिनल्याचे इथे सांगितले आहे.

रोम हा शब्द त्यातील 'र'मुळे उच्चारायला कठीण जाऊ लागला, तेव्हा संस्कृत भाषिकांनीच त्याचा 'लोम' करून टाकला. लोम म्हणजे केस, लव (अंगावरील बारीक केस). हा शब्द मराठीत आला तो लोमचे रूपांतर होऊन.

अनुलोम आणि प्रतिलोम हे विवाहाचे प्रकार आहेत. केसांच्या वाढीची दिशा दाखविणारेच अनु आणि प्रति हे शब्द लोम या शब्दासह इथे योजलेले आहेत.

■ ■

लघुतम

लघुतम : गणितात एक ल.सा.वि. असतो. या संक्षिप्त (संक्षेपाने लिहिलेल्या) शब्दांचे पूर्ण रूप आहे, लघुतम साधारण विभाज्य. विभाज्य म्हणजे ज्या संख्येला भागावयाचे आहे ती संख्या. दिलेल्या संख्यांनी ज्या संख्यांना भाग जाईल, अश्या अनेक संख्या असू शकतात, पण त्यातल्या सर्वात लहान संख्येला म्हणतात लघुतम साधारण विभाज्य.

हा शब्दबंध उच्चारताना पुष्कळ लोक (अगदी गणिताचे शिक्षक देखील) 'लघुतम' हा शब्द 'लघुत्तम' किंवा 'लघूत्तम' असा उच्चारतात, असे आढळले आहे. हा बहुधा महत्तम या शब्दाचा प्रभाव असावा. पण महत्-तम यात महत् असा तकारांत शब्द आहे, तसा 'लघुतम'मधे तकारांत शब्द नाही. लघु म्हणजे लहान.

लघुतर आणि लघुतम अशी त्याची तर-तम वाचक रूपे होतात. त्यांचे स्वरूप नीट समजून घेतले म्हणजे लघुतम ह्या शब्दाचा चुकीचा उच्चार होण्याचे टळेल. लघुतम; लघुत्तम नव्हे.

■ ■

लब्धप्रतिष्ठित

लब्धप्रतिष्ठित : या लब्धप्रतिष्ठितांची व्यवस्था ठेवता ठेवता आम्हा कार्यकर्त्यांच्या अगदी नाकी नऊ आले होते हो! या वाक्यामध्ये आलेला लब्धप्रतिष्ठित हा शब्द बोलणाराच्या मनातील संबंधित व्यक्तींच्या संबंधातली तिरस्काराची भावना व्यक्त करतो. म्हणजेच हा शब्द निंदाव्यंजक आहे. अगदी व्याकरणिक दृष्टीने विचार केला, तर हा शब्द 'लब्धप्रतिष्ठ' असा हवा. (लब्धा प्रतिष्ठा येन) ज्याने प्रतिष्ठा प्राप्त केलेली आहे, असा त्याचा अर्थ होतो आणि हा अर्थ काही निंदा व्यक्त करणारा खास नाही. परंतु ज्यांनी कुणी तो प्रथम वापरला असेल, त्यांच्या मनात हा व्याकरणाचा विचार कुठून येणार? ठसकेबाजपणाने उच्चार करताना त्यांनी म्हटले असावे, लब्धप्रतिष्ठित! नुसते प्रतिष्ठित म्हटले, तर प्रतिष्ठा असलेले असा अर्थ होतो; पण तसे चांगुलपणा देणारे विशेषण न वापरता लब्धप्रतिष्ठित असे म्हटले की, खोटी प्रतिष्ठा मिरवणारे असा अर्थ मिळतो!

■ ■

ललाट

ललाट : आपल्या नशिबी काय काय असते, ते सारे आपल्या कपाळावर लिहिलेले असते अशी एक समजूत आहे. पण इथे कपाळ असा शब्द न वापरता 'आमच्या ललाटी (म्हणजे ललाटावर) काय आहे कुणास ठाऊक!' असा ललाट हा जरा प्रतिष्ठित शब्द वापरला जातो, तेव्हा ललाट म्हणजे कपाळ! हा शब्द लल् या धातूपासून येतो. लल् म्हणजे नाचणे, क्रीडा करणे व त्याद्वारे लक्ष वेधून घेणे! (ललना हाही शब्द याच धातूपासूनचा बरं का!) कुठल्याही व्यक्तीकडे पाहा, त्याच्या कपाळाकडे आपले लक्ष जातेच जाते. नंतर नाक, डोळे, गळा वगैरे! काही लोक कपाळावर भस्माचे पट्टे ओढतात, काही जण गंध लावतात. स्त्रिया कुंकू लावतात, डोक्यावरून लोंबणारा एखादा सुवर्णालंकार वापरतात किंवा केसाची बट कपाळावर घेतात; हे सारे या कपाळाचेच आकर्षण वाढविणारे भाग आहेत. असे हे ललाट व्यक्तीची पहिली ओळख करून देते. ललाट या शब्दाचा अर्थच मुळी लक्ष वेधून घेणारे असा आहे. त्यावरच पुढचे नशीब अवलंबून! नाही का?

■ ■

ललामभूत

ललामभूत : 'आपल्या कार्याने ते आपल्या समाजाला ललामभूत झालेले आहेत!' असा एखाद्या व्यक्तीचा गौरव तुम्ही आपल्या भाषणात केला असेल अथवा निदान ऐकला असेल. भूषणस्वरूप हा इथे ललामभूत शब्दाचा अर्थ आहे.

ललामभूत म्हणजे ललाम झालेले. (भूत म्हणजे झालेले.) तेव्हा या ललामभूत शब्दाला पुन्हा 'झालेले' जोडण्याचे फारसे कारण नाही. तथापि भाषिक व्यवहार तसा होतो आहे खरा!

ललाम हा शब्द लल् धातूपासून आलेला आहे. लक्ष वेधून घेणारी क्रीडा करणे हा या धातूचा अर्थ. ललना हा शब्द त्यातूनच येतो. केवळ लक्ष वेधून घेणे येवढाच अर्थ घेऊन ललाट (आपले कपाळ!) हाही शब्द याच धातूपासून निर्माण होतो.

यश, कर्तृत्व, नेतृत्व इत्यादिचेही विशेषण म्हणून वापरला जाणारा ललामभूत हा शब्द मुळात लक्ष वेधून घेणारे या अर्थाचा आहे. अलंकारस्वरूप, भूषणस्वरूप हा त्याचा लाक्षणिक अर्थ आहे.

■ ■

लक्ष/लक्ष्य

लक्ष्य/लक्ष : लक्ष आणि लक्ष्य हे दोन वेगळे, वेगवेगळ्या अर्थाचे शब्द आहेत. ज्या गोष्टीवर लक्ष ठेवले जात असते ती गोष्ट लक्ष्य बनत असते. म्हणून पोपटाकडे पाहून बाण सोडणारे इतर शिष्य आणि त्या पोपटाच्या केवळ डोळ्यावर नजर ठेवून बाण सोडणारा अर्जुन यांची लक्ष्येच वेगवेगळी असतात. लक्ष्यावर लक्ष ठेवल्याशिवाय लक्ष्यभेद होऊ शकणारच नाही; त्याचप्रमाणे लक्ष्यप्राप्ती देखील होणार नाही. आपले लक्ष्य नेमके काय आहे, हे समजल्याशिवाय कुठे लक्ष केंद्रित करायचे तेही ठरवता येणार नाही.

■ ■

लक्षवेधी/लक्ष्यवेधी

लक्षवेधी/लक्ष्यवेधी : कुणाचेही लक्ष वेधून घेणारी एखादी गोष्ट असेल, तर त्या गोष्टीचे विशेषण म्हणून लक्षवेधी हा शब्द वापरता येईल. उदाहरणार्थ,

लक्षवेधी सूचना, लक्षवेधी भाषण, लक्षवेधी लेख इत्यादि.

लक्ष्यवेधी हा शब्द मात्र नेमक्या ठिकाणी आघात अथवा प्रहार करणाऱ्या, इष्ट त्या विषयाचा वेध घेणाऱ्या अश्याच गोष्टीसाठी वापरता येईल. त्यामुळे धनुष्यातून सुटणारा बाण किंवा विमानातून केला जाणारा बॉम्बहल्ला लक्ष्यवेधी असू शकतो. तोफांचे वर्णन करताना त्यांना 'लक्ष्यवेधी' म्हणण्याऐवजी 'लक्षवेधी' म्हटले, तर त्या तोफा केवळ पाहाणारांचे लक्ष वेधून घेतात एवढाच अर्थ व्यक्त होईल. तोफा या लक्ष्यवेधीच असल्या पाहिजेत, नुसत्या लक्षवेधी नकोत.

■ ■

लक्ष्यवेद/लक्ष्यवेध

लक्ष्यवेद/लक्ष्यवेध : लक्ष्यवेध हा एक सामासिक शब्द. 'लक्ष्यवेध करण्यात तरबेज असलेला अर्जुन....' अशा एखाद्या वाक्यांशात हा शब्द आला, तर आपण त्याचा अर्थ सहज समजू शकतो. लक्ष्याचा वेध घेण्यात पटाईत, असे हे अर्जुनाचे वर्णन आहे. पण आता कुणी एखाद्याने 'लक्ष्यवेध' ऐवजी 'लक्ष्यवेद' असा या शब्दाचा उच्चार केला किंवा असा तो लिहिला तर? तर वर दिलेल्या वाक्यात तो शोभणार नाही! कारण तिथे त्या शब्दाचा अर्थ नीट लागू होणार नाही.

काय होतो या लक्ष्यवेद या शब्दाचा अर्थ? ज्याचे लक्ष्य (जीवनातील ध्येय) वेद (म्हणजे ज्ञान) हे आहे, तो लक्ष्यवेद असा या सामासिक पदाचा अर्थ सांगता येईल.

त्यामुळे लक्ष्यवेद हे ज्ञानपिपासू व्यक्तीचे विशेषण होईल आणि विशेषणात्मक अशी अनेक पदे व्यक्तींची नावे म्हणून वापरता येतातच, नाही का? बघा ना, ज्ञानेश्वर हेही असेच विशेषणात्मक नाव आहे. ज्ञान हाच ज्याचा ईश्वर आहे, तो किंवा ज्ञानाचा ईश्वर (स्वामी) म्हणजे ज्ञानेश्वर.

■ ■

लांगूलचालन

लांगूलचालन : अधिकारी व्यक्तींपुढे त्यांची मर्जी राखण्याचा प्रयत्न करीत, प्रसंगी आपला स्वत:चा कमीपणा झालेलाही सहन करीत स्वामीनिष्ठा सिद्ध करण्याच्या प्रयत्नात असणारी कर्मचारी मंडळी आपल्या परिचयाची आहेत. (आपण अर्थातच त्यातले नाही आहात.) या व्यक्तींच्या वर्तनाला लांगूलचालन म्हणतात.

का बरे? लांगूल म्हणजे शेपूट आणि चालन म्हणजे हलविणे. लांगूलचालन म्हणजे शेपटी हलविणे. आपल्या मालकापुढे अशी आपली शेपटी हलवीत उभे राहाण्याची व आशाळभूतपणे त्याच्याकडे पाहात त्याच्या कृपेची अपेक्षा करण्याची सवय कुत्रा या प्राण्याला असते. अधिकाऱ्यांपुढे अशा प्रकारचेच वर्तन करणाऱ्या माणसांना प्रत्यक्ष शेपूट नसते. तथापि त्यांच्या अशा वर्तनाला लांगूलचालन म्हटले जाते.

■■

लाजाहोम

लाजाहोम : विवाहविधीमध्ये जे अनेक उपविधी आहेत त्यात लाजाहोम नावाचा एक विधी असतो. त्याचा अर्थ न कळल्याने अनेक लोक त्याला लज्जाहोम समजतात. आणि वर त्याचे स्पष्टीकरणही देतात की, विवाहामध्ये वधूने करावयाचा लज्जेचाच हा होम असतो!

वास्तविक असे काही नाही. लाजा म्हणजे लाह्या. भाताच्या लाह्यांचा होम, म्हणून लाजाहोम. वधूच्या ओंजळीत तिच्या भावाने अथवा अन्य कुणी लाह्या घालायच्या व त्या तिने अग्नीत समर्पण करावयाच्या,असा हा विधी आहे.

तेव्हा लज्जा शब्दाचे लाजा शब्दाशी असलेले साधर्म्य आणि विवाहाशी असलेला लज्जेचा संबंध, या दोन्ही गोष्टींकडे दुर्लक्ष करून हा शब्द लाजाहोम असाच वापरावा, हे बरे. 'ज'चा उच्चार जंगलमधल्या ज प्रमाणे! 'जहाज'मधील ज प्रमाणे नव्हे!

■■

लावण्य

लावण्य : लवण शब्दापासून लावण्य शब्द तयार होतो. परंतु मग या दोन शब्दांच्या अर्थाचा परस्परांशी संबंध काय, असा प्रश्न निर्माण होईल. कारण लावण्य म्हणजे तर सौंदर्य! आणि लवण म्हणजे तर मीठ. समुद्रकाठावर राहाणाऱ्यांना एक अनुभव असेल की, या प्रदेशातील खाऱ्या हवेमुळे एक प्रकारचा चिकटपणा शरीरावर निर्माण होतो. त्याने वर्ण कांतियुक्त होतो, आकर्षक होतो. आजच्या कॉलेज कट्ट्यावरच्या भाषेत सांगायचे तर चिकणेपणा येतो. हा चिकणेपणा म्हणजे लावण्य. आकर्षक स्त्री-पुरुषांसाठी क्रमाने चिकणी व चिकणा हे शब्दप्रयोग

तरुणांमध्ये रूढ आहेत. संस्कृतमध्ये मात्र लावण्यवती हा स्त्रीलिंगी शब्द आहे, तसा लावण्यवान हा पुल्लिंगी शब्द रूढ नाही.

■■

लोणचे

लोणचे : काही विशिष्ट रुग्णांना डॉक्टर, वैद्य मीठ कमी खाण्याचा सल्ला देत असतात. पानात मीठ वाढून घ्यायचे नाही, पदार्थात चवीसाठी जेवढे घातलेले असेल त्यापेक्षा अधिक मीठ वरून घालायचे नाही. याबरोबरच लोणचे मुळीच खायचे नाही, हे पथ्य या रुग्णांना पाळावे लागत असते. कारण लोणच्यात मिठाचे प्रमाण खूपच असते!

हे प्रमाण लक्षात घेतले, म्हणजे लोणचे हा मराठी शब्द किती सार्थ आहे हे समजेल! लवणचय - मिठाचा साठा- असाच बहुधा या लोणचे शब्दाचा जनक शब्द असावा, नाही का? लवण म्हणजे मीठ आणि चय म्हणजे संचय! अचार, व्यंजन या शब्दांपेक्षा लोणचे हा शब्द किती सुंदर आहे!

■■

वक्तृत्व

वक्तृत्व : कर्तृत्व सारखाच वक्तृत्व हाही एक शब्द उच्चारायला कठिण वाटल्याने त्याचा उच्चार अनेक लोक वक्रुत्व असा करीत असल्याचे आढळते. त्व हा भावदर्शक प्रत्यय काय 'वक्र' या शब्दाला लावलेला आहे का? वक्रु या शब्दाला तर काही अर्थच नाही! वक्तृ म्हणजे वक्ता, बोलणारा. त्याचा जो गुण ते वक्तृत्व. या शब्दाचा उच्चार करताना वक्‌तृत्व असा क् नंतर तृ उच्चारून तो करायला हवा.

■■

वक्रतुंड

वक्रतुंड : गणेशाला वंदन करताना त्याच्यासाठी 'वक्रतुंड महाकाय सूर्यकोटिसमप्रभ।'असे संबोधन वापरतात. त्यातल्या वक्रतुंड शब्दाचा अर्थ काय? वाकड्या तोंडाचा? गणपतीचे गजमुख काही विद्रूप तर नाही ना? अर्थात तुंड

म्हणजे सोंड. तेव्हा ती वाकलेली असतेच! तरीही य: वक्रान् तुंडते स: वक्रतुंड:। असे या शब्दाचे स्पष्टीकरण करावे. म्हणजे त्याचा अर्थ होतो - जे वाकडे म्हणजे दुष्ट लोक आहेत त्यांना जो तुडवितो, म्हणजेच शासन करतो, नष्ट करतो, तो वक्रतुंड. तुंड्-तुंडते या संस्कृत धातूपासूनच तुडविणे हे मराठी क्रियापद तयार झालेले आहे.

■ ■

वचन

वचन : 'मला त्यानं वचन दिलं होतं..'

'लेखी आहे काही तुमच्याजवळ?...'

'अहो, लेखी कसं असेल? ते त्याचं वचन होतं...'

या संवदात, फसलेल्या व्यक्तीनं 'लेखी' वचन न घेतल्याबद्दल कदाचित तुम्ही देखील तिला दोष द्याल. पण तिचं म्हणणं काय आहे? – 'वचन' लेखी कसं असेल? होय ना?

वचन हे खरोखरच केवळ तोंडीच असणार आहे, हे आपण लक्षात घ्यायलाच हवं. वचन हे वाचेनेच द्यायचे असते! वच् म्हणजे बोलणे! त्यावरून तर वाचा, वचन हे शब्द आहे आहेत.

अर्थात अशा तोंडी वचनावर कुणी किती विश्वास ठेवावा हा ज्याचा त्याचा प्रश्न आहे. वचने ही कधीच पाळण्यासाठी नसतात, असेही काहींचे मत असते. तर काही जण 'प्राण जाये पर वचन न जाये' याही वृत्तीचे असतात.

■ ■

वडगण

वडगण : काही शब्द असे असतात की, ते शहरवासीयांच्या वापरात सहसा येत नाहीत आणि तरीही कधी तरी त्यांचा अर्थ सांगण्याची वेळ त्यांच्यावर (उदा. एखाद्या शिक्षकावर) आली की, अंदाजाने अर्थ सांगून ते मोकळे होतात. वडगण हा असाच एक शब्द आहे. त्याचा अर्थ 'वडांचा समूह' असा कुणी सांगितला, तर तो चुकीचा तरी कसा म्हणणार? पण तो बरोबर नाहीच! मग वडगण म्हणजे काय, माहीत आहे? खेड्यामध्ये पातळ कालवणासाठी (कढी, आमटी, पातळ भाजी वगैरेसाठी) वेगळी वाटी घेण्याची शक्यता नसते किंवा पद्धत नसते. तेव्हा आपल्या

खोलगट थाळीमध्येच एका बाजूला हे कालवण घेऊन त्या बाजूच्या विरुद्ध दिशेला त्या थाळीखाली एखादा कोळशाचा तुकडा अथवा दगड ठेवून ते कालवण ताटभर पसरू नये अशी व्यवस्था करतात. हे जे ताटाला टेकण लावलेले असते त्याला म्हणतात वडगण!

■ ■

वणवण

वणवण : 'साधं उद्योगविनिमय केंद्रात नाव नोंदवायचं, तर किती वणवण करावी लागते आहे!' या वाक्यातील वणवण शब्दातून या उमेदवाराला करावी लागलेली पायपीट, घालावे लागलेले हेलपाटे, घ्यावा लागलेला त्रास हे सर्व व्यक्त होते आहे, नाही का? हा शब्द मुळात वन वन असा आहे. 'मधुकर वन वन फिरत करी गुंजारवाला' या गीतात तो आपल्याला सापडतो. मधुकर म्हणजे भुंगा. हा एका वनातून दुसऱ्या वनात किंवा एका झाडावरून दुसऱ्या झाडावर असा फिरतो आहे आणि त्याच वेळी गुंजारव, गुंजन करतो आहे असा या गीताचा अर्थ. एका वनातून दुसऱ्या वनात या अर्थाचा वन वन हा शब्दबंध पुढे वणवण असा एक शब्द झालेला आहे. पण अर्थातच वनाशी, वनस्पतींशी त्याचा काहीच संबंध राहिलेला नाही.

■ ■

वदतोव्याघात

वदतोव्याघात : हा शब्द वस्तुतः दोन वेगवेगळ्या शब्दांचे एकत्र केलेले रूप आहे. वदतः व्याघातः असे हे दोन शब्द. बोलता बोलताच त्या प्रतिपादनावरच आघात (विशेष आघात म्हणजे व्याघात) करणारे विधान म्हणजे वदतोव्याघात. 'भ्रष्टाचाराबद्दल शिक्षा भोगून तुरुंगाबाहेर आलेल्या नेत्याचा जाहीर सत्कार, त्याचे गुणगान, त्याच्या स्वच्छ चारित्र्याची प्रशंसा' हा वदतोव्याघात होईल. मी कधी तरी ओरडतो का, असे ओरडूनच विचारणारी व्यक्ती वदतोव्याघात करीत असते. मी प्रसिद्धीला हापापलेला नाही असे म्हणत म्हणत माझ्या भाषणाची बातमी का छापली नाहीत, असे वृत्तपत्र संपादकाला विचारणारा पुढारी वदतोव्याघात करीत असतो. 'हुशार मुलेही कॉपी करतातच.' या वाक्यात हुशार या विशेषणामागे तथाकथित असा शब्द जोडायला हवा, अन्यथा हे वाक्यही वदतोव्याघातचेच

उदाहरण होईल.

'न शिकवणारा शिक्षक' हे वास्तव असले तरीही भाषिक दृष्टीने हा एक वदतोव्याघातच आहे.

■■

वदंता

वदंता : 'गावात अशी एक दाट वदंता आहे की...' असे शब्द जर एखाद्या वेळी चार-दोन व्यक्तींच्या संभाषणामधून तुमच्या कानांवर आले, तर तुम्ही लगेच कान टवकारून ती वदंता ऐकण्यासाठी सज्ज होता! आणि वदंता सांगत असलेली व्यक्ती आपला आवाज अधिकच हळू करते!

कारण वदंता ही बहुदा निंदारूपच असते! अमूक एका शिक्षकाला राष्ट्रपती पारितोषिक मिळाले आहे ही 'वदंता' होत नाही. ती वार्ता किंवा बातमी होते. पण हे पारितोषिक मिळवण्यासाठी जर काही वाममार्ग अवलंबिलेला आहे, असे बोलले जात असेल, तर ती वदंता होते! वदंता शब्दात वद् म्हणजे बोलणे हाच धातू आहे. परस्परांशी बोलण्यातून वदंता तयार होते. पण माणसांना परस्परांना बोलताना निंदायुक्त बोलण्याचीच सवय अधिक असते, म्हणून अशी कुजबूज वदंता म्हटली जाते.

■■

वन/उपवन

वन/उपवन : वन आणि उपवन हे दोनही संस्कृत शब्द मराठीत तत्सम स्वरूपात वापरले जातात आणि त्यांचे अर्थही मुळातल्या प्रमाणेच आहेत.

वन आणि उपवन यात फरक काय असतो? दोन्ही ठिकाणी वनस्पती असतात! परंतु वनातल्या झाडांची संख्या अगणित असते. या झाडांची लागवड योजून, पद्धतशीरपणे केलेली असतेच असे नाही, तर ही झाडे पुष्कळदा निसर्गक्रमाने आलेली असतात. शिवाय वन हे प्रदेशदृष्टीने विस्तारलेले, अमर्याद असू शकते.

उपवनातही झाडे असतात, परंतु त्यांना एक शिस्त लावलेली असते. उपवन हे विस्ताराने वनापेक्षा निश्चितच लहान असते.

वन हे वन्य प्राण्यांमुळे कदाचित भयकारक असू शकते. उपवन हे संरक्षित असल्यामुळे प्रेमिकांना अभय देणारे होत असते.

■■

वयोवृद्ध

वयोवृद्ध : वृद्ध म्हणजे? म्हातारा! आणि वयोवृद्ध म्हणजेही म्हाताराच ना? प्रश्न असा आहे की, वृद्ध शब्दाने काम भागत असताना वयोवृद्ध असा जरा मोठा, बोजड शब्द कशासाठी वापरायचा?

परंतु भाषेतला प्रत्येक शब्द एक वेगळी अर्थच्छटा दाखवीत असतो. वृद्ध म्हणजे ज्यांची काही वाढ झाली आहे, ते. वयोवृद्ध म्हणजे (केवळ) वय वाढलेले म्हातारे! तपोवृद्ध म्हणजे ज्यांनी तपश्चर्येच्या द्वारे आपले मोठेपण मिळविले आहे, ते. ज्ञानवृद्ध म्हणजे ज्ञानसंपन्न व म्हणून वयाने नसले, तरी अधिकाराने मोठे. भाषेत नुसताच वृद्ध शब्द असता आणि वयोवृद्ध हा शब्द वापरण्याची प्रथाच नसती, तर तपोवृद्ध आणि ज्ञानवृद्ध यांना तरी कुठे स्थान राहाते?

■■

वर

वर : वधूवरांपैकीचा हा वर म्हणजे ज्याचे लग्न लागायचे आहे असा तरुण. (अन्य वयात म्हणजे बालपणात अथवा म्हातारपणात माणसाने लग्न करू नये असा शिष्टसंकेत आहे म्हणून इथे केवळ 'मनुष्य' असा शब्द न वापरता 'तरुण' हा शब्द वापरला आहे!)

तर हा तरुण 'वर' होतो, म्हणजे काय? तो वधूकडून वरला जातो. वधू त्याला वरते, म्हणजेच ती त्याची निवड करते, मागणी करते, म्हणून त्याला वर म्हणायचे! पौराणिक कथांमधे देवता भक्ताला म्हणते की, तू काय मागायचा तो वर माग! म्हणजेच 'वर' हा स्वेच्छेने घ्यायचा भाग आहे. वर हा शब्द वृ या संस्कृत धातूपासून आलेला असून त्याचा अर्थ निवडणे असा आहे. तेव्हा कोणताही वर हा स्वेच्छा वर असावा. वरून लादलेला असू नये, असाच एक विचार या भाषिक व्यवहारातून व्यक्त होतो आहे!

■■

वरिष्ठ

वरिष्ठ : 'पक्षातील वरिष्ठ नेते ठरवतील तो आमचा मुख्यमंत्री होईल.' किंवा

'वरिष्ठांना खूष ठेवण्याच्या प्रयत्नात त्याची अगदी दमछाक झाली होती!' अशा काही वाक्यांमध्ये आलेला वरिष्ठ हा शब्द आपल्या परिचयाचा आहे आणि त्याचा अर्थही आपण सहज समजू शकतो. पण कित्येकदा आपल्याला प्रश्न पडतो की, हा शब्द बरोबर लिहायचा कसा? वरिष्ठ, वरीष्ठ, वरिष्ट की वरीष्ट?

रि/री हा फरक दूर केला, तरी ष्ट की ष्ठ हा प्रश्न आपल्याला सतावतोच.

तर लक्षात घ्या की, हा शब्द 'वरिष्ठ' असा आहे. वर म्हणजे चांगला, आपण ज्याची निवड करू असा. वरीयस् म्हणजे त्यापेक्षा चांगला आणि वरिष्ठ म्हणजे सर्व चांगल्यांमधला सर्वात अधिक चांगला. वर याच शब्दाचे तर-तम वाचक असे हे वरीयस् व वरिष्ठ हे शब्द आहेत.

■ ■

वर्ण लिपी

वर्ण लिपी : वर्ण हा शब्द आपण भाषेतील शब्दांचे जे औच्चारिक घटक आहेत, (म्हणजेच अ, क, ड वगैरे) त्यांच्यासाठी वापरतो आणि ते वर्ण लिहिताना त्यांचा जो दृश्य आकार आपण तयार करतो त्या आकारांना मिळून आपण लिपी असे म्हणतो.

वर्ण म्हणजे रंग आणि लिपी शब्दात जो लिप् असा धातू आहे त्याचा अर्थ आहे लेप देणे, वरून फासणे. म्हणजे खरे तर लिपी ही वर्णलेपाने तयार होत असते.

लेखन करून म्हणजेच कोरून अक्षरे काढीत, त्याच प्रमाणे वर्णलेप करूनही अक्षरे काढीत. त्यामुळे उच्चार 'अक्षर' होत असत.

वेदांमध्ये वर्ण, अक्षर हे शब्द सापडतात. लेखनाची पद्धत माहीत नव्हती, म्हणूनच वेद मुखोद्‍गत करण्यात आले हा एक भ्रामक समज आहे. त्याही काळी लेखनकला अवगत होतीच. पाठांतरामागचे प्रयोजन वेगळे आहे.

■ ■

वर्तमान/वृत्त

वर्तमान/वृत्त : वर्तमानपत्र आणि वृत्तपत्र असे दोन शब्द आपण भाषेत वापरतो. या दोन्ही शब्दांनी दाखविली जाणारी वस्तू तर एकच असते आणि त्यामुळेच हे दोन्ही शब्द एकार्थवाचक आहेत, असे आपण समजतो. पण मग एकाच अर्थाचे दोन शब्द

भाषेत का आले असावेत? माणसाची 'प्रवृत्ती' तर कष्ट कमीत कमी करण्याची असते. मग एका शब्दाने काम भागत असताना दुसरा शब्द भाषेत आणीलच कशाला? वस्तुस्थिती अशी आहे की, या दोन शब्दांचे अर्थ एकमेकांपासून थोडे भिन्नच आहेत. वृत्-वर्तते याच संस्कृत धातूपासून हे दोन्ही शब्द सिद्ध होतात. वृत् म्हणजे असणे, अस्तित्वात येणे, घडणे. वृत्त म्हणजे घडलेले म्हणजे घडण्याची क्रिया येथे पूर्ण झालेली आहे. पण वर्तमान म्हणजे घडत असलेले म्हणजे येथे घडण्याची क्रिया चालूच आहे. ती अद्याप पूर्ण झाली नाही. मुद्रित पत्र हे कधीही वर्तमानपत्र होऊ शकणार नाही. ते वृत्तपत्र अवश्य होऊ शकते. परंतु आम्ही 'अगदी ताजी' बातमी देतो आहो, असे सांगू इच्छिणारे किंवा अगदी ताजी, घडत असलेली बातमी वाचतो आहोत, असे समाधान मिळवणारे लोक वर्तमानपत्र हा शब्दप्रयोग करू शकतात.

■ ■

वर्म

वर्म : वर्म हा मराठीतला शब्द पुष्कळदा बोलतानाच काय, पण लिहितानाही मर्म या शब्दाऐवजी वापरला जातो, असे आढळते! याचे कारण म्हणजे दोघांमध्ये असलेले ध्वनिसाम्य. अगदी संस्कृतसारख्या, काटेकोर समजल्या जाणाऱ्या भाषेतही ही स्थिती आढळते! कोणत्याही भाषेत, ती प्रत्यक्ष व्यवहारात बोलली जात असते त्या काळात असे घोटाळे होतच असतात. त्याचाच संस्कृत भाषेतला हा एक नमुना आहे.

वर्म या शब्दाचा संस्कृत भाषेतला अर्थ आहे आवरण. त्यामुळे हा शब्द चिलखत या अर्थाने वापरला जातो. मराठीत काही तो या अर्थाने येत नाही. परंतु वर्मावर आघात केला, वर्मावर बोट ठेवले अश्या काही वाक्यरचनांमध्ये तो मर्मस्थान या अर्थाने वापरला जातो आहे!

आणि मर्मस्थान म्हणजे असे स्थान की, जिथे आघात झाला तर जीव कासावीस होत असतो! वर्म आणि मर्म हे दोन्ही शब्द मराठीत एकाच अर्थाने वापरले जातात.

■ ■

वसुधा

वसुधा : नवजात मुलीसाठी नवी-नवी आणि आकर्षक नावे सुचवा, अशी सूचना तुम्हाला कुणी केली, तर वसुधा हे नाव सुचवायला हरकत नाही. वसुधा

म्हणजे काय? वसु म्हणजे संपत्ती. धा हा एक संस्कृत धातू असून त्याचे विविध अर्थ आहेत. धारण करणे, निर्माण करणे हे त्यातले काही अर्थ. या अर्थांनी वसुधा म्हणजे संपत्ती धारण करणारी किंवा निर्माण करणारी. म्हणून वसुधा हा पृथ्वी या अर्थाचा शब्द आहे.

कारण खरी संपत्ती धान्य, तिच्यातूनच प्राप्त होते. शिवाय तिच्यातच अमाप खनिजे दडलेली आहेत. म्हणून वसुधा म्हणजे पृथ्वी. वसुमती, वसुंधरा हे शब्दही याच अर्थाने आहेत. मुलीचे नाव ठेवायला हा शब्द नक्कीच योग्य आहे. मात्र या नावाचे वसू, वसे असे रूप करता कामा नये. नुसते वसु हेही एक वेगळे नाव होऊ शकते. वसु वेगळे आणि वसुधा वेगळे!

■ ■

वागीश्वरी

वागीश्वरी : 'जय शारदे, वागीश्वरी....' हे गीत आपण अनेकदा ऐकले असेल. सरस्वती देवीला आवाहन करून तिला वंदन पोहोचविणारे हे गीत आहे. शारदा हे सरस्वतीचेच एक नाव. तसेच वागीश्वरी हेही एक नाव अथवा तिचे वर्णन करणारे विशेषण म्हणा हवे तर. वागीश्वरी हा शब्द वाक् आणि ईश्वरी या दोन शब्दांचा मिळून तयार झालेला एक सामासिक शब्द आहे. हा समास तयार होताना वाक्‌मधील 'क्'चे 'ग्'मधे रूपांतर होते. म्हणून मग वाग्-ईश्वरी असे हे वागीश्वरी रूप आपल्याला मिळते. वाक् म्हणजे वाणी! भाषा अथवा भाषा-शक्ती. तिच्यावर जिची सत्ता चालते ती वागीश्वरी. आता हा शब्द 'वागीश्वरी' ऐवजी 'वागेश्वरी' असा उच्चारून (अथवा लिहून, छापून) चालणार नाही, हे मुद्दाम सांगायला हवे का? आणि त्याही पुढे 'वाघेश्वरी' असे म्हणून तर मुळीच चालणार नाही; खरे ना?

■ ■

वाङ्‌निश्चय

वाङ्‌निश्चय : वाक् म्हणजे वाणी. वाक्‌चेच वाङ् हे समासातील रूपांतर आहे. वाङ्‌निश्चय म्हणजे शब्द देणे! लग्नविधीपूर्वी वरपित्याने (व त्याच्या नातेवाईकांनी) वधूपित्याकडे त्याची कन्या आपल्या पुत्रासाठी भार्या म्हणून मागावयाची असते. (इमां कन्यां वृणीमहे! – ही कन्या आम्ही मागतो आहोत!) त्यावर वधूपित्याने त्याला प्रदास्यामि (अवश्य देईन.) असे त्रिवार सांगायचे असते. हाच त्याने दिलेला

शब्द. याला म्हणायचे वाङ्‌निश्चय. या सर्व विधीत कन्येची मागणी (म्हणजेच याचना) वरपिता करीत असतो, ही गोष्ट त्या कन्येचा गौरवच प्रकट करीत असते. खरे म्हणजे कुणालाही दिलेला कोणताही शब्द म्हणजे वाङ्‌निश्चयच! परंतु हा शब्द केवळ लग्नविधीच्याच संबंधात वापरतात.

■ ■

वाढविणे

वाढविणे : काही मंदिरांच्या बाहेरच्या बाजूला एक दगडी चिरा बसवून तिथे एक पाटी लावलेली असते – 'नारळ वाढविण्याची जागा'.

मंदिरात मूर्तीपुढे नारळ फोडून त्यातील पाण्याचा शिडकावाही त्या मूर्तीवर करण्याची अनेकांची प्रथा असते, पण या प्रथेमुळे मंदिरात त्या पाण्याचा, नारळाच्या शेंडीचा, करवंट्यांचा उपद्रव होऊ लागतो. म्हणून मग नारळ एका विशिष्ट ठिकाणी 'वाढवा' अशी ही सूचना केली जाते.

वाढविणे हा शब्दप्रयोग तर 'फोडणे' या अर्थाचा मुळात नाहीच! पण अशुभ शब्द न वापरता शुभ शब्दांचाच वापर करावा, या बुद्धीने वाढविणे हा शब्द वापरला जातो. सुवासिनींची बांगडी 'फुटत' नाही, वाढते! दुकानदार रात्री दुकान 'बंद' करीत नाही, दुकान वाढवतो!

माणसाचे मन कसे असते पाहा! ते शब्दांमध्ये देखील विनाश स्वीकारीत नाही. वृद्धी स्वीकारते!

■ ■

वाण

वाण : अलीकडे समाजात दुर्जन भरपूर; सज्जनांचीच तेवढी वाण आहे. या वाक्यात वाण या शब्दाचा अर्थ कमतरता असा आहे, हे सहज लक्षात येते.

हा शब्द आपण वानवा असाही वापरू शकतो. सज्जनांची वानवा आहे, या वाक्याचाही अर्थ त्यांची कमतरताच दाखवितो. म्हणजेच वानवा या शब्दाचेच रूपांतर वाण या शब्दात झालेले आहे, हे स्पष्ट आहे.

वानवा हा शब्द म्हणजे संस्कृत भाषेतील एक क्रियापद अध्याहृत असलेले वाक्य आहे. एखादी गोष्ट आहे अथवा नाही, या संबंधीची शंका व्यक्त करायची असेल, तेव्हा इदम् (हे) अस्ति वा न वा असे वाक्य वापरले जाते. हे आहे अथवा

नाही, असा या वाक्याचा शब्दशः अर्थ. यातील अस्ति म्हणजे 'आहे' हे क्रियापद अध्याहृत मानले म्हणजे वा न वा एवढेच शिल्लक राहाते. त्यापासून मराठी शब्द तयार होतो वानवा. त्याचे परिवर्तित रूप आहे वाण. इथे वाण हा शब्द स्त्रीलिंगी आहे.

■■

वाण/वायन

वाण/वायन : वाण म्हणजे कमतरता; वाण म्हणजे उत्कृष्ट असा वस्त्राचा एक नमुना, असे अर्थ तर आहेतच; पण जेव्हा वाण हा शब्द संक्रांतीचे वाण, स्त्रियांनी द्यावयाची वाणं, अशा शब्दबंधातून आढळतो, तेव्हा त्याचा अर्थ काय असतो? हे वाण, ही वाणं अथवा ही वाणे असे म्हटले जाते, तेव्हा इथे वाण हा शब्द नपुंसकलिंगी आहे. वाण हा शब्द वायन या संस्कृत शब्दाचेच परिवर्तन आहे. 'वाण'ऐवजी इथे सरळसरळ वायन असाही शब्द वापरता येतो. 'संक्रांतीचे वायन' असे म्हणता येते. वायन अथवा वाण हे एखाद्या वस्तूच्या स्वरूपात भेट म्हणून दिले जात असते. ही वस्तू अलीकडे कोणतीही असू शकते. सौभाग्य वायन हे सौभाग्याच्या चिह्नांशी संबंधित असते. वायन हा संस्कृत शब्द वे म्हणजे विणणे या धातूपासून तयार होतो. वस्त्र हा त्याचा अर्थ. कोणालाही भेट देताना वस्त्र देणे हा एक गौरवाचा भाग असतो. तेव्हा मुळात वायन-वाण हे वस्त्राच्या रूपात असावे. नंतर त्याचे स्वरूप हळूहळू बदलत गेले असावे.

■■

वाताहत

वाताहत : 'मुदतपूर्व निवृत्तीचा स्वीकार करून त्यांनी एकदम मोठी रक्कम मिळवली खरी, पण ती अनपेक्षितपणे खर्च होऊन आता त्यांच्या कुटुंबाची वाताहत झाली की हो!'

यातील वाताहत हा शब्द या कुटुंबाची जी असहाय दरिद्री अवस्था झाली असेल तिचा वाचक आहे, हे सहज समजू शकते.

वाताने आहत, वात आहत, वाताहत असा हा सामासिक शब्द आहे. वात म्हणजे वारा. आ म्हणजे सर्व बाजूंनी. हत म्हणजे आघात झालेले. वाऱ्याने सर्व बाजूंनी एखाद्या झाडाला वगैरे झोडपून काढले, तर ते झाड स्वतःच्या बळावर उभेच

राहू शकत नाही. वादळवारा हा इतका बलवान असतो. 'सध्या स्वेच्छानिवृत्तीचे एक वारे निर्माण झालेले आहे खरे, पण त्या संबंधात नीट विचार करूनच निर्णय घेतला पाहिजे.' या वाक्यातला वारे हा शब्द कसा अर्थपूर्ण आहे, हे या वाताहत शब्दामुळे सहज समजू शकेल. हा शब्द वाताहात असा लिहिणे अयोग्य.

■ ■

वात्रटिका

वात्रटिका : वात्रट या शब्दापासून मुद्दाम तयार केलेला हा शब्द 'वात्रटिका' कवितेच्या एका विशेष प्रकाराचा वाचक आहे. वात्रट म्हणजे काय? उगीच कुणाची तरी खोडी काढणारा आणि त्यापासून स्वत:ला आनंद प्राप्त करून घेणारा, पण ही खोडी काढताना शत्रुत्वाची भावना मात्र मनात न ठेवणारा असा एखादा मुलगा असतो, त्याला आपण वात्रट म्हणतो. ज्याची खोडी काढली जाते, त्याला काहीसा राग येत असला, तरी त्याच वेळी त्याला हसूही येत असते, असा हा थट्टेचा अजब प्रकार आहे. वात्रट या शब्दाऐवजी थोडा आणखी संस्कृतप्रचुर (कशाला संस्कृतच) शब्द वापरायचा, तर या मुलाला व्रात्य म्हणता येईल. खरे तर वात्रट हा शब्द या व्रात्य शब्दाचेच अपभ्रष्ट रूप आहे. मुळात व्रात्य म्हणजे ज्याच्यावर कोणतेही संस्कार झालेले नाहीत असा मुलगा. म्हणजे औपचारिक शिक्षण न घेतलेला. पण अश्याही व्यक्तीत विनोदबुद्धी, इतरांची थट्टा करण्याची वृत्ती असू शकतेच. असा या व्रात्याचा काव्यमय उद्योग म्हणजे वात्रटिका. पण आजचे हे व्रात्य न शिकलेले असत नाहीत!

■ ■

वाद

वाद : 'उगीच वाद घालीत बसू नकोस!' असे वाक्य आपण ऐकले असेल, ऐकविलेही असेल. यातील वाद शब्द भाषिक पातळीवर केलेला तंटा या अर्थाने आपण वापरतो खरा, परंतु हा वापर योग्य नाही. वाद करणे म्हणजे खरे तर केवळ बोलणे! आणि असे बोलणे झाल्याखेरीज दोन अथवा अधिक व्यक्तींमध्ये परस्पर संपर्क तरी कसा होणार? वाद या गोष्टीला या दृष्टीने इतके महत्त्व आहे की, गीतेत कृष्णाने 'वाद: प्रवदताम् अहम्।' एकमेकांशी बोलणारांमधील बोलणे किंवा बोलण्याचा विषय म्हणजे मीच (परमेश्वर) आहे! असे म्हटले आहे. 'वाद' या गोष्टीला

ईश्वराची एक विभूती म्हणून गीतेने प्रतिष्ठा दिली आहे. वाद हा अनुकूल वा प्रतिकूल असा कोणताही असू शकतो.

अर्थात उगीच वाद घालणे या शब्दबंधातील उगीच हा शब्द या वादाची म्हणजे बोलण्याची निरर्थकता सांगतो आहे, हे लक्षात घ्यायला हवे.

■ ■

वाद शब्दातून अधिक शब्द

वाद हा एक शब्द वद् या संस्कृत धातूपासून तयार होतो; पण या एका 'वाद' शब्दापासून पुढे आपण आणखी काही शब्द निर्माण केले आहेत. त्यापैकी संवाद – एकमेकांशी सहमत होत केलेले संभाषण – हा शब्द आपण पुष्कळ वेळा वापरतो.

एखाद्याचे बोलणे आपल्याला पटत नसेल, तेव्हा आपण त्याच्या विरोधी मुद्दे मांडून त्याचे म्हणणे खोडून काढण्याचा प्रयत्न करतो. त्याला म्हणतात प्रतिवाद!

नुसत्या वादाच्या कृतीत सामील होऊन वेगवेगळे मुद्दे मांडण्याला म्हणजेच विविध वाद निर्माण करण्याला आपण म्हणू या विवाद! अर्थात विवाद हा शब्द विरुद्ध वाद याही अर्थाने वापरता येतोच. प्रवाद हा शब्द ऐकला आहे? 'तुमच्याबद्दल एक प्रवाद ऐकला, तो खरा का हो?' असं कोणी अचानक तुम्हाला विचारलंच, (सहसा असं घडणार नाही, चिंता करू नका!) तर तुमच्या भुवया एकदम वाकड्या होतील, खरे ना? परीवाद आणि परिवाद म्हणजे निंदा बरं का! प्रवादामध्ये सत्य असतेच असे नाही; परीवादात ते असण्याची शक्यता असते. अनुवाद तर आपण जाणतोच!

■ ■

वादग्रस्त

वादग्रस्त : एखाद्या प्रश्नावर परस्परविरोधी मते व्यक्त होत असतील आणि त्यामुळे कोणताही निर्णय होऊ शकत नसेल किंवा कुणी तरी आपल्या अधिकारात केलेला निर्णय अनेकांना मान्य होण्यासारखा नसेल व त्यासंबंधी त्या विरोधकांची काही भूमिका असेल, तर अश्या वेळी तो प्रश्न अथवा तो निर्णय वादात सापडलेला, वादाने वेढलेला, वादाने ग्रासलेला या अर्थाने वादग्रस्त असल्याचे म्हटले जाते. एखादी व्यक्ती रोगाने ग्रासलेली असेल, तर ती रोगग्रस्त आहे असे

म्हटले जाते. तसेच हा प्रश्न वादग्रस्त असतो. वादग्रस्त आणि वादातीत हे परस्परविरोधी अर्थाचे शब्द आहेत.

■■

वादातीत

वादातीत : पुष्कळदा शब्दांचे अर्थ नेमके न कळल्यामुळे अगदी उलट अर्थाने ते वापरात येतात, असे आढळते. अर्थात हा दोष सर्वच जण करतात, असे नाही. 'पण या वादातीत विषयावर सभेत भिन्नभिन्न मते व्यक्त होणे स्वाभाविकच होते.' असे एखादे वाक्य कुणी वापरले, (आणि असे काही लोक आहेत!) तर या वादातीत शब्दाचा अर्थ आपण काय समजायचा? वास्तविक इथे शब्द हवा तो वादग्रस्त हा!

वादातीत म्हणजे वादाच्या अतीत आणि अतीत म्हणजे पलीकडे गेलेला. कालातीत विचार म्हणजे काळाच्या पलीकडे गेलेला, म्हणजेच जुना झालेला विचार. तसेच वादातीत विषय म्हणजे वादाच्या पलीकडे गेलेला विषय. ज्याच्याबद्दल वाद संभवत नाही, असा विषय.

■■

वानवा

वानवा : अमुक एका गोष्टीची वानवा असणे म्हणजे ती गोष्ट अत्यंत अल्प प्रमाणात उपलब्ध असणे अथवा उपलब्धच नसणे. उदाहरणार्थ, आपल्या राजकीय क्षेत्रात मुत्सद्देगिरीची वानवा असल्यानेच आपली पीछेहाट होते आहे, या वाक्यातील वानवा शब्द या अर्थाने आलेला आहे.

हा वानवा शब्द वा न वा असा तीन शब्दांचा मिळून बनलेला आहे. दाता भवति वा न वा असे एक संस्कृत वाक्य आहे. त्याचा शब्दश: अर्थ असा – दान करणारा (दाता) असतो (भवति) किंवा (वा) असत नाही (न भवति)! आणि पुढचा वा 'किंवा' याच अर्थाचा, पण वाक्याला जरा जोर येण्यासाठी! म्हणजे – किंवा नसतोच हो! दाता नसतोच! 'वा न वा'ने हा अभावच जरा अधिक स्पष्टपणे व्यक्त होतो.

■■

वाममार्ग

वाममार्ग : डाव्या-उजव्या हातांसाठी वाम आणि दक्षिण हस्त असे शब्द वापरात आहेत. दक्षिण म्हणजे चांगला, तत्पर वगैरे अर्थ सिद्ध झाल्यामुळे त्याच्या विरोधात वाम म्हणजे वाईट, ताज्य असे अर्थ भाषेत रूढ झाले. त्या दृष्टीने वाम मार्ग म्हणजे वाईट वर्तनाचे मार्ग. परंतु त्या खेरीजही एका वेगळ्या कारणासाठी 'वाम' मार्ग म्हणजे त्याज्य वर्तन असे समजले जाते.

मद्य, मांस, मत्स्य, मैथुन आणि मुद्रा या पंच 'म'कारांचा मार्ग स्वीकारून उपासना करणारा तांत्रिकांचा एक पंथ आहे (किंबहुना होता). हे तंत्र-मार्गी आपल्या धार्मिक पूजा-अर्चा स्वरूपाच्या कृत्यांमधील कर्मे करताना ती डाव्या (वाम) हाताने करीत. म्हणून त्यांच्या मार्गाला (पंथाला) वाममार्ग म्हटले जाई.

आज हा तंत्र-पंथ किंवा तंत्र-मार्ग फारसा प्रचारात राहिलेला नसला, तरीही निराळ्या दृष्टीने वाम-मार्गी लोक मात्र आहेतच! कोणत्याही दुष्कृत्याला 'वाम' म्हणजे वाईट असेच म्हणण्याची प्रथा पडलेली आहे.

■■

वारंवार

वारंवार : 'मी तुला वारंवार सांगतो आहे, तरी तू त्याच्याकडे लक्षच देत नाहीस!' इथे वारंवार या शब्दाचा अर्थ आहे पुनःपुन्हा! बरोबर?

पण वारंवार आणि पुन्हा पुन्हा या शब्दांमध्ये काहीच अर्थभेद नाही? असलाच पाहिजे. वेगळी अर्थच्छटा दाखवायची असेल, तेव्हाच भाषेत नवा शब्द वापरता येत असतो ना!

वारंवारम् हा एक संस्कृत शब्द आहे आणि तो अव्यय या स्वरूपात वापरला जातो. वार हे एक काळाचे एकक (युनिट) आहे. तितका काळ म्हणजे एक वार. सोमवार, मंगळवार वगैरे शब्द हे त्या एकेका कालमापनाचेच वाचक आहेत.

वारंवार म्हणजे रोज रोज! म्हणजे परवा, काल, आज... वगैरे!

पुनः पुन्हा हे मात्र घटकेघटकेला, तासातासाला असेही असू शकेल!

पण आपण हे दोन्ही शब्द एकार्थकच करून टाकले आहेत.

■■

वारांगना

वारांगना : संस्कृत भाषेत 'वारांगनेव नृपनीतिर् अनेकरूपा' अशी एक म्हण आहे. राजनीती ही वारांगनेप्रमाणे अनेक रूपे धारण करणारी म्हणजेच वारंवार आपले स्वरूप बदलणारी असते, असा या म्हणीचा अर्थ आहे. यातल्या वारांगना या शब्दाचा अर्थ काय? अंगना म्हणजे स्त्री आणि वार म्हणजे दिवस. जी अंगना म्हणजे स्त्री त्या त्या दिवसापुरतीच असते, म्हणजे जी दुसऱ्या दिवशी त्याच ठिकाणी असेलच याची खात्री देता येत नाही, तिला वारांगना म्हणतात. या अर्थाचे आणखीही शब्द आहेत. वारस्त्री, वारकन्यका, बन्धकी, गणिका, वेश्या, रूपाजीवा, शंभली असेही आणखी काही शब्द याच अर्थाचे आहेत. परंतु राजनीतीचे वर्णन करताना तिला वारांगनेचीच खास उपमा देतात, याचे कारण आज वेगळी आणि उद्या वेगळी अशी वेगवेगळी भूमिका घेऊन राजनीती वावरते, हेच आहे. नुसते वेश्या किंवा गणिका म्हटले, तर केवळ चारित्र्य-भ्रष्टताच त्यातून सूचित होईल, तिचे दिवसागणिक बदलणारे रूप नाही!

■ ■

वार्ता/वृत्त

वार्ता/वृत्त : वार्ता म्हणजे वृत्त! म्हणजे बातमी. अशीच आपली समजून असते ना? वार्ता आणि वृत्त हे दोनही शब्द वृत्-वर्तते म्हणजे असणे, घडणे या अर्थाच्या संस्कृत धातूपासून तयार झालेले आहेत. मात्र त्यांच्या अर्थात सूक्ष्म भेद आहे. वार्तापत्र आणि वृत्तपत्र या दोन शब्दांच्या अर्थातला भेद आपण जाणतो. म्हणूनच आकाशवाणीवर वाचले जाणारे वार्तापत्र असते; वृत्तपत्र नसते किंवा वार्ताहर संपादकांकडे पाठवितात तेही वार्तापत्र असते. त्यात वर्तमानकाल प्रतिबिंबित होत असतो. व्हायला हवा. 'वृत्त' म्हणजे मात्र जे घडले आहे ते. त्यात नजीकचा भूतकाळ येतो. घडलेल्यावर शिक्कामोर्तब होते. वृत्तपत्रात ते होते. वार्ता म्हणजे घडत असलेली गोष्ट, तर वृत्त म्हणजे घडलेली गोष्ट. म्हणून वार्ता गोळा करण्याचे काम अव्याहत केले जात असते.

■ ■

विचारप्रणाली

विचारप्रणाली : राजकीय अथवा सामाजिक क्षेत्राचा विचार करताना विचारप्रणाली हा शब्द आपल्यापुढे उभा राहाण्याची शक्यता असते. या क्षेत्रांमध्ये काम करणाऱ्या कार्यकर्त्यांची काही विशेष अशी वैचारिक भूमिका असते, विशिष्ट अशी विचारसरणी असते. एकाच विचारप्रणालीतून या कार्यकर्त्यांची वैचारिक भूमिका तयार होत असते.

असा हा अर्थ तर या शब्दाचा आपण स्पष्ट करू शकलो आहोत. पण प्रश्न आहे तो प्रणाली या शब्दाच्या खास अर्थाबद्दल. प्रणाली म्हणजे काय?

काही घरांना पावसाचे छपरावर पडणारे पाणी नीट वाहून नेण्यासाठी पन्हाळी लावलेली असते. पाणी आजूबाजूला सांडू न देता ते एका विशिष्ट दिशेने नेण्याचे काम ही पन्हाळी करते. पन्हाळी हा शब्द प्रणाली या संस्कृत शब्दाचेच मराठी रूपांतर आहे. इतर कशाची फार सरमिसळ होऊ न देता आणि महत्त्वाच्या भागाकडे दुर्लक्ष होणार नाही, अश्या रीतीने विचार एखाद्या विशिष्ट दिशेने व्यक्त होऊ लागतात त्या वेळी ती विचारप्रणाली बनते.

■ ■

विचारार्ह

विचारार्ह : अर्ह् म्हणजे पात्र असणे, योग्य असणे या संस्कृत धातूवरूनच स्वीकारार्ह, सत्कारार्ह, पूजार्ह, अभिनंदनार्ह असे अनेक शब्द तयार होतात. स्वीकार करण्यास योग्य, सत्कार करण्यास योग्य, पूजा करण्यास योग्य, अभिनंदन करण्यास योग्य असा या शब्दांचा अर्थ होतो.

याच पद्धतीने 'आपण जे काही म्हणता आहात, ते विचारार्ह आहे.' असे जेव्हा म्हटले जाते, तेव्हा आपले म्हणणे विचार करण्यासारखे आहे, असा अर्थ व्यक्त होतो.

पण..., या वाक्यात पुढे एक 'पण' असतो! त्यामुळे ते म्हणणे आपण विचारात घेऊ शकत नाही, घेत नाही, हेच आपण अगदी स्पष्टपणे सांगत असतो. विचारार्ह गोष्ट विचारात न घेणे ही आपल्या वर्तनातली एक विसंगतीच आहे, नाही का? म्हणताना म्हणायचे, विचारार्ह! पण विचार करायचा मात्र नाही!

■ ■

विजिगीषा

विजिगीषा : आपण आपल्या मराठी भाषेत अक्षरश: हजारो संस्कृत शब्द वापरत असतो. खरे तर मराठी ही भाषा म्हणजे बदलत बदलत गेलेली संस्कृत भाषाच आहे. विजिगीषा हा एक मूळ संस्कृत शब्द आहे. तो तत्सम स्वरूपात मराठीत आपण वापरतो. त्याची घटना कशी झाली ते संस्कृत पद्धतीनेच समजून घ्यायला हवे. संस्कृतमध्ये इच्छार्थक नामे असा एक प्रकार आहे. जिज्ञासा – जाणण्याची इच्छा हे त्याचे एक मराठी भाषेला परिचित असे रूप आहे. याच पद्धतीने विजिगीषा हेही एक इच्छार्थक नाम आहे. त्यात मूळ धातू आहे वि+जि. त्याचा अर्थ आहे, विजयी होणे. विजय हा शब्दही याच धातूपासून सिद्ध होतो. या वि-जि धातूपासून विजिगीषा हे इच्छार्थक नाम तयार होते. त्याचा अर्थ विजय मिळवण्याची इच्छा असा आहे. आता, 'आपल्या ठिकाणी पराभूत मनोवृत्ती असू नये, तर दुर्दम्य विजिगीषा असली पाहिजे' अशा एखाद्या वाक्यात या विशेष शब्दाने या वाक्याला एक वजन आलेले दिसते की नाही?

■ ■

विजिगीषु

विजिगीषु : 'आजच्या तरुणांमध्ये विजिगीषु वृत्तीचा अभाव असल्याने...' वगैरे स्वरूपाचे शेरे बुजुर्ग व्यक्तींच्या तोंडी आपण ऐकतो तेव्हा आपल्याला प्रश्न पडतो की, ही विजिगीषु वृत्ती म्हणजे नेमकी कोणती वृत्ती?

म्हणजेच 'विजिगीषु या शब्दाचा नेमका अर्थ काय?' असा आपण आपल्या मनाशी प्रश्न करतो.

आपल्याला जिज्ञासु हा शब्द माहीत आहे. जिज्ञासा म्हणजे जाणण्याची इच्छा. ती ज्याच्याकडे आहे तो जिज्ञासु. पिपासा म्हणजे तहान. म्हणजेच (पाणी) पिण्याची इच्छा. अशी इच्छा ज्याला आहे तो पिपासु. जिहासा म्हणजे एखादी गोष्ट सोडून देण्याची इच्छा. अशी इच्छा ज्याला आहे तो त्या गोष्टीच्या संबंधात जिहासु.

तसे विजिगीषा म्हणजे जिंकण्याची इच्छा. आणि अशी इच्छा ज्याच्या ठिकाणी आहे त्याला म्हणायचे विजिगीषु. आणि आता हे विशेषण जर वृत्ती या नामासाठी वापरले तर मग एक शब्दबंध मिळतो – विजिगीषु वृत्ती.

■ ■

विदग्ध

विदग्ध : विदग्ध वाङ्मय असा एक शब्दबंध आपल्या वाचण्यात आलेला असेल. वाङ्मय किंवा साहित्य या संज्ञा आपल्याला समजल्या; पण या वाङ्मयाला जोडलेले हे जे विदग्ध हे विशेषण आहे त्याचा नेमका अर्थ काय?

दग्ध हा शब्द दह् म्हणजे दहन करणे, जाळणे, भाजणे या धातूपासून प्राप्त होतो. दग्ध म्हणजे जाळलेले, भाजलेले.

एखादा खाद्य पदार्थ कच्चा खाण्याऐवजी तव्यावर भाजण्याचा संस्कार करून आपण तो चविष्टपणे खातो. ही भाजण्याची प्रक्रिया ज्याप्रमाणे खाद्यपदार्थात विशेष रसपूर्णता आणते, तसेच साहित्यातही शब्दार्थांवर एक विशेष भाजण्याची म्हणजे त्यांना अधिक चविष्ट बनविण्याची प्रक्रिया केली जात असते. हे भाजणे अर्थातच लाक्षणिक असते.

असे साहित्य हे विदग्ध साहित्य समजले जाते.

■ ■

विदुर/विदूर

विदुर/विदूर : शुद्धलेखनाचे नियम केवळ 'नियम' म्हणूनच पाळायचे, असे ठरविले, तर काही वेळा शब्दांचे अर्थच बदलून जातात. याचे उदाहरण म्हणून विदुर/विदूर या शब्दांचे देता येईल. विदुर हा शब्द लिहिताना शब्दातील उपांत्य स्वर दीर्घ करावा या नियमानुसार विदूर असा लिहावा लागेल. परंतु 'विदुर' आणि 'विदूर' या शब्दांचे अर्थ अगदीच वेगवेगळे आहेत हो!

महाभारतात विदुर हे धृतराष्ट्र व पंडु यांच्या शूद्रवर्णीय भावाचे नाव आहे. विदुर हा त्याच्या नावाच्या अर्थाप्रमाणेच अत्यंत विद्वान आहे. (विदुर म्हणजे विद्वान.) विद् म्हणजे जाणणे. त्यापासून विदु आणि नंतर विदुर असे शब्द प्राप्त होतात. विदूर म्हणजे मात्र खूप खूप दूर, लांब अंतरावर असणारा! वि-दूर असे दोन घटक एकत्र येऊन हा शब्द तयार होतो.

मराठीतल्या स्वरांचे ह्रस्वदीर्घत्व हे शब्दांच्या अर्थात बदल घडवू शकते, याचेही हे एक उदाहरण आहे.

■ ■

विदुषी

विदुषी : 'या ठिकाणी जमलेल्या अनेक विदुषींचेही मी मन:पूर्वक स्वागत करतो' असे स्वागतपर उद्‌गार एखाद्या सभेत प्रास्ताविक करणाऱ्या वक्त्याने काढले, तर अनेकांच्या किंवा अनेकींच्या मनात 'विदुषी' या शब्दाच्या अर्थाबद्दल संशय आणि कुतूहल उत्पन्न होते. विदुषी या शब्दाचा उच्चार विदूषक या शब्दाच्या जवळ जाणारा आहे, हे या संशयाचे कारण असते. पण विदुषी या शब्दाचा विदूषक या शब्दाशी काहीही संबंध नाही. संस्कृतमध्ये विद् (वेत्ति) असा एक धातू आहे. विद्या हे नामही या विद् पासूनच मिळते. विद् म्हणजे जाणणे. या विद् धातूपासून विद्वस् (विद्वान) हा शब्द तयार होतो. विद्वान म्हणजे जाणकार. त्यातला मूळ शब्द विद्वस् आणि त्याचेच स्त्रीलिंगी रूप आहे विदुषी. पुरुषासाठी विद्वान हे पुल्लिंगी विशेषण, तर स्त्रीसाठी विदुषी हे स्त्रीलिंगी विशेषण. संस्कृत ही 'भाषा' म्हणून वापरात होती त्या काळातही विद्वान स्त्रिया होत्या. म्हणजे स्त्रिया शिक्षणापासून वंचित नव्हत्या, असा याचा अर्थ आहे.

■ ■

विद्यमान

विद्यमान : 'आजचे आपले विद्यमान अध्यक्ष श्री...' अशी अध्यक्षांची ओळख कुणी परिचायक व्यासपीठावरून करून देऊ लागला, तर त्याला विद्यमान या शब्दाचा नेमका अर्थ कळलेला आहे की नाही अशी शंका घ्यायला जागा असते. विद्यमान आणि विद्वान यांचे उच्चार एकमेकांच्या जवळचे असल्याने विद्यमान हा शब्द विद्वान या अर्थाने वापरला जातो, असे क्वचित आढळते. परंतु विद्यमान म्हणजे आज असलेले. असे असल्याने 'आजचे विद्यमान' असे म्हणायचे काही कारण नसते. विद्यमान हा शब्द विद् (विद्यते) म्हणजे असणे या धातूपासून वर्तमानकालवाचक विशेषण या स्वरूपात प्राप्त होतो. विद् म्हणजे असणे. म्हणून विद्यमान म्हणजे असणारा. त्याच पद्धतीने युध् (युध्यते) म्हणजे युद्ध करणे या धातूपासून युध्यमान, वृध् (वर्धते) म्हणजे वाढणे या धातूपासून वर्धमान, वाढणारा (पुत्र, वृक्ष इ.) असे शब्द मिळतात.

■ ■

विद्रूप

विद्रूप: विद्रूप म्हणजे काय? सुंदर असलेले रूप बिघडून जे काही विक्षिप्त रूप निर्माण होते, त्याचे वर्णन विद्रूप या शब्दाने केले जात असते. एखादी मूर्ती फोडून ती विद्रूप केली जाऊ शकते. कार्ले भाजे इत्यादि ठिकाणच्या लेण्यांमध्ये आक्रमकांनी विद्रूप केलेले असे शिल्प पाहावयास मिळते.

पण अशा या बिघडलेल्या रूपाला खरे तर विरूप म्हणून भागणार नाही का? भागायला हवे. परंतु मूळच्या विरूप या शब्दाला आपणच विद्रूप करून टाकलेले आहे! हा एक द मधेच आणून या शब्दात एक प्रकारचा उच्चाराचा जोरकसपणा आणण्यामागे त्याच्या अर्थाची तीव्रता वाढविण्याची भूमिका असते. धूमपान या शब्दाचे 'धूम्रपान' हे रकारयुक्त रूपही याच प्रकारे तयार झालेले आहे. संस्कृती शब्दात सम् आणि कृ यांच्यामध्ये एक सकार याच भूमिकेतून आलेला आहे!

■ ■

विधिनिषेध

विधिनिषेध : 'अलीकडचे हे तरुण लोक मनास येईल तसं वागत असतात. त्यांना कसला काही विधिनिषेध म्हणून नाहीच!' हे वाक्य अर्थदृष्ट्या खरे असो वा खोटे, पण अनेकांचे तसे मत आहे आपण जाणतो.

या वाक्यातील विधिनिषेध म्हणजे नेमके काय? विधि आणि निषेध या दोन शब्दांना एकत्र करणारा हा शब्दबंध मुळात धर्मशास्त्रातून लौकिक व्यवहारात आलेला आहे. आपण काही धार्मिक विधी करीत असतो. अथवा इतरांनी केलेले पाहात असतो. हे विधी म्हणजे प्रत्यक्ष काही कृती असतात. त्या तश्या कराव्या, अशी जी धर्मशास्त्राची सूचना असते, त्याला म्हणतात विधि.

कोणत्याही कृतीसंबंधीच्या सूचना – हे करा, हे करू नका (डू ज् आणि डोन्ट डूज्) या स्वरूपाच्या असतात. त्यातल्या अमूक करा, असे सांगणाऱ्या सूचनांना म्हणतात विधि आणि करू नका, असे सांगणाऱ्या सूचना असतात त्यांना म्हणतात निषेध. विधिनिषेध धार्मिक क्षेत्रातच आवश्यक असतात असे मुळीच नाही. जीवनाच्या सर्वच क्षेत्रात विधिनिषेध हवेत व ते पाळावयासही हवेत.

■ ■

विनय

विनय : 'विद्या विनयेन शोभते।' हे संस्कृत भाषेतील वाक्य सुशिक्षित मराठी भाषिक मराठी भाषेतलेच असावे इतक्या सहजपणे वापरताना दिसतात. यात 'विनय' म्हणजे काय? सामान्यपणे या शब्दाचा अर्थ नम्रता असा सांगितला जातो. वास्तविक 'विनय' ही अनेक गुणांची निर्मिती प्रक्रिया आहे. कारण विनय हा शब्द वि+नी या धातूपासून सिद्ध होतो आणि या धातूचा अर्थ आहे विशिष्ट हेतूने, विशिष्ट दिशेने, विशेष प्रयत्न करून नेणे! त्यामुळे 'विनय' म्हणजे सर्व शिक्षण प्रक्रिया किंवा संस्कार प्रक्रिया! त्यामुळेच काही शैक्षणिक संस्थांच्या नावात आपल्याला हा शब्द आढळतो. उदाहरणार्थ --- *** विनय-मंदिर! इथे विनय मंदिर म्हणजे शाळा! शाळेकडून ज्या ज्या संस्कारांची अपेक्षा असते, ते सर्व संस्कार म्हणजे विनय! आपण मात्र त्या शब्दाच्या अर्थाचा संकोच करून केवळ नम्रता असा अर्थ घेत असतो. विद्या विनयाने शोभते म्हणजे सुसंस्कार असतील, तर ज्ञानी माणसाचे ज्ञान त्याला शोभा देते. सगळे विद्वान सुसंस्कृत असतातच असे नाही ना?

■ ■

विपरीत

विपरीत : 'विनाशकाले विपरीतबुद्धिः' हे एक शुद्ध संस्कृत वाक्य आहे आणि ज्यांचे काही विशेष शिक्षण झालेले नसते अश्या अगदी अल्पशिक्षित स्त्रियांच्या मुखात ते असते! फरक फक्त 'बुद्धिः' ऐवजी 'बुद्धी' एवढाच! हे मराठीकरण झाले. अर्थ स्पष्टच आहे. यातला 'विपरीत' हा शब्द विचारात घ्यायचा आहे. या शब्दात तीन घटक आहेत. वि-परि-इत. यातला इत आपल्याला 'उदित' (वर आलेला) या शब्दातही मिळतो. 'वि-परि'चा अर्थ आहे उलट! म्हणून विपरीतचा अर्थ होतो अगदी उलटी झालेली, भरकटलेली (बुद्धी). परि-इत हे दोन घटक एकत्र येताना रि+इ यांचा मिळून दीर्घ री होतो. त्याला ह्रस्व करून कसे चालेल? एरवी उपांत्य स्वर दीर्घ लिहावा असा आग्रह धरणारेही काही 'शुद्ध' लेखनवादी जेव्हा 'विपरित' असे या शब्दाचे लेखन करतात. तेव्हा त्यांनी निदान त्यांचा नियम तरी पाळावा की नाही? अर्थात विपरीतमधील दीर्घ री केवळ या नियमामुळे दीर्घ नाही, तर परि-इत यांच्यातील संधीमुळे आहे.

■ ■

विमान

विमान : विमान हा शब्द मराठीत आला आहे तो संस्कृत भाषेतून. आकाशातून फिरणारे वाहन हा विमान या शब्दाचा आज आपण जाणत असलेला अर्थ. त्यामुळे संस्कृत भाषिकांनाही अशा वाहनाची माहिती असली पाहिजे, असा तर्क सहजच करता येतो.

अर्थात हा तर्क अगदीच चुकीचा नाही. मात्र विमान या शब्दाला संस्कृत भाषेत इतरही काही अर्थ आहेत, हेही आपल्याला माहीत हवे. देवालयाच्या गर्भगृहावर वर जी एक घुमटाकृती पोकळी असते, तिला विमान म्हणतात. सात मजली (म्हणजे अत्यंत उंच) इमारतीच्या वरच्या मजल्याला विमान म्हणतात. पाण्यातून चालणाऱ्या वाहनाला नौविमान म्हणतात आणि विमान हे एक मोजमापाचेही नाव आहे. वि शब्दाचा एक अर्थ आहे आकाश. त्याचे मान म्हणजेच प्रमाण. आकाशाचा विस्तार आपल्या हालचालीने जाणू शकते, म्हणून आकाशगामी वाहनाला विमान म्हणतात.

■■

विरोध

विरोध : रुध् या संस्कृत धातूचा अर्थ आहे अडविणे. थांबविणे. वि म्हणजे विशेष रीतीने. एखादी व्यक्ती काही कृती करीत असेल, तर तिला विशेषत्वाने अडविणे म्हणजे विरोध करणे. भाषिक व्यवहारात देखील एखाद्या विधानाचा स्वीकार न करता त्याची गती थांबविणे आणि मग त्या विधानाला उलट दिशेला वळविणे, म्हणजेच त्या बोलण्याला विरोध करणे.त्यामुळे विरोधी म्हणजे उलट बाजूचा, आपल्या गतीशी जमवून न घेता त्या गतीला थांबवून तिला उलट दिशेने नेऊ पाहाणारा.

■■

विरोधक

विरोधक : 'आमच्या विरोधकांनी अडथळा आणला नसता, तर ही योजना नीट पार पडून सर्वांनाच तिच्यापासून लाभ मिळाला असता!' या वाक्यातला विरोधक हा शब्द आपल्या चांगल्याच परिचयाचा आहे. पण विरोधक या शब्दाचा नेमका

अर्थच मुळी 'अडथळा निर्माण करणारे' असाच आहे! त्यामुळे विरोधकांनी अडथळा आणू नये असे म्हणणे हा एक वदतोव्याघात ठरेल! त्या ऐवजी 'यांनी विरोध केला नसता तर...' असे म्हणणे इथे योग्य होईल. संस्कृतमध्ये रुध् (रुणद्धि) असा धातू आहे. त्याचा अर्थ थांबविणे, अडविणे असा आहे. या रुध् धातूला वि म्हणजे विशेष हा उपसर्ग जोडूनच विरोध हा शब्द तयार होतो. मराठी भाषेत संस्कृत भाषेतून आलेला निरोध हा शब्द रुध् धातूला नि हा उपसर्ग जोडून तयार केलेला आहे. मात्र मराठीत या शब्दाचे अर्थक्षेत्र मर्यादित आहे.

■ ■

विरोधाभास

विरोधाभास : विरोधाभास म्हणजे विरोधाचा केवळ आभास. वर वर दिसणारा विरोध; पण प्रत्यक्षात तो तसा नसणे. या दिसणाऱ्या विरोधाचे स्पष्टीकरण केले की, हा विरोध नाहीच हे लक्षात येते. उदाहरणार्थ, 'चंदनाची चोळी माझे अंग अंग जाळी' ही ओळ पाहा. चंदन तर सुखकारक थंडावा देते, मग त्याने अंग पोळते आहे हे विरोधी विधान झाले ना! पण विरही अवस्थेचे हे काव्यात्म वर्णन आहे हे समजले की, या विरोधाचे स्पष्टीकरण होते आणि वाक्यातली आलंकारिकता लक्षात येते. म्हणून हा विरोधाभास, विरोध नव्हे. परंतु अलीकडे 'नेत्यांची भाषणे व त्यांची कृती यात विरोधाभास आढळतो.' अशी वाक्ये वाचायला मिळतात! स्पष्ट आहे की, हे वाक्य लिहिणाऱ्याला विरोध, अंतर्विरोध, विसंगती असा अर्थ व्यक्त करायचा आहे. पण शब्द मात्र वापरला जातो – विरोधाभास! यातली चूक लक्षात घेऊन विरोधाभास हा शब्द अशासाठी वापरणे बंद करायला हवे. विरोधाचा आभासच दर्शवायचा असेल, तरच हा शब्द वापरावा, अन्यथा विरोध, अंतर्विरोध, विसंगती हे शब्द योग्य तो अर्थ देण्यास समर्थ आहेतच की!

■ ■

विलायत

विलायत : इंग्रजी अमदानीत भारतातले लोक जेव्हा इंग्लंड, फ्रान्स वगैरे युरोपीय देशांमध्ये जात असत तेव्हा ते विलायतेला गेले असे त्यांच्याबद्दल म्हटले जाई.

विलायत म्हणजे युरोप, फार तर पाश्चिमात्य देश असा अर्थ त्यामुळे भाषेत

रूढ झालेला आहे.

वास्तविक विलायत हा शब्द अरबस्तानातून इकडे आलेला आहे आणि त्याचा अर्थ आहे 'स्वदेश'! त्यामुळे इंग्रज अधिकारी जेव्हा त्यांच्या सुटीच्या काळात त्यांच्या स्वदेशी म्हणजे इंग्लंडमध्ये अथवा युरोपमध्ये जात असत तेव्हा ते विलायतेला गेले, असा त्यांच्याबद्दलचा उल्लेख होई. परंतु त्यामुळे हळूहळू मराठी, हिंदी, गुजराती इत्यादि भारतीय भाषांमध्ये विलायत या शब्दाचाच अर्थ युरोप अथवा पश्चिमी देश असा होऊन गेला. पुढे पुढे तर केवळ परदेश या अर्थानेही विलायत हा शब्द उपयोगात येऊ लागला.

खरे तर आज जे भारतीय इंग्लंड, अमेरिकेत राहात आहेत त्यांनी भारतात येताना आपण विलायतेत येत आहोत, असे मानले पाहिजे. परंतु भाषेत एखाद्या शब्दाला एखादा अर्थ एकदा चिकटला की तो सहसा सुटत नसतो.

■ ■

विवरण

विवरण : आवरण या शब्दाच्या विरोधी अर्थाचा हा एक शब्द आहे. पण अनावरण या अर्थाने त्याचा उपयोग करता येत नाही. विवरण हे एखाद्या विषयाचे करतात. विवरण करण्यापूर्वी तो विषय अस्पष्ट असतो. तो विवरणामुळे स्पष्ट होतो. त्याचे विविध पैलू आपल्या नजरेसमोर येतात.

अनावरणाने सुद्धा पूर्वी न दिसलेली गोष्ट दिसू लागते. पण अनावरण करण्यापूर्वी ती वस्तू आवृत करून ठेवलेली असते, कशाने तरी झाकलेली असते; तसे विवरणाच्या बाबतीत होत नसते. ज्या विषयाचे विवरण करावयाचे तो विषय झाकलेला नसतोच मुळी. पण आपली बुद्धी किंवा विचारशक्ती त्याचे आकलन करू शकत नसते. विवरणामुळे आपल्या या विचारशक्तीला साहाय्य मिळून ती तो विषय पाहू शकते.

■ ■

विविध

विविध : एखादे विविध वस्तू भांडार आपल्या परिचयाचे असते. विक्रीसाठी अनेक प्रकारच्या वस्तूंचा तेथे संग्रह केलेला असतो. एखाद्या सभेतील परिसंवादात विषयाचे विविध पैलू स्पष्ट केले जातात. विविध विषयांचा परिचय करून देणारी एखादी लेखमाला, व्याख्यानमाला कुणी आयोजित करतात. या विविध वाक्प्रयोगांमध्ये

वापरला गेलेला 'विविध' हा शब्द तयार कसा होतो?

विधा म्हणजे प्रकार. हिंदी भाषेत साहित्यप्रकार या शब्दाप्रमाणेच साहित्यविधा असा शब्दप्रयोग केला जातो.

या 'विधा'चेही विशेषत्वाने वर्णन केले की त्यांना विविधत्व येते!

'विविध'मधील वि हा उपसर्ग विशेष, वेगवेगळे, या अर्थाचा आहे.

'विविध' हा शब्द 'विवीध' असा लिहून चालणार नाही. विविध शब्द उच्चारताना ध हे अक्षर पूर्ण उच्चारले पाहिजे. ध् नव्हे.

■ ■

विवेक

विवेक : 'विवेके क्रिया आपुली पालटावी' असे एक समर्थ-वचन आहे. आपल्या वागण्यामधे किंवा कृतीमध्ये विवेकपूर्वक बदल करावा अशा अर्थाचा हा रामदास स्वामींनी केलेला उपदेश आहे.

पण विवेकपूर्वक म्हणजे? विचारपूर्वक! होय. विवेकामध्ये विचार तर असतोच, पण विवेक हा तिथेच पूर्ण होत नाही. केवळ विचार करीत बसणाऱ्या माणसाला कुणी विवेकी म्हणत नाहीत. मग विवेक म्हणजे काय? समजा, फुलं आणि तुळशीची पानं एकत्र करून ठेवलेली आहेत, तर ती वेचून वेचून बाजूला काढावी लागतील, नाही का? वेचणे हा मराठीतला क्रियावाचक धातू मुळात संस्कृतमध्ये विच् असा आहे आणि त्याचा अर्थ आहे, बाजूला करणे, अलग करणे. वि-विच् म्हणजे नीट वेगळे करणे.

असं एका गोष्टीला दुसऱ्या गोष्टीपासून नीट वेगळं करून ज्याला बघता येतं, त्याला म्हणायचं विवेकी. आणि त्याच्या या कृतीला, मनोवृत्तीला, विचाराला म्हणायचं विवेक. मग आता सत्य-असत्य विवेक, सद्-असद् विवेक, शुद्ध-अशुद्ध विवेक हे शब्द सहजच समजू शकतील.

■ ■

विशद/विषद

विशद/विषद : एखादा मुद्दा, एखादा विषय विशद करणे म्हणजे स्वच्छ, स्पष्ट करणे! विशद म्हणजे स्वच्छ!

परंतु हा शब्द चुकीने 'विषद' असा लिहिला व छापला जात असतो. या विषद

शब्दाचा अर्थ आहे - विष देणारा! 'विषप्रद' असा हा शब्द विषद शब्दाच्या अर्थाची तीव्रता वाढवितो आणि विषप्रद शब्दाचा उपयोग तर विष देणारा याच अर्थाने आपण करू, नाही का?

■■

विशय/विषय

विषय/विशय : ष आणि श हे दोन वेगवेगळे वर्ण आपल्या वर्णमालेत आहेत. ही वर्णमालेची समृद्धी आहे. ती कमी करून ष आणि श हे एकमेकांऐवजी वापरण्याचा विचार करू नये. या वर्णामुळे अर्थभिन्नता येते. उदाहरणार्थ – विषय म्हणजे जिच्यासंबंधी काही विचार चालू आहे अशी कोणतीही गोष्ट. पण विशय म्हणजे संशय! विशय व संशय या दोन शब्दांमध्ये केवळ वि = विशेष, विशिष्ट सम् = सर्व बाजूंनी येवढाच फरक आहे! संशय हा सर्वसाधारण असतो; विशय हा नेमका असतो.

■■

विशिष्ट/वैशिष्ट्य

विशिष्ट/वैशिष्ट्य : 'विशिष्ट' हा शब्द कित्येकदा 'विशिष्ठ' असा लिहिलेला, छापलेला बघायला मिळतो. ट ऐवजी 'ठ'चा वापर केल्यामुळे हा शब्द थोडा अधिकच जोरदार वाटू लागतो हे खरे; पण त्यात विशिष्ट या शब्दाचा अर्थ येत नाही. शिष्ट म्हणजे शिल्लक राहिलेले. विशिष्ट – विशेष पद्धतीने शिल्लक राहिले ते. एखादी विशिष्ट कादंबरी, म्हणजे जी इतर अनेक कादंबऱ्यांमध्ये समाविष्ट झालेली नाही, जी इतर सर्वांचा विचार करून झाल्यावर काही विशेष कारणांसाठी बाजूला काढली गेली आहे, ती कादंबरी. चाळणीतून इतर सर्व गोष्टी गाळून जे शिल्लक ठेवले जाते, ते असे विशिष्ट. त्या विशिष्टाचा गुण म्हणजे वैशिष्ट्य.

■■

विश्लेषण

विश्लेषण : वक्त्यांनी आपल्या विषयाचे विश्लेषण फारच उत्तम प्रकारे केले, त्यामुळे विषय समजायला फारच मदत झाली. या वाक्यातील विश्लेषण या

शब्दाचा नेमका अर्थ सांगता आला नाही, तरी एकंदर वाक्य काही अनाकलनीय राहात नाही. पण तरीही, विश्लेषण म्हणजे नेमके काय, हे जाणून घ्यायला काय हरकत आहे?

श्लिष् असा संस्कृत धातू आहे. चिकटणे हा त्याचा अर्थ. श्लेष हा शब्द याच धातूपासून तयार होतो. श्लेषामध्ये एकाच शब्दाला दोन अर्थ चिकटलेले असतात.

वि हा विरोध या अर्थाचा उपसर्ग आहे. विश्लेषण करणे म्हणजे एकमेकांना चिकटलेल्या अनेक गोष्टी एकमेकांपासून दूर करणे. एखाद्या विषयाचे अनेक पैलू, अनेक उपविभाग वेगवेगळे करून दाखविणे, म्हणजे त्या विषयाचे विश्लेषण करणे होय. एखाद्या विषयात मुद्यांचा गुंता झालेला असतो. तो गुंता दूर करून विषय मोकळा व स्पष्ट करून दाखविणे, म्हणजे त्या विषयाचे विश्लेषण करणे.

■ ■

विसर्जन

विसर्जन : सृज् धातूपासून सृजन आणि सर्जन असे शब्द तयार केले जातात. सृजनशील आणि सर्जनशील या दोन शब्दांमध्ये अर्थभेद आहे काय? नसल्यास यातील कोणता एक शब्द अचूक आहे? असा प्रश्न अनेकांना पुष्कळदा पडतो. सृजन हे आपोआप स्वत:च होणारे, असा अर्थभेदही आपण मग लक्षात घेतो. परंतु तरी या दोन शब्दांमधील भेदाबद्दल मनाचे, बुद्धीचे, कदाचित लेखणीचेही समाधान होत नाही. ते व्हावे यासाठी विसर्जन हा शब्द लक्षात घ्यावा. गणेशमूर्तीचे आपण विसर्जन करतो. गणेशमूर्ती स्वत:च विसृष्ट होत नसते. मातीची मूर्ती पाण्यात विसर्जित केली की, नंतर ती स्वत: त्या पाण्यात विलय पावते. विसर्जन कुणी तरी करावे लागते. तसेच सर्जन देखील. सृजन म्हणजे सृष्टता ही स्वयंसिद्ध गोष्ट आहे.

■ ■

विस्थापित

विस्थापित : भाषेत नवे नवे शब्द येत असतात, ते नवे अनुभव व्यक्त करण्यासाठी. पुष्कळदा असे नवे शब्द एखाद्या परकी भाषेतून जसेच्या तसे अथवा थोडे उच्चार सोपे करून घेऊन स्वीकारले जातात. पण संस्कृत आणि तिच्यातून निर्माण झालेल्या भारतीय प्रादेशिक भाषा या नवनिर्माणक्षम भाषा आहेत. त्यामुळे त्या नवे शब्द स्वत:च्याच पूर्वकोषातून निर्माण करतात. विस्थापित हा असाच एक

भाषेतील नवा शब्द आहे. धरणाच्या पाण्यासाठी गावेच्या गावे बुडून तेथील माणसे विस्थापित झालेली आहेत. (अनुभव नवा, शब्दही नवा!) स्थापितच्या उलट अर्थाचा हा शब्द आहे. स्थापित म्हणजे स्थिर केलेला. वि हा विरुद्धार्थक उपसर्ग आहे. स्थापित, प्रस्थापित, विस्थापित या सर्व शब्दांचे स्वरूप धातुसाधित विशेषण असे आहे. यातील उपांत्य स्वर दीर्घ करून चालणार नाही. तो ह्रस्वच हवा.

■ ■

विस्मरण

विस्मरण : एखादी गोष्ट आठवेनाशी झाली की आपण म्हणतो, 'मला त्या गोष्टीचे विस्मरण झालेले आहे.' 'स्मृती' ही आपल्या ठिकाणी असलेली एक विशेष शक्ती आहे. ती बुद्धीशी संबंधित आहे. इतकेच नव्हे, तर बुद्धीचाच तो एक विशिष्ट आविष्कारही आहे. या स्मृतीत आपण काही गोष्टी जपून ठेवतो, त्या योग्य वेळी व्यवहारात म्हणजे बोलण्यात, वागण्यात आणतो त्या वेळी त्या गोष्टीचे आपल्याला स्मरण 'झालेले' असते. ते मुद्दाम करावे लागत नाही. त्या त्या परिस्थितीत आपोआपच ते होते. परंतु स्मरण ही गोष्ट जशी 'होणारी' आहे, तसेच विस्मरणाचे नाही! विस्मरण कधी 'होत' नसते. आवश्यक तेथे स्मरण ही प्रक्रिया झाली नाही, तर त्या स्थितीलाच विस्मरण म्हणतात. स्मरण नाही, ते विस्मरण. स्मरण हे भावरूप असते, तर विस्मरण हे केवळ अभावरूप! म्हणून विस्मरण 'झाले' आहे असे म्हणणे योग्य नाही. पण आपण भाषेत असाच शब्दप्रयोग करतो.

■ ■

वृद्ध

वृद्ध : वृद्ध म्हणजे काय? वृद्ध म्हणजे वाढलेला. म्हणजे ज्याच्या मूळ स्वरूपात काही वाढ झालेली आहे असा.

आपण म्हणतो ना, कोणत्याही धंद्यामध्ये, भांडवलात आणि नफ्यात वृद्धी झाली नाही, तर तो धंदा करीत बसण्यात काय अर्थ आहे? वृद्धी म्हणजे वाढ. वृध्-वर्धते असा संस्कृत धातू आहे. त्याचा अर्थ वाढणे. वाढ हा शब्दही याच धातूपासून मराठीत आला आहे. हिंदीत तो बाढ असा झाला; पण त्याचे अर्थक्षेत्र (नदीमे बाढ आयी) नदीच्या पुराशी निगडित झाले.

वृद्ध हे सामान्यतः कुणाही मनुष्य व्यक्तीसाठी वापरले जाणारे विशेषण आहे.

वाढलेला म्हणजे मोठा झालेला हा त्याचा अर्थ. आता हे मोठेपण त्याला प्राप्त होण्यासाठी कोणती गोष्ट कारणीभूत झालेली असते? वय, ज्ञान, तप, अनुभव इत्यादिमुळे मनुष्य मोठा होतो. वयाने लहान असलेलाही एखादा मनुष्य ज्ञानवृद्ध (ज्ञानाने वृद्ध), तपोवृद्ध (तपाने वृद्ध) असा असू शकेल. केवळ अधिक वयामुळे 'जो मोठा मानला जातो तो वयोवृद्ध' पण आपण 'वयोवृद्ध' इतका मोठा शब्द न वापरता या वयाने वाढलेल्या माणसाला नुसतेच वृद्ध म्हणत असतो.

■ ■

वेडा

वेडा : सुसंगतपणे विचार करता न येणारी, मानसिक संतुलन हरवून बसलेली आणि त्यामुळे विक्षिप्त, विसंगत वर्तन करणारी व्यक्ती 'वेडी' या सदरात मोडते; पण असे वेडेपण सोडले, तर एरवी भाषेत वेडा हा शब्द बावळट, निर्बुद्ध, समजशक्ती नसलेला या अर्थाने सहज सहज कुणाहीबद्दल वापरला जातो. बोली भाषेत येडा, असेही त्याचे रूप होते. 'येडं का खुळं?' असं म्हणतो ना आपण? या 'येडा'चे मूळ आहे एड या संस्कृत शब्दात. एडः हे त्याचे पुल्लिंगी एकवचनी रूप. त्याचा अर्थ, ठार बहिरा मनुष्य! मग अशा माणसाशी बोलताना, 'याला काहीच समजत नाही हो! अगदीच येडा दिसतो की हा!' असंच म्हणणार ना तुम्ही? विशेषत: त्याचे बहिरेपण माहीत नसेल तर! बघा, 'एड:'चे येडा आणि त्याचेच पुढे वेडा झालेले दिसते की नाही? यातल्या मूळच्या शब्दाला जवळचा शब्द आहे, येडा! तो आपण गावठी समजतो! आणि वेडा मात्र नागरी! वा!

■ ■

वेदना/संवेदना

वेदना/संवेदना : 'कवीचे मन संवेदनशील असते' असे म्हणतात. पण म्हणजे काय? ते भावनाशील असते. असाच केवळ अर्थ या शब्दप्रयोगातून व्यक्त होतो का? सुख-दु:खाच्या भावना सर्वांनाच असतात. केवळ स्वत:च्या सुखाने वा स्वत:च्या दु:खाने सामान्य माणसे विचलित होतात, तर कवी मात्र इतरांच्याही सुखाने अथवा दु:खाने अस्वस्थ होतो. हा आहे अर्थ, त्याच्या संवेदनशीलतेचा.

संवेदना म्हणजे सम्-वेदना आणि सम् म्हणजे सर्वांच्या सह. ही संवेदना सुखाची अथवा दु:खाची, कशीही असू शकते. आसपासच्या अनेक माणसांच्या

अनुभवाशी कवी परिचित असतो. ते अनुभव तो परोक्ष भावनेने घेतो. त्या अनुभवातून प्राप्त होणारे सुख अथवा दु:ख तो स्वत: भोगतो, त्या माणसांशी तादात्म्य पावून. या संवेदना सुखाच्या अथवा दु:खाच्या, कोणत्याही प्रकारच्या असू शकतात. पण नुसता वेदना हा शब्द मात्र आपण फक्त कष्टदायक भावनेसाठीच वापरतो, नाही का? वास्तविक विद् म्हणजे जाणणे या धातूपासून निर्माण झालेला वेदना हा शब्द तर फक्त जाणीव याच अर्थाने युक्त आहे. पण आपण या जाणिवेला मर्यादित करून टाकले आहे. वेदना म्हणजे दु:ख.

■ ■

वेदात/ वेदांत/ वेदान्त

वेदात/वेदांत/वेदान्त : लो. टिळकांनी शाळेत असताना संत हा शब्द तीन वेगवेगळ्या पद्धतींनी लिहून दाखविल्याची गोष्ट प्रसिद्ध आहे. तसे हे शब्द नाहीत. या तीन शब्दांचा अर्थ वेगवेगळा आहे. वेदात काय सांगितले आहे? आणि वेदांत काय सांगितले आहे? या दोन वाक्यात पहिले वाक्य वेद एकच असल्याचे सुचविते. दुसऱ्या वाक्यात वेद अनेक आहेत, त्या सर्वांत काय सांगितले आहे, असा प्रश्न आहे. म्हणजेच येथील अनुस्वाराने अनेकवचन स्पष्ट केलेले आहे. वेदान्त हा शब्द मात्र स्वतंत्र अर्थाचा आहे. वेदाचे अखेरचे स्वरूप, वेदाचा शेवटचा भाग हा त्याचा अर्थ आहे. वेदांत असाही हा शब्द लिहिता येईल, तथापि त्याचा उच्चार वेदान्त असा करावा लागेल. वेदात म्हणजे एका वेदामध्ये; वेदांत म्हणजे अनेक वेदांमध्ये आणि वेदान्त म्हणजे वेदाचा शेवटचा भाग. अनुस्वाराऐवजी परसवर्ण वापरणेही काही वेळा अर्थपूर्ण ठरते ते असे.

■ ■

वैखरी

वैखरी : वैखरी म्हणजे वाणी, वाचा असा शब्दार्थ भाषा-शिक्षक आपल्या वर्गातील विवेचनात सांगतात. हा शब्दार्थ बरोबरच आहे. मात्र तो पूर्ण नाही.

आपण मुखाने उच्चारलेल्या वाणीला वैखरी म्हणतात. परंतु असा उच्चार प्रकट होताना आपला पूर्वानुभव, आपले ज्ञान, आपला विचार, आपली इच्छा-अपेक्षा, आपली भावना अश्या अनेक गोष्टी या उच्चारांच्या मागे असतात. म्हणजेच वाणीच्या प्रकट रूपामागे तिची अनेक अप्रकट रूपे असू शकतात. या दृष्टीने

पूर्वीच्या भाषावैज्ञानिकांनी वाणीची परा, पश्यंती, मध्यमा व वैखरी अशी चार रूपे सांगितली आहेत. त्यातले शेवटचे, ऐकणारालाच जाणवणारे रूप म्हणजे वैखरी.

■ ■

वैधानिक

वैधानिक : 'या सर्व योजनांना वैधानिक मान्यता नसेल, तर मग त्यांच्याकरिता खर्च तरी कसा मंजूर करता येईल?'

असे एखादे वाक्य वाचण्यात आले की, प्रश्न पडतो - 'वैधानिक मान्यता म्हणजे काय?' त्यातला मान्यता हा शब्द सहज समजतो, पण गाडी अडते ती वैधानिकतेशी. आपल्याला वैज्ञानिक हा शब्द माहीत आहे. विज्ञानाशी संबंधित ते वैज्ञानिक. वैज्ञानिक सिद्धांत, वैज्ञानिक विचार, वैज्ञानिक संस्कृती असे शब्दबंध आपल्या परिचयाचे आहेत. विज्ञान शब्दापासून जसा वैज्ञानिक शब्द तयार होतो तसा सिद्धांतपासून सैद्धांतिक, विचारपासून वैचारिक आणि त्याचप्रमाणे विधान पासून वैधानिक.

विधान सभा, विधान परिषद हे शब्द स्पष्ट आहेत. त्यातील विधान म्हणजे कायदा. म्हणूनच कायदेमंडळ असाही शब्द प्रचारात आहे. विधान म्हणजे कायदा, तर वैधानिक म्हणजे कायदेशीर, कायद्याने प्राप्त.

वैधानिक (अथवा त्याच्यासारखे अन्य काही शब्द) या शब्दातील उपांत्य इ ह्रस्वच राहील, याकडे लक्ष द्यावे. उपांत्य स्वर दीर्घ असतो, या ठोकळेबाज नियमाला अपवाद असणारे किती तरी शब्द इथे सापडतील.

■ ■

वैराग्य

वैराग्य : विठ्ठलपंतांना वैराग्य आल्याने त्यांनी संन्यास घेण्याचा विचार केला व ते घर सोडून निघून गेले. या वाक्यात वैराग्य ह्या शब्दाचा अर्थ काय? राग या शब्दाचा अर्थ आहे, प्रेम, आसक्ती! (अनुराग म्हणजे या रागाला, प्रेमाला दिलेला प्रतिसाद!) ज्याच्या ठिकाणी एखाद्या गोष्टीसंबंधी विशेष प्रेम वा आसक्ती आहे, त्याला म्हणायचे रागी. जसे ज्याच्याजवळ गुण आहेत तो गुणी, धन आहे तो धनी, मान आहे तो मानी वगैरे. या रागी शब्दाच्या अर्थाच्या उलट अर्थाचा शब्द आहे, विरागी. म्हणजे ज्याच्या ठिकाणी कसलीही आसक्ती नाही. त्याच शब्दाचे मराठी

रूपांतर झाले आहे, बैरागी. विरागी शब्दाचे तद्धित रूप आहे, वैराग्य. म्हणजे विरागीशी संबंधित गुण. विरागीचा जो गुण ते वैराग्य. वैराग्य येणे याचा अर्थ (एकूणच संसार व जीवन यासंबंधी) आसक्ती नाहीशी होणे.

■ ■

वैविध्य

वैविध्य : विविध म्हणजे अनेक प्रकारचे, वेगवेगळे, अनेक! विविध या विशेषणापासून भाववाचक नाम तयार होते, विविधता. या रंगांमध्ये विविधता आहे. म्हणजे इथे विविध रंग आहेत. विविध या शब्दाला ता हा प्रत्यय लावून हे भाववाचक नाम तयार होते. याप्रमाणे विचित्रपासून विचित्रता, दूरपासून दूरता (तुझी दूरता त्याहुनी साहवे) असे शब्द तयार करता येतात. 'ता' या प्रत्ययाला तद्धित प्रत्यय म्हणतात आणि विविधता, विचित्रता, दूरता इत्यादिचे व्याकरणिक वर्णन 'तद्धित रूप' असे केले जाते.

भाषेत अनेक तद्धित प्रत्यय आहेत. त्यातले काही प्रत्यय शब्दांना लागताना शब्दांच्या मूळ रूपात काही बदल होतात. त्यामुळे विविधता ऐवजी वैविध्य, विचित्रता ऐवजी वैचित्र्य, समीपता ऐवजी सामीप्य असेही शब्द वापरता येतात. मात्र काही लोक चुकीने त्याहीपुढे 'ता' हा प्रत्यय लावून वैविध्यता, वैचित्र्यता, सामीप्यता असे शब्द भाषिक अज्ञानामुळे वापरतात. ते तसे वापरता कामा नयेत.

■ ■

वैज्ञानिक

वैज्ञानिक : विज्ञानाशी संबंधित ते ते सर्व वैज्ञानिक या संज्ञेत येईल. मग विज्ञानाचा अभ्यासक अथवा विज्ञानातील तज्ञ अश्या व्यक्तीलाही वैज्ञानिक म्हणता येईल. तर हा अभ्यासक ज्या पद्धतीने विचार करतो त्या पद्धतीलाही वैज्ञानिक पद्धती म्हणता येईल.

विज्ञानाशी संबंधित ते विज्ञानिक किंवा विज्ञानक असे का म्हटले जात नाही? वैज्ञानिक असे का? भाषेमध्ये एक प्रकारची स्वाभाविक शिस्त असते. लोकपासून लौकिक, जीव पासून जैविक, सेना पासून सैनिक असे सारे शब्द या शिस्तीला धरून वागतात! आपण त्यात हट्टाने बेशिस्त निर्माण करू नये.

■ ■

व्यग्र

व्यग्र : एखाद्या कामात आपण पूर्णपणे गुंतलेलो असू आणि त्यामुळे अन्य कुठेही लक्ष देणे आपल्याला शक्य नसेल, तर अश्या वेळी आपण त्या कामात ('व्यस्त' आहोत असे न म्हणता) व्यग्र आहोत, असे म्हणावे लागेल.

(व्यस्त का म्हणायचे नाही, याचा विचार पुढे केला आहे.)

व्यग्र म्हणजे काय? एकाग्र हाही एक शब्द इथे योग्य होईल. एखाद्या कामात आपण एकाग्र झालेलो आहोत याचा अर्थ एकच अग्र म्हणजे टोक, साध्य, ध्येय आपल्यापुढे आहे, अशी स्थिती आहे. हे जे अग्र म्हणजे टोक आहे, ते आपल्या दृष्टीने इथे वि म्हणजे विशेष आहे.

आपण व्यग्र आहोत म्हणजे एका विशिष्ट गोष्टीकडेच आपले सर्व लक्ष लागलेले आहे. इतर काहीही आपल्याला सुचत नाही, दिसत नाही, समजत नाही.

■ ■

व्यतीत

व्यतीत : हा शब्द व्यथित असा नाही. व्यथित म्हणजे दुःखी. व्यतीत म्हणजे निघून गेलेला, मागे पडलेला. हा शब्द वि-अति-इ अशा तीन घटकांचा मिळून बनलेला आहे. इ धातूचा अर्थ आहे जाणे. अति म्हणजे पलीकडे आणि वि म्हणजे विशेषतः. 'त्याने आपले सारे बालपण विविध कलांच्या साधनेत व्यतीत केले.' अशासारख्या वाक्यात या शब्दाचा योग्य प्रकारे उपयोग केलेला आढळतो. 'व्यतीत' हा शब्द 'व्यतित' असाही लिहिणे योग्य नाही. अर्थात या शब्दातील उपांत्य स्वर दीर्घ आहे तो काही केवळ उपांत्यत्वामुळे नव्हे, तर शब्दरूपातच तो तसा आहे. व्यतीतमधील प्रारंभीचा वि काढून टाकला, तर राहाणारा अतीत हा शब्दही भाषेत वापरण्यात येतच असतो.

■ ■

व्यथित

व्यथित : 'व्यथित अंतःकरणाने त्यांनी आपल्या लाडक्या नेत्याला अखेरचा निरोप दिला!' अशासारख्या प्रसंगी अंतःकरण व्यथित होणे हे अगदी स्वाभाविकच

आहे. व्यथित होणे म्हणजे व्यथायुक्त होणे आणि व्यथा म्हणजे दु:ख. तेव्हा व्यथित म्हणजे दु:खी, खिन्न.

'व्यथित' या शब्दाचा 'व्यतीत' या शब्दाच्या ऐवजी कधी उपयोग करता कामा नये. त्याचप्रमाणे व्यतीत या शब्दाचा व्यथित या शब्दाऐवजी!

■ ■

व्यवसाय

व्यवसाय : धंदा आणि व्यवसाय हे शब्द क्वचित कधी तरी समानार्थक म्हणून वापरले जात असले, तरी त्यांच्या अर्थच्छटा भिन्न-भिन्न आहेत, हे आपण जाणतो. म्हणून तर मग डॉक्टरी हा केवळ धंदा होता कामा नये, तो व्यवसाय राहिला पाहिजे, अशी अपेक्षा आपण व्यक्त करीत असतो.

धंदा हा धनदा म्हणजे धन देणारा असला, तरी तो केवळ तेवढ्यापुरताच मर्यादित असतो. व्यवसायातूनही धन मिळणार असतेच, पण व्यवसाय केवळ धनासाठी करायचा नसतो. त्यात काही वैचारिक बैठक असते; निष्ठा असते; स्वार्थाबरोबरच थोडा परार्थही असतो. कित्येकदा पदराला खार लावूनही व्यवसाय करावा लागत असतो. वि-अव हे दोन उपसर्ग सो या संस्कृत धातूला लागून त्यापासून व्यवसाय शब्द तयार होतो. व्यवसाय हा बुद्धीचा गुण समजला जातो. 'व्यवसायात्मिका बुद्धि:!' असे म्हटले जाते. या गुणात हेतूपूर्वक, निश्चित विचाराने काही कृती करण्याचा समावेश होतो. इथे सद्-असद्-विवेक करावा लागतो. कृतीच्या परिणामांची दखल घ्यावी लागते. नि:स्वार्थी वृत्ती ठेवावी लागते. धंद्यात लोक लबाडी करतात. जर ते खऱ्या अर्थाने व्यवसाय करीत असतील तर व्यवसायात त्यांच्या हातून लबाडी होतच नाही.

■ ■

व्यवस्था

व्यवस्था : व्यवस्था आणि व्यवस्थापक हे दोनही शुद्ध संस्कृत शब्द आपण तत्सम स्वरूपात मराठीत वापरतो. आपल्या कोणत्याही व्यवहारात आपल्याला व्यवस्था लागते. तो व्यवहार (म्हणजे कोणतीही कृती) व्यवस्थित करण्याकडेच आपला कल असतो. ती कृती एकट्याने करण्याची असेल तेव्हा आपण स्वत: तिचे व्यवस्थापक असतो आणि ती कृती अनेकांनी मिळून करायची असेल तेव्हा

कुणा एका व्यक्तीची अथवा व्यक्ति समूहाची आपण व्यवस्थापक म्हणून व्यवस्था करतो! स्था म्हणजे उभे राहाणे. अवस्था म्हणजे स्थिती. वि म्हणजे विशेष, योजनापूर्वक केलेली अशी स्थिती. म्हणजे वि-अवस्था. स्था म्हणजे उभे राहाणे, यातून स्थिरता सुचविली जाते. अव हा शब्द एरवी खाली, नीच स्थानी या अर्थाने येतो. पण इथे तो सर्व बाजूंनी स्थिरपणे या अर्थाने आलेला आहे. अवगुंठन (सर्व बाजूंनी वेढून घेतलेले वस्त्र), अवतंस (सर्व बाजूंनी शोभा देणारा अलंकार), अवबोध (सर्व प्रकारे ज्ञान) अशा काही शब्दांमध्ये हा अव शब्द या अर्थाने आलेला आहे. तसाच तो अवस्था या शब्दात आहे. मात्र, 'काय ही तुझी अवस्था?' अशा प्रश्नामध्ये आपण तो निकृष्टतेचा वाचक करून टाकतो आहोत.

■ ■

व्यस्त

व्यस्त : 'कामात व्यग्र आहे' या वाक्याऐवजी अनेकदा कामात व्यस्त आहे असा वाक्प्रचार केला जातो असे आढळते. व्यस्त म्हणजे काय ते न समजल्याने असे घडते. अस्ताव्यस्त शब्दाचा जो अर्थ, तोच बहुतांशी व्यस्त शब्दाचाही आहे. वि-अस्त म्हणजे विखरून इकडेतिकडे टाकलेला!

मनुष्याने कामात व्यस्त नसावे, व्यग्र असावे!

■ ■

व्याख्या

व्याख्या : व्याख्या हा शब्द व्याकरणाच्या दृष्टीने 'नाम' या प्रकारात मोडतो. मुळात वि+आ+ख्या असा संस्कृत धातू असून त्यापासून हे नाम मिळते. जसे त्याच धातूपासून व्याख्यान हेही नाम मिळतेच. व्याख्यान हे चल स्वरूप असते. व्याख्या ही स्थिर स्वरूप असते. ख्या म्हणजे सांगणे. वि म्हणजे विशेषत्वाने आणि आ म्हणजे सर्व दिशांनी, सर्वतोपरी, सर्व अंगांनी, सर्व दृष्टींनी. म्हणून व्याख्या शब्दाचा मूळ अर्थ होतो पूर्ण स्पष्टीकरण! एखाद्या विषयाची व्याख्या करावयाची, तर तो विषय नेमका व त्याच्या सर्व अंगांसह स्पष्ट होईल अशा प्रकारे ती केली पाहिजे. म्हणून अनेक टीका ग्रंथांना व्याख्या ग्रंथ म्हणतात. या व्याख्येमध्ये म्हणजेच स्पष्टीकरणामध्ये अन्य कोणत्याही विषयाची सरमिसळ होता कामा नये, हे या शब्दातील वि (विशिष्ट) या उपसर्गाने सांगितले जाते. बहुधा यामुळेच इंग्रजीतील

Definition या अर्थाने व्याख्या हा शब्द वापरात आला असावा. परंतु Definitionचा अर्थ नेमका व्यक्त होईल असा संस्कृत शब्द आहे लक्षण.

■■

व्याख्यान

व्याख्यान : व्याख्यान म्हणजे भाषण, असा अर्थ सर्वसाधारणपणे सर्वच मराठी भाषिक लोक जाणतात. परंतु व्याख्यान म्हणजे नुसतेच भाषण नसते. मुळात भाषण म्हणजे काय, तर बोलणे! म्हणून संभाषण म्हणजे एकापेक्षा अधिक लोकांचे परस्परांशी होणारे भाषण! (म्हणजे बोलणेच!) हे भाषण म्हणजे काही व्याख्यान नसते ना! मग व्याख्यान म्हणजे काय? वि-व-आ या उपसर्गासह ख्या म्हणजेच वि-आ-ख्या असा हा संस्कृत धातू आहे. ख्या म्हणजे सांगणे, प्रकट करणे. 'वि'ने विशेष आणि 'आ'ने सर्वांसाठी, सर्व दिशांनी असे अर्थ या 'ख्या'मध्ये जोडले जातात. एखादा विषय असा विशेषत्वाने व अनेकांसाठी जेव्हा स्पष्ट केला जात असतो त्या वेळी ते व्याख्यान होते. यात कथन करणारी, निवेदन करणारी व्यक्ती एकच असते. व्याख्यान ही एक गतिमान क्रिया आहे, हे या शब्दातील अंत्य न मुळे स्पष्ट होते. जसे गम् पासून गमन इ. वि-आ-ख्या म्हणजे व्याख्या या धातूच्या अर्थाची कर्त्याद्वारे होणारे कृती म्हणजे व्याख्यान.

■■

व्याघ्र

व्याघ्र : व्याघ्र शब्दाचेच मराठीत रूपांतर आहे वाघ. या प्राण्याचे एक वैशिष्ट्य असे आहे की, त्याला आपल्या भक्ष्याचा वास खूप दूरवरूनही येतो! व्याघ्र शब्दाचे मूळ वि आ जिघ्रति या संस्कृत क्रियापदात आहे. त्याचा अर्थ आहे, विशेषत्वाने दूरवरून वास घेतो! असे म्हणतात की, व्याघ्र शब्दाचे मूळ पाणिनी या थोर वैय्याकरणाच्या (व्याकरणकाराच्या) लक्षात येत नव्हते. त्याचा मृत्यू वाघाने त्याच्यावर हल्ला केला त्यामुळे झाला. पण त्याही स्थितीत वाघाच्या लांबून वास घेण्याच्या सामर्थ्याचा प्रत्यय येऊन पाणिनीला हा अर्थ तेव्हा कळला व त्यामुळे मरणाशी झगडतांनाही या ज्ञानामुळे पाणिनीला परमानंद झाला! ज्ञानाचा आनंद हा असा असतो!

■■

व्याज

व्याज : बँकांनी व्याजाचा दर कमी केला, वाढविला इत्यादि वाक्यांमधून वारंवार येणारा व्याज हा शब्द आपल्या परिचयाचा आहे. नुसता शब्दच नव्हे, तर त्याचा 'अर्थ' देखील अनेकांना चांगलाच जाणवलेला असतो. म्हणजेच व्याजापायी आपले किती द्रव्य गेले, याची चुटपुट त्यांना लागलेली असते.

व्याज शब्द संस्कृत असला, तरी त्याचा त्या भाषेत अर्थ आहे कपट, लबाडी! व्याज शब्द संस्कृतमध्ये इंटरेस्ट, सूद या अर्थाने नाही. त्यासाठी केवळ वृद्धि (वृद्धी) शब्द आहे. म्हणजे वाढ! कर्जाऊ दिलेल्या रकमेवर घ्यावयाची वाढ!

पण ही वाढ सावकार लोक कपटाने, लबाडीने घेऊ लागले असतील, तेव्हा तिला म्हटले गेले असेल, व्याजवृद्धि. आणि मग नुसतेच व्याज! शब्दातून संस्कृती! व्याज म्हणजे सावकाराने लबाडीने वसूल केलेली वाढ! आता हा अर्थ आपण विसरलो आहोत!

■ ■

व्याजस्तुती

व्याजस्तुती : व्याजस्तुती या शब्दबंधामधील व्याज हा शब्द उच्चारताना 'ज'चा उच्चार जागृतीमधील 'ज'सारखा करावयाचा आहे. या व्याज शब्दाचा अर्थ आहे, खोटेपणा, लबाडी वगैरे!

आता व्याजस्तुती म्हणजे कपटाने, खोटेपणाने, लबाडीने केलेली स्तुती. वरवर पाहाता स्तुतीच वाटावी, पण आतून निंदाच असावी असा प्रकार. तो कसा? तर एखाद्या विद्वानाचा मोठा सत्कार चाललेला असताना, त्याच्यासंबंधी बोलताना कुणी धानाढ्य शेटजी सांगतात, 'यांनी फार कष्टात दिवस काढले आहेत! अहो यांची आई आमच्याकडे स्वयंपाक करायला यायची! घरचं शिळंपाकं घरी घेऊन जायची! तेव्हा कुठं यांचं जेवण व्हायचं! पण अश्याही स्थितीत त्यांनी अभ्यास केला बरं! पण यांच्या आईच्या हाताला फार चव बर का!' वगैरे. आता विद्वत्तेची स्तुती करताना या हकीगती सांगायची काही गरज आहे का? ही व्याजस्तुतीच आहे! शेटजींच्या मनातला तुच्छभावच त्यातून व्यक्त होत नाही का?

■ ■

व्यापार

व्यापार : कवींचा मनोज्ञ शब्दव्यापार या शब्दबंधामधील शब्दव्यापार या शब्दाचा अर्थ काय? तर शब्दाच्या संबंधात शब्दांच्या साहाय्याने शब्दांच्या क्षेत्रात केलेली कृती! म्हणजेच व्यापार. ही एक कृती मात्र आहे! एरवी व्यापार हा शब्द द्रव्याच्या माध्यमाने केलेला वस्तुविनिमय म्हणजेच खरेदी-विक्री या अर्थाने आपण वापरतो. वि-आ-पृ या संस्कृत धातूपासून व्यापार हा शब्द निर्माण होतो. स्वत:ला एखाद्या कामात, एखाद्या विषयात पूर्णपणे गुंतवून घेऊन (म्हणजेच त्या विषयात इनव्हॉल्व होऊन) केलेली कृती म्हणजे व्यापार! पण अशी पूर्ण मानसिक गुंतवणूक माणसे सामान्यत: अर्थक्षेत्रात व त्यातल्या त्यात सोपेपणाने खरेदी-विक्रीच्या व्यवहारात करतात. त्यामुळेच बहुधा व्यापार हा शब्द केवळ खरेदी-विक्रीचाच अर्थ प्रामुख्याने व्यक्त करतो आहे.

■ ■

व्याही

व्याही : 'संमेलनाला आलेल्या प्रतिनिधींची संयोजकांनी अगदी व्याह्यांची ठेवावी अशी बडदास्त ठेवली होती' असा एखादा वृत्तपत्रीय अभिप्राय आपण वाचला असेल. यात व्याही हा शब्द आला कुठून? काय त्याचा अर्थ?

वधू आणि वर यांच्यापैकी वराकडील मंडळींना व्याही मंडळी म्हणतात. ही सर्व मंडळी विवाहसमारंभानंतर वधूला आपल्या समवेत घेऊन जात असतात. त्या अर्थाने ती विवाही – वाहून नेणारी – मंडळी असतात. हा शब्द हळूहळू व्याही या उच्चारात परिवर्तित झालेला दिसतो. वरपक्षाकडील या विवाही – व्याही मंडळींची बडदास्त ठेवण्याची पद्धत आहेच ना! आता कुठे कुठे वधूपक्षाकडील मंडळींनाही व्याही म्हटले जाते, हे खरे, पण ते योग्य नव्हे. कारण ते काही 'विवाही' नसतात. शिवाय, त्यांची कुणी खास बडदास्त ठेवीत नसतात! खरे ना?

■ ■

व्यूह

व्यूह : व्यूह शब्दाचा विचार करताना समूह हा शब्द आठवून पाहा. समूह हा शब्द

ज्याप्रमाणे सम्-ऊह् या धातूपासून बनलेला आहे. त्याचप्रमाणे व्यूह हा शब्द वि-ऊह् या धातूपासून सिद्ध होतो. व्यूह म्हणजे विशिष्ट रचना. विशेषत: पूर्वी युद्धासाठी सैन्याच्या ज्या विविध रचना करीत असत, त्यांना व्यूह म्हणत. द्रोणाचार्यांनी रचलेला चक्रव्यूह आपल्या परिचयाचा आहे. असे विविध आकाराचे व्यूह असू शकतात.

अलीकडे तर साहित्य-समीक्षेच्या क्षेत्रातही 'व्यूह' हा शब्द वापरला जाऊ लागला आहे. हा व्यूह म्हणजे सुद्धा एक वैचारिक रचनाच असते.

'व्यूह'रचना करण्यासाठी वि म्हणजे विशेष प्रकारचा, विविध अंगांनी ऊह म्हणजे विचार करावा लागतो. म्हणूनच विचारपूर्वक केलेल्या व भल्याभल्यांना विचार करायला लावणाऱ्या रचनेला व्यूह असे म्हणतात. व्यूह या शब्दातील ऊकार दीर्घ आहे, याकडे लक्ष दिले पाहिजे.

■■

व्रतवैकल्य

व्रतवैकल्य : व्रतवैकल्य या जोडशब्दातील व्रत शब्दाचा अर्थ सामान्यपणे समजू शकतो. एकभुक्त राहाण्याचे व्रत म्हणजे एकाच वेळी जेवण्याचा नियम. नक्त व्रत म्हणजे केवळ रात्रीच भोजन करण्याचा नियम वगैरे! याचाच अर्थ व्रत म्हणजे जाणीवपूर्वक स्वीकारलेला नियम, स्वनियंत्रण. पण वैकल्य म्हणजे काय?

वैकल्य आणि विकलता हे दोन्ही शब्द अगदी एकाच अर्थाचे आहेत. 'विकल मन आज झुरत असहाय' या काव्यपंक्तीतील विकल शब्द आपल्याला समजतो ना? विकल असण्याची स्थिती म्हणजे विकलता किंवा वैकल्य.

उपोषणासारख्या व्रतांच्या पालनाने शरीराला असे वैकल्य येतच असते. त्यामुळे वैकल्य शब्द व्रताला जोडला गेला आहे. पण हळूहळू हे दोन शब्द एकमेकांशी इतके बद्ध झाले की, व्रतवैकल्ये म्हणजे व्रते असाच अर्थ आपण घेऊ लागलो. म्हणून श्रावणातील व्रतवैकल्ये इत्यादि शब्दबंध आपल्या बोलण्यात येत आहेत. व्रत आहे तिथे वैकल्य आहेच!

■■

शंखध्वनी

शंखध्वनी : 'शंखध्वनी' हा शब्द मुळात 'शंखध्वनि' असा आहे, परंतु आपण या शब्दाचा उच्चार करताना शब्दाच्या अखेरचा इ हा स्वर दीर्घ (ई) उच्चारतो,

म्हणून आता मराठी भाषेत आपण हा शब्द शंखध्वनी असा लिहितो. परंतु लेखनातील परिवर्तनाप्रमाणेच या शब्दाच्या अर्थामध्येही आपण पुष्कळच परिवर्तन केलेले आहे. अर्थात या शब्दाचा मूळचा संस्कृतमधील जो अर्थ आहे त्या अर्थानेही तो मराठीत वापरात आहेच. तो अर्थ अगदी सहज समजण्यासारखा आहे – शंखाचा अथवा शंख फुंकून केलेला ध्वनी म्हणजेच आवाज. पूर्वी युद्धास प्रारंभ करताना प्रत्येक योद्धा आपापला शंख फुंकून असा ध्वनी करीत असे. आज सैनिकांचा बिगुल वाजतो ना, तसा! म्हणून आता बिगुल या वाद्याला पुष्कळ जाणकार शंख असेच म्हणतात. (आणि बँड या शब्दासाठी घोष हा शब्द वापरतात.) शंखध्वनी करण्याची प्रथा अनेक ठिकाणी देवाच्या पूजेच्या प्रारंभी देखील आहे.

पण मराठीत या शंखध्वनीला आणखी एक अर्थ प्राप्त झालेला आहे. मुलगा अभ्यास करीत नसेल तर वडील त्याला म्हणतात, 'आता उनाडक्या करा अन् परीक्षेत नापास झालात की मग करीत बसा शंखध्वनी, शिक्षकांच्या नावाने!' 'बोंबा मारणे' हा ग्राम्य शब्दप्रयोग करण्याऐवजी हा थोडा सुसंस्कृत शब्दप्रयोग!

■ ■

शतक/शताब्दी

शतक/शताब्दी : एखाद्या प्रकाशन संस्थेचे पन्नासावे पुस्तक प्रकाशित होताना ती संस्था प्रकाशनाचा 'सुवर्ण-महोत्सव' साजरा करते. त्याचप्रमाणे साठाव्या पुस्तकाच्या वेळी हीरक महोत्सव आणि पंचाहत्तराव्या पुस्तकाच्या वेळी अमृतमहोत्सवही! खरे म्हणजे मनुष्याच्या अथवा संस्थेच्या वार्षिक वयाशी संबंधित असलेल्या या संज्ञा अश्या वापरणे योग्य नाही, असेही म्हणता येईल. पण त्यासाठी योग्य भाषिक कारण देता येणार नाही. परंतु शंभरावे पुस्तक प्रकाशित करताना संस्थेने प्रकाशनाची शताब्दी असा शब्दबंध वापरला, तर तुम्ही काय म्हणाल? सर्वसाधारण नागरिक हे 'शंभरावे पुस्तक' असा अर्थ समजून घेतीलही. पण ते 'शताब्दी' शब्दाचा नेमका अर्थ न समजल्याने! अब्द म्हणजे वर्ष. त्या दृष्टीने केवळ शंभर वर्षांचा उल्लेख करतानाच शताब्दी म्हणणे योग्य. अन्यथा केवळ शंभर ही संख्या सांगताना शतक असेच म्हटले पाहिजे. प्रकाशनाचे शतक! हं, ते प्रकाशन शंभर वर्षांचे होईल तेव्हा त्याची शताब्दी!

■ ■

शनैश्चर

शनैश्चर : साडेसातीचे भय ज्याच्यामुळे निर्माण होते तो शनी हा ग्रह कुणाला माहीत नाही? आपल्या जन्मराशीत, त्या आधीच्या व त्यानंतरच्याही राशीत याप्रमाणे तीन राशींमध्ये शनीचा निवास असताना आपल्याला साडेसाती असते, असे मानतात. साडेसाती कशी? तर शनीला एका राशीतून दुसऱ्या राशीत जायला अडीच वर्षांचा काळ लागतो! म्हणून तीन राशींचा काळ साडेसात वर्षांचा होतो. संपूर्ण बारा राशींचे शनीचे भ्रमण तीस वर्षांत पूर्ण होते. चंद्राला तेवढ्या अंतरासाठी सुमारे एक महिना पुरेसा असतो! म्हणजेच शनी किती मंदगतीने चालतो बघा! म्हणून तर त्या ग्रहाला शनैः चर – शनैश् चर – हळूहळू चालणारा असे नाव आहे. शनैः म्हणजे हळू, कमी वेगाने!

पण शनैश्चर या शब्दाचा हा अर्थ लक्षात न घेता बहुदा सर्व जण या ग्रहाला 'शनैश्वर' असेच संबोधतात. या शब्दात ईश्वर शब्दाचा भास होतो. त्यामुळे हाच शब्द या प्रभावशाली देवतेसाठी योग्य वाटणे स्वाभाविक आहे, परंतु शनैश्वर हा शब्द व्याकरणदृष्ट्याही बरोबर नाही.

■ ■

शबल

शबल : मध्यमवर्गीयांची बलस्थाने व शबलस्थाने असा एक शब्दबंध वाचता वाचता आढळला, तेव्हा लक्षात आले की, शबल हा शब्द बलवानच्या विरुद्ध अर्थाने इथे वापरलेला आहे. संस्कृत भाषेतील काही सुंदर वाटणारे शब्द त्यांचे मुळातले अर्थ मुळीच लक्षात न घेता वापरले जात आहेत. त्यातला हा एक शब्द! कारण शबलचा बलाशी काही संबंध नाही! शबल म्हणजे ठिपक्या-ठिपक्यांनी युक्त, रंगीबेरंगी, चित्रविचित्र. हे एक सौंदर्याचेही लक्षण आहेच. दुर्बलतेशी त्याचा संबंध नाही. परंतु मनाची शबलित अवस्था, शबलित भाव असे शब्दबंध अलीकडे सर्रास वापरले जात आहेत. या निमित्ताने एक शब्द सांगतो. शबली हे कामधेनूचेच एक नाव आहे!

■ ■

शब्द

शब्द : इतके शब्द चर्चिले गेल्यावर हा शब्द कशासाठी विचारात घ्यायचा? तर त्याचे कारण असे की अनेकांच्या लेखनात तो 'शद्ब' असा आढळतो. यात दोष कोणता?

जोडाक्षर लेखनामध्ये ज्या दोन व्यंजनांना एकत्र जोडले जाते. त्यातील ज्या व्यंजनाचा उच्चार आधी करावयाचा असतो त्याचे लेखन आधी अथवा वरच्या भागात करायला हवे. श-ब्-द आणि श-द्-ब यांच्या उच्चारात भेद आहे की नाही? द्ब या अक्षराचा उच्चार करताना प्रथम द् उच्चारला जाईल व नंतर ब. कारण ब हे अक्षर 'द'च्या खाली लिहिलेले आहे. म्हैस आणि ब्रह्म या शब्दांमध्ये म्-ह् आणि ह्-म् यांचे उच्चार त्या क्रमानेच करावे लागतात. शुक्ल आणि शुल्क यातील क् ल् यांचे क्रम त्यांचे उच्चार ठरवतात. तेव्हा जोडाक्षरयुक्त शब्द लिहिताना व्यंजनांचा क्रम लक्षात घ्यायला हवा.

■■

शरच्चंद्र

शरच्चंद्र : नुसते शरद असे मुलाचे नाव ठेवण्याऐवजी काही पालक आपल्या मुलाचे नाव शरच्चंद्र असे ठेवतात. मात्र कित्येक वेळा असे आढळते की, हा शब्द 'शरश्चंद्र' असाही लिहिला जातो आणि अर्थातच तसा तो उच्चारलाही जातो. हरिश्चंद्र या उच्चाराच्या प्रभावाने शरश्चंद्र हा उच्चार निर्माण झालेला असावा. हे नाव ठेवताना जो अर्थ पालकांच्या मनात असतो तो शरद ऋतूतला चंद्र! विशेषतः शरद पौर्णिमेचा म्हणजे कोजागिरीचा आल्हाददायक चंद्र! म्हणजे त्यांना शरद आणि चंद्र याची शब्दभेट घडवायची असते. शरद हा शब्द मुळात शरद् असा द् ने शेवट होणारा आहे. या शरद् सह चंद्र हा शब्द मध्ये न थांबता उच्चारला की, द्चा उच्चार पुढच्या 'च'मुळे च् असाच होतो. (संस्कृत व्याकरणकार 'द्' आणि 'च'चा संधी म्हणतात). असा संधी करून शब्द सिद्ध होतो शरच्चंद्र. तेव्हा जे कोणी लोक 'शरश्चंद्र' असा उच्चार करतात, त्यांनी हे अवश्य लक्षात घ्यावे.

■■

शरीर

शरीर : शरीर म्हणजे? शरीर म्हणजे शरीर! बॉडी!

होय, आपले शरीर आपण जाणतो, दाखवू शकतो. या शब्दाचा अर्थ प्रत्यक्ष शरीराकडे निर्देश करून सांगता येतो. त्यामुळे तो दुर्बोध तर नक्कीच नाही. पण या शब्दाला एक विशेष अर्थ आहे. तो लक्षात घ्यायला हवा. 'शीर्यते इति शरीरम्!' असा या शब्दाचा अर्थ संस्कृतमध्ये स्पष्ट करण्यात येतो. शृ-शृणाति असा संस्कृतमध्ये एक धातू आहे. त्याचा अर्थ फाटणे, तुकडे तुकडे होणे, नष्ट होणे असा आहे. शीर्ण होणे हा त्याचा अर्थ. आपण जीर्ण-शीर्ण असा एक जोडशब्द वापरतो. जीर्ण झालेले म्हणजे परिपूर्णता पावून नंतर हळूहळू नष्ट होत जाणारे, तर शीर्ण म्हणजे चिंध्या चिंध्या होत एकेका अंशाने कमी होत नाहीसे होणारे.

आपले शरीर हे असे शीर्ण होत जाणारे असते, म्हणूनच त्याला शरीर असे म्हणतात.

■ ■

शरीरसंबंध

शरीरसंबंध : वृत्तपत्रात कित्येकदा अशी वाक्ये आढळतात '...ने ....ला लग्नाचे आमिष दाखवून तिच्यावर अनेकदा बलात्कार केला.' अशा वाक्यांमध्ये वापरण्यात येणारा 'बलात्कार' हा शब्द योग्य नाहीच. स्त्री-पुरुषांच्या लैंगिक संबंधात ज्या व्यक्तीची या संबंधाला संमती नसेल, त्या व्यक्तीवर 'बलात्कार' होतो आहे असे म्हणता येईल. लग्नाचे आमिष दाखविलेल्या व्यक्तीशी झालेला लैंगिक संबंध 'संमती' गृहीत धरूनच होणार, नाही का? तिलाही हा संबंध हवाच असणार! त्यातील अनिष्टता लक्षात घेऊन खरे तर त्यासाठी वृत्तपत्रांना 'शरीरसंबंध' असा शब्द सहज वापरता येईल. पूर्वी एके काळी विवाहाच्या निमंत्रण पत्रिकेतही हा शब्द वापरण्यात येत असे, 'आमच्या कन्येचा विवाह .... या दिवशी असून शरीरसंबंध....शी करण्याचे योजिले आहे.' असा तो मजकूर असे. विवाह म्हणजे केवळ शरीरसंबंध नव्हे या विचारामुळे हळू हळू हा शब्द लोप पावला. पण आता फसवणूक करून केलेल्या व्यवहारासाठी हाच शब्द योग्य नव्हे का?

■ ■

शशी

शशी : शशी आणि शशिकला ही मुलींची नावे मराठी समाजात रूढ आहेत. त्यापैकी शशिकला म्हणजे चंद्राची कला (अपूर्ण चंद्र) हा शब्द स्त्रीलिंगी आहे.

शशी म्हणजे चंद्र हा शब्द मात्र पुल्लिंगी आहे!

शश म्हणजे ससा. त्या सशाने युक्त तो शशी!

चंद्रावरचा डाग कुणाकुणाला सशाच्या चित्रासारखा भासतो, त्यावरून चंद्राला शशी हे नाव देण्यात आलेले आहे.

■■

शस्त्रसंधी

शस्त्रसंधी : 'भारताने शस्त्रसंधी जाहीर केली तरी सुद्धा....' अशासारख्या वाक्प्रयोगातून शस्त्रसंधी हा शब्द स्त्रीलिंगात वापरलेला आढळतो. परंतु ते योग्य नाही. एरवी संधी म्हणजे अवसर. एखादी गोष्ट करण्यासाठी प्राप्त झालेली अनुकूलता, असे असेल तेव्हा संधी शब्दाचे स्त्रीलिंग योग्यच असते. तथापि शस्त्रसंधीमधील संधीचा अर्थ तह, समझोता, मैत्री असा आहे. हा शब्द पुल्लिंगी आहे. संधी म्हणजे तह, शस्त्रांचा वापर न करण्यासंबंधीचा समझोता म्हणजे शस्त्रसंधी. खरे म्हणजे शस्त्रसंधी असा शब्द न वापरता संघर्ष विराम हा शब्द येथे वापरणे इष्ट होईल. विराम म्हणजे विश्रांती आणि संघर्षाला थोडी विश्रांती म्हणजे संघर्ष विराम. मग आता शस्त्रसंधी हा शब्द योग्य की संघर्ष विराम हा शब्द योग्य?

■■

शाला (शाळा)

शाला (शाळा) : शाला आणि शाळा यात भेद फक्त 'ल' आणि 'ळ'चाच आहे. अर्थ एकच. मोठी, पुढच्या वर्गाची शाळा या अर्थाने प्रशाला/प्रशाळा असा शब्द वापरात आहे.

मुळात शाला शब्द 'विस्तीर्ण जागा' या अर्थाचा आहे. म्हणूनच गजशाला (हत्ती बांधण्याची जागा), अश्वशाला (घोडे बांधण्याची जागा) असे शब्द तयार होऊ शकतात. शाला या शब्दाचेच हॉल हे ध्वनिसाम्यदर्शक व समानार्थक रूप आहे. 'श'/'स'चे रूपांतर ह असे होत असतेच ना?

मुलांना एकत्र बसवून विद्येचे पाठ देण्याची मोठी जागा म्हणून पाठशाळा हा शब्द वापरायला हवा.

पण मुलींची शाळा, मुलांची शाळा असे म्हणण्याची प्रथा आपणच पाडली आहे. शाळेतला 'पाठ' आपण विसरल्याचेच हे लक्षण आहे!

■ ■

शिंचा

शिंचा : प्रादेशिक कथा-कादंबरीत विशेषत: कोकणच्या परिसरातील संवादात आढळणारा शिंचा हा शब्द आहे. एरवी शिवी म्हणून वापरला जाणारा हा तसा असभ्य शब्द असला, तरी कित्येकदा आपल्यापेक्षा वयाने वा अधिकाराने, योग्यतेने लहान असलेल्या व्यक्तीच्या संदर्भात कौतुकानेही वापरला जातो!

शिंचा हा शब्द शिंदळीचा या शब्दाचा झालेला संक्षेप आहे. शिंदळ किंवा शिंदळी म्हणजे दुराचारी स्त्री, व्यभिचारिणी! शिंदळीचा हे मुलगा या अध्याहृत विशेष्याचे विशेषण आहे. म्हणजे पर्यायाने, ज्या व्यक्तीला उद्देशून शिंचा (किंवा शिंदळीचा) म्हटले जाते, त्या व्यक्तीच्या मातेचाच हा अधिक्षेप असतो. मराठीतल्या अनेक शिव्या सामान्यत: याच प्रकारच्या नाहीत का? पण शिंचा हा शब्द अगदी निरागसपणेच वापरला जात असतो!

■ ■

शिंपी

शिंपी : माणसांना व्यक्तिमत्त्वसंपन्न व सुसंस्कृत बनविण्यात शिंप्यांचा मोठाच हातभार लागत असतो. कापड तयार करता येऊ लागल्यावर ते नुसतेच अंगाभोवती गुंडाळून वस्त्रयुक्त होत राहाण्याचा काळ माणसाने लवकरच संपुष्टात आणला, तो त्या कापडाचे विविध आकाराचे अंगावर घालण्याचे कपडे तयार करून. मूळ वस्तूचे अधिक सुंदर व उपयुक्त असे रूपांतर करणे या कृतीला संस्कृतमध्ये 'शिल्प' असे म्हणतात. मराठी भाषेत शिल्प हे केवळ ओबडधोबड दगडातून घडविलेल्या सुंदर मूर्तीपुरते अथवा इतर कोरीव कामापुरतेच मर्यादित आहे. तथापि शिल्प या शब्दाचा मूळ अर्थ यापेक्षा व्यापक आहे. कापडाचे परिधान करावयाच्या सुंदर कपड्यात रूपांतर हेही शिल्पच आहे. ते करणारा त्यामुळे शिल्पी ठरतो. या शिल्पी शब्दाचेच औच्चारिक परिवर्तन आहे शिंपी! प्राचीन भारतीय शिक्षण व्यवस्थेत

स्त्रियांना चौसष्ट कलांचे शिक्षण दिले जात असे. त्यात शिल्प ही देखील एक कला होती.

■ ■

शिष्टाचार

शिष्टाचार : 'आजकाल भ्रष्टाचार हाच शिष्टाचार झालेला आहे' असे वाक्य आपण वारंवार ऐकतो आहोत. यातील शिष्टाचार म्हणजे नेमके काय?

शिष्टांचा आचार तो शिष्टाचार. आणि शिष्ट म्हणजे शिकलेला. ज्याला आपण सामान्यत: 'सु'शिक्षित असे म्हणतो तो.

समाजामध्ये जे चांगले शिकलेले, ज्ञानी, अनुभवी लोक असतात, त्यांचे वागणे (म्हणजे आचार) समाजातील इतर सामान्य जनांसाठी 'आदर्श' म्हणून मानावे, अशी या 'शिष्टाचार' शब्दामागील संकल्पना आहे.

खरोखर, शिष्टांचा आचार आज आदर्शवत राहिलेला आहे का? शिष्टही आज भ्रष्टच झालेले आहेत. भ्रष्टाचार हाच शिष्टाचार झालेला आहे, हे वाक्य त्या दृष्टीने अगदी अन्वर्थकच आहे!

■ ■

शिष्यवृत्ती

शिष्यवृत्ती : स्कॉलरशिप या अर्थाने मराठीत शिष्यवृत्ती या शब्दाचा आपण वापर करतो.

वृत्ती या शब्दाचा अर्थ आहे, उपजीविकेचे साधन. विद्याध्ययनासाठी घर सोडून अन्यत्र जाणारे विद्यार्थी ज्यांचे शिष्य होत असत, ते गुरुजी त्यांच्या उपजीविकेची देखील व्यवस्था करीत असत. शिष्यांना त्यासाठी मिळणारे साधन म्हणजे 'शिष्यवृत्ती' असे.

'स्कॉलरशिप' हा शब्द तसा अपुरा आहे. त्याचा अर्थ हुशारी, विद्वत्ता असाही आहे. अशा हुशार मुलाला देण्यात येणारी रक्कम ही स्कॉलरशिप. शिष्यवृत्तीसाठी हुशारी अवश्य विचारात घ्यावी, पण उपजीविकाही महत्त्वाची. शिष्यवृत्तीला स्कॉलरशिप म्हणू नये. या उलट स्कॉलरशिपला दक्षिणा म्हणणे अधिक योग्य होईल.

■ ■

शुचिर्भूत

शुचिर्भूत : 'प्रात:काली उठून, स्नान वगैरे करून शुचिर्भूत होऊन, गायत्री मंत्राचा जप करून नंतरच नित्याच्या आपल्या व्यवहाराला प्रारंभ करण्याची त्यांची रीत होती.' असे वर्णन पूर्वीच्या पिढीतील एखाद्या व्यक्तीबद्दल तुम्ही ऐकले असेल.

यातील शुचिर्भूत शब्दाचा अर्थ काय? शुचि म्हणजे स्वच्छ, निर्मल, पवित्र. भूत म्हणजे झालेला. शुचि:भूत – शुचिर् भूत म्हणजेच पवित्र झालेला. शुचिर्भूत होऊन म्हणजे पवित्र झालेला होऊन!

खरे म्हणजे शुचि होऊन असा वाक्‌प्रयोग चालायला हवा. परंतु शुचिर्भूत – पवित्र झालेला, हाच शब्द पवित्र या मर्यादित अर्थाचा वाचक झालेला आहे.

■ ■

शुश्रूषा

शुश्रूषा : शुश्रूषा हा शब्द अलीकडे वैद्यकीय क्षेत्रातच वापरात असल्याचे आढळते. रुग्ण व्यक्तीला काय हवे, काय नको हे पाहाणे, तिला वेळच्या वेळी औषध देणे, तिची अन्य काही सेवा करणे आवश्यक असले, तर ती करणे असा साधारणपणे या शब्दाचा अर्थ आपण करतो. इतकेच काय, पण सेवा-शुश्रूषा असा जोडशब्द देखील आपल्या बोलण्यात असतो. अर्थात शुश्रूषा केवळ रुग्णाचीच करायची असते असेही नाही, पण ज्यांना शुश्रूषेची म्हणजे सेवेची गरज असते त्या माणसांमध्ये काही तरी असहायता, दुर्बलता असते!

शुश्रूषा या शब्दाचे असे हे अर्थक्षेत्र आहे. परंतु मुळात शुश्रूषा या शब्दाचा अर्थ आहे, ऐकण्याची इच्छा! श्रु धातूचा अर्थ आहे ऐकणे! त्यापासून बनलेले इच्छार्थक नाम – शुश्रूषा! जसे ज्ञा (जाणणे) या धातूपासून जिज्ञासा (जाणण्याची इच्छा), पा (पिणे) या धातूपासून पिपासा (पिण्याची इच्छा) वगैरे!

म्हणून गुरूजवळ राहाणाऱ्या शिष्याने त्यांची शुश्रूषा करावयाची असते, ते जे काही सांगतील ते ऐकण्याची तयारी ठेवावी लागते. या मूळ अर्थाचा अतिदेश म्हणजे आजचा अर्थ!

■ ■

शूद्र

शूद्र : 'शूद्र' हा शब्द गैरसमजुतीने काही लोक क्षुद्र असा उच्चारतात व तसा लिहितातही. क्षुद्र म्हणजे अत्यंत हीन. शूद्र शब्दाचा या क्षुद्राशी काही संबंध नाही. शुचा दुद्राव, दुःख पाहून (अर्थात इतरांचे) जो द्रवला, म्हणजे ज्याच्या अंतःकरणात करुणा उत्पन्न झाली तो शूद्र, अशी या शब्दाची एक व्युत्पत्ती आहे. प्राचीन भारतीय समाजाने व्यावसायिक तत्त्वावर संकल्पिलेल्या चातुर्वर्ण्य व्यवस्थेत शूद्र हा एक संकल्पित वर्ण होता. सर्व कला व शिल्पे, सर्व निर्मितीक्षम व्यवसाय या वर्णाच्या स्वाधीन होते.

कालांतराने समाजात निर्माण झालेल्या अस्पृश्यतेच्या अनिष्ट प्रथेशी शूद्र वर्णाची सांगड कशी कोण जाणे घातली गेली व हा वर्ण निकृष्ट समजला जाऊ लागला. परंतु मुळात शूद्र हा क्षुद्र मुळीच नव्हता. म्हणून हा शब्द चुकूनही 'क्षुद्र' असा उच्चारू वा लिहू नये.

■■

शून्य

शून्य : गणितातले शून्य ही भारतीय गणितज्ञांची जागतिक महत्त्वाची कामगिरी मानली जाते. हे शून्य आकृतीने ० असे, इंग्रजीतल्या ओ या अक्षरासारखे दाखवितात. शून्याची ही आकृती त्या शब्दाचा शब्दशः अर्थ व्यक्त करणारी आहे, हे आपल्याला माहीत आहे काय?

संस्कृतमध्ये शू असा धातू आहे. त्याचा अर्थ आहे सुजणे, फुगणे, आत पोकळ राहून वाढणे! या धातूचा वाक्यात उपयोग करताना त्याचे श्वि असे रूपांतर होत असते. इंग्रजीतला Swell हा धातू या 'शू' किंवा 'श्वि'शी ध्वनिदृष्ट्या जवळचा दिसतो. सूज हा मराठी शब्दही या शूचाच आविष्कार दिसतो. शून्य शब्दाचा अर्थ आहे – आत पोकळ आणि केवळ बाह्यतः फुगलेली गोष्ट! म्हणूनच तिचे चिह्न आहे मोठा पोकळ गोल! गणितात शून्य गुण मिळाल्यास त्या शून्याला 'भोपळा' म्हणण्याची प्रथा आहे. भोपळ्याचा आकारच त्यातून प्रतीत होतो, नाही का? 'शून्य' हा शब्द 'शुन्य' असा लिहिणे अथवा उच्चारणे चूक आहे.

■■

शृंगापत्ती

शृंगापत्ती : काही वेळा आपण अश्या एका परिस्थितीत सापडतो की, काय करावे तेच आपल्याला कळत नाही. आपल्या पुढे दोन पर्याय असतात, पण ते दोनही पर्याय आपल्याला हितकारक नसतातच! इकडे आड अन् तिकडे विहीर, असे म्हणतात ना, तसे! कुठेही जा, शेवटी आपण संकटातच पडणार, अशी ही स्थिती असते.

अशा स्थितीला शृंगापत्ती म्हणतात. शृंग म्हणजे शिंग. गाय, बैल वगैरे प्राण्यांना दोन शिंगे असतात ना? हे किंवा ते, कोणते तरी एक शिंग आपल्याला लागणारच, अशी आपत्ती आपल्यावर येते, ही ती शृंगापत्ती. म्हणून अश्या वेळी त्या बैलासमोर मुळीच न येणे हेच शहाणपणाचे असते.

म्हणजेच शृंगापत्ती येण्यासारख्या समस्येला मुळातच टाळणे इष्ट असते. कारण कोणत्याही एका पर्यायाची निवड ही शेवटी संकटातच टाकत असते.

कुणाही दोन व्यक्तींच्या विशेषत: मित्रांच्या वादात कुणाही एकाची बाजू शहाण्या माणसाने कधी घेऊ नये. अन्यथा त्याच्यावर शृंगापत्ती येण्याचीच शक्यता!

■ ■

शौच-अशौच

शौच-अशौच : शुचि म्हणजे पवित्र, स्वच्छ, शुद्ध त्यापासून एक तद्धित रूप मिळते – शौच. शौच म्हणजे शुद्धता, पवित्रता, स्वच्छता. त्यामुळेच प्रातर्विधीसाठी शौच हा शब्द वापरला जातो. हा या शब्दाच्या संबंधातील अर्थसंकोच आहे, पण मग अशौच म्हणजे काय? अर्थातच, शब्दार्थाच्या दृष्टीने शौच या शब्दाच्या विरुद्धार्थी शब्द म्हणूनच त्याची गणना करावी लागेल. मात्र अशौच या शब्दाच्या अर्थाचे क्षेत्रही थोडे मर्यादित आहे. एखाद्या कुटुंबात कुणा व्यक्तीचा मृत्यु झाला, म्हणजे त्या कुटुंबातील इतर व्यक्ती सुतक पाळीत असतात. या सुतकाचा काळ मृत व्यक्तीशी असलेल्या नात्यानुसार कमी जास्त असतो. तो तीन दिवस अथवा दहा दिवस असा असतो. या काळात सुतकात असलेल्या व्यक्तींनी कुणाला स्पर्श करू नये अथवा त्यांनाही कुणी स्पर्श करू नये, अशी एक रूढी आहे. (अर्थात आजच्या जमान्यात या रूढींचे प्राबल्य आता राहिलेले नाही, ही गोष्ट अलाहिदा!) अशौच हा शब्द या सुतकाच्या काळातील स्थितीचे वर्णन करण्यासाठी वापरतात.

अशौच म्हणजे कुटुंबात मृत्यु झाल्यामुळे निर्माण झालेली अशुद्धता, अस्वच्छता आणि अर्थातच अपवित्रता.

■ ■

श्याम

श्याम : 'शाम' आणि 'श्याम' या दोन शब्दांमध्ये उच्चारदृष्ट्या फार थोडा फरक जाणवतो. श्याम हा शब्द प्रयत्नपूर्वक 'य'सह उच्चारला नाही, तर तो शाम असाच ऐकू येईल. मग श्याम ऐवजी शाम लिहिले तर चालेल का? नाही! (हिंदी भाषेत शाम हा सायंकाळवाचक शब्द आहे.) श्याम हा शब्द कृष्णाचे एक नाव म्हणून वापरतात. श्याम हे खरे तर त्याचे विशेषण आहे. कारण त्या शब्दाचा अर्थ आहे काळसर निळसर वर्णाचा! श्यै श्यायते या धातूचा अर्थ आहे रक्त गोठणे किंवा साकळणे. रक्त असे साकळले की, तिथे जो त्वचेचा रंग होतो त्या रंगाला म्हणतात श्याम वर्ण. श्याम या शब्दापासून पुढे श्यामल (सावळा) हा शब्द तयार होतो.

■ ■

श्यामा

स्त्री-सौंदर्याच्या निकषांमध्ये वर्ण हा एक निकष असून सामान्यत: गौरवर्णालाच सुंदरतेचा मान दिला जातो. सावळा वर्ण हा काही सर्वांनाच खास हवासा वाटणारा वर्ण नाही. परंतु तरीही श्यामा हे स्त्रीचे एक नाव असू शकते. प्राचीन भारतीय परंपरेत श्यामा हे स्त्रीचे सौंदर्य प्रकट करणारे विशेषण होते. महाभारतात द्रौपदीचे वर्णन श्यामा या विशेषणाने केले गेले आहे. मेघदूतातील यक्ष आपल्या पत्नीचे वर्णन करताना श्यामा हे विशेषण वापरतो. मात्र श्यामा शब्दाला तेथे एक विशिष्ट अर्थ आहे. जिचा स्पर्श थंडीत सुखोष्ण आणि ग्रीष्मात, उन्हाळ्यात सुखशीतल असतो अश्या तप्त सुवर्णाप्रमाणे तेजस्वी स्त्रीला श्यामा म्हणतात. हा अर्थ सांगणारा संस्कृत श्लोक असा -

शीते सुखोष्णसर्वांगी ग्रीष्मे या सुखशीतला ।
तप्तकांचनवर्णाभा सा स्त्री श्यामेति कथ्यते ॥

■ ■

श्रद्धांजली

श्रद्धांजली : सुमनांजली, पुष्पांजली या शब्दांसारखाच एक शब्द – श्रद्धांजली. अंजली म्हणजे ओंजळ. दोन्ही हाताचे तळवे एकत्र आणून जे एक पात्र तयार होते, ते म्हणजे अंजली किंवा ओंजळ. या ओंजळीत सुमने, पुष्पे म्हणजेच फुले घेतली की, ती झाली सुमनांजली किंवा पुष्पांजली.

मा. गांधींच्या समाधीवर काही विशिष्ट दिवशी अशी पुष्पांजली वाहाताना म्हणजे त्या ओंजळीतून फुले वाहाताना विशेष महत्त्वाच्या व्यक्ती दिसतात ना! पुष्पांजली अशी प्रत्यक्ष दिसू शकते; पण श्रद्धांजली प्रत्यक्ष दिसू शकत नसते. ती शब्दांनी व्यक्त करायची असते. श्रद्धेची ही ओंजळ भाषणाच्या द्वारे वाहिली जाते. या शब्दाचे एक वैशिष्ट्य आहे ते हे की, श्रद्धांजलीतली ही श्रद्धा मराठी भाषिक लोक सहसा जिवंत व्यक्तीसाठी वापरीत नाहीत! (हिंदी भाषिकांजवळची श्रद्धा जिवंत लोकांसाठी सुद्धा उपयोगी पडते!) श्रद्धा शब्दापासूनच श्राद्ध शब्द तयार होतो, त्यामुळे श्रद्धांजली ही जिवंत व्यक्तीसाठी वापरूच नये, अशी मराठी भाषिकांची मानसिकता झालेली असावी! होय ना? वास्तविक श्रद्धा ही कुणावरही ठेवता यायला हवी. गुरु जिवंत असतानाही त्यांच्यावर श्रद्धा ठेवता येतेच ना! पण श्रद्धांजलीबद्दल हा एक विशेष संकेत मराठीत निर्माण झाला आहे खरा!

■ ■

श्राद्ध

श्राद्ध : श्राद्ध शब्दाचा अर्थ श्रद्धेने केलेले कर्म असा आहे. आपल्या दिवंगत पितरांना उद्देशून केलेले अन्नदान म्हणजे त्यांचे श्राद्ध. या पितरांमध्ये दिवंगत पिता, पितामह (आजोबा) व प्रपितामह (पणजोबा) यांचा समावेश केला जात असतो. त्या पलीकडे चौथ्या पिढीचे श्राद्ध करीत नाहीत. या पितरांना अन्न द्यायचे, तर ते त्यांचे प्रतिनिधी म्हणून ब्राह्मण बोलावून त्यांना ते दिले जात असते. श्राद्धाचे भोजन करणाऱ्या त्या ब्राह्मणांच्या ठिकाणी प्रवेश करून मृतात्मे स्वतःच ते भोजन करीत असतात, अशी कल्पना केली जात असते. त्यामुळे ज्या ब्राह्मणांचा असा मृतात्म्यांना माध्यम म्हणून उपयोग करण्याची शक्यता आहे असे समजले जाते, अशांनाच केवळ असे श्राद्धासाठी बोलावले जात असते. या सर्व कर्मामध्ये श्रद्धेशिवाय दुसरे काय असते? त्यामुळेच त्याला श्राद्ध म्हणतात.

■ ■

श्री. (श्रीयुत)

श्री. (श्रीयुत) : १९व्या शतकाच्या अखेरच्या व २०व्या शतकाच्या प्रारंभीच्या काळात पुरुषांच्या नावामागे मि. (मिस्टर) असे उपपद लावण्याची प्रथा होती. मि. टिळक, मि. आगरकर असे उल्लेख जुन्या लेखांमध्ये आढळतात. या प्रथेला भारतीय स्वरूप देताना प्रथम जुनी मराठी पद्धत स्वीकारून श्रीयुत राजमान्य राजश्री या शब्दांचे संक्षिप्त रूप म्हणून श्री.रा.रा. असे लिहिण्यात येऊ लागले. पुढे पुढे 'राजमान्य' या शब्दातून व्यक्त होणारी ब्रिटिश राज्याबद्दलची जवळीक टाळण्यासाठी हे रा. रा. सोडून देण्यात येऊ लागले. टिळकांसाठी वापरण्यात आलेले 'लोकमान्य' हे उपपद या भूमिकेचाच एक विशेष आविष्कार होता. मात्र इतर सर्वांसाठी लोकमान्य (लो.) हे बिरुद वापरणे इष्ट नव्हते! तेव्हा इतर सर्व जण सामान्यपणे श्री. (श्रीयुत) राहिले.

■■

श्रीगणेशा

श्रीगणेशा : कोणत्याही शुभकार्याचा प्रारंभ म्हणजेच त्या कार्याचा श्रीगणेशा. म्हणजे श्रीगणेशा या शब्दाचा अर्थ प्रारंभ असा आहे. कारण कोणत्याही कार्याच्या सुरुवातीला 'श्रीगणेशाय नमः' असे वाक्य वापरून गणेशाला वंदन केले जात असते. यातील श्रीगणेशाय या शब्दाचा मराठीने केलेला संक्षेप म्हणजे श्रीगणेशा. आणि पुढचा नमः हा शब्द मुळी अर्थ समजण्यासाठी अध्याहृतच समजावा लागतो. गणेशाला वंदन करून जे कार्य सुरू केले जाते, ते निर्विघ्नपणे पार पडून फलदायी होते अशी लोकांची श्रद्धा आहे. कारण गणेश हा विघ्नहर्ता आहे, तसाच तो सुखकर्ता देखील आहेच. कार्यारंभी असे वंदन करणे म्हणजेच आपण सर्वज्ञ नाही, सर्वज्ञ केवळ एक ईश्वरच असू शकतो अशी स्वतःच्या मनाला दिलेली अनहंकाराची जाणीव आहे.

■■

श्रीमती

श्रीमती : कुणाही स्त्रीचा उल्लेख करताना मराठीत तो कु. अथवा सौ. या बिरुदासह करण्याची अनेकांची पद्धत आहे. अविवाहित स्त्रीसाठी कु. (कुमारी) वा विवाहितेसाठी सौ. (सौभाग्यवती) अशी बिरुदे वापरात आहेत. अनेक लोक मग

विवाहित, परंतु विधवा अथवा घटस्फोटित स्त्रीचा उल्लेख करण्यासाठी श्रीमती हे विशेषण आहे असे समजून तसा उल्लेख करीत असतात. त्यामुळे कुणा स्त्रीचा उल्लेख 'श्रीमती' असा केल्यास जणू काही ती स्त्री कु. किंवा सौ. हा उल्लेख होण्यास पात्रच नाही, असा समजही ही मंडळी करून घेतात.

वास्तविक श्रीमत् (श्रीमान, श्रीयुत) या शब्दाचे केवळ स्त्रीलिंगी रूप आहे, श्रीमती (श्रीमति नव्हे!). त्यामुळे श्री किंवा श्रीयुत असे कुणाही पुरुषासाठी वापरता येते, त्याचप्रमाणे श्रीमती हे विशेषण देखील कुणाही स्त्रीसाठी वापरता येते. किंबहुना ते तसे वापरणे इष्ट व आवश्यक आहे. इंग्रजीत ज्याप्रमाणे मिस व मिसेस ही स्त्रीची वैवाहिक स्थिती सांगणारी उपपदे न वापरता मिझ (Ms) हे उपपद वापरले जाते, त्याप्रमाणे मराठीत श्रीमती हे उपपद कोणत्याही स्त्रीसाठी वापरले जाऊ शकते व तसेच ते वापरावे.

■ ■

श्रेयस्-श्रेयसी

श्रेयस्-श्रेयसी : श्रेयस् हे मुलाचे (पुरुषाचे) व श्रेयसी हे मुलीचे (स्त्रीचे) अशी नावे आपल्या ऐकण्यात आहेत. श्रेयसी हे श्रेयस् या शब्दाचेच स्त्रीलिंगी रूप म्हणून प्रचारात आणले गेले आहे, हे स्पष्ट आहे. ही नावे तशी आकर्षकच आहेत. म्हणूनच त्यांचा अर्थही जाणून घ्यायला हरकत नसावी.

श्रेयस् हे श्रीमत् अथवा प्रशस्य या विशेषणाचे तर-वाचक (comparative degree) रूप आहे, तर त्याचेच तम-वाचक (Superlative degree) रूप आहे श्रेष्ठ. प्रशस्य शब्दाचा अर्थ आहे, स्तवनीय, अभिलषणीय. सर्वसाधारण प्रशस्य गोष्टीपेक्षाही अधिक प्रशस्य म्हणजे श्रेयस्; आणि सर्वात अधिक प्रशस्य म्हणजे श्रेष्ठ.

आता आपल्या लक्षात येईल की, आपण आपल्या मुलांची नावे ठेवताना केवळ श्रेयस व श्रेयसीपर्यंतच विचार केलेला आहे! श्रेष्ठ किंवा श्रेष्ठा ही नावे अद्याप आपण ठेवलेली दिसत नाहीत!

■ ■

श्रेष्ठ

श्रेष्ठ : ज्येष्ठ शब्दाप्रमाणेच श्रेष्ठ शब्दातही ठ आहे याकडे लक्ष दिले पाहिजे.

अन्यथा श्रेष्ट असे अयोग्य लेखन-मुद्रण होण्याची शक्यता असते.

Good – Better – Best ही इंग्रजीतली तीन विशेषणे एकाच चांगुलपणाचे आधिक्य आणि सर्वाधिक्य दाखवितात. इथे मूळ शब्द 'गुड' हा वापरात आहे, परंतु संस्कृत भाषेत (आणि त्यापुढे संस्कृतोत्पन्न इतर भारतीय भाषांमध्ये) मूळ शब्द नष्टप्राय होऊन त्याची तरवाचक 'श्रेयस' आणि तमवाचक 'श्रेष्ठ' ही रूपे तेवढी वापरात राहिलेली आहेत. श्रेष्ठ म्हणजे 'श्री'युत गोष्टींमध्ये सर्वाधिक 'श्री'युत!

■■

श्लेष्मा

श्लेष्मा : व्यक्तींची नावे ठेवताना सर्वसाधारणपणे अनेकांना संस्कृत शब्दांसंबंधी काही विशेष आकर्षण वाटत असते असे आढळते, पण पुष्कळदा या शब्दांचे नेमके अर्थ काय आहेत हे जाणून न घेताच केवळ ध्वनीच्या आकर्षणातून काही नावे ठेवली जातात! असेच हे मुलीचे एक नाव आहे, श्लेष्मा! आकारान्त आहे, तेव्हा ते स्त्रीवाचक नाव आहे ही एक समजूत. शिवाय त्यात श्, ष् हे घर्षक त्यामुळे स्वरसदृश आणि ल्, म् हे मृदु ध्वनी आहेत, तेही श्रुतिमधुर! तेव्हा मुलीचे नाव म्हणून ते छानच वाटते!

पण लक्षात घ्यायला हवे की, श्लेष्मा या शब्दाचा अर्थ आहे, नाकातला शेंबूड! चिकटपणा हा त्याचा गुणधर्म. हा शब्दही व्याकरणात पुल्लिंगी आहे!

■■

श्रोता/श्रावक

श्रोता/श्रावक : एकाच मूळ धातूपासून निर्माण होणारे दोन वेगवेगळे शब्द वरवर व्युत्पत्तीच्या दृष्टीने पाहाता एकाच अर्थाचे वाटत असले, तरी भाषेत त्यांचा वेगवेगळ्याच अर्थाने उपयोग होत असतो. याचे एक उदाहरण आहे – श्रोता आणि श्रावक हे शब्द. दोन्ही शब्द श्रु (शृणोति) याच संस्कृत धातूपासून तयार होतात आणि दोन्हींचे व्युत्पत्यर्थ आहेत – ऐकणारा! सभेत बसलेले श्रोते (काही केवळ प्रेक्षक) आपण जाणतो. पण त्यांना कुणी श्रावक म्हणत नाही! कारण श्रावक म्हणजे भगवान गौतम बुद्धांचे प्रवचन ज्यांनी त्यांच्या मुखातून प्रत्यक्ष ऐकले ते त्यांचे ब्याऐंशी शिष्य! त्यातले सारिपुत्र आणि मोग्गलान हे दोघे अग्रश्रावक; इतर ऐंशी महा-श्रावक आणि नंतरचे सर्व बुद्धानुयायी हे श्रावक. पुढे जैन पंथातही

श्रावक ही संज्ञा स्वीकारण्यात आली. या श्रावकांनाच पुढे श्रवणक व नंतर श्रमणक म्हणू लागले. नुसता श्रोता होणे सोपे असते, श्रावक होणे फार कठिण!

■ ■

षष्ट्यब्दी

षष्ट्यब्दी : अलीकडे वाढदिवस मोठ्या प्रमाणात साजरा करण्यासाठी, विशेषत: पुढारी लोकांना खास साठ वर्षांचे व्हावे लागत नाही. परंतु सुमारे पन्नास वर्षांपूर्वीपर्यंत तसे नसे. प्रसिद्ध व्यक्ती साठ वर्षांची (अथवा पंचाहत्तर, ऐंशी वर्षांची) झाली की, तिचा वाढदिवस जाहीरपणे साजरा करीत असत. साठपूर्वी सहसा जाहीर समारंभ होत नसत. साठ वर्षांच्या या वाढदिवसाला षष्ट्यब्दी किंवा षष्ट्यब्दपूर्ती समारंभ असे म्हणतात. (समारंभ हा शब्द गाळला तरी चालते.) षष्टि आणि अब्द हे शब्द एकदम उच्चारले की षष्ट्यब्द असा उच्चार होतो. शताब्दी हा सोपा शब्द आपल्या परिचयाचा आहे. त्याप्रमाणे षष्ट्यब्दी हा ईकारांत शब्द आहे. हा शेवटचा ई नको असेल, तर षष्ट्यब्द-पूर्ती म्हणावे. शब्दाचे हे स्वरूप नीट समजलेले नसल्यामुळे अनेक लोक षष्ठ्यब्दी, षष्ठ्याब्दी असे चुकीचे शब्द वापरतात. यातला ठ वेगळाच अर्थ देतो. कारण षष्टि म्हणजे साठ, तर षष्ठ म्हणजे सहावा. षष्ठी म्हणजे सहावी.

■ ■

सकृद्दर्शनी

सकृद्दर्शनी : 'निवडणुकीचे निकाल पाहाताना सकृद्दर्शनी असे वाटते की...' हे वाक्य तुम्ही कसेही पूर्ण करा, ते तुमच्या स्वत:च्या मतावर अवलंबून आहे. 'सकृद्दर्शनी' या शब्दाचा नेमका अर्थ काय, हा इथे आपल्यापुढचा प्रश्न आहे. सकृत् आणि दर्शनी या दोन शब्दांचा मध्ये न थांबता एकदम उच्चार केला, तर तो सकृद्दर्शनी असाच होईल. सकृत् म्हणजे एकदा (च). एखाद्या गोष्टीचे सकृत् दर्शन म्हणजे त्या गोष्टीकडे एकदाच पाहाणे. (आणि अर्थातच त्या एकदाच्या पाहाण्यावरच त्या गोष्टीचे स्वरूप नक्की करणे.) वस्तूचे स्वरूप समजून घेण्यासाठी खरे तर त्या वस्तूकडे अनेकदा अनेक दृष्टिकोनांमधून पाहायला हवे, पण तसे आपण नेहमीच करतो असे नाही. वरवर त्या वस्तूचे दर्शन घेणे म्हणजेच सकृत् दर्शन. वस्तूप्रमाणेच एखाद्या घटनेचे अथवा विचाराचेही असे 'दर्शन' असू शकतेच.

■ ■

संकल्प

संकल्प : एखाद्या तीर्थस्थानी नदीत स्नान करताना, पूजा करताना भटजी त्या यात्रेकरूला म्हणतात 'हं, संकल्प सोडा' आणि यात्रेकरूने त्यासाठी हातात पाणी घेतलं की, त्या दिवसाचे (तिथीचे) व त्या स्थानाचे वर्णन संस्कृत भाषेतील एका विशिष्ट वाक्यरचनेत करून भटजी अखेर त्या यात्रेकरूला 'करिष्ये' असे म्हणायला सांगतात व मग तो शब्द उच्चारून तो यात्रेकरू हातातले ते पाणी खाली प्रवाहात अथवा ताम्हणासारख्या एखाद्या पात्रात सोडतो. या 'करिष्ये'चा अर्थ आहे. 'मी करीन'.

काय करीन? त्याचे वर्णन भटजीने आधी केलेले असते. उदाहरणार्थ – सत्यनारायण पूजनं करिष्ये। – मी सत्यनारायणाची पूजा करीन. या सर्व क्रियेला म्हणतात 'संकल्प'! अमूक एक गोष्ट करण्याची इच्छा झाली की, मनाची जी एक तयारी होते की, मी अमूक एक गोष्ट करणार आहे, त्या तयारीला, त्या विचाराला खरे तर 'संकल्प' म्हणतात. आणि असा संकल्प आपण कळत नकळत आपल्या प्रत्येक कृतीपूर्वी करीतच असतो. फक्त तो बोलून दाखवीत नाही. श्वासोच्छ्वासासारख्या नित्याच्या वा पापणीच्या उघडझापीसारख्या प्रतिक्षिप्त क्रियांचा याला अपवाद! या क्रिया संकल्परहित असतात.

■■

संगोष्ठी

संगोष्ठी : हिंदी भाषेतून हा शब्द मराठीत प्रविष्ट झालेला आहे. संगोष्ठी म्हणजे साधक बाधक, व्यवस्थितपणे केलेली चर्चा. इथे गोष्ठी या शब्दाला सम् (सम्यक – नीट, व्यवस्थित, सर्व दृष्टिकोनातून केलेली) हा पूर्वप्रत्यय जोडलेला आहे. परंतु गोष्ठी म्हणजे तरी काय? गो या शब्दाचे अनेक अर्थ आहेत. त्यातला एक अर्थ वाणी, भाषा. ह्या वाणीचे राहाण्याचे, वास्तव्याचे ठिकाण ते गोष्ठी. म्हणजे चर्चा, भाषण, संवाद इत्यादि.

■■

सज्ज

सज्ज : 'तरुणांनी कोणत्याही संकटाला तोंड द्यायला नेहमीच सज्ज असले पाहिजे, नाही का?' या वाक्यात सज्ज शब्दाचा अर्थ काय? तयार, तत्पर, सिद्ध या

शब्दांमध्ये हा अर्थ सांगता येईल. सज्ज शब्दाचे मूळ सज्ज् या संस्कृत धातूत आहे. आणि त्याचा अर्थ गती घेणे असा आहे. म्हणजेच कोणत्याही कार्यासाठी सज्ज असलेली व्यक्ती सर्व साधनांनी युक्त असली, तरी नुसती निष्क्रियपणे स्थिर उभी राहून चालणार नाही, तर ती व्यक्ती हलण्याच्या म्हणजेच पुढच्या कृतीच्या तयारीत असली पाहिजे. धावण्याच्या शर्यतीसाठी प्रारंभ रेषेवर 'सेट' झालेल्या स्पर्धकांनी 'गो' म्हणण्याची वाट पाहावी, तसे!

■■

सज्य

सज्य : कोणत्याही कृतीसाठी तयार, सिद्ध या अर्थाने सज्ज असा एक शब्द रूढ आहेच, पण या शब्दाशी बरेचसे ध्वनिसाम्य असणारा सज्य असाही एक शब्द भाषेत आहे! ज आणि य या दोनही वर्णांचे उच्चार तालव्य असल्याने सज्ज व सज्य यांचे उच्चार जवळजवळ सारखेच वाटतात. अर्थदृष्ट्याही त्यात पुष्कळ जवळीक आहे. ज्या म्हणजे धनुष्यावर चढविली जाणारी दोरी. अशी दोरी चढविलेले धनुष्य म्हणजे सज्य धनुष्य. युद्धासाठी सज्ज व्हायचे म्हणजे पूर्वी योद्ध्याला आपले धनुष्य सज्य करावेच लागे.

■■

संचित

संचित : पुष्कळ वेळा नशीब या अर्थाने संचित हा शब्द वापरला जातो. आमच्या नशिबातच हे होते, असे म्हणण्याऐवजी अधिक प्रतिष्ठित भाषेत, आमच्याच संचिताचे हे फळ आहे, असे म्हणता येते. पण संचितामुळेच नशीब घडत असले, तरी संचित म्हणजे नशीब नव्हे. संचित म्हणजे जमा केलेले, साठविलेले. हे 'साठविलेले' या जन्मातले नसून मागच्या एका अथवा अनेक जन्मांमधले असते, असे मानण्यात येते. या मानण्यामागे एक (अंध म्हणा किंवा डोळस म्हणा) श्रद्धा असते की, आपल्या प्रत्येक कर्माचे फळ हे आपल्याला या जन्मात अथवा पुढच्या काही जन्मांमध्ये भोगावेच लागणार आहे. परंतु असे हे फळ जर आपल्याला या जन्मात प्राप्त झाले नाही, तर त्या कर्माचा तो परिणाम पुण्य अथवा पाप या स्वरूपात आपल्या खात्यात जमा राहातो आणि त्याचा हिशोब मग पुढच्या कोणत्या तरी जन्मात केला जातो. असे हे 'जमा' राहिलेले पुण्य अथवा पाप आणि मिळणारे फळ म्हणजे आपले संचित. परिचित,

निश्चित या शब्दांमध्ये जो चित शब्द आहे तोच इथेही आहे. केवळ वेगवेगळ्या उपसर्गांमुळे त्यांचे अर्थ भिन्न झाले आहेत. 'संचित' हा शब्द 'संचीत' असा लिहून चालणार नाही.

■ ■

सतत/संतत

संतत/सतत : सतत आणि संतत या दोन शब्दांमध्ये केवळ एका अनुस्वाराचे अंतर आहे. त्यांच्या अर्थात पुष्कळसे साम्य आणि थोडा वेगळेपणा आहे. 'रस्त्यावरचे वाहातूक नियंत्रक पोलिस सतत सगळ्या रहदारीवर लक्ष ठेवून असतात'. या वाक्यात सतत हा शब्द आलेला आहे. त्याचा अर्थ एकसारखे, मधे न थांबता असा आहे. सातत्याने हा अर्थ सांगायचा, तर सातत्य म्हणजे तरी काय, तर सततपणा!

आता 'संतत' शब्द पाहा! गेल्या आठवड्यात झालेल्या संतत-धार पावसाने गावात सगळीकडे पाणीच पाणी झालेले होते. या वाक्यात संतत हा शब्द आलेला आहे. त्याचाही अर्थ एकसारखा, न थांबता असाच आहे.

सतत आणि संतत या दोन्ही शब्दांचा अर्थ एकसारखे, न थांबता असाच असला, तरी हे शब्द एकमेकांऐवजी वापरून चालणार नाही. कारण सतत हे क्रियाविशेषण आहे, तर संतत हे नामाचे विशेषण आहे.

■ ■

सदरा

सदरा : शर्ट (अंगात, खरे म्हणजे अंगावर घालायचे एक वस्त्र) या शब्दाऐवजी अनेक लोक सदरा शब्दही वापरतातच. बाहेरची कुणी माणसे भेटायला वगैरे आली, तर सदरा घातल्याशिवाय त्यांच्यासमोर येणे बरे नाही असा नियमही अनेक जण पाळतात.

सदर म्हणजे सभागृह. (पेशवाईशी संबंधित साहित्यात हा शब्द अनेकदा आढळेल). अशा सभागृहात चार लोकांमध्ये बरे दिसावे यासाठी अंगावर घालावयाच्या वस्त्राला सदरा असे नाव पडले असावे. पण पुढे या शब्दाशी थोडेसे ध्वनिसाम्य असल्याने त्याला समानार्थक म्हणून शर्ट शब्द मराठीत रूढ झालेला आहे.

■ ■

सदसद्विवेक

सदसद्विवेक : सदसद्विवेकबुद्धीची, निदान या शब्दाची आठवण आपल्याला अनेकदा येत असते. ही चांगलीच गोष्ट आहे. सत् आणि असत् म्हणजे चांगले आणि वाईट, यातील फरक लक्षात घेणे म्हणजेच त्यात विवेक करणे होय. पुष्कळदा आपल्यापुढे चांगल्या-वाईट गोष्टींचे एक मिश्रणच उभे राहात असते. त्यात चांगली गोष्ट निवडायला हवी व त्यासाठी वाईट गोष्ट बाजूला करता यायला हवी. हे करणे म्हणजेच सदसद्विवेक करणे. हा शब्द पुष्कळदा 'सद्सद्विवेक' असा लिहिला व उच्चारला जातो. ते योग्य नाही. सत् शब्दांतील शेवटचा त् हा वर्ण त्यापुढे येणाऱ्या अ या वर्णामुळे द् हा उच्चार घेतो. आणि सद्, असद् या दोन शब्दांमध्ये द् आणि अ मिळून पूर्ण द होतो. म्हणून हा शब्द सदसद्विवेक असाच उच्चारावा. पहिला द पूर्ण असह, पुढील द् व्यंजनात्मक व त्यापुढे विवेक हा शब्द त्याला जोडून.

■ ■

सदृश

सदृश : 'युद्धसदृश परिस्थिती उत्पन्न झाली असताना ऐन वेळी कोणताही निर्णय करण्यापूर्वी सर्वांची संमती घेणे कसे शक्य होईल?' या वाक्यातला युद्धसदृश हा शब्द अर्थदृष्ट्या सहज समजण्यासारखा आहे. युद्धसदृश परिस्थिती म्हणजे युद्धासारखी परिस्थिती.

सदृश (म्हणजे सारखे, साम्य असलेले) हा शब्द कोणत्याही शब्दाला जोडून नवा शब्द तयार करता येतो. दुष्काळसदृश, कादंबरीसदृश, नदीसदृश असे अनेक शब्द!

परंतु पुष्कळ वेळा असे आढळते की, या शब्दाचे रूप नीट माहीत नसल्यामुळे तो अनेकांकडून सदृश्य असा लिहिला जातो. युद्धसदृश्य परिस्थिती वगैरे.

सदृश शब्दाचे भाववाचक रूप सादृश्य असे होते. सारखेपणा हा त्याचा अर्थ. त्या शब्दाच्या उच्चाराचा प्रभाव पडून 'सदृश'चाही उच्चार लोक 'सदृश्य' असा करू लागतात. परंतु सारखा दिसणारा, असणारा या अर्थाने सदृश असाच शब्द वापरला पाहिजे.

■ ■

सद्गती/चिरशांती

सद्गती/चिरशांती : कुणा व्यक्तीचा मृत्यू झाला, तर त्या व्यक्तीला श्रद्धांजली वाहाण्यासाठी काही माणसे एकत्र येतात आणि भाषणे करतात. त्या भाषणामध्ये सामान्यपणे प्रत्येक वक्ता '.... यांच्या आत्म्यास चिरशांती लाभो' अशी किंवा '... यांच्या आत्म्यास सद्गती मिळो' अशी प्रार्थना करतो. चिरशांती आणि सद्गती या दोन्ही गोष्टी त्या एकाच व्यक्तीच्या आत्म्यासाठी प्रार्थिल्या जात असल्या, तरी वस्तुत: या दोन गोष्टी एकमेकींपासून सर्वस्वी भिन्न आहेत, हे जाणून घेतले पाहिजे.

मृताच्या आत्म्याला म्हणजे जीवात्म्याला मृत्यूनंतर पुन्हा जन्म मिळतो, असा पुनर्जन्म सिद्धांत मानला, तर त्या जीवात्म्याला सद्गती मिळो असे म्हणणे योग्य होईल. परंतु कयामत का दिन किंवा डे ऑफ जजमेंट येईपर्यंत ही मृत व्यक्ती ईश्वराच्या ललकारण्याची वाट पाहात आपल्या थडग्यात पडून राहाणार आहे, असे मानले, तर तेथे तिला चिरकाल शांतता लाभो हे म्हणणे इष्ट होईल. अर्थात या अखेरच्या दिवसानंतरही या चिरशांतीची अपेक्षा करता येतेच.

■ ■

सनातनी

सनातनी : 'हे सनातनी विचार आता तरी आपण टाकून दिले पाहिजेत!' या प्रकारची वाक्ये पुरोगामी विचारवंतांकडून आपण नेहमी ऐकतो. आपणही इतरांना ऐकवतो. सनातनी या शब्दाचा आपण समजतो तो अर्थ असतो; जुनाट, बुरसटलेला, कालबाह्य झालेला, प्रतिगामी... वगैरे! जे काही सनातन आहे, त्यासंबंधीचा विचार म्हणजे सनातनी विचार. पण सनातन म्हणजे काय? सदा तनोति म्हणजे सतत, नेहमी, प्रसरण पावते आहे, त्याला म्हणतात सनातन. सनातन धर्म म्हणजे जुना धर्म असेल, पण तो अपरिवर्तनशील, मृत, बुरसटलेला नव्हे, तर सतत पुढे जाणारा, प्रसरणशील, वर्धनशील असा! सनातन तत्त्वे म्हणजे चिरंतन तत्त्वे, जी कालौघात पुढे पुढेच जातील. आपण सनातन या शब्दाचा अर्थच विपरीत करून टाकला आहे. त्यामुळे सनातनी हे भूषणास्पद नव्हे, तर दूषणास्पद विशेषण होऊन राहिले आहे.

■ ■

संततधार

संततधार : सम्+तत याचे सन्तत, नंतर संतत व अखेर सतत असेही रूपांतर झाले आहे. 'संतत'मध्येही 'स'चा उच्चार स्पष्ट अनुस्वारयुक्त न करता केवळ स अनुनासिक म्हणजे नाकातून उच्चारावयाची पद्धत आहे. जसे मुलं, फुलं यातील अनुस्वार उच्चारतात.

परंतु संततधार पाऊस, संततधार अभिषेक या प्रकारच्या शब्दप्रयोगामध्ये मात्र सन्ततधार असा अनुस्वाराचा न् असा स्पष्ट उच्चार होत असतो. याचे कारण येथे सम्+तत या संस्कृत रूपाचा अर्थ व्यक्त करावयाचा आहे. 'सम्'मधील 'म्'वर पुढील 'त्'चा प्रभाव पडून त्याचा न् बनतो. म्हणून सन्तत. तन् धातूचा अर्थ पसरणे, पुढे जाणे असा असून तत हे त्याचे भूतकालवाचक विशेषण आहे. तत म्हणजे सरकलेला, निर्माण झालेला इत्यादि आणि त्यामागील सम् या उपसर्गाचा अर्थ आहे निर्दोषपणे, सतत, एकसारखा मधे न थांबता, अखंडपणे. संततधार म्हणजे ज्याची धारा एकसारखी अखंडपणे पुढेच सरकते आहे. म्हणजे वाहाते आहे.

■ ■

संतती

संतती : वंशविस्तार करणाऱ्या प्रजेला संतती असे म्हणतात. म्हणजेच मुले-बाळे, पुत्र-पौत्र-प्रपौत्र, पुत्री-पौत्री-प्रपौत्री याप्रमाणे पुढची प्रजा. संततीमध्ये केवळ पुत्राचा विचार नाही, पुत्रीचाही आहे. संतती या शब्दामध्ये तती म्हणजे विस्तार आणि सम् म्हणजे सम्यक, योग्य प्रकारे झालेला, असे दोन घटक शब्द आहेत. योग्य प्रकारे झालेला वंशाचा विस्तार म्हणजे संतती. हा शब्द संतती नियमन या शब्दसंहतीतून सर्वदूर माहीत झालेला आहे. संतती प्रतिबंध म्हणजे पुढे पुढे होत जाणाऱ्या परंपरेला थांबविणे.

■ ■

संदर्भ

संदर्भ : शालेय अभ्यासक्रमात संदर्भासह स्पष्टीकरण करावे लागते, तर राजकारणातील विधानांचा नेमका संदर्भ पाहावा लागतो. असा हा संदर्भ भाषिक व्यवहारात वारंवार विचारात घ्यावा लागतो. हा शब्द आला कुठून?

दृभ् असा संस्कृत धातू आहे. त्याचा अर्थ एकत्र बांधणे असा आहे. दर्भ हे एका विशिष्ट गवताचे नावही त्यापासूनच आले आहे. संदर्भ म्हणजे नीट, एकत्र, व्यवस्थित बांधलेली गोष्ट. कोणत्या संदर्भात हे वाक्य आलेले आहे, या प्रश्नाचा अर्थ असा आहे की, हे वाक्य कुणाशी व कसे बांधलेले म्हणजेच कशाशी संबंधित आहे?

म्हणून संदर्भ म्हणजे संबंध. या दोनही शब्दांमधील सम् हा उपसर्ग व्यवस्थित, पक्का या अर्थाचा आहे.

■ ■

संदिग्ध

संदिग्ध : 'हे तुमचं विधान अगदीच संदिग्ध आहे!' या वाक्याचा अर्थ असा होतो की, 'तुमच्या विधानाचा नेमका अर्थ काय आहे, हे कळत नाही!' जेव्हा एखाद्या विधानामध्ये अशी अस्पष्टता असेल, विधान अर्थदृष्ट्या कोड्यात टाकणारे असेल, तेव्हा असे विधान करणाराला सांगावे लागते की, तुमचे काय म्हणणे आहे ते निःसंदिग्धपणे सांगा! निःसंदिग्ध म्हणजे ज्यातून संदिग्धता निघून गेलेली आहे असे!

सं-दिग्ध हा शब्द सम्-दिग्ध असा आहे. दिग्ध हे एक धातुसाधित विशेषण आहे, दिह् या धातूपासून तयार झालेले. दिह् (देग्धि) म्हणजे लिंपणे, चोपडणे! त्यामुळे ज्या गोष्टीवर हा लेप दिलेला असतो, तिचे मूळ स्वरूप दिग्ध होते. म्हणजे स्पष्ट राहात नाही! कोणत्याही गोष्टीवर, अगदी विचारावर सुद्धा कशाचा तरी लेप देऊन ती गोष्ट, तो विचार दिग्ध करता येईलच. सम् या उपसर्गाने या दिग्धतेला अधिक दाट केले आहे इतकेच! आता निदान या शब्दाच्या अर्थात संदिग्धता राहिली नसावी!

■ ■

संदेश/ आदेश

संदेश/आदेश : वक्ता, नेता, चित्रकार, नट, गायक इत्यादिच्या स्वाक्षऱ्या जमविण्याचा अनेकांना छंद असतो. अशी स्वाक्षरी मिळविण्यासाठी केलेल्या विनंतीस केव्हा केव्हा 'संदेशपण द्या ना!' अशी एक जोड दिली जात असते.

पुढारी लोकांना तर न मागताच इतरांना संदेश देत राहाण्याची सवयच असते!

संदेश म्हणजे नेमके काय? अमूक करा, अमूक करू नका, याला संदेश म्हणावे का?

मग संदेश आणि आदेश यात कोणता फरक सांगता येईल?

संदेश आणि आदेश हे दोनही शब्द दिश् (म्हणजे दाखविणे) या धातूपासून सिद्ध होतात. या दिश् धातूपासून दिशा हाही शब्द तयार झालेला आहे.

'सम्+दिश्'पासून संदेश, तर 'आ+दिश्'पासून आदेश.

संदेशात सम्यक् म्हणजे योग्य काय ते दाखविलेले, सुचविलेले असते; तर आदेशात या दाखविलेल्या ठिकाणापर्यंत, विचारापर्यंत (जाण्यासाठी) सूचना असते. आ म्हणजे पर्यंत!

■ ■

संदेह

संदेह : संदेह म्हणजे काय? अर्थात संशय! नेमके स्वरूप, नेमका अर्थ इत्यादि न कळणे म्हणजेच संदेह असणे. होय की नाही?

पण संदेह शब्दाला हा अर्थ कसा प्राप्त झाला आहे, माहीत आहे?

संस्कृतमध्ये दिह् (देग्धि) असा एक धातू आहे. त्याचा अर्थ आहे, लेप देणे, चोपडणे, सारवणे. एखाद्या वस्तूवर कशाचाही लेप दिला, तर त्या वस्तूचे मूळ रूप कसे आहे, हे कळणारच नाही! देह म्हणजे असा लेप!

आपला देह (म्हणजे आपले शरीर) आहे ना, तोही असाच जीवात्म्यावरचा लेप आहे! त्यामुळेच त्या जीवात्म्याचे स्वरूप आपण जाणू शकत नाही!

संदेह म्हणजे अगदी उत्तम दर्जाचा लेप! म्हणजे अगदी घट्ट, न निघणारा! म्हणूनच संदेहामुळे वस्तूचे मूळ स्वरूप समजत नाही! त्यामुळे संदेह शब्दाचा अर्थ होतो, संशय, निश्चित ज्ञानाचा अभाव.

■ ■

संधान

संधान : 'पक्षातल्या असंतुष्टांशी संधान बांधण्यात जर आपण सत्ताधारी यशस्वी झालो, तर हे सरकार पाडायला आपल्याला वेळ लागणार नाही!' यातला 'संधान बांधणे' हा शब्दबंध समजायला कठीण नाही! संपर्क करणे, समजुतीच्या गोष्टी करणे, खलबते करणे, विश्वासात घेणे असे अनेक वाक्प्रयोग वापरून आपण हा अर्थ स्पष्ट करू शकतो, परंतु 'संधान' म्हणजे नेमके काय हे काही त्यातून समजू शकत नाही.

संधान हा शब्द सम्-धा या धातूपासून बनतो. एकत्र बांधणे हा त्याचा वाच्यार्थ. त्यामुळे संधान हे प्रत्यक्षात काही तरी बांधल्याशिवाय म्हणजे एकत्र केल्याशिवाय साध्यच होत नसते! संधान हे नेहमी बांधायचेच असते! म्हणजेच ज्यांच्याशी संधान बांधायचे, त्यांना आपल्या जवळ घेऊन त्यांची व आपली वैचारिक व भावनिक दृष्टीने एकत्र गाठ मारायची असते. या गाठीला म्हणायचे संधान.

■ ■

संधि/ संधी

संधी/संधि : मराठी शुद्धलेखनात ह्रस्व-दीर्घ फरकाने शब्दाच्या अर्थामधे बदल होत नाही, असे म्हणून ह्रस्व-दीर्घ संकल्पनाच नाकारण्याचा एक प्रयोग सध्या होतो आहे. तथापि असा अर्थबदल होतो हे दाखविणारे किती तरी शब्द मराठी भाषेत आहेत. सूर्य आणि उदय या दोन शब्दांना एकत्र आणताना अ आणि उ या स्वरांचा संधि होतो. म्हणजेच त्यांचे मिलन होते. ते एकत्र येतात. त्यांच्यात एक प्रकारचा समझोता, तह होतो. दोघे मिळून ओ असे एक वेगळे रूप धारण करतात. अ आणि उ यांचा संधी (संधि) होऊन ओ होतो! परंतु हा संधि वेगळा आणि आता या ठिकाणी हे उदाहरण देण्याची मला जी संधी मिळाली आहे, ती वेगळी! ही संधी म्हणजे एक अवसर आहे. तेव्हा संधि वेगळा, संधी वेगळी! आहे ना हा 'इ' व 'ई'तला फरक! अर्थात हा अर्थबदल तो संधी आणि ती संधी असा लिंगभेदानेही मराठीत दाखविता येईलच!

■ ■

संधिप्रकाश

संधिप्रकाश : सायंकाळी सूर्यास्तानंतर रात्रीचा अंधार पसरण्यापूर्वी एक सौम्य असा उजेड सर्वत्र आढळतो. त्या उजेडाला संधिप्रकाश म्हणतात. हा खरा संध्याकाळचा प्रकाश. संध्याकाल आणि संधिकाल हे दोन्ही शब्द एकाच अर्थाचे आहेत. हा संधि म्हणजे दिवस आणि रात्र यांच्या मिलनाचा काळ. एकत्र येण्याचा काल. कारण संधि म्हणजेच एकत्र येणे. थोडे आपले व थोडे दुसऱ्याचे असे एकत्र करून एक प्रकारे समझोता करून एक नवे रूप धारण करणे. अशा संधिकालातील प्रकाशाला संधिप्रकाश म्हणतात.

■ ■

संध्याकाळ/सायंकाळ

संध्याकाळ/सायंकाळ : संध्याकाळ हा शब्द आपण दिवस संपून रात्र सुरू होण्यापूर्वीच्या मधल्या वेळेचा निर्देश करण्यासाठी वापरतो. परंतु मुळात रात्र संपून दिवस सुरू होण्याच्या आधीचा जो मधला काळ असतो, त्याचा उल्लेख करण्यासाठी देखील संध्याकाळ असाच उल्लेख व्हायला हवा. हे दोन काळ एकमेकांपासून वेगळे दर्शविण्यासाठी प्रात:संध्या आणि सायंसंध्या असे दोन वेगवेगळे शब्द वापरले जातात. आपल्याला सर्वसाधारणपणे सायंसंध्येचाच परिचय अधिक असतो. कारण या वेळी जागृत असणारांची संख्या प्रात:संध्येच्या समयी जागृत असणारांपेक्षा निश्चित अधिक असते.

■ ■

संध्याकाल/सायंकाल

संध्याकाल/सायंकाल : संध्याकाल (काळ) आणि सायंकाल (काळ) हे दोन शब्द आपण नेहमी एकाच अर्थाचे वाचक असल्याप्रमाणे वापरतो, नाही का? परंतु भाषेत सामान्यत: प्रत्येक शब्दाला त्याचा म्हणून एक विशेष अर्थ असतो आणि त्या दृष्टीने तो शब्द इतर शब्दांपासून वेगळा करता येतो.

सायंकाळ हा थोडा वेगळा आहे. यात जो सायम् असा शब्द आहे तो सूर्याचे साम्राज्य संपले, तो अस्ताला जातो आहे, असा अर्थ प्रकट करतो. या दिवसानंतर रात्र येणार आहे ही सूचना त्यात नाही. यामुळे त्या रात्रीशी भेट घेण्याचा संधिकालही नाही. तो संधिकाल येण्यापूर्वीचा काळ म्हणजे सायंकाळ!

■ ■

सन्मानित/सन्मानीत

सन्मानित/सन्मानीत : "... त्यानंतर सन्मानित व्यक्तींच्या समवेत भोजनाचा कार्यक्रम झाला." या वाक्यात सन्मानित हा शब्द आलेला आहे.

'आम्ही ज्यांना सन्मानीत होतो, ते त्या सन्मानाला खरोखर योग्य नव्हतेच, हे आमच्या फार उशीरा लक्षात आले.'

या वाक्यात सन्मानीत हा शब्द आलेला आहे.

या दोन वाक्यांपैकी पहिल्या वाक्यातील सन्मानित या शब्दात 'नि' ऐवजी 'नी'

लिहून चालणार नाही. 'शब्दातील उपान्त्य स्वर दीर्घ लिहावा.' हा ठोकळेबाज नियम येथे चालणार नाही. प्रस्थापित, व्यवस्थित, पठित, संशयित असे किती तरी आणखी शब्द आहेत की, जेथे हा ठोकळेबाज नियम लागू होणार नाही. व्याकरणात ही सर्व भूतकालवाचक धातुसाधित विशेषणे आहेत. यातही गृहीत सारखा एखादा अपवाद आढळतो.

सन्मानीत हा (दीर्घ नी युक्त) शब्द ठेवीत (होतो), करीत (होतो), पेरीत (होतो) या प्रकारचा आहे.

■ ■

सप्तर्षी

सप्तर्षी : मराठी शुद्धलेखन पद्धतीनुसार हा शब्द ईकारान्त लिहिला जातो. मुळात तो सप्तर्षि असा इकारान्त आहे. कसाही लिहिला तरी त्याचा अर्थ सात ऋषींचा समुदाय असाच होतो. हे सात ऋषी कोणते?

त्यांची नावे अशी आहेत – मरीचि, अत्रि, अंगिरस्, पुलस्त्य, पुलह, क्रतु आणि वसिष्ठ.

आकाशात उत्तर ध्रुव ताऱ्याभोवती फिरणाऱ्या एका तारकासंघाला सप्तर्षि (सप्तर्षी) हे नाव आहे. त्यातील वसिष्ठ या ताऱ्याशेजारी अरुंधती नावाची एक तारका असते. हे पतिपत्नींचे मिथुन समजले जाते. नवविवाहित मिथुनास या वसिष्ठ-अरुंधतीचे दर्शन घेण्यास सांगण्याची प्रथा आहे. ही अरुंधती म्हणजे विवाहापूर्वीची अक्षमाला नावाची शूद्र स्त्री असून तिला वसिष्ठांनी स्वत: उत्तम शिक्षण देऊन विदुषी केले असे सांगितले जाते. ही प्राचीन कथा त्या वेळचे सामाजिक वास्तव सूचित करते.

■ ■

सभासद/सभ्य

सभासद/सभ्य : आपल्या व्याख्यानाला प्रारंभ करताना 'सभ्य स्त्री-पुरुष हो!' अशी हाक देण्याची आचार्य अत्रे यांची पद्धत होती.

सभ्य म्हणजे?

खरे म्हणजे सभेत बसण्यास योग्य तो/अथवा ती म्हणजे सभ्य. सभासद म्हणजे सभेत बसलेला/बसलेली कोणीही. कुणाही व्यक्तीने (सार्वजनिक ठिकाणी

तरी निदान) 'असभ्य' वर्तन करू नये अशी अपेक्षा व्यक्त केली जात असते, तीही याच अर्थाने. सभ्य म्हणजे सार्वजनिक ठिकाणी योग्य. असभ्य म्हणजे सार्वजनिक ठिकाणी अयोग्य. म्हणूनच मग, आपल्या हाकेला 'ओ' देणारांना उद्देशून आचार्य अत्रे म्हणत, 'तुम्हाला नाही!'

■ ■

समजून/समजावून

समजून/समजावून : 'आपण हे समजून घेतले पाहिजे की...' या रचनेत कित्येकदा 'आपण हे समजाऊन घेतले पाहिजे' किंवा 'समजावून घेतले पाहिजे' अशी शब्दयोजना केली जात असते. यातली योग्य रचना कोणती?

एखादी गोष्ट अन्य कुणाच्या लक्षात आणून द्यायची असेल आणि त्या व्यक्तीला ती गोष्ट आपल्या माध्यमातून समजणार असेल, तर आपण त्या व्यक्तीला ती समजावून सांगतो आहोत ही रचना बरोबर होते! येथे समजाविणे ही प्रयोजक क्रिया आहे. 'समजाऊन' हा शब्दही योग्य नाही. कारण त्यात प्रयोजकातील 'व' हा घटक येत नाही. सहकाऱ्यांकडून काम करवून घेणे हे एक कौशल्य असते. या वाक्यात करवून हे असे प्रयोजक रूप आहे.

पण स्वत:लाच एखादी गोष्ट समजायला हवी, असे म्हणायचे असेल, तर 'समजून घेतले पाहिजे' हीच रचना योग्य! हसणे-हसविणे, करणे-करविणे, पाहाणे-दाखविणे तसेच समजणे-समजाविणे ही भाषेतली शिस्त आपण स्वत: समजून घेतली पाहिजे. इतरांना समजावून सांगितली पाहिजे.

■ ■

समंजस

समंजस : 'इतकाही समंजसपणा दाखवायला नको होता का त्यांनी?' या वाक्यातील समंजसपणा या शब्दाचा अर्थ काय? समजूतदारपणा हा शब्द त्याची जागा घेऊ शकेल. म्हणजेच समंजसपणा याचा अर्थ समजूतदारपणा आणि अर्थातच समंजस म्हणजे समजूतदार. समंजस हा शब्द दोन घटकांचा बनलेला आहे. सम् आणि अंजस. अंजस म्हणजे सरळ. छक्केपंजे न करणारा. सत्यनिष्ठ आणि 'सम्'ने या अर्थाला आणखीनच प्रतिष्ठा येते! अशी सरळ माणसे असतात त्यांना समंजस म्हणतात. त्याउलट असमंजस! हिंदी भाषेने असमंजस हा शब्द जरा व्यापक अर्थाचा बनविला

आहे. 'काँग्रेस पार्टी असमंजसमे' वगैरे वाक्यांशांमध्ये 'असमंजसमें' याचा अर्थ अनिश्चित अवस्थेमध्ये. म्हणजेच सरळसरळ कुठलाच विचार करण्याची शक्यता राहिली नाही, निर्णय घेता येत नाही असे झाले की, त्या स्थितीला हिंदी लोक म्हणतात, असमंजस (स्थिती). मराठीत मात्र समंजस व असमंजस हे शब्द व्यक्तीची विशेषणे म्हणूनच वापरतात.

■ ■

समरसता

समरसता : अलीकडे समरसता हा शब्द पुष्कळच ऐकिवात येऊ लागलेला आहे, पण या शब्दाचा उच्चार जर समरस्ता असा केला जात असेल तर? तर अर्थ न समजता केलेल्या शब्दोच्चाराचे ते उदाहरण ठरेल. इतकेच कशाला? हा शब्द काही लोक 'समरसत्ता' असाही लिहितात! अर्थात त्याचा उच्चार सम-रसत्ता असा केला, तर निदान तो थोडा तरी मूळ शब्दाच्या जवळचा वाटेल. पण जर हा उच्चार समर-सत्ता असा केला तर? नाही चालणार ना?

म्हणून स म र स ता असा अगदी एकेका अक्षराचा वेगळा उच्चार करीत हा शब्द पूर्ण केला पाहिजे.

कारण सम-रस्ता म्हणजे खड्डे नसलेला रस्ता. सुगम मार्ग.

समर-सत्ता म्हणजे संघर्ष करून मिळवायची सत्ता; प्रभुत्व.

आणि स म र स ता म्हणजे एकसारखे असण्याची स्थिती. ज्या स्थितीमध्ये भेदभाव नसेल, सर्व जण समपातळीवर असतील, एकमेकांशी समरस झालेले, एकाच विचाराने व एकाच भावनेने भारलेले असतील, शब्दांचे उच्चार देखील अर्थवाही असतील, अशी स्थिती.

■ ■

समर्थ

समर्थ : आपले उद्दिष्ट गाठण्यास ते निश्चितच समर्थ आहेत. या वाक्यातील समर्थ शब्दाचा अर्थ काय आहे? समर्थ आहेत म्हणजे त्यांच्यात शक्ती आहे, असेच ना? मग समर्थ शब्दाचा अर्थ शक्तिमान असा का सांगू नये? सशक्त असा शब्द समर्थऐवजी का वापरू नये? परंतु मग दुःखातूनही जीवनातली तथ्ये जाणून घेण्यास भगवान गौतम बुद्ध समर्थ होते. अशासारख्या वाक्यात समर्थ या शब्दाऐवजी

शक्तिमान किंवा सशक्त हा शब्द चालेल का? नाही चालणार! याचाच अर्थ समर्थ या शब्दात काही वेगळी अर्थच्छटा आहे. सम्-अर्थ असणे म्हणजे अर्थयुक्त असणे आणि अर्थ म्हणजे प्राप्त परिस्थितीत जे जे आवश्यक आहे ते ते सर्व. म्हणून मग आर्थिक संकटावर मात करण्यास समर्थ मनुष्य वेगळ्या प्रकारच्या अर्थाने युक्त, तर जीवन जाणून घेण्यास समर्थ व्यक्ती ही वेगळ्या अर्थाने युक्त. 'अर्थ' हा शब्दच मुळात असाच व्यापक अर्थाचा आहे.

■ ■

समागम

समागम : हिंदी भाषेच्या प्रभावाने मराठीत अनेक नवे शब्द वापरात आलेले आहेत. त्यात साधु-समागम असा एक शब्द आहे. सज्जनांचा सहवास हा त्याचा अर्थ. यातला समागम हा शब्द मराठीत वेगळ्या अर्थाने येतो. स्त्री-समागम म्हणजे स्त्रीशी केलेला संभोग.

सम्-आ या दोन उपसर्गांसह असलेल्या गम् या धातूचा संस्कृतमध्येही हा अर्थ आहेच. त्याचा शब्दशः अर्थ अगदी मनापासून निकट जाणे असा होईल आणि असे निकटत्व संभोग सूचित करते.

■ ■

समाप्त

समाप्त : चित्रपट संपतो तेव्हा पडद्यावर आपल्याला 'समाप्त' ही अक्षरे दिसतात. एखादी क्रमशः चालणारी लेखमाला संपते तेव्हा शेवटच्या लेखाच्या शेवटी समाप्त ही अक्षरे छापली जातात. त्यामुळे कुठलीही गोष्ट समाप्त झाली, याचा अर्थ ती संपली असाच असावा, असे आपल्याला वाटते. पण समाप्त होणे म्हणजे केवळ संपणे नसते!

एखाद्या प्रवचन-कीर्तन सप्ताहाची 'समाप्ति' होते, म्हणजे काही केवळ तो कार्यक्रम संपलेला असतो असे नाही, तर तो परिपूर्ण झालेला असतो. त्याचे इच्छित कार्य तडीस गेलेले असते. समाप्ती याचा अर्थ अशी यशस्वी परिपूर्णता असते. आप् (आप्नोति) असा संस्कृत धातू आहे. आप् म्हणजे मिळविणे, प्राप्त करून घेणे. आप्चे आप्त हे धातुसाधित विशेषण आहे. त्याला आणखी सम्यक्, नीट, पूर्णपणे या अर्थाचा सम् हा उपसर्ग जोडून समाप्त शब्द तयार होतो. समाप्त

होणे म्हणजे परिपूर्ण होणे. समाप्ती म्हणजे परिपूर्ती. त्यामुळे कोणतीही गोष्ट समाप्त होते, त्याचे एक प्रकारे समाधानच असते.

■ ■

समिती

समिती : संस्कृतमधून मराठीत (आणि अन्य सर्व भारतीय भाषांमध्ये) आलेला हा शब्द समिति असा आहे; आणि तो सम्-इ म्हणजे एकत्र येणे या धातूपासून तयार झालेला आहे. समिती म्हणजे एकत्र आलेल्या व्यक्तींचा एक गट. गंमत म्हणजे प्राचीन संस्कृतमध्ये या शब्दाचा एक अर्थ युद्ध, मारामारी असा आहे! कारण माणसे एकत्र आली की, ती कुठल्या तरी निमित्ताने भांडतात ना? अर्थात युद्ध हा एकच अर्थ मात्र या शब्दाला नाही. अलीकडे हा शब्द कुठल्याही प्रश्नाची सोडवणूक करण्यासाठी किंबहुना दूर ठेवण्यासाठी नेमलेला काही व्यक्तींचा गट या अर्थाने वापरला जातो. मात्र त्यात एकत्र येणे हा मूळचा धात्वर्थ निश्चितच आहे. इंग्रजीतला कमिटी हा शब्दही समितीशी नुसता समानार्थकच नाही, तर ध्वनीच्या दृष्टीनेही त्यात साम्य आहे.

■ ■

समुदाय/समूह

समूह/समुदाय : समूह आणि समुदाय हे दोन शब्द सामान्यत: एकाच अर्थाचे म्हणून भाषेत वापरात आहेत. शब्द मुळात जेव्हा कुणी तरी विचारवंत निर्माण करतात, तेव्हा व्युत्पत्तीने त्याचा अर्थ ठरत असावा. पुढे हजारो, लाखो लोक तो शब्द भाषेत वापरू लागतात तेव्हा त्या शब्दाचा अर्थ काही वेळा मर्यादित होतो, काही वेळा विस्तारतो, तर काही वेळा पूर्णपणे बदलूनही जातो. कित्येकदा त्यामुळे दोन शब्दांच्या भिन्न अर्थच्छटा लुप्त होतात. समूह आणि समुदाय या शब्दात मुळात अश्या भिन्न अर्थच्छटा आहेत. समुदाय हा शब्द समुदय असा आहे आणि बौद्ध साहित्यात तसा तो वापरलाही गेला आहे. सम्-उदय म्हणजे एकत्र, सर्वांचा मिळून, सम्यक् म्हणजे योग्य पद्धतीने केलेला उदय.

समुदय शब्दाचा उच्चार बदलून तो समुदाय झालेला दिसतो आणि त्यातल्या अनेकांचे एकत्र येणे तेवढे राहिलेले दिसते. त्यामुळे समुदाय म्हणजे गर्दी!

समूह – सम्-ऊह म्हणजे एकत्र व सम्यक विचार करणारा गट. पण आपण

समूह म्हणजेही गर्दी असाच अर्थ करतो आणि समूहाचे वर्तन असे म्हणताना तर तिथे विचारांचा अभावच आपल्याला सांगायचा असतो.

■ ■

संप्रदाय

संप्रदाय : संप्रदाय हा शब्द वारकरी संप्रदाय, समर्थ संप्रदाय, महानुभाव संप्रदाय इत्यादि शब्दबंधांमधून आपल्या वाचनात येत असतो. संप्रदाय हा शब्द सम्-प्र-दा असा संस्कृत धातूपासून सिद्ध होतो. दा म्हणजे देणे. या धातूला सम् आणि प्र हे दोन उपसर्ग एकाच वेळी लावण्यात आलेले आहेत. या उपसर्गांसह या धातूचा अर्थ आहे, आपल्याजवळ जे आहे ते सर्वच्या सर्व देणे, अर्पण करणे. संप्रदायात काय घडते? एक पिढी आपली कार्यपद्धती आणि आपल्याजवळचे ज्ञान आणि विचार यांचे संचित हातचे काही राखून न ठेवता पुढच्या पिढीच्या स्वाधीन करते. ती पुढची पिढी यथाशक्य त्यात भर घालून ते धन त्यापुढे देत राहाते. त्यामुळे या संचिताचे सतत संप्रदान होत राहाते आणि त्यातून एक परंपरा निर्माण होते. या परंपरेला म्हणतात संप्रदाय.

खरे म्हणजे मानवी संस्कृतीत संप्रदाय ही एक अत्यंत मोलाची संस्था आहे. परंतु अलीकडे सांप्रदायिक (संप्रदायाशी संबंधित) हा शब्द आपण दूषणार्थक करून टाकला आहे.

■ ■

सरस्वती

सरस्वती : सरस्वतीचे चित्र अथवा सरस्वतीची मूर्ती कुणाला अपरिचित आहे? म्हणजेच कुणाला माहीत नाही? सरस्वती ही भारतीय संस्कृतीने विद्येची देवता मानलेली आहे. ती हंसावर अथवा मयूरावर बसलेली, वीणावादन करीत असलेली अशी आपल्या डोळ्यांसमोर येते. ती शुभ्र वस्त्र परिधान केलेली, ब्रह्मा, विष्णु, महेश या तीनही देवतांकडून वंदिली जाणारी अशी असते. तिला विद्यादेवी असेही म्हणतातच. शरद ऋतूतील चांदण्याप्रमाणे सुखकारक शुभ्रता व स्वच्छता धारण करणारी म्हणून ती शारदा हे नाव धारण करते. या शारदेचे, सरस्वतीचे स्तवन कोणत्याही ग्रंथारंभी करण्याची प्रथा आहे. पण सरस्वती हे आपल्या जिभेलाही म्हणतात, हे माहीत आहे का? सरस् (सरः) म्हणजे जल. सरस्-वती

म्हणजे जलाने युक्त. आपली जीभ नेहमी ओली असते ना? ती कोरडी पडली की, सारे जीवनच संपते! म्हणून जिह्वा – जीभ ही देखील सरस्वती आहे! आणि तीसुद्धा विद्येची देवताच नाही का? प्राचीन भारतात प्रत्यक्षात असलेल्या, पण नंतर लुप्त झालेल्या अश्या एका प्रख्यात नदीचेही नाव सरस्वती आहे. हा शब्द 'सरस्वती' असा आहे; 'सरस्वति' नव्हे.

■ ■

सर्प

सर्प : साप हा मराठी शब्द सर्प या संस्कृत शब्दाचेच परिवर्तित रूप आहे. जसे कर्म या शब्दापासून काम, पर्ण या शब्दापासून पान तसे सर्प पासून साप.

परंतु मुळात सर्प म्हणजे सरपटत जाणारा प्राणी. सृप् म्हणजे सरकणे. या संस्कृत धातूपासून सर्प शब्द तयार होतो. इंग्रजीत त्याचे रूपांतर सर्पंट् असे झाले आहे. या शब्दातच त्याचा अर्थ सामावलेला आहे.

■ ■

सर्वनाम

सर्वनाम : सर्वमान म्हणजे काय?

वाक्यात एकच एक नाम पुन्हा पुन्हा येऊ नये म्हणून त्या नामाऐवजी वापरावयाच्या शब्दाला सर्वनाम म्हणावे, असे सांगतात. पण हे खरे आहे का?

तो, ती, ते, जो, जी, जे, हा, ही, हे आणि या सर्वांची अनेकवचने व सर्व यांच्या बाबतीत हे खरे आहे. परंतु मी, आम्ही, आपण, तू, तुम्ही, आपण ही सर्वनामे वापरताना कोणत्या एकदा वापरलेल्या नामांची पुनरावृत्ती आपण टाळू इच्छितो?

म्हणजेच सर्वनामाची व्याख्या मी-आम्ही, तू-तुम्ही या सर्वनामांना लागू होत नाही!

म्हणून खरे तर सर्वनामांची एक यादी करून त्यांना सर्वनाम असे म्हणावे, असेच सांगायला हवे आणि पाणिनी या संस्कृत व्याकरणकाराने तसेच सांगितलेले आहे. संस्कृत भाषेतील सर्व सर्वनामे एकत्र करून त्याने म्हटले आहे, या सर्वांना सर्वनामे म्हणावे!

■ ■

सर्वंकष

सर्वंकष : सर्वंकष हा विशेषणवाचक शब्द सामान्यपणे विचार, योजना, आराखडा, कृती अशा काही नामांसह वापरला जात असतो. अर्थात हे विशेषण त्या-त्या ठिकाणी खरोखर सार्थ ठरण्यासारखे असेल तरच! एखाद्या अर्धवट आखलेल्या योजनेसाठी सर्वंकष हे विशेषण चालणारच नाही!

म्हणजे आता पर्यायाने सर्वंकष शब्दाचा अर्थही थोडासा आपल्या लक्षात आलाच की!

सर्वंकष हा संस्कृत शब्द आहे. सर्वं कषते किंवा सर्वं कषति असे त्याचे स्पष्टीकरण आहे. कष् या धातूचा अर्थ आहे घासणे, स्पर्श करणे; पण तो हळुवारपणे नव्हे, तर अगदी जाणवेल असा!

योजनेच्या, विचाराच्या, आराखड्याच्या, कृतीच्या सर्व अंगांना, सर्व बाजूंनी स्पर्श होत असेल, म्हणजेच सर्व दृष्टींनी विचार होत असेल, तर तिथे सर्वंकष हे विशेषण वापरता येईल.

कोणतीही योजना संबंधित सर्व अंगांना स्पर्श करणारी असेल, तर ती योजना 'सर्वंकष' योजना म्हटली जाते.

■ ■

सर्वश्री

सर्वश्री : पुरुषांच्या नावामागे श्री. हे उपपद लावले जाते तेव्हा त्याचा अर्थ असतो श्रीयुत. श्री-युत म्हणजे श्री ने युक्त. ज्यांच्याजवळ श्री आहे ते श्रीयुत.

अनेक पुरुषांचा एकामागोमाग एक अश्या पद्धतीने उल्लेख करताना प्रत्येक वेळी श्री. असे न लिहिता सर्वश्री असे एकच उपपद एकदा वापरण्याचीही प्रथा पडलेली आहे. त्याचप्रमाणे अनेक स्त्रियांसाठी सुश्री हे एक उपपद. मात्र त्यापुढे सहसा पूर्णविराम चिह्न नसते.

श्री म्हणजे काय? श्री म्हणजे लक्ष्मी, संपत्ती, वैभव, तेजस्विता, सौंदर्य, कांती; सर्व प्रकारचे सामर्थ्य म्हणजे श्री! अगदी बुद्धीची व ज्ञानाची देवता मानलेली सरस्वती सुद्धा श्री या एका अक्षरातून व्यक्त करता येते.

कुणाही परिचित-अपरिचित व्यक्तीचा उल्लेख करताना आपण जे श्री. हे उपपद वापरतो, त्यात येवढा व्यापक अर्थ सामावलेला आहे. याची आपल्याला कल्पना तरी असते का? आपण मराठी भाषिक लोक इतके सौजन्यशील असू, यावरच आपला विश्वास नाही की काय?

■ ■

सर्वेक्षण

सर्वेक्षण : इंग्रजीत ज्याला सर्व्हे म्हणतात, त्याला मराठीत सर्वेक्षण म्हणतात. उच्चारदृष्ट्या जवळचे हे शब्द अर्थदृष्ट्याही एकमेकांच्या बरेचसे जवळ आहेत. पण मुळातले त्या त्या भाषेतले त्यांचे घटक मात्र वेगवेगळे आहेत. Sur आणि Veer/Veoir/Voir अशा घटकांचा बनलेला इंग्रजीतला शब्द सर्वांच्या वर जाऊन पाहाणे या अर्थाचा आहे.

तर सर्व-ईक्षण असे दोन घटक एकत्र येऊन संस्कृत आणि अर्थातच मराठीसारख्या सर्व प्रादेशिक भाषांमध्येही जो शब्द तयार होतो तो सर्व काही पाहाणे या अर्थाचा आहे. ईक्षण म्हणजे पाहाणे. त्यापासूनच परीक्षण, निरीक्षण, समीक्षण असे शब्द आपण तयार करू शकतो. आणि हे सर्व शब्द सर्व भारतीय भाषांमध्ये वापरता येतात. संस्कृत भाषेची ही नवनिर्माणक्षमता या प्रकारे सर्व भारतीय भाषांना समृद्ध करू शकते. सर्वेक्षण हा शब्द सर्व्हेक्षण असा लिहिणे मात्र योग्य नाही.

■ ■

सलगी

सलगी : 'सध्या तुमची आपल्या विरोधी पक्षातल्या लोकांशी विशेष सलगी निर्माण झालेली दिसते आहे!' किंवा 'लक्षात ठेव, या तुझ्या आज भेटलेल्या मित्राशी तू फार सलगी करणं मला आवडणार नाही!'

अशा काही वाक्यांत आपण सलगी हा शब्द वापरतो. सलगी म्हणजे काय? मैत्री, घसरट, संबंध, असाच की नाही या शब्दाचा अर्थ? सलग हा शब्द माहीत आहे? सलग तीन वर्षं या भागात दुष्काळ पडलेला आहे! इथे सलग म्हणजे लागोपाठ, न थांबता, सातत्याने; पण हे सातत्य कसे आहे? कसे निर्माण झाले आहे? सलग म्हणजे एकमेकांना लागून, एकमेकांच्या शेजारी राहून. संलग्न या संस्कृत शब्दाचे सलग हे प्राकृत रूप आहे. पाहा ना 'संलग्न' हा शब्द उच्चारण्यापेक्षा सलग हा शब्द उच्चारणे केव्हाही सोपेच आहे. सलगी म्हणजे असा संलग्नतेचा म्हणजेच सलगतेचा आविष्कार. म्हणजे सतत जवळ राहाणे. अशी सलगी मानसिक, शारीरिक, बौद्धिक, वैचारिक, कशीही असू शकते.

■ ■

सलिल/सलील

'सलील वाहे सलिल कसे हे....'

हे आहे एका नदीच्या वाहात्या पाण्याचे वर्णन. यात पाणी या अर्थाचा शब्द आहे सलिल हा आणि सलील हे आहे वाहाणे या क्रियेचे विशेषण म्हणजे क्रियाविशेषण. सलील म्हणजे लीलायुक्त, क्रीडायुक्त. कोणतेही कष्ट नाहीत, अडथळा नाही, केवळ आनंदच आहे अशा कोणत्याही कृतीला क्रीडा किंवा लीला म्हणतात. त्या दृष्टीने हे वाहणारे पाणी केवढे सहजपणे वाहाते आहे, हे सांगण्यासाठी सलील हा शब्द इथे वापरलेला आहे.

सलिल हा संस्कृत शब्द सरिर या मूळ संस्कृत शब्दाचे रूपांतर आहे. र ऐवजी ल उच्चारणे सोयीचे असते ना! (सरिर म्हणजे जे सारखे पुढे सरकते, जे स्थिर राहात नाही, ते. पाणी. या 'सरिर'चे पुढे सलिल झाले.)

वर उद्धृत केलेली, नदीच्या पाण्याचे वर्णन करणारी ही ओळ मराठी भाषेतील आहे. संस्कृत भाषेतून मराठीत आलेले सलिल आणि सलील हे शब्द म्हणूनच मराठीच आहेत आणि या शब्दांमध्ये इ आणि ई या ह्रस्व-दीर्घ स्वरांमुळेच अर्थभेदही झालेला आहे.

■ ■

सवाष्ण

सवाष्ण : पुरुषाला एका वेळी एकापेक्षा अधिक पत्नी असायला हरकत नाही, पण स्त्रीला मात्र एका वेळी एकच पती असावा, असा सामाजिक संकेत एके काळी रूढ झाल्याने मग स्त्रीची वैवाहिक स्थिती स्पष्ट व्हावी याकरिता तिच्या भांगात कुंकू, गळ्यात मंगळसूत्र व इतर अलंकार आणि सुंदर रंगीत पोषाख यांची योजना झाली असावी. त्यामुळे कित्येक जमातीत विधवा स्त्रिया केवळ श्वेत वस्त्रेच वापरतात! जिचा पती जिवंत आहे तिलाच सवाष्ण म्हणण्यामागे नेमका अर्थ तरी कोणता आहे? तर सवाष्ण हे सुवासिनी या शब्दाचे रूपांतर आहे आणि सुवासिनी शब्दाचा सरळ अर्थ आहे, चांगली वस्त्रे धारण करणारी स्त्री. वस्त्रांवरून स्त्रीचे वैवाहिक स्थान लक्षात यावे ही या मागची संकल्पना! आता कालबाह्यच झालेली!

■ ■

सविस्तर

सविस्तर : एखादी घटना, एखादा प्रसंग, एखादी हकीगत दुसऱ्याला सांगताना त्रोटक वर्णन करता येते, त्याचप्रमाणे सविस्तर वर्णनही करता येते. सविस्तर शब्दाचा अर्थ (विस्तारपूर्वक) स्पष्ट करून सांगायला हवा, असे मुळीच नाही. अगदी अशिक्षित ग्रामीण महिलाही 'सविस्तर सांगा ना, सगळं काही!' असं बोलू शकतेच.

मग इथे या शब्दाची चर्चा कशासाठी करायची? ती अशासाठी की, सविस्तर हा शब्द 'सविस्तरम्' या शुद्ध संस्कृत शब्दातून केवळ अंत्य म् काढून टाकून मिळतो. ('विस्तरेण सह यथा स्थात् तथा' असा अव्ययीभाव समास असल्याने) सविस्तरम् हे एक अव्यय आहे. विस्तर या शब्दाचा आपण विस्तार केला, पण सविस्तर हे तसेच ठेवले! अशी किती तरी मूळची संस्कृत अव्यये आपण त्यात काहीही बदल न करता मराठीत वापरतो. सावकाश (म्), सावधान (म्), सानन्द (म्), सखेद (म्) ही त्यातलीच काही आहेत.

■ ■

सव्यसाची

सव्यसाची : सव्य आणि साचिन् असे दोन घटक एकत्र येऊन हा शब्द तयार होतो – सव्यसाचिन्. आणि मग त्याचे भाषेत वापरले जाणारे रूप मिळते सव्यसाची. त्याचा अर्थ आहे डाव्या हाताने कोणतीही गोष्ट करू शकणारा, करणारा! सव्य म्हणजे डावा. साचिन् किंवा साची या शब्दाच्या मुळाशी संस्कृतमधला सच् हा धातू असावा. त्याचा अर्थ सिद्ध असणे. म्हणून सव्यसाची म्हणजे कोणतीही गोष्ट डाव्या हातानेही करू शकणारा! म्हणजेच दोन्ही हात सारख्याच क्षमतेने वापरू शकणारा. अर्जुन हा धनुर्विद्येत असा सव्यसाची होता. इतका की, सव्यासाची हे त्याचे एक विशेष नावच ठरले! या शब्दात खास धनुष्यवाचक शब्द नाही. त्यामुळे हे विशेषण केवळ डाव्या हाताने धनुष्य वापरणारासाठीच योग्य आहे असे नाही; तर कोणत्याही क्षेत्रात उजव्या इतक्याच डाव्याही हाताने म्हणजेच नेमक्या विशिष्ट साधनासाठी अडून न राहाता कार्य करू शकणारा कोणीही सव्यसाची या विशेषणाचा भागीदार होऊ शकतो.

■ ■

सव्यापसव्य

सव्यापसव्य : दशक्रिया विधी चाललेला असताना भटजीच्या तोंडून यजमानाला दिला गेलेला 'हं! आता अपसव्य करा!' असा एखादा आदेश तुम्ही तिथे उपस्थित असाल, तर तुमच्या कानावर कधी पडलेला असेल. आणि हा आदेश पाळून झाल्यावर पुन्हा त्या यजमानाला 'आता सव्य करा!' असेही सांगितले जाते.

हे सव्यापसव्य हा विधी चालू असताना अनेकदा करावे लागते. ब्राह्मण व्यक्तीने जानवे आणि ब्राह्मणेतर व्यक्तीने गळ्यात बांधलेले उपरणे यांच्या साहाय्याने हे सव्यापसव्य करायचे असते. जानवे (किंवा उपरणे) डाव्या खांद्यावरून उजव्या बगलेखालून काढलेले असेल, ते सव्य; आणि तेच जानवे उजव्या खांद्यावरून घेऊन डाव्या बगलेखालून काढले की, ते अपसव्य. हा सारखा बदल पुष्कळदा कंटाळवाणा सुद्धा होतो. एखादे काम करीत असताना एकदा केलेली योजना बदलून नेमकी उलटी कृती करायचा प्रसंग येतो आणि कालांतराने तीही बदलून पुन्हा पूर्वपदावर यावे लागते. या उलट सुलट प्रक्रियेचा उद्वेग व्यक्त करण्यासाठी मराठीत हा 'सव्यापसव्य' शब्द वापरतात. 'हे काय सारखे सव्यापसव्य चालले आहे?' या वाक्याचा अर्थ आता समजेल. कोणतीही योजना मुळातच विचारपूर्वक आखलेली हवी. म्हणजे असे सव्यापसव्य करावे लागत नाही.

■ ■

सहस्र

सहस्र : सहस्र म्हणजे हजार. हा शब्द 'सहस्त्र' असा लिहिणे वा उच्चारणे योग्य नाही. 'सहस्र' या शब्दात दोन घटक आहेत. सहस् आणि र. सहस् म्हणजे ऊर्जा, सामर्थ्य, शक्ती. र हा घटक रा म्हणजे देणे या धातूपासून आला आहे. सहस्र म्हणजे ऊर्जा किंवा शक्ती प्रदान करणारी गोष्ट. एक, दोन अथवा दहा, वीस यापेक्षा हजार-बाराशे ही संख्या अधिक सामर्थ्याची वाचक आहे हे निश्चित. सर्वसामान्य माणसाच्या दृष्टीने एके काळी तरी सहस्र हीच आधिक्याची मर्यादा असली पाहिजे. इंग्रजी संख्यावाचकांमध्ये तर Thousand याच शब्दाचे विशेष महत्त्व आहे. कारण Million या शब्दाचे मूळही Mille या लॅटिन शब्दातच आहे आणि तिथे Mille शब्दाचा अर्थ हजार असाच आहे! Millionचा अर्थ आहे, Ten hundred thousand! म्हणजे पुन्हा हजारांचीच भाषा! आता पाश्चिमात्य लोक बिलियनपर्यंत संख्या

मोजू लागले आहेत. भारतीय लोक वैदिक काळापासून परार्धापर्यंत संख्या मोजत आले आहेत.

■ ■

सहस्राक्ष

सहस्राक्ष : ऋग्वेदातील प्रसिद्ध पुरुषसूक्तात सृष्टीच्या प्रारंभी जन्मलेल्या विराट पुरुषाचे वर्णन करताना त्याला सहस्राक्ष म्हटलेले आहे. हजारो अक्ष म्हणजे डोळे असलेला असा त्याचा अर्थ आहे. एका अर्थाने हा विराट पुरुष म्हणजे समाजपुरुष आहे. पुढे सहस्राक्ष हे पद इंद्राचे म्हणजेच देवांच्या राजाचे विशेष विशेषण म्हणून वापरले जाऊ लागले. त्याला हे हजार डोळे कसे प्राप्त झाले याचे मिथकही वैदिक वाङ्‌मयात निर्माण झाले. इंद्र हा देवांचा राजा, तो सहस्राक्ष, त्यामुळे मग मानव समाजातील राजालाही सहस्राक्ष म्हणू लागले. मात्र कुठे काय चालले आहे, ते नीट पाहाणारे त्याचे हेर हेच त्या राजाचे हजारो डोळे, असे स्पष्टीकरणही दिले गेले. हे हजारो डोळे कधीच मिटलेले नसावेत, अशी अपेक्षा आता करावी लागेल. ती पूर्ण होत असेल, तर आजच्या राज्ययंत्रणेला सहस्राक्ष म्हणायला हरकत नाही.

■ ■

सहानुभूती

सहानुभूती : आपण सहानुभूती प्रकट करतो, म्हणजे काय करतो? एखाद्याला दुःख झाले, काही त्रास झाला, तर त्याच्या त्या दुःखात आपण सहभागी आहोत असे त्याला सांगतो. म्हणजेच ते दुःख जणूकाही आपणही भोगतो आहोत, असे आपण मानतो व तसे त्याच्या निदर्शनास आणून देतो.

म्हणजेच सहानुभूती याचा अर्थ कुणाच्यातरी दुःखात सहभागी होणे, त्या दुःखाचा वाटेकरी होणे असा आपण करतो.

सह-अनुभूती (अनुभूति) असा हा शब्द आहे. एखाद्याच्या बरोबरच, त्याच्या अनुभवाप्रमाणेच आपणही अनुभव घेणे म्हणजे सह-अनुभूती. वास्तविक पाहता ही सह-अनुभूती सुखदायक प्रसंगातही असायला काय हरकत आहे? परंतु आपण सहानुभूती दाखवितो, ती केवळ दुःखदायक प्रसंगातच! अनुभवांच्या क्षेत्रात दुःखाचे प्रसंग अधिक असतात म्हणून की सुखात कुणाला असे सह-अनुभव घेणारे आणखी कुणी अपेक्षित नसतात म्हणून?

■ ■

साखरपुडा

साखरपुडा : लग्न ठरले म्हणजे ते आपल्या आप्तस्वकीय आणि मित्रमंडळी यांना जाहीर करण्यासाठी मुलीच्या बाजूने साखरपुड्याचा कार्यक्रम केला जातो. अलीकडे हा 'साखरपुडा' कार्यक्रम प्रत्यक्ष लग्न-समारंभासारखाच थाटामाटात करण्याची (अनिष्ट) प्रथा पडू लागली आहे. परंतु पन्नास-पाऊणशे वर्षांपूर्वी तसे नव्हते. मुलाकडच्या मंडळींनी उपवर मुलीची वधू म्हणून निवड केली की, मुलाचे वडील आपल्या भावी सुनेला साखरेने भरलेला एक पुडा भेट देत असत. आपले भावी सासर किती गोड आहे, हे त्या मुलीला कळावे हा उद्देश! आणि त्याचबरोबर वधूचे वडील आपल्या भावी जावयाला एक नारळ व त्यासह एक रुपया देत असत. त्यामुळे या समारंभाला 'नारळ रुपया साखरपुडा' असे संयुक्त नाव असे. हा साधेपणा संपून गेला असून अलीकडे साखरपुड्याचा कार्यक्रम इतका भपकेबाज होऊ लागला आहे की, त्या कार्यक्रमातच लग्नसमारंभ उरकून घ्या, असा सल्ला काही लोक देऊ लागले आहेत.

■ ■

सांख्यिकी

सांख्यिकी : स्टॅटिस्टिक्स (Statistics) या अर्थाने मराठी भाषेत सांख्यिकी हा शब्द वापरतात. संख्यायुक्त विधानांवर आधारित असे निष्कर्ष या शास्त्राने मिळतात. संख्या शब्दापासून हा सांख्यिकी शब्द बनतो. म्हणून तो 'सांखिकी' असा वापरू नये.

■ ■

साग्रसंगीत

साग्रसंगीत : 'वक्त्याचा परिचय करून देताना परिचयकारानं अगदी त्याचं बालपण, शिक्षण, लग्न, कुटुंब, नोकरी, त्यांची झालेली मैत्री वगैरे वगैरे सांगण्यात उगीचच किती वेळ घेतला हो! इतका अगदी साग्रसंगीत परिचय कशाला हवा असतो कुणाला?'

खरं आहे! पण यात संगीताचा काय संबंध?

जुन्या मराठी नाटकांमधे प्रारंभी सूत्रधार-नटीचा प्रवेश असे, त्यात संगीत होते. प्रत्यक्ष नाटक सुरू करण्यापूर्वी संस्कृत नाटकांमध्ये 'संगीतकम्' म्हणजे वाद्य-

गीत-नृत्य यांचा स्वतंत्र कार्यक्रम असे. (आजही नेत्यांच्या, पुढाऱ्यांच्या सभांना गर्दी जमविण्यासाठी आधी वीरश्रीयुक्त गाणी, पोवाडे वगैरे म्हणून लोकांना आकृष्ट करण्याची प्रथा आहेच.) हे सर्व अग्र-संगीत म्हणजे प्रारंभीचे संगीत असते. त्यासह असलेले ते स+अग्रसंगीत, साग्रसंगीत नाटक. प्रत्यक्ष नाटक हे या अग्रसंगीताच्या पुढेच सुरू व्हायचे. वरच्या उदाहरणातील वक्त्याचा खरा परिचय देखील या प्रारंभीच्या तपशीलानंतरच सुरू झालेला असतो.

■ ■

सांगता

सांगता : सांगता समारंभ, अमुक एका कार्यक्रमाची सांगता, योजनेची सांगता अशा शब्दबंधांमध्ये येणारा सांगता हा शब्द नेमका काय अर्थ सांगतो?

(सांगता समारंभ म्हणजे आजवर काय काय झाले ते सांगण्याचा समारंभ असा अर्थ मी एका विद्वानाकडून ऐकला आहे!)

अंग म्हणजे अवयव, भाग. कोणतीही गोष्ट अनेक भागांनी युक्त असते. म्हणजेच ती स-अंग, सांग असते. त्यामुळे सांग म्हणजे परिपूर्ण आणि सांगता म्हणजे परिपूर्णता. जेव्हा एखाद्या गोष्टीची, योजनेची, कार्याची अशी परिपूर्णता होते तेव्हा तिची सांगता झाली असे म्हटले जाते.

■ ■

सांडशी

सांडशी : शेगडीवरचे तापलेले भांडे खाली उतरविण्यासाठी जे उपकरण किंवा साधन वापरले जाते त्याला पकड, चिमटा, गावी किंवा सांडशी म्हणतात.

या साधनाचे जे दोन भाग असतात त्यांच्या चिमट्यात वस्तू पकडता येत असल्याने त्याला चिमटा अथवा पकड म्हणणे सहजच शक्य होते. गावी हा शब्द गावणे (म्हणजे मिळणे, सापडणे, प्राप्त होणे.) या धातूपासून सिद्ध होतो.

पण आता सांडशी हा शब्द कसा आला असेल?

संस्कृतमध्ये संदंश, संदंशक, संदंशिका असे शब्द आहेत. हे तीनही शब्द सांडशी या शब्दाने दाखविल्या जाणाऱ्याच्या वस्तूचे वाचक आहेत. म्हणजेच चिमटा किंवा गावी याच अर्थाचे आहेत.

ध्वनिपरिवर्तन होत होत संदंशिका या शब्दाचेच सांडशी असे रूपांतर झालेले

आहे, हे स्पष्ट दिसते. मुंगळ्यासारखा एखादा कीटक जेव्हा दंश (किंवा संदंश) करतो, म्हणजेच चावा घेतो, त्या वेळी तो जसा आपल्या शरीरावरील त्वचेला घट्ट पकडतो तसेच कार्य ही सांडशी तिने पकडावयाच्या वस्तूंबाबत करीत असते.

■■

सादरीकरण

सादरीकरण : काही शब्द असे असतात की, त्यांचा नेमका अर्थ लक्षात न घेताच आपण ते वापरत राहातो आणि हळूहळू ते शब्द नव्याच अर्थाने भाषेत रूढही होतात. सादरीकरण हा शब्द त्यातलाच एक आहे. सादरीकरण करणे म्हणजे काय? उत्तर येईल – सादर करणे! पण म्हणजे काय? सादर शब्दाचा अर्थ आहे, आदरासहित, आदराने. आपण सादर नमस्कार करतो ना? म्हणजे आता सादर नमस्कार करतो, तसे 'सादरीकरण' करताना आपण सादर – आदरयुक्त पद्धतीने नेमकी कोणती कृती करतो बरे? तिचा काही उल्लेख येतो का आपल्या बोलण्यातून? कवितेचे सादरीकरण, नाट्यकृतीचे सादरीकरण म्हणजे काय असते? वास्तविक ते असते, कवितेचे प्रस्तुतीकरण, नाट्यकृतीचे प्रस्तुतीकरण. ते सादर करण्याचे काही विशेष कारण नसते. ते फार तर सप्रेम करावे! एखाद्याला पुस्तक भेट देताना ते सादर भेट देता येईल. म्हणून काय ते केवळ सादर करता येईल? सादर भेट करता येईल. हे मी तुम्हाला सादर करतो, असे म्हणणे योग्य होईल?

■■

साद्यंत

साद्यंत : काही शब्दांचे स्वरूप नीट न समजल्याने त्यांचे उच्चार जसे कानावर पडलेले असतील तसेच चुकीच्या पद्धतीने अनेकांकडून होत राहातात. त्यांपैकी साद्यंत हा एक शब्द आहे. साध्यंत, साद्धंत असे या शब्दाचे वेगवेगळे उच्चार ऐकिवात आहेत! हे उच्चार चुकीचे आहेत, कारण त्यांना काही अर्थच नाही! साद्यंत हा एक सामासिक शब्द सादि+अंत असा दोन शब्दांचा बनलेला आहे. सादि-अंत यांचा समास होताना 'सादि'मधील 'इ' आणि 'अंत'मधील 'अ' या दोन स्वरांचा संधी होतो. म्हणजेच ते दोन स्वर एकत्र, एकदम उच्चारले जातात. इ+अ मिळून य हा उच्चार होत असतो. म्हणून सादि+अंत यांचे एकत्रीकरण साद्यंत असे होते.

या सामासिक शब्दाचा अर्थ आहे, 'आदि'सह अंत. म्हणजे प्रारंभापासून तो

अखेरपर्यंत. त्यामुळे कुठल्याही संपूर्ण हकीगतीला साद्यंत हकीगत असे म्हणतात. सुरुवातीपासून तो शेवटपर्यंत सांगितलेला कोणताही भाग हा साद्यंत म्हणता येईल.

■■

सा.न.वि.वि.

सा.न.वि.वि. : अलीकडे कौटुंबिक अथवा खासगी असे पत्रलेखन बरेचसे कमीच झालेले आहे. परंतु जेव्हा केव्हा कुणासही पत्र लिहिले जाते तेव्हा पत्राच्या मायन्यामध्ये स.न.वि.वि. अथवा सा.न.वि.वि. असे संक्षिप्त शब्द लिहिले जात असतात. याचा अर्थ काय हो, असे विचारणारे लोक भेटतात! विशेषत: इंग्रजी माध्यमातूनच शिकणारे लोक! म्हणून इथे हे स्पष्टीकरण!

स. म्हणजे सप्रेम आणि सा. म्हणजे सादर अथवा साष्टांग. न म्हणजे नमस्कार. वि.वि. म्हणजे विनंती, विशेष.

काही विशेष कारण असते म्हणूनच पत्र लिहिले जाते. म्हणून हा विशेष वाचक वि. आणि पत्रातला मजकूर नम्रपणाने लिहिलेला आहे, त्यात लेखकाने स्वत:कडे श्रेष्ठांची भूमिका घेतलेली नाही, हा भाव व्यक्त करण्यासाठी विनंती वाचक वि.

हा अर्थ लक्षात घेतला, म्हणजे वडिलांनी मुलाला लिहायच्या पत्रात हे सा.न.वि.वि. येणार नाही हे समजू शकेल. तिथे मायना वेगळाच असणार. प्रेमपूर्वक आशीर्वाद असा.

■■

सान्निध्य

सान्निध्य : नास्तिकही जर संतांच्या सान्निध्यात राहील, तर त्याच्याही मनात भक्तीचा उदय झाल्याशिवाय राहाणार नाही. या वाक्यातील सान्निध्य या शब्दाचा अर्थ काय?

सन्निध असा शब्द आहे. सन्निध म्हणजे जवळ. अंतराच्या दृष्टीने जवळ. मग हे अंतर कोणत्याही प्रकारचे असो. शारीरिक, मानसिक, भावनिक, भौतिक, आध्यात्मिक असे कोणतेही. यांपैकी कोणत्या तरी बाबतीत आपण कुणाशी जवळीक करतो की नाही? ही जवळीक म्हणजे सान्निध्य. जवळ या शब्दापासून भाववाचक नाम तयार होते जवळीक. तसे सन्निध शब्दापासून सान्निध्य. जसे

सुजनपासून सौजन्य, प्रथमपासून प्राथम्य. हा शब्द काही लोक सानिध्य असा लिहितात वा उच्चारतात, पण ते योग्य नाही. कारण? सन्निध असा त्यातला मूळ शब्द आहे. सनिध असा नाही.

■ ■

सामुदायिक

सामुदायिक : ही आपली सर्वांची सामुदायिक जबाबदारी आहे, अशासारख्या वाक्यातला सामुदायिक हा शब्द अर्थदृष्ट्या सहज समजण्यासारखा आहे. ह्या शब्दाच्या लेखनाच्या संदर्भात मात्र विचार करावा लागतो. सामुदायिक ऐवजी सामुदाईक, सामुदाइक, सामुदायीक असे विविध प्रकारे लेखन केले जाते, ते अयोग्य आहे. समुदाय म्हणजे एके ठिकाणी गोळा झालेले लोक किंवा अन्य कोणीही. सामान्यपणे समुदाय हा माणसांचा समजला जातो. या समुदायाशी संबंधित ते सर्व सामुदायिक. इथे यि ऐवजी इ किंवा ई हे अक्षर वापरले, तर मूळ शब्द समुदाय आहे हे कसे लक्षात येणार? प्रासंगिक या शब्दातील मूळ प्रसंग, तसेच सामुदायिक शब्दातील मूळ समुदाय.

■ ■

सामूहिक

सामूहिक : सामूहिक हा शब्द सामुहिक, सामुहीक, सामूहीक या तीन वेगळ्या प्रकारे चालणार नाही. तो सामूहिक असाच लिहिला पाहिजे आणि उच्चारतानाही मू (दीर्घ) आणि हि (ह्रस्व) या दोन अक्षरांचे उच्चार नीट केले पाहिजेत. समूह म्हणजे काय? सम्-ऊह असा हा शब्द आहे. ऊह म्हणजे विचार. सम् म्हणजे एकत्र येऊन केलेला. सम्यक म्हणजे चांगल्या पद्धतीने केलेला! ज्यांचा विचार, ज्यांचा आचार एकसारखा असतो अशा गटाला समूह म्हणायला हवे. पण आपण हा अर्थ बदलून टाकला आहे. समूह म्हणजे नुसती गर्दी किंवा एकत्र आलेली माणसे, असे आपण समजू लागलो आहोत. समूहाची जी कृती, तिला म्हणायचे सामूहिक कृती. समूहाचे, समूहाने केलेले असे जे काही असेल, त्याला सामूहिक हे विशेषण वापरता येईल. सामूहिक शहाणपण असा एक शब्दबंध आपण वापरत असतो. मात्र हे शहाणपण व्यक्ती-व्यक्तींचे मिळून बनलेले असूनही कमी दर्जाचे असते, अशी आपली धारणा असते.

■ ■

सामोपचार

सामोपचार : कुठल्याही संघर्षकारक परिस्थितीत एकदम हातघाईवर न येता प्रथम सामोपचारानेच प्रश्न सोडवण्याचा प्रयत्न केला पाहिजे. हे एक समाजमान्य तत्त्व आहे.

पण सामोपचार म्हणजे नेमके काय?

साम, दान, भेद, दंड असे चतुर्विध उपाय आहेत, त्यातही साम हाच पहिला उपाय आहे. या सामाचा उपचार, म्हणजेच आचार, म्हणजे सामोपचार! पण तरीही साम या शब्दाचा अर्थ काय हा प्रश्न शिल्लक राहातोच!

पूर्वी यज्ञप्रसंगी वैदिक ऋचांचे गायन करीत असत. या गायन प्रकाराला साम म्हणत. या सामामुळे देवता संतुष्ट होतात, अशी श्रद्धा असे. अशा गायनयोग्य मंत्रांचा संग्रह सामवेद या नावानेच प्रसिद्ध आहे.

स्तुतीने संतुष्ट करण्याचा हा उपचार म्हणजे साम-उपचार! सामोपचार!

■ ■

सायास (नवससायास)

सायास : 'नवससायासांनी झालेला मुलगा आहे हो हा आमचा! त्याला शिक्षणासाठी का होईना, पण इतकं दूर एकट्याला पाठवायचं जिवावर येतंय आमच्या!' असे हे एकुलत्या एक मुलाच्या वृद्ध आईबापांचे उद्गार आपण कधी ऐकले असतील. त्यातले नवस आपल्याला माहीत आहेत. पण 'सायास' काय असतात?

सायास हा शब्द स-आयास असा बनलेला आहे आणि आयास म्हणजे कष्ट, त्रास, श्रम. आपण 'अनायासे' एखादी गोष्ट मिळवतो, याचा अर्थ कष्ट न करता आपल्याला ती गोष्ट मिळालेली असते. मग आता स-आयास म्हणजे कष्टासह. सायास नवस म्हणजे कष्टांसह नवस. म्हणजे नवस बोलतानाही – मी रोज पिंपळाला १०८ प्रदक्षिणा घालीन किंवा रोज गाईला चारा घालीन, अशी एखादी बोली केली जाते, तो असतो सायास नवस! आणि हे दोन शब्द फक्त क्रम बदलून उच्चारले की, ते होतात नवससायास!

■ ■

सायुज्य

सायुज्य : देवाचिया द्वारी बसावे क्षणभरी । तेणे मुक्ती चारी साधियेल्या।। असे हे दोन चरण कीर्तन-प्रवचनांमधून आपण ऐकत आलो आहोत. या चार मुक्ती कोणत्या, या प्रश्नाला उत्तर मिळते – सलोकता, समीपता, सरूपता आणि सायुज्य (ता). हा शब्द सायुज्य असाच हवा.

परमेश्वराचा निवास आहे त्या वैकुंठ लोकात भक्ताला जायला मिळते, ती त्याची सलोकता. ही मुक्ती ईश्वराच्या जवळ जायला मिळाले की, प्राप्त होते. ती समीपता. त्यानंतरची अवस्था म्हणजे सरूपता. या मुक्तीमधे ईश्वराचे जे रूप असते, तसेच रूप भक्तालाही प्राप्त होते.

आणि अखेरची मुक्ती म्हणजे सायुज्य. अनेकांच्या वापरात आहे तो शब्द म्हणजे सायुज्यता; जोडणे. म्हणजे स्वत:चे वेगळे अस्तित्व संपवून भक्त जेव्हा त्या ईश्वरामध्ये पूर्णपणे मिसळून जातो तेव्हा ती असते त्याची सायुज्य अवस्था. या पूर्वीच्या तीन मुक्तींमध्ये भक्त ईश्वराहून वेगळा असतो. या सायुज्य अवस्थेत तो वेगळा उरतच नाही.

सायुज्य या भाववाचक शब्दालाही ता हा आणखी एक भाववाचक प्रत्यय लावला जातो, तो आधीच्या तीन शब्दांच्या प्रभावामुळे. त्याची गरज नाही.

■ ■

साला/साळा

साला/साळा : कथाकादंबऱ्यांमधून येणाऱ्या संवादांमध्ये प्रासंगिक आवश्यकतेनुसार शिव्यांची पेरणी केली जात असते, पण सुमारे पन्नास वर्षांपूर्वी साला हा शब्दही साहित्यात अस्वीकार्य होता.

वास्तविक हा शब्द श्यालक या संस्कृत शब्दाचे मराठी रूप आहे. श्यालकचा अर्थ आहे बायकोचा भाऊ. साला याही शब्दाचा तोच अर्थ आहे. पण इतर कुणालाही त्याचा अधिक्षेप करण्यासाठी जेव्हा 'ए साल्या' म्हटले जाते, तेव्हा त्यात बोलणाराच्या असभ्यतेचाच अंश असतो. म्हणून हा शब्द 'शिवी' समजला गेला आहे. त्यामुळे श्यालक या अर्थाने मराठीत मेव्हणा हा शब्दच अधिक रूढ आहे. बहिणीच्या नवऱ्याला देखील मेव्हणाच म्हणायचे आणि श्यालकाला देखील मेव्हणाच म्हणायचे! विदर्भात मात्र श्यालकाला 'साळा' म्हणण्याची प्रथा आहे. 'साला'चेच तर हे रूप आहे!

■ ■

साष्टांग नमस्कार

साष्टांग नमस्कार : मोठ्या व्यक्तींना पत्र लिहिताना प्रारंभी मायन्यात सा.न.वि.वि. म्हणजे साष्टांग नमस्कार विनंती विशेष असे लिहिण्याची पद्धत आहे. यातील सा.चे सादर असेही स्पष्टीकरण देणे शक्य आहे. तथापि ते अलीकडचे होईल. पूर्वी साष्टांगच म्हणत असत. साष्टांग म्हणजे अष्टांगांसह. हा नमस्कार कोणत्या आठ अंगांसह केला जातो? त्यासंबंधी हा एक श्लोक पाहा.

पद्‌भ्यां कराभ्यां जानुभ्याम् उरसा शिरसा तथा ।
वचसा मनसा दृष्ट्या प्रणामोऽष्टांग उच्यते ॥

दोन पावले, दोन तळहात, दोन गुडघे, छाती व डोके (ही आठ अंगे जमिनीला टेकवून), वाणी, मन व दृष्टी यांच्यासह केलेल्या नमस्काराला अष्टांग प्रणाम म्हणतात.

■ ■

साहजिक

साहजिक : मंत्र्यांनी ती योजना आपल्याच मतदारसंघात नेली ना शेवटी? साहजिकच आहे ते! अशासारख्या वाक्यात आढळणारा 'साहजिक' हा शब्द नेमका कसा लिहावा आणि उच्चारावा या संबंधी अनेकांच्या मनात शंका असते. साहाजिक, सहाजीक, साहाजीक, साहजीक असे विविध विकल्प संभवतात. साहजिक हे लेखन व उच्चारण योग्य समजले पाहिजे. सहज हा शब्द आपल्या परिचयाचा आहे. सहज आपण तो वापरतोही! या 'सहज'पासूनच साहजिक हा शब्द तयार होतो. याच प्रकारे समर (युद्ध) या शब्दापासून सामरिक (युद्धाच्या बाबतीतील) हा शब्द निर्माण होतो. प्रपंच शब्दापासून प्रापंचिक हा शब्द तयार होण्यातही हीच प्रक्रिया घडते. या प्रत्येक वेळी मूळ शब्दातल्या प्रारंभीच्या 'अ' या स्वराचे 'आ'मध्ये रूपांतर होते. (याला 'अ'ची वृद्धी म्हणतात.) शेवटचा इक हा घटक देखील ईक असा नाही; तो इक आहे. म्हणून साहजिक!

■ ■

साहाय्य

साहाय्य : साहाय्य म्हणजे काय? मदत. होय ना? पण हा शब्द तयार कसा झाला? मुळात शब्द आहे सहाय. सहाय शब्दाचा अर्थ आहे सहप्रवासी; बरोबर

चालणारा. सह+अय. म्हणून मित्र. व्याकरणाच्या भाषेत सांगायचे, तर या सहाय शब्दाचे तद्धित रूप होते साहाय्य. म्हणजेच सहायाशी, मित्राशी संबंधित अशी गोष्ट. म्हणून मग साहाय्य म्हणजे मदत. हे तद्धित रूप साहाय्य असे आहे; सहाय्य नव्हे!

■ ■

सिंह

सिंह : सिंह या शब्दाचा उच्चार नेमका कसा करायचा असा प्रश्न विशेषत: इंग्रजी माध्यमातून शिकणाऱ्या विद्यार्थ्यांना पडतो. या शब्दाचे स्पेलिंग तर हे विद्यार्थी Sinha असेच करतात. आणि त्याला पर्यायही नाही. भारतीय भाषांमधले अनेक शब्द इंग्रजी स्पेलिंगमध्ये यथायोग्य दर्शविता येतच नाहीत. त्यातलाच सिंह हा एक शब्द. स्पेलिंगनुसार त्याचा उच्चार मग सिन्‌ह असा होऊ लागतो. सिन्हा हे बिहार-उत्तर प्रदेश या भागातील नाव असेच इंग्रजीच्या प्रभावाने आलेले आहे. मग सिंह या शब्दाचा उच्चार करायचा तरी कसा? खरे तर तो शब्दोच्चार मौखिक ध्वनीद्वारेच ऐकवला पाहिजे. पण लेखनातून स्पष्ट करताना असे सांगता येईल की, 'ह'पूर्वीच्या अनुस्वाराचा उच्चार सामान्यत: वँ् असा करण्याचा प्रयत्न करून पाहा, म्हणजे सिंह हा शब्द जवळजवळ योग्य पद्धतीने उच्चारला जाईल.

■ ■

सिंहस्थ

सिंहस्थ : दर बारा वर्षांनी नाशिक व त्र्यंबकेश्वर या तीर्थक्षेत्री सिंहस्थाची यात्रा भरत असते. पण सिंहस्थ म्हणजे नेमके काय?

आकाशाचे बारा समान भाग कल्पून त्या प्रत्येक भागाला बारा नावे देण्यात आली आहेत. त्या भागांना राशी असे म्हणतात. रास (एकवचन) आणि राशी (अनेकवचन) ही या शब्दाची मराठीतील रूपे! या राशींची मेष, वृषभ, मिथुन, कर्क.... इत्यादि नावे आहेत. ती सुद्धा त्या त्या राशिविभागातील तारकापुंजांचे दृष्टीला भावणारे विशिष्ट आकार लक्षात घेऊन दिलेली नावे आहेत. या राशींपैकी एक रास आहे सिंह.

सुमारे दर-बारा वर्षांनी गुरु हा ग्रह सिंह राशीत येतो व जवळजवळ एक वर्ष त्याच सिंह राशीत राहातो. या वर्षभराच्या काळास सिंहस्थ काळ म्हणतात.

■ ■

सिंहाचा वाटा

सिंहाचा वाटा : 'आज ज्यांचा आपण सत्कार करीत आहोत, त्यांचा आपली ही संस्था उभी करण्यात सिंहाचा वाटा आहे, हे आपण जाणताच!' या वाक्यातील सिंहाचा वाटा हा शब्दप्रयोग इंग्रजीतील 'लायन्स शेअर' या शब्दप्रयोगाचे भाषांतर म्हणून मराठीत आलेला आहे.

सिंहाचा वाटा म्हटले की, आपल्याला अल्पसे साहाय्य या अर्थाने येणारा खारीचा वाटा हा शब्दप्रयोग आठवेल. स्वाभाविकपणेच मग सिंहाचा वाटा म्हणजे सर्वाधिक साहाय्य, प्रमुख सहकार्य, असाच अर्थ आपण घेतो. परंतु खरे तर सिंहाचा वाट्याचा मुळात हा अर्थ नसावा. शिकार केलेल्या प्राण्याचे मांस खाताना प्रथम त्यावर सिंहाचा अधिकार असतो आणि त्या मांसापैकी त्याला हवे तेवढे म्हणजेच बरेचसे मांस त्याने खाल्ले की, नंतर मग त्याच्या आसपासच्या प्राण्यांना म्हणजेच सिंहीण व छावे यांना उरलेले मांस खायला मिळते! तेव्हा खरे तर सिंहाचा वाटा हा सार्वजनिक कार्यात असलाच, तर तो श्रेयाचा वाटा असतो आणि कार्याला कितीही जणांचा हातभार लागलेला असला, तरी त्याचे श्रेय जर एखादीच व्यक्ती घेत असेल, तर त्या व्यक्तीने सिंहाचा वाटा घेतला असे म्हणणे योग्य ठरेल!

■■

सिंहावलोकन

सिंहावलोकन : आपण करीत असलेल्या कोणत्याही कार्यात थोडे थांबून आपण आतापर्यंत ते कार्य कोणत्या पद्धतीने व किती केले आहे आणि त्यात आपल्याला आपल्या अपेक्षेप्रमाणे यश येते आहे की नाही हे पाहाणे, याला म्हणतात त्या कार्याचे आपण करावयाचे सिंहावलोकन. अर्थात कार्याची पुढची गती ठरविण्यासाठी ते आवश्यक असते.

सिंह या प्राण्याची अशी एक सवय असते की, अरण्यात मार्गक्रमणा करीत असताना तो मधून मधून मागे पाहून आपल्या मागावर कुणी आहे का ते बघत असतो. हे करताना आपल्या गतीची दिशा बदलू नये अशा पद्धतीनेच आपले शरीर ठेवून केवळ आपली मान तेवढी वळवून तो मागच्या प्रदेशावर दृष्टिक्षेप करतो. हा त्याचा दृष्टिक्षेप (म्हणजेच अवलोकन, पाहाणे) एका सुंदर चित्रप्रतिमेचा विषय होतो. या प्रतिमेचा उपयोग विविध क्षेत्रातील कार्यकर्त्यांनी आपल्या सोयीने करून घेतलेला आहे; सिंहावलोकन या शब्दाने.

■■

सीमांतपूजन

सीमांतपूजन : हिंदू समाजात विवाहविधीत 'सीमांतपूजन' या नावाचा एक विधी करण्याची प्रथा आहे. खरे म्हणजे हिंदूच काय, सर्वच धर्मीयांमध्ये आणि सर्वच जातींमध्ये विवाहासाठी वर जेव्हा वधूकडे येतो, त्या वेळी त्याचे स्वागत करण्याची प्रथा आहेच. हे स्वागत हेच खरे तर त्याचे सीमांतपूजन असते. परगावाहून येणारा वर जेव्हा वधूच्या गावाच्या सीमेवर येतो, तेव्हा त्या सीमेवर, सीमेच्या टोकावर केलेले त्याचे पूजन म्हणजेच स्वागत; म्हणजे सीमांतपूजन. पण धार्मिक विवाहविधीत आता ते कार्यालयात, भटजींनी केलेल्या मंत्रघोषात मोठ्या समारंभाने केले जाते! पूर्वी एके काळी (आणि आताही ग्रामीण भागात काही ठिकाणी) वराचे हे पूजन गावाच्या सीमेवर मारुती मंदिरात करण्याची प्रथा होती. सीमांत म्हणजे सीमेचे टोक. हा शब्द न समजल्याने या सीमांतपूजनाचे कित्येक जण शब्दोच्चारात 'श्रीमंती पूजन' करून टाकतात!

■ ■

सुकर

सुकर : सुगम, सुलभ, सुकर हे रचनेच्या दृष्टीने एकाच प्रकारचे शब्द आहेत. सुगम म्हणजे समजायला सोपे! (गम् म्हणजे समजणे! त्यापासून 'गम्य' = समजण्यासारखे हा शब्द मिळतो.) सुलभ म्हणजे लाभायला म्हणजेच मिळायला सोपे. तसेच सुकर म्हणजे करायला सोपे. दिलेल्या साधनांचा नीट उपयोग केला, तर सांगितलेले काम सुकर व्हायला हरकत नाही! या वाक्यात हा सुकर शब्द आलेला आहे. या शब्दाचा उच्चार करताना सुकरमधील अंत्य 'र' हा पूर्ण उच्चारला पाहिजे. 'सुकऽर्' असा उच्चार करणे योग्य नाही. त्याचप्रमाणे सुगम किंवा सुलभ या शब्दांमध्येही अंत्य अक्षर व्यंजनात्मक (ग्, भ्) न उच्चारता स्वरासहित पूर्ण (ग, भ) असे उच्चारले पाहिजे. याशिवाय 'सुकर' या शब्दाचा उच्चार करताना 'सूकर' असेही उच्चारून चालणार नाही. सूकर या शब्दाचा अर्थ आहे डुक्कर! सुकर/सूकर या दोन शब्दांवरून स्वरांमधले ह्रस्वदीर्घत्व शब्दार्थात बदल घडवून आणते, हे लक्षात येईल.

■ ■

सुख

सुख : मराठीत उपांत्य स्वर दीर्घ लिहावा असा एक नियम 'शुद्ध'लेखनात सांगितला जातो. परंतु हे नियम सरधोपटपणे सांगितलेले असतात. पाहा ना, हा नियम 'सुख' या शब्दाला लावता येणार नाही. काय आहे सुख या शब्दाचा अर्थ? ख म्हणजे आकाश (म्हणून खग म्हणजे सूर्य किंवा पक्षी) आणि आकाश म्हणजे आपल्या भोवतीचा सर्व परिसर. म्हणजे पर्यायाने आपण ज्याला पर्यावरण म्हणतो ते सर्व. ते सु म्हणजे चांगले असणे म्हणजे सुख! आपल्या सुखाच्या कल्पना भिन्न-भिन्न असतात, कारण आपण वेगवेगळ्या पर्यावरणाची अपेक्षा करीत असतो. कुणी चांगल्या आर्थिक परिस्थितीची (म्हणजे पर्यावरणाचीच) अपेक्षा करीत असतो, तर कुणाला आपल्या भोवती आपल्यावर प्रेम करणारी व आपल्याबद्दल आपुलकी असणारी माणसे हवी असतात! त्यातच त्यांचे सुख सामावलेले असते. आपल्या भोवतीचे अपेक्षित वातावरण चांगले असले म्हणजे आपण सुखी – सुखाने युक्त असतो.

■■

सुगरण

सुगरण : 'वहिनी, आमच्या भावाला तुमच्यासारखी सुगरण बायको म्हणून मिळाली, म्हणून ठीक. नाही तर....' अशा एखाद्या संवादात आलेला सुगरण हा शब्द नेमका कोणता अर्थ व्यक्त करतो? सामान्यत: सुगरण म्हणजे उत्तम स्वयंपाक करणारी स्त्री असे मानले जाते; परंतु मुळात या शब्दाचा अर्थ इतका संकुचित नाही. हा शब्द संस्कृतमधील सुगृहिणी या शब्दाचे मराठी तद्भव रूप आहे.

सुगृहिणी म्हणजे उत्तम गृहिणी आणि गृहिणी म्हणजे गृहाची स्वामिनी. म्हणून गृहस्थाची पत्नी. गृहस्थाने विवाहाने आपल्या घरी आणून जिच्या स्वाधीन घर करायचे असते, तिला गृहिणी म्हणायचे असते. त्यातही उत्तमता दाखविण्यासाठी म्हणायचे, सुगृहिणी. या गृहिणीच्या ठिकाणी कोणकोणते गुण असावेत? खरे म्हणजे अनेक गुण तिच्या ठिकाणी असतात; परंतु त्यातला सर्वात महत्त्वाचा मानला गेलेला गुण म्हणजे उत्तम स्वयंपाक करता येणे! या गुणावरच लक्ष केंद्रित केले गेल्यामुळेच सुगृहिणी या शब्दाचे रूपांतर 'सुगरण'मध्ये होताना हा संकुचित अर्थच या शब्दाला प्राप्त झालेला आहे.

■■

सुतार

सुतार : सूत्रकार या शब्दातून पुढे सुतार शब्द निर्माण झालेला दिसतो. सूत्रधार वेगळा आणि सूत्रकार वेगळा. मुळात सूत्र शब्दाचा अर्थ दोरा, दोरी असा आहे; पण ते एक अंतर मोजण्याचे व दोन अथवा अधिक बिंदू सरळ रेषेत आहेत की नाहीत हे ताडून पाहाण्याचेही साधन आहेच. त्याशिवाय सूत्राच्याच साहाय्याने सूत्राची ५,४,३ या प्रमाणात लांबी घेऊन, त्या तीन बाजूंच्या साहाय्याने त्रिकोण साधून चार व तीन लांबीच्या बाजूतील कोन हा काटकोन म्हणजेच नव्वद अंशांचा कोन आहे, हे ही नक्की करता येते. या सूत्राच्याच साहाय्याने एक त्रिज्या धरून वर्तुळ देखील काढता येते. या सर्व कृती लाकडाच्या बांधकामात कराव्या लागतात. त्या सर्वांचे सूत्र ज्याला माहीत असे, त्या सूत्राच्या साहाय्याने जो आपल्या कृती करतो तो सूत्रकार. त्याला आजच्या परिभाषेतले आर्किटेक्चरचे ज्ञान असायला हवे. पूर्वीचा सूत्रकार केवळ लाकूडकामच करीत असेल असे नाही. आज मात्र हा शब्द परिवर्तित रूपात सुतार या कर्मचाऱ्यापुरता मर्यादित अर्थाने वापरला जातो.

■ ■

सुंदोपसुंदी

सुंदोपसुंदी : एखाद्या राजकीय पक्षामध्ये अंतर्गत मतभेद होऊन दोन गटांचा एकमेकांविरुद्धचा संघर्षात्मक प्रचार सुरू होतो; भांडणे सुरू होतात; एकमेकांवर दोषारोप सुरू होतात तेव्हा तेथे सुंदोपसुंदी सुरू झाली असे म्हटले जाते. सुंद आणि उपसुंद हे दोन बंधू पुराण वाङ्मयातील दोन राक्षस आहेत. त्या दोघांना ठार मारण्यासाठी देवांनी तिलोत्तमा नावाच्या सुंदरीला पाठविले. त्या सुंदरीसाठी या दोनही बंधूनी परस्परांशी युद्ध केले व त्यात ते दोघेही एकमेकांच्या प्रहारांनी घायाळ होऊन मृत्युमुखी पडले. या पौराणिक कथेवरून सुंदोपसुंदी हा शब्द भाषेमध्ये आलेला आहे. अर्थात अलीकडची तिलोत्तमा म्हणजे सत्ता अथवा संपत्ती असते आणि तिच्यासाठी भांडणारे व त्या भांडणातून दोघांचाही नाशच ओढवून घेणारे हे भांडणापूर्वीचे बंधुसदृश मित्र वा सहकारीच असतात!

■ ■

सुभिक्षा

सुभिक्षा : अलीकडे अनेक ठिकाणी सुभिक्षा नावाची विशेष दुकाने (म्हणजे विक्रय केंद्रे) सुरू झालेली दिसतात. ही दुकाने सुरू करणाऱ्या संस्थेने या शब्दाचे काही स्पष्टीकरण दिलेले आहे की नाही, हे माहीत नाही. तथापि कुणी तरी जिज्ञासू कुणाला तरी विचारतोच – 'का हो, सुभिक्षाचा अर्थ काय हो?' संस्कृत भाषेत 'दुर्भिक्ष' असा एक शब्द आहे. दुर्भिक्ष म्हणजे दुष्काळ. असा दुष्काळ की, कुणा वाटसरूला, अतिथीला, भिक्षेकऱ्याला, याचकाला भिक्षा म्हणूनही काही मिळणे दुरापास्त व्हावे! (अतिथीला सन्मानाने भोजन देण्याची भारतीयांची सांस्कृतिक परंपरा; तर या दुष्काळात 'भिक्षा' वाढणेही कठिण!)

सुभिक्षा हा शब्द या दुर्भिक्ष (किंवा दुर्भिक्षा) म्हणजे दुष्काळ याच्या उलट सुकाळ या अर्थाने वापरात आणावा, अशी हा शब्द सुचविणाऱ्यांची कल्पना आहे. भरपूर पुरवठा, हा असावा या शब्दाचा अभिप्रेत अर्थ. पण अगदी शब्दश: विचार केला, तर जिथे भिक्षा सहज मिळते असे स्थान वा अशी स्थिती असा अर्थ सांगावा लागेल. अर्थात तो काही इष्ट नाही. नाही का? कारण या दुकानात काही कुणी भिक्षा मागायला जात नसते!

■ ■

सुलभ/सुगम

सुलभ/सुगम : सुलभ इतिहास, सुलभ अर्थशास्त्र, सुलभ इंग्रजी व्याकरण किंवा तत्सम एखादे अभिधान धारण करणारे पुस्तक तुमच्या पाहाण्यात असेल. या पुस्तकाच्या नावात हे जे 'सुलभ' विशेषण आहे, त्याचा काय अर्थ आहे? त्या लेखकाला अभिप्रेत असलेला अर्थ तरी सोपे, सहज समजण्यासारखे, असा दिसतो!

पण खरे म्हणजे सुगम हे विशेषण इथे अधिक योग्य ठरणार नाही का? कारण सुगम म्हणजे सहज समजण्यासारखे. कारण गम् धातूचा एक अर्थ आहे, समजणे! मला यात काही गम्य नाही, असे आपण म्हणतो तेव्हा गम्य म्हणजे समजण्यासारखे असा अर्थ असतो. ग्रामीण भागातही 'मला तरी बाई हे काही गमत नाही' म्हणजे माझ्या लक्षात येत नाही, असे वाक्य ऐकायला मिळते. सुलभ म्हणजे काय? सहज प्राप्त होईल असे; पण ते समजायला सोपे, सुगम असेलच, असे कसे म्हणता येईल?

■ ■

सुलभा

सुलभा :मुलामुलींची नावे कशी आणि कोणती ठेवावी याचे सर्वस्वी स्वातंत्र्य त्यांच्या आईबापांना व इतर नातेवाईकांनाच असले पाहिजे, हे खरे! त्यामुळे कुणी आपल्या मुलांची अ ब क अशी नावे ठेवली, तरी इतरांनी त्याच नावांनी त्यांना हाक मारावी हेच बरे!

त्यामुळे नावाला काही अर्थ असलाच पाहिजे हा आग्रह कशाला?

पण ज्या शब्दांना भाषेत काही अर्थ आधीच प्राप्त झालेला आहे असा एखादा शब्द जर मुलाचे अथवा मुलीचे नाव म्हणून वापरला, तर तो तसा वापरण्यापूर्वी त्या शब्दाचा भाषेतला अर्थ तरी निदान समजून घ्यावा ना!

उदाहरणार्थ, सुलभा हे मुलीचे नाव ठेवताना सुलभ म्हणजे सहज प्राप्त होण्यासारखे, या शब्दाचे हे स्त्रीलिंगी रूप आहे. तेव्हा सहज कुणालाही प्राप्त होण्यासारखी असा अर्थ या सुलभा शब्दाचा होतो, हे आधी जाणून घ्यायला हवे.

■ ■

सुयोधन

सुयोधन : महाभारतातील दुर्योधन या व्यक्तीचा उल्लेख करताना युधिष्ठिर म्हणजेच धर्मराज नेहमी 'सुयोधन' असा शब्द वापरीत असे, असे सांगतात. आणि महाभारत या व्यासोक्त ग्रंथात अनेक ठिकाणी धर्मराजाच्या मुखी सुयोधन असा दुर्योधनाचा उल्लेख करणारा शब्द आहे. धर्मराजाचे केवढे हे सौजन्य की, तो आपला शत्रू असलेल्या दुर्योधनाला सुयोधन म्हणतो, असे काही लोकांना वाटते. परंतु यातली एक गोम अशी की, दुर्योधन या शब्दाचा अर्थ होतो, ज्याच्याशी युद्ध करणे फार कठिण आहे, तर सुयोधन शब्दाचा अर्थ होतो, ज्याच्याशी युद्ध करणे अगदीच सोपे आहे! दुर्योधनाचा उल्लेख सुयोधन असा करून धर्मराज त्याच्याबद्दलचा तुच्छ भाव व्यक्त करीत असे.

■ ■

सुवाच्य

सुवाच्य : आपले अक्षर सुवाच्य असले पाहिजे, असे सर्वांनाच वाटते, परंतु 'स्वयम् अपि लिखितम् स्वयं न वाचयति' – स्वतःच लिहिलेले स्वतःला वाचता

येत नाही, अशीही कित्येकांच्या बाबतीत स्थिती असते.

या विधानात सुवाच्य म्हणजे काय? नीट वाचता येईल असे, हा या शब्दाचा अर्थ आहे. सु म्हणजे चांगले, नीट, व्यवस्थित.

हा शब्द कित्येक लोक 'सुवाच्च' असा लिहितात. वृत्तपत्रांमधेही काही वेळा तसा छापलेला आढळतो. 'सुवाच्य' आणि 'सुवाच्च' यांच्या उच्चारात बराच सारखेपणा असल्याने हा घोटाळा होतो असे दिसते.

वाच्य म्हणजे वाचण्यासारखे. यात वाच् या धातूस य हा एक प्रत्यय लागलेला आहे. अगम्य (न समजण्यासारखे), लक्ष्य (लक्ष देण्यासारखे), दृश्य (पाहाण्यासारखे) अशा अनेक शब्दांमध्ये हाच य प्रत्यय असतो. मूळ धातूपुढे हा य प्रत्यय लागताना काही वेळा धातूच्या रूपात थोडा बदल होतो. उदाहरणार्थ दा (देणे)पासून देय (देण्यासारखे), पा (पिणे)पासून पेय (पिण्यासारखे), नी (नेणे)पासून नेय (नेण्यासारखे) वगैरे.

■ ■

सुश्राव्य

सुश्राव्य : सुश्राव्य गायन, सुश्राव्य कविता वाचन इत्यादि शब्दबंध आपल्या ऐकण्यात आहेत. 'सुश्राव्य' शब्दामधला 'सु' हा चांगले, उत्तम या अर्थाचा आहे, हे स्पष्ट आहे. राहाता राहिला शब्द श्राव्य. श्राव्य म्हणजे काय? ऐकायला हवे असे? ऐकण्यासारखे? नाही!

श्रु-शृणोति असा संस्कृत धातू आहे. त्याचा अर्थ ऐकणे असा आहे. त्यापासून श्रव्य असे विध्यर्थी विशेषण तयार होते. त्याचा अर्थ आहे, ऐकायला हवे असे, ऐकण्यासारखे वगैरे! आणि श्राव्य हे आहे त्या विशेषणाचे प्रयोजक रूप! म्हणजे जे ऐकविले पाहिजे, ऐकायला लावायला हवे, ते!

म्हणजे गाण्याची सुश्राव्य मैफल याचा अर्थ या मैफलीची संयोजकांनी केलेली योजना आणि तिच्या श्रवणीयतेबद्दल घेतलेली हमी असते. गाणे श्रवणीय होते की नाही हे समजून घेऊन रसिकांनी संयोजकांना त्याबद्दलची पावती देताना म्हणावे, 'होय, हे गाणे सुश्राव्य होते हो! आणखी एकदा तरी ऐकवा की!'

■ ■

सुष्ट

सुष्ट : दुष्ट शब्द वाईट आणि इतरांना त्रासदायक वर्तन करणाऱ्या व्यक्तीसाठी,

तर सुष्ट हे विशेषण त्याच्या उलट चांगल्या, स्वीकार्य, अनुकरणीय अशा परोपकारी वर्तन करणाऱ्या व्यक्तीसाठी आपण वापरतो. परंतु दुष्ट शब्दाचे मूळ दुष् या धातूमध्ये आहे. दूषित, दोष हे शब्दही या धातूपासून तयार होतात. सुष्ट शब्द मात्र असा कोणत्या एखाद्या सुष् धातूपासून तयार झालेला नाही. तो केवळ 'दुः' या तिरस्कारदर्शक घटकाऐवजी 'सु' हा त्या उलट म्हणजेच शोभन, सुंदर, स्वीकार्य या अर्थाचा घटक वापरून तयार केलेला आहे. दुःख आणि सुख, दुर्दैव आणि सुदैव या जश्या जोड्या आहेत, तशीच दुष्ट आणि सुष्ट ही नवी जोडी लोकांनी आपल्या बोलण्यातून तयार केलेली आहे.

■ ■

सुस्वागतम्

सुस्वागतम् : सुस्वागतम् हा संस्कृत शब्द आपण मराठीत अगदी जसाच्या तसा म्हणजेच तत्सम या स्वरूपात वापरतो. इतकेच नव्हे, तर या शब्दाला मराठीचे कोणतेही प्रत्यय लावून त्यात बदल देखील करीत नाही! आगतम् म्हणजे कुणाचेही प्रत्यक्षात झालेले आगमन; येणे. कुणी आपल्याकडे आले की, त्याचे ते झालेले आगमन म्हणजेच आगतम्. ते आपल्याला आवडलेले असले, आनंदकारक झालेले असले की, ते सु म्हणजे चांगले आगमन म्हणून स्वागतम्.

पण या 'स्वागतम्' शब्दाला सुद्धा प्रारंभी आणखी एक 'सु' जोडून आपण हे येणे फारच प्रिय आहे अशी आपली भावना व्यक्त करीत असतो! स्वागतम् हा एका 'सु'ने युक्त शब्द आपली भावना व्यक्त करायला कमी पडतो आहे असे वाटल्याने तो आपण सुस्वागतम् असा केला! आणि अलीकडे तर सार्वजनिक समारंभामधून हा पूर्ण शब्दच तीन तीन वेळा उच्चारून आपण आपला आनंद व्यक्त करीत असतो.

सुस्वागतम्! सुस्वागतम्! अधिकस्य अधिकं फलम्!

■ ■

सूक्त

सूक्त : सूक्त हा शब्द मुख्यत्वेकरून ऋग्वेदामधील कवितांसाठी वापरला जातो. विविध ऋषींना स्फुरलेल्या अशा एकूण दहाशे अठ्ठावीस कविता व्यासांनी गोळा केल्या आणि त्यांची दहा भागांमध्ये मांडणी करून ऋग्वेद-संहिता हा ग्रंथ सिद्ध केला. या

दृष्टीने व्यास हे ऋग्वेदाचे संपादक आहेत. ऋग्वेदाच्या या प्रत्येक भागाला मंडल म्हणतात. त्यातील प्रत्येक कवितेला सूक्त म्हणतात. ही सूक्ते व्यासांनी दहा मंडलांमध्ये ऋषी-देवता-विषय यांच्या अनुरोधाने विभागली. ही रचना पूर्ण झाल्यानंतरही काही ऋषी रचना करीतच असावेत. त्यांच्या अशा काही सूक्तांना मग 'खिल' (बाकी राहिलेली) सूक्ते म्हणू लागले. कदाचित ही सूक्ते व्यासांच्या काळातही असतील, परंतु संपादन-काळात त्यांना ती मिळाली नसतील. त्यातही काही मग ८व्या व काही १०व्या मंडलाच्या अखेरीस घेतली गेली आहेत. सूक्त म्हणजे सु-उक्त. सु म्हणजे शोभन, उत्तम, आणि उक्त म्हणजे म्हटलेले. हा शब्द सूक्त असा आहे. सुक्त हे चुकीचे लेखन आहे.

■ ■

सूक्तासूक्त

सूक्तासूक्त : सूक्तासूक्त मार्ग म्हणजे कोणते मार्ग, असे विचारले, तर असे काही चपराशापासून अधिकाऱ्यांपर्यंत हात ओले करण्याचे उपाय माहीत असलेल्या व्यक्ती सापडतील; पण शब्दार्थ विचारला, तर सूक्तासूक्त या शब्दाचा नेमका अर्थ सर्वांनाच सांगता येईल, असे कदाचित होणार नाही.

सूक्त आणि असूक्त, त्याचप्रमाणे सूक्त किंवा असूक्त अशा दोन प्रकारे सूक्तासूक्त या शब्दाची उकल करता येईल. सूक्त म्हणजे सु-उक्त – चांगले आहेत म्हणून सांगितलेले आणि असूक्त – अ-सु-उक्त – चांगले नाहीत म्हणून सांगितलेले. असे हे दोन मार्ग आहेत. साध्या शब्दांत – बरे वाईट! भले बुरे!

सूक्त हा शब्द मुळात वेदांमधील कवितांसाठी वापरण्यात आलेला आहे. या सूक्तांनी म्हणजे उत्तम प्रकारे रचलेल्या शब्द संहितांनी स्तुती केल्यावर देवताही प्रसन्न होत असत! हे त्या काळातले सूक्त मार्ग! त्या काळी असूक्त मार्ग माहीत नसावेत.

■ ■

सूचना

सूचना : काही अतिपरिचित शब्द असतात, त्यांच्यातला हा एक शब्द आहे. पण त्या शब्दातून कोणता अर्थ सूचित होतो? (म्हणजेच कोणत्या अर्थाची सूचना मिळते?)

सूचना म्हणजे एखादी गोष्ट सूचित करण्याची प्रक्रिया आणि सूचित करणे म्हणजे काही स्पष्टपणे सांगणे नाही. नाही का? म्हणजे असे – 'मी उद्या संध्याकाळी जरा बाहेर जाणार आहे.' असे शिक्षकाने आपल्या रोज येणाऱ्या विद्यार्थ्यासमोर म्हटले, तर सूचित होते की, 'उद्या संध्याकाळी तू न आलास तर बरं!'

याला म्हणतात सूचना! म्हणजे स्पष्ट शब्दांत न सांगता केवळ सुचवणे!

पण आपल्याला वाटते, सूचना कशी अगदी स्पष्ट शब्दांत हवी! 'उद्या शाळेला सुटी आहे.' ही सूचना! 'येऊ नकोस.' ही सूचना!

सूचना या शब्दातला गर्भित अर्थ ओळखणे आपण विसरलो आणि त्यामुळेच सूचना स्पष्ट शब्दात देणे सुरू झाले!

■ ■

सूतोवाच

सूतोवाच : एखाद्या गोष्टीचे सूतोवाच केले जाते, म्हणजेच त्या गोष्टीला सुरुवात केली जाते; प्रारंभ केला जातो. म्हणून सूतोवाच म्हणजे प्रारंभ.

वास्तविक हा शब्द म्हणजे मुळात एक संस्कृत वाक्य आहे. ते असे – सूतः उवाच! यामधील विसर्ग लोप पावतो. 'सूत उवाच' म्हणजे 'सूत म्हणाला.'

कोण हा सूत?

पूर्वी सूत जातीचे लोक अनेक ठिकाणी फिरून जनतेला अनेक प्राचीन कथा सांगत. ग्रंथच्या ग्रंथ त्यांनी या पद्धातीने ग्रामाग्रामात हिंडून लोकांना ऐकविलेले आहेत. सारे महाभारत, सर्व पुराणे ही या पद्धतीनेच लोकांना सांगितली गेली आहेत. ते ग्रंथ पुढे लिहिले गेले. त्यामुळे सूत असे म्हणाला, सूताने म्हटले, असाच त्यातील प्रत्येक कथेचा प्रारंभ असतो.

त्यामुळे सूत उवाच याचा अर्थ कोणत्याही गोष्टीचा प्रारंभ झाला! या दोन शब्दांचे आपण उच्चारदृष्ट्या एकत्रीकरण केले आहे – सूतोवाच. म्हणजे प्रारंभ! मग आता पुढे कथन चालू राहील. आधी सूतोवाच तर करा!

■ ■

सूत्रधार

सूत्रधार : सूत्रधार म्हणजे सूत्र धारण करणारा, कोणत्याही कामांमध्ये त्या कामाची आखणी करून त्यासाठी काय हवे-नको ते पाहून त्याची व्यवस्था करणारा, ते काम पूर्ण होईपर्यंत त्याची सर्व काळजी वाहाणारा मनुष्य. म्हणजे त्या

कामातला सूत्रधार. त्या कामाचे अर्धेअधिक श्रेय निश्चितच त्याचेच असते; पण त्याला सूत्रधार का म्हणतात? केवळ कर्णधारच म्हणायला सुद्धा हरकत नसावी, नाही का? पण बघा! सूत्रधार या शब्दातील सूत्र शब्द दोरी या अर्थाचा आहे. बाहुल्यांना बांधलेल्या दोऱ्या आपल्या हातात ठेवून पडद्याआडून त्या दोऱ्या ओढीत त्या बाहुल्यांचे खेळ करून दाखविणाऱ्या व्यक्तीला सूत्रधारच म्हणायला हवे. नाही का? अश्या पद्धतीने सर्व काम इतरांच्याकडून परंतु आपल्या योजनेप्रमाणे करून घेणाऱ्या व्यक्तीलाच सूत्रधार म्हणतात. नाटकात एक पडद्यामागचा सूत्रधार असतो, तो याच प्रकारचा.

■■

सृजन/सर्जन

सृजन/सर्जन : सृज् या संस्कृत धातूपासूनच हे दोनही शब्द तयार होतात. संस्कृत धातूपासूनचे हे दोनही शब्द तयार होतात. संस्कृत व्याकरणानुसार सृज् धातू दोन प्रकारे वापरला जातो. (या प्रकारांनुसार धातूंचे गण म्हणजे समूह केलेले आहेत. त्यात सृज् धातू पहिल्या गणात आहे. तसाच तो सहाव्या गणातही आहे.) सृजति आणि सर्जति अशी दोन्ही रूपे संस्कृत भाषेत आहेत. (बोलता बोलता भाषेत जे बदल होत जातात, ते संस्कृत भाषेतही झालेले आहेत.) सृज् म्हणजे स्वत: निर्माण होणे. त्यापासूनच सृष्टी हाही शब्द मिळतो. सृष्टी आपोआप निर्माण झाली किंवा कुणी ईश्वराने ती निर्माण केली! सर्जन शब्दाला आपण वि हा उपसर्ग लावून विसर्जन हा शब्द तयार करतो. तसा विसृजन हा शब्द मात्र आपण वापरत नाही. सृजन व सर्जन यात फरक दाखवायचा असेल, तर कवीला सर्जनशील म्हणावे आणि कवितेचे सृजन झाले, असे म्हणावे. स्वत: प्रकट होणे या अर्थाने सृजन व दुसऱ्या कुठल्या घटकाच्यामुळे निर्माण होणे हे सर्जन. सर्जन हे केले जाणारे, सृजन हे होणारे!

■■

सृजनशील/सर्जनशील

सृजनशील/सर्जनशील : मराठी साहित्यात समीक्षेमध्ये सृजनशील आणि सर्जनशील ही दोन्ही विशेषणे सर्रासपणे वापरण्यात येत असतात. शिवाय यातला कोणता तरी एक शब्दच बरोबर असून दुसरा (राहिलेला) चूकच आहे, असाही

अनेकांचा समज आढळतो. अर्थदृष्ट्या सूक्ष्म भेद असलेले हे दोन्ही शब्द बरोबरच आहेत. मग हा भेद काय आहे? दोन्ही शब्द सृज् या धातूचेच आविष्कार आहेत. 'सृष्टी' हा शब्द त्याच धातूपासून निर्माण होतो. सृष्टी म्हणजे जिचे सृजन झालेले आहे. सृजन हे आपोआप, स्वयम् होणारे असते. सर्जनासाठी कुणा तरी सृजन कर्त्याची अपेक्षा असते. म्हणून प्रतिभा ही स्वयम् सृजनशील असते. कवी मात्र सर्जनशील असतो. आपल्या प्रतिभेच्या साहाय्याने तो कवितेची निर्मिती करतो.

■ ■

सृष्टी

सृष्टी : मराठी शुद्धलेखन पद्धतीनुसार सृष्टी हा शब्द ईकारान्त लिहिला जात असला, तरी मुळात तो सृष्टि असा इकारान्त आहे. हा शब्द सृज् म्हणजे उत्पन्न होणे या धातूपासून तयार होतो. उत्पन्न होणे आणि उत्पन्न करणे यात फरक असतो. सृष्टि स्वत:च निर्माण होत असते, असा अर्थ या शब्दातून व्यक्त होतो आहे. 'गम्'पासून गति, 'मन'पासून मति, 'प्री'पासून प्रीति, 'भी'पासून भीति, 'सृ'पासून सृति त्याप्रमाणे 'सृज्'पासून सृष्टि. इथे दिलेले हे विविध शब्द काय सुचवितात? तर गति, मति, भीति, सृति या सर्व स्वत:च सिद्ध होणाऱ्या गोष्टी आहेत. म्हणजे केल्या जाणाऱ्या नाहीत. तशीच सृष्टि!

आपण मराठीत हे शब्द – गती, मती, प्रीति, भीती, सृती (संसृती), सृष्टी असे ईकारान्त लिहू लागलो आहोत.

■ ■

सौभाग्यवती

सौभाग्यवती : आधुनिक विवाहित स्त्रिया आपला पती जिवंत असल्याचे प्रकट करणारे 'सौभाग्यवती' हे विशेषण स्वत:मागे लावीनाश्या झाल्या आहेत. विवाह झालेल्या पुरुषांसाठी असे काही विशेषण नाही, हा यामागचा युक्तिवाद. तो बरोबरही आहे. परंतु मुळात सौभाग्यवती हे बिरुद स्त्रीचे पुरुषावरील स्वामित्व सांगणारे आहे, हे इथे लक्षात घेतले जात नसते.

'स खलु सुभग: यम् अंगना: कामयंते' या वचनानुसार सुभग म्हणजे ज्याच्यासाठी अनेक स्त्रिया झुरतात असा पुरुष. त्याचा गुण म्हणजे सौभाग्य. या पुरुषाचे हे सौभाग्य जिच्या स्वाधीन आहे, ती त्याची सौभाग्यवती, असा या शब्दाचा शब्दश:

अर्थ आहे!

अर्थात, हा अर्थ जाऊन आता सौभाग्यवती म्हणजे 'पती जिवंत असलेली विवाहित स्त्री' एवढाच अर्थ रूढ झालेला आहे हे खरे.

■■

सौम्य

सौम्य : 'हे तुझं म्हणणं इतकं कठोरपणानं न सांगता थोडं सौम्य शब्दांत नाही का सांगता येणार?'

या वाक्यात कठोर आणि सौम्य हे दोन शब्द एकमेकांचे विरुद्धार्थी शब्द म्हणून आलेले आहेत, हे आपल्याला स्पष्टपणे कळू शकते.

परंतु नुसत्या सौम्य या शब्दाचा अर्थ काय, असा प्रश्न केला, तर आपण काय सांगू? मृदु असा शब्द त्यासाठी वापरू कदाचित.

सौम्य म्हणजे खरे तर आल्हाददायक. कशावरून?

सोम म्हणजे चंद्र. सोम या नामाचे तद्धितात रूपांतर करून सौम्य हे विशेषण आपण वापरात आणले आहे. चंद्राचे जे गुणधर्म मानण्यात येतात, ते ज्याच्यात आहेत, त्याला सौम्य म्हणावे असा हा भाषिक संकेत आहे. या गुणधर्मात आल्हादकता हा विशेष लक्षणीय गुण!

सौम्य हे विशेषण अनेकदा संबोधनासारखे लक्ष्मणासाठी वापरण्यात येते.

■■

सौष्ठव

सौष्ठव : शरीर-सौष्ठव स्पर्धा असते. या स्पर्धेबद्दलच्या निवेदनातून सौष्ठव हा शब्द आपल्या कानी पडतो. या स्पर्धेमध्ये सामान्यपणे धष्टपुष्ट आणि प्रमाणबद्ध अवयव असलेली शरीरे रंगमंचावरून दाखविली जात असल्याने सौष्ठव म्हणजे अशी धष्टपुष्टता असा अर्थ ते दृश्य पाहणाऱ्यांच्या मनात येतो.

सौष्ठव हा शब्द 'सुष्ठु' या शब्दापासून तयार झालेले भाववाचक नाम आहे. सुष्ठुता हाही शब्द सौष्ठव ऐवजी चालेल. गुरु पासून जसे गौरव, मृदु पासून मार्दव, तसे सुष्ठु पासून सौष्ठव. काही लेखक मात्र या सौष्ठवलाही पुढे ता जोडून 'सौष्ठवता' असा शब्द वापरताना दिसतात. ते योग्य नाही. सुष्ठु शब्द सु उपसर्गासह स्था धातूपासून सिद्ध होतो. वा! छान! असा या सुष्ठु या अव्ययात्मक शब्दाचा अर्थ

आहे. त्यामुळे एखाद्याचे भाषण चांगले झाले, तरी oh! Nice! ऐवजी सुष्ठु! सुष्ठु! असे म्हणता येते. भाषणाप्रमाणेच लेखनातही सौष्ठव असू शकते. सौष्ठव म्हणजे Nicety.

■ ■

संवादक

संवादक : संवाद हा केवळ एका व्यक्तीचा होऊ शकत नाही. संवादाला किमान दोन व्यक्ती लागतात. त्या एकमेकांसमोर उपस्थित असतील, तर त्यांचा संवाद प्रत्यक्ष घडतो. एकमेकांना दिसत असताना घडतो; परंतु असे एकमेकांसमोर प्रत्यक्षपणे न येताही दोन व्यक्तींना संवाद साधता येतोच. पत्रव्यवहार हे त्याचे एक साधन आहे. त्यात 'काल' हा घटक मोठ्या प्रमाणात येतो; परंतु एकमेकांशी बोलणे, म्हणजेच संवाद करणे हे प्रत्यक्षात होते. तेवढ्याच वेळात करण्याचे टेलिफोन हे साधनही आहेच. टेलिफोनसाठी अलीकडे 'दूरभाष' हा एक शब्द वापरात येऊ लागला आहे. 'दुरून भाषण करण्याचे साधन' हा त्याचा अर्थ; पण त्यात संवाद येत नाही. त्यासाठी 'दूरसंभाष' म्हणावे लागेल. त्यापेक्षा संवादक शब्द कसा वाटतो? संवाद करण्याचे साधन असा त्याचा अर्थ होईल. फोन नंबर सांगण्याऐवजी संवादक क्रमांक सांगता येईल. ठाणे-मुंबईतील काही मंडळींनी तशी सुरुवात केली आहे.

■ ■

संसार(१)

संसार : 'आता लष्करच्या भाकरी भाजायच्या बंद करून संसाराकडे लक्ष द्या जरा!' या वाक्यातला 'संसार', आणि 'इस संसार में' असलेला संसार यात फरक आहे, नाही का? परंतु मुळात संसार या शब्दाचा अर्थ तरी काय आहे?

सम् + सृ या संस्कृत धातूपासून संसार शब्द सिद्ध होतो. सृ म्हणजे सरकणे, पुढे जाणे आणि सम् म्हणजे नीट, व्यवस्थित, योजनेबरहुकूम, सम्यकपणे.

सगळा संसार म्हणजे हे सर्व विश्व असे नियमबद्धपणे पुढे पुढे सकरते आहे. व्यक्तींच्या जीवनातील संसार सुद्धा असाच सतत पुढे सरकणारा असतो. त्यात प्रजनन असते, तसेच जीवन जगण्याच्या पद्धतीतही प्रगती असते. निदान असावी!

■ ■

संसार (२)

संसार : देवनागरी लिपीमध्ये अनुस्वाराऐवजी त्यापुढील व्यंजनाचा अनुनासिक पर-सवर्ण वापरता येतो. उदाहरणार्थ संबंध हा शब्द सम्बन्ध असा लिहिता येतो. ब् चा पर-सवर्ण म् आणि ध् चा पर-सवर्ण न् यांचा इथे अनुस्वाराऐवजी उपयोग केलेला आहे. त्यामुळे अनुस्वाराचा नेमका उच्चार कळतो.

परंतु 'संसार'सारख्या शब्दात ही सोय नाही. कारण 'स्'ला कोणताही अनुनासिक पर-सवर्ण नाही! मग संसार या शब्दाचा उच्चार नेमका कसा करायचा?

इंग्रजी स्पेलिंग sansar असे केल्यामुळे 'संसार'चा उच्चार 'सन्सार' असाच अनेक जण करतात! परंतु भाषिक परंपरा तशी नाही. हा उच्चार 'सँवसार' असा काहीसा आहे; असायला हवा. अर्थात यातील व् देखील अत्यंत अस्पष्ट उच्चारायचा आहे. संशय, वांशिक इत्यादि शब्दांच्या संबंधातही हे पथ्य पाळायचे आहे.

■ ■

संस्कार

संस्कार : आईवडिलांचे, शिक्षकांचे (म्हणजे त्यांनी केलेले) संस्कार, चांगले संस्कार वगैरे शब्दबंधातून संस्कार हा शब्द वारंवार वापरला जात असतो. पण संस्कार म्हणजे नेमके काय? जंगलात निसर्गतः अनेक झाडेझुडपे हवी तेथे उगवतात, आपोआप जशी वाढायची तशी वाढतात; परंतु उद्यानात नीट योजनापूर्वक विशिष्ट ठिकाणी अंतरावर झाडे, रोपे लावली जातात. त्यांना खतपाणी घालून त्यांना वाढविले जाते. अरण्य हे नैसर्गिक असते, तर उद्यान हे संस्कारित असते. निसर्गतः प्राप्त गोष्टींना योजनापूर्वक सुंदर, टिकाऊ व उपयुक्त रूप देणे म्हणजे संस्कार असा आता संस्कार शब्दाचा थोडक्यात अर्थ सांगता येईल. मनुष्यही नैसर्गिक रीतीने पशूसारखा वाढेल, वागेल; परंतु त्याच्याभोवती योग्य वातावरण, पद्धती, व्यवस्था निर्माण करून त्याचे वाढणे व वागणे सुंदर, इतरांना सहनीय व उपकारक केले जात असते ते त्याच्यावर संस्कार करून!

■ ■

संहिता

संहिता : नाटकाची संहिता हा शब्दबंध आपण जाणतो. त्यातील संहिता शब्द

आपण Text, संपूर्ण मूळ लेखन या अर्थाने वापरतो. वेदांमधील मंत्र इतस्तत: विखुरलेल्या अवस्थेत होते. त्यांना एकत्र करून व्यासांनी त्यांच्या 'संहिता' बनविल्या. संहिता या शब्दाचा अर्थच एकत्र ठेवलेले असा आहे. संहितेमध्ये हे मंत्र एकत्र उपलब्ध होतात.

तसा लेखकाच्या मनातील मजकूर जिथे एकत्र होऊ शकतो, त्याला म्हणायचे संहिता. Text या इंग्रजी शब्दाचाही संबंध विणणे, एकत्र गुंफणे या अर्थाशी आहे.

■ ■

स्तोत्र

स्तोत्र : केवळ संस्कृतमध्येच नव्हेत, तर मराठी, हिंदीसारख्या सध्याच्या व्यवहार भाषांमध्येही स्तोत्र वाङ्मय विपुल प्रमाणात आहे. रामदास स्वामींनी रचलेले मारुती स्तोत्र किंवा तुलसीदासांचे हनुमानचालिसा हे स्तोत्र अनेकांना मुखोद्गतही असते.

स्तोत्र म्हणजे काय? स्तुती करणे या अर्थाच्या स्तु या संस्कृत धातूपासून हा शब्द बनतो. त्यामुळे ज्या वचनांमध्ये स्तुती असते, अशी वचने हाच त्याचा अर्थ.

स्तुतिस्तोत्र हा शब्द बाजारहाटसारखाच एक जोडशब्द आहे.

■ ■

स्त्री

स्त्री : संस्कृतमध्ये आणि त्यामुळे सर्वसाधारणपणे सर्वच भारतीय भाषांमध्ये स्त्रीवाचक अनेक शब्द सापडतात. अबला, अंगना, महिला, नारी, वनिता इत्यादि अनेक आणि या प्रत्येक शब्दातून स्त्रीचा एक एक गुणविशेष स्पष्ट होत असतो. परंतु मुळात स्त्री या शब्दाचा तरी अर्थ काय आहे, असा अनेकांना प्रश्न पडतो. स्त्रीत्व नेमके कशात आहे? असा तो प्रश्न आहे. भाषिक संकेताच्या दृष्टीने या शब्दाची व्युत्पत्ती पाहायला हवी. स्त्यै-स्त्यायति हा धातू या शब्दाच्या मुळाशी आहे. त्याचा अर्थ एकत्र येणे किंवा एकत्र करणे. स्त्यायत: शुक्रशोणिते यस्याम् – ज्या ठिकाणी शुक्र आणि शोणित एकत्र येतात तिला स्त्री म्हणतात, असे ही व्युत्पत्ती सांगते. याचा अर्थ निसर्गातील पुनरुत्पादनक्षमता हाच स्त्रीचा इतर कोणत्याही गुणापेक्षा अधिक महत्त्वाचा गुण आहे, असे 'स्त्री' या शब्दातून सुचविले जाते. स्त्रीत्व म्हणजे हा विशेष गुण.

■ ■

स्त्री-दाक्षिण्य

स्त्री-दाक्षिण्य : पुरुषांनी स्त्रियांच्या संबंधात आपल्या वर्तनाने दाखविलेल्या सौजन्याला स्त्री-दाक्षिण्य म्हटले जाते. समाजातील स्त्री-पुरुष समानतेच्या वातावरणात हळूहळू हा शब्द भाषेतून गायब होऊ लागलेला आहे. कारण अशा खास दाक्षिण्याची स्त्रियांना आवश्यकता वाटत नाही आणि पुरुषांनाही या दाक्षिण्याची सवय राहिलेली नाही! नाही म्हणायला तेहतीस टक्के आरक्षणाचा विषय या शब्दाच्या कक्षेत आणता येईल.

दक्ष् म्हणजे वृद्धिंगत होणे. लक्षपूर्वक व योग्य पद्धतीने एखादी कृती करणे, कार्यक्षम राहाणे या धातूंपासून दक्षिण म्हणजे चांगला, स्वीकार्य असा शब्द तयार होतो. अशा चांगल्या माणसाची वृत्ती किंवा वर्तनशैली म्हणजे दाक्षिण्य. या शब्दाचा वापर मात्र बहुतांशी स्त्री या शब्दाबरोबरच केला जातो.

■ ■

स्रोत

स्रोत : Source of information या शब्दबंधाचे भाषांतर मराठीत करताना माहितीचा स्रोत असे केले जाते. सोर्स आणि स्रोत या शब्दांमध्ये एक जाणवणारे उच्चार साम्य दिसते. त्यामुळे बहुदा 'स्रोत'पासूनच सोर्स हा शब्द आला असावा, असे म्हणता येईल.

स्रोत म्हणजे उगमस्थान. सृ-सरति या धातूपासून हा शब्द तयार होतो. स्रवणे हा या धातूचा अर्थ. सरणे, सरकणे (म्हणजेच पुढे जाणे) हे शब्द 'सृ'पासून मिळतात. नदीचा स्रोत म्हणजे नदीचे उगमस्थान. तिथे पाणी मुळापासून स्रवत असते, म्हणजे झिरपत असते. चैतन्याचा स्रोत, ज्ञानाचा स्रोत, करुणेचा स्रोत असेही वाक्प्रयोग आपल्या वापरात आहेत. रक्तस्राव या शब्दातील स्राव हा शब्दही 'सृ'पासूनच निर्माण होतो.

येथे मूळ धातू सृ आहे. (स्तृ नाही. स्तृ पासून स्तर शब्द मिळतो.) 'सृ'मधे त् नाही. म्हणून स्राव, स्रोत असे हे उच्चार आहेत; स्त्राव, स्त्रोत, नव्हे. अनेक ठिकाणी स्रोत ऐवजी स्त्रोत, स्राव ऐवजी स्त्राव असे शब्द वापरले जातात, ते योग्य नाहीत.

■ ■

स्वच्छ

स्वच्छ शब्द आपण अनेक ठिकाणी वापरतो. नुसते कपडे स्वच्छ असून चालत नाही, तर आपले आचरण, आपले मन देखील स्वच्छ असायला हवे, असे आपण म्हणतो.

स्वच्छ म्हणजे विमल, मलरहित, दोषरहित हे तर खरेच, पण हा अर्थ तरी या शब्दाला कसा प्राप्त झाला आहे? सु-अच्छ असे हे दोन शब्द एकत्र आलेले आहेत. अच्छ म्हणजे ज्याच्यावर आच्छादन, झाकण नाही असे. (सु म्हणजे आणखीनच चांगले) पाण्यावर शेवाळे आले, तेलाचा तवंग आला, आणखी काही घाण पडली, तर ते पाणी सु-अच्छ राहात नाही. पाणी आच्छादनरहित असेल, तर त्याचा तळ दिसू शकेल.

■■

स्वर्ग

स्वर्ग : स्वर्ग म्हणजे काय, या प्रश्नाचं तुम्ही काय उत्तर द्याल? स्वर्ग म्हणजे अशी जागा, जिथे दुःखाचा लवलेशही नाही आणि सुखाची मात्र परमावधी आहे, असंच की नाही? दुःख नाहीच, असे म्हटल्यामुळे दुःखाचे म्हणून वेगळे वर्णन करण्याची आवश्यकताच नाही; परंतु सुखे अपरिमित आहेत असे म्हटल्यावर कोणकोणती सुखे असा प्रश्न विचारता येतोच. मग जो तो आपापल्या कल्पनेनुसार ही सुखे सांगेल, नाही का? त्यालाही पुन्हा अंत नाहीच.

स्वर्ग म्हणजे काय, हे त्या शब्दाचे जे अन्य रूप आहे त्यातून थोडेसे कळू शकेल. सुवर्ग आणि स्वर्ग हे शब्द एकार्थकच आहेत. (जसे सुवर्ण आणि स्वर्ण.) सुवर्ग म्हणजे चांगला वर्ग आणि वर्ग म्हणजे समुदाय. जिथे चांगल्या व्यक्तींचा समुदाय आहे, तो सुवर्ग किंवा स्वर्ग.

■■

स्वस्तिक

स्वस्तिक : स्वस्तिक हे एक चिह्न आहे (卐) ही त्याची आकृती. या चिह्नाचे जे नामकरण करण्यात आलेले आहे, ते अर्थपूर्ण आहे. स्वस्ति हा शब्द सु-अस्ति असा आहे. सु म्हणजे शोभन, कल्याण, आनंद, सुख इत्यादि आणि अस्ति म्हणजे

आहे. पूर्वी कोणतेही लेखन करताना प्रारंभी स्वस्ति हा शब्द लिहीत असत.

स्वस्ति-क म्हणजे कल्याण करणारे!

भारतोत्पन्न सर्व उपासनापंथांचे अनुयायी या चिह्नाचा वापर आपापल्या धार्मिक, सांस्कृतिक व्यवहारात करीत असतात.

■ ■

स्वातंत्र्य

स्वातंत्र्य : हा खरे तर इतका परिचित शब्द आहे की, येथे त्याची चर्चा करण्याची खरोखर काय आवश्यकता आहे, असाच कुणालाही प्रश्न पडावा. परंतु वृत्तपत्रादिकांमधून हा शब्द स्वतंत्र्य, स्वातंत्र अशा स्वरूपात मुद्रित होताना दिसतो, तेव्हा त्या शब्दाचे शुद्ध रूप लक्षात घ्यायला हवे, या गोष्टीची जाणीव होतेच.

हा शब्द स्वतंत्र या विशेषणापासून तयार केलेले भाववाचक नाम आहे. व्याकरणात या रूपाला तद्धित म्हणतात. अशा प्रकारची आणखी काही तद्धिते म्हणजे 'स्वरस'पासून स्वारस्य, 'अरोग'पासून आरोग्य, 'सदृश'पासून सादृश्य, 'सधर्म'पासून साधर्म्य अशी सांगता येतील. त्याचप्रमाणे 'स्वतंत्र'पासून स्वातंत्र्य, 'परतंत्र'पासून पारतंत्र्य अशीही काही उदाहरणे सांगता येतील. शब्दघटनेतही एक शिस्त असते ती अशी.

■ ■

स्वाध्याय

स्वाध्याय : स्व या शब्दाला अध्याय हा शब्द जोडला की, स्वाध्याय हा एक जोडशब्द प्राप्त होतो. 'स्व'चा म्हणजे स्वतःचा, आपला वैयक्तिक असा आणि अध्याय म्हणजे अभ्यासण्याचा, समजून घेण्याचा असा कोणताही पाठ, धडा, विषय.

अध्याय हा शब्द अधि+इ या धातूपासून सिद्ध होतो. इ हा गत्यर्थक धातू असून 'अधि+इ'चा अर्थ आहे, एखाद्या विचारापर्यंत, विषयापर्यंत जाणे. म्हणजेच तो विचार, तो विषय समजून घेणे. अध्याय हा शब्द त्यामुळे शिकण्याचा विषय, त्याचा एक विभाग, एक युनिट या अर्थाने वापरला जातो. हा अध्याय शिकणाराला म्हणजेच 'अध्येतृ'ला शिकवणारा असतो. त्याला म्हणतात अध्यापक. अध्यापक हे असे प्रयोजक रूप आहे. अध्ययन करायला लावणाराला अध्यापक म्हणतात.

पण अशा अध्यापकाशिवाय जेव्हा आपण एखाद्या विषयाचे, विभागाचे अध्ययन करीत असू त्या वेळी तो आपला स्व-अध्याय – स्वाध्याय होतो. भगवान बुद्धाने सांगितलेच आहे – 'अत्तदीपो भव' – आत्मदीप हो; स्वतःच स्वतःला रस्ता दाखविणारा दीप हो! दुसऱ्या कुणावर अवलंबून राहू नकोस.

■ ■

स्वार्थ/परार्थ

स्वार्थ/परार्थ : स्वार्थ सर्वांनाच कळतो आणि वळतोही! म्हणजेच प्रत्येक जण स्वार्थपरायण असतो! (गौतम बुद्ध किंवा राम, कृष्ण इत्यादि अवतारी पुरुषच याला अपवाद असतील!)

स्वार्थ म्हणजे स्वतःला जे हवे आहे, त्याची प्राप्ती करून घेण्याची वृत्ती. पण स्वार्थ शब्दाच्या उलट अर्थाचा शब्द विचारला, तर सामान्यतः सांगितला जातो, तो शब्द असतो परमार्थ.

एक गोष्ट खरी आहे की, स्वार्थ सोडल्याशिवाय परमार्थाची प्राप्ती होत नसते. त्या दृष्टीने स्वार्थ हा परमार्थाच्या विरोधीच असतो. परंतु शब्दार्थ म्हणून विचार केल्यास स्वार्थ शब्दाच्या अर्थाच्या विरोधी अर्थाचा म्हणून सांगायला हवा असा शब्द आहे परार्थ. कारण 'स्व'च्या विरोधी शब्द आहे 'पर'. स्व म्हणजे स्वतः, तर पर म्हणजे (स्वतःला वगळून) इतर सर्व. 'स्व'चा अर्थ म्हणजे स्वार्थ, तर परांचा अर्थ तो परार्थ. परार्थ आणि परमार्थ यांच्या अर्थात पुष्कळच भेद आहे.

■ ■

स्वास्थ्य/आरोग्य

स्वास्थ्य आणि आरोग्य : स्वास्थ्य आणि आरोग्य हे दोन्ही शब्द एकाच अर्थाचे म्हणून साधारणपणे मानले जातात. पण खरोखर ते तसे आहेत का?

स्वास्थ्य शब्द 'स्वस्थ'पासून तयार होतो. स्वस्थ व्यक्तीची स्थिती किंवा स्वस्थता म्हणजे स्वास्थ्य आणि स्वस्थ म्हणजे स्वतःच्या ठिकाणी असणारा. 'स्व'चे जे मूळ रूप असते, ते ज्या व्यक्तीचे बदललेले नाही, त्या व्यक्तीला म्हणायचे, स्वस्थ व्यक्ती. मूळ प्रकृती जिची यथावत् आहे, ती व्यक्ती म्हणजे स्वस्थ व्यक्ती आणि तिचा गुण स्वास्थ्य.

आरोग्य हा शब्द अरोग या शब्दाचे एक तद्धित रूप आहे. अरोग म्हणजे

रोगाचा अभाव आणि असा अभाव जिथे आहे ती स्थिती म्हणजे आरोग्य.

आरोग्यवान व्यक्ती ही रोगापासून मुक्त असेल आणि स्वस्थ व्यक्ती ही तिच्या मूळ रूपात म्हणजेच कोणत्याही बाह्य उपाधीपासून, बाह्य त्रासापासून मुक्त असेल. परिणामत: यात भेद भासत नसल्यानेच हे दोन शब्द एकमेकांऐवजी वापरता येतात.

■ ■

हजार

हजार : हजार हा संख्यावाचक शब्द मराठीत रूढ आहे. हा शब्द मराठीत फारसी भाषेतून आला आहे, असे (अकारण) समजले जाते. इतकेच नव्हे, तर हस्र या ध्वनीशी जवळच्या एका ग्रीक शब्दापासून हा हजार हा शब्द आला असून, त्या हस्र याच शब्दाला स हा पूर्वप्रत्यय जोडून सहस्र हा संख्यावाचक शब्द तयार झाला आहे असे सांगतात. परंतु जगातील सर्वात जुन्या वैदिक भाषेत 'सहस्र' हा शब्द उपलब्ध आहे आणि तो 'सहस्-र' अशा दोन घटकांचा बनलेला आहे. या 'सहस्र'चेच बोलता बोलता हस्र आणि नंतर हजार असे रूप होऊन ते पुढे मध्यपूर्वेत गेले असणे अधिक संभवनीय आहे. कारण संख्यावाचके प्राचीन काळापासून भारतीय भाषांमध्ये जेवढी रूढ आहेत, तेवढी अन्य भाषांमध्ये नाहीत. तेव्हा सहस्रमधील 'हस्र'चे रूपांतर 'हजार'मध्ये झालेले असणे अधिक संभवते.

■ ■

हट्टी

हट्टी : काय हट्टी आहे हा मुलगा! हे उद्गार लहान मुलांच्या बाबतीत सामान्यत: तो जेव्हा काही तरी मागत असतो आणि ते त्याला देण्याची त्याच्या पालकांची इच्छा नसते, तेव्हा वापरला जातो, नाही का?

हट्ट करतो तो हट्टी. म्हणजेच हट्टी शब्दाच्या मुळाशी शब्द आहे तो हट्ट हा! पण हट्ट शब्दाचंही मूळ आहे हाट या शब्दात. हाट म्हणजे बाजार! आपण आपल्या भाषेत बाजारहाट असा जोडशब्द बनवून टाकला आहे. कदाचित त्यातून आधिक्य सुचवायचे असेल!

बाजारात, विशेषत: यात्रादिकांच्या प्रसंगी जेव्हा अनेक दुकानं ओळीत बसतात, तेव्हा त्या दुकानांमधल्या आकर्षक वस्तूंकडे लक्ष जाऊन, हे मला हवं. ते मला

हवं असं सारखं म्हणणाऱ्या मुलाला हट्टी म्हटलं जातं, ते त्या 'हाट' या शब्दावरून! नेहमी शॉपिंग करण्याचा छंद असणाऱ्या कुणाही व्यक्तीला आता हा हट्टी शब्द लावायला हरकत नाही!

■ ■

हतबुद्ध

हतबुद्ध : एखाद्या वेळी अशी परिस्थिती उत्पन्न होते की, भल्याभल्यांना त्या परिस्थितीत काय निर्णय घ्यावा आणि कोणती कृती करावी हे समजेनासे होते. अश्या वेळी एक प्रकारची अगतिकता जाणवते. चिंता मनाला ग्रासते. अहंकाराला तडा जातो. काहीच सुचत नाहीसे होते. अश्या वेळी मग माणूस हतबुद्ध होऊन केवळ स्वस्थ बसून राहातो. पण हतबुद्ध होतो म्हणजे काय? ज्याची बुद्धी म्हणजे विचार करण्याची शक्ती हत (किंवा आहत) झालेली असते, त्याचे वर्णन हतबुद्ध या शब्दाने करता येते. हत म्हणजे आघात झालेली, जवळजवळ नष्ट झालेली. हतोत्साह, हतवीर्य अशा काही शब्दांमध्ये हा शब्द सापडतो. हतोत्साह म्हणजे ज्याचा उत्साह नाहीसा झालेला आहे तो. हतवीर्य म्हणजे ज्याचे शौर्य नाहीसे झालेले आहे तो. त्याचप्रमाणे हतबुद्ध म्हणजे ज्याची बुद्धी नाहीशी झालेली आहे तो. इथे बुद्धी नाहीशी होणे म्हणजे विचारशक्ती संपणे!

■ ■

हत्ती

हत्ती : हत्ती ह्या प्राण्याची त्याच्या अवाढव्य आकाराच्या मानाने लक्षणीय वेगयुक्त गती लक्षात घेऊन त्याला नाग (न-अ-ग – गतिमान नाही असे नाही) असे म्हटले जाते. पण त्याला 'हत्ती' म्हणण्याचेही एक विशेष कारण आहे. मुळात हा शब्द 'हस्ती' असा आहे. हस्तयुक्त तो हस्ती. जसे धनयुक्त तो धनी, गुणयुक्त तो गुणी! हत्तीची सोंड त्याला हातासारखी उपयोगी पडते. हाताने तोंडात अन्नाचा घास घालावा, तसे तो सोंडेने गवत उचलून तोंडात घालतो! ही सोंड हाच त्याचा हात. हस्तीचे रूपांतर हिंदीत हाथी झाले, कारण हस्त शब्दाचे तिथे हाथ झाले. मराठीत हात असलेला तो हत्ती!

■ ■

हप्ता

हप्ता : पोलिसांचा हप्ता, विम्याचा हप्ता, मजुरीचा हप्ता इत्यादिमधील हप्ता शब्दाचा अर्थ ठराविक रक्कम असा असतो. मात्र हप्ता हा शब्द मुळात सप्ताह, सात दिवसांचा समूह या शब्दामधून उगम पावलेला आहे. मजुरीचा हप्ता या शब्दबंधामध्ये मजुराला सात दिवसानंतर मिळणारी मजुरीची ठराविक रक्कम, असा हप्ता या शब्दाचा अर्थ होईल हे स्पष्ट आहे. यातील सामाजिक संकेत असा दिसतो की, कोणतीही नियमितपणे द्यावयाची रक्कम ही सात दिवसांनी म्हणजे विशिष्ट वारी द्यावी. त्यातून 'हप्ता' हा शब्द विशिष्ट रक्कम या अर्थाने रूढ झाला असावा. ही रक्कम सुद्धा केलेल्या कामाच्या मोबदल्यात द्यावयाची असे. परंतु काम न करताच पैसे उकळण्याच्या भ्रष्ट प्रवृत्तीचा इतका विकास झालेला आहे की, अशा पैशासाठी देखील हप्ता शब्द वापरात येऊ लागला आहे!

■ ■

हमरीतुमरी

हमरीतुमरी : जिथे शांतपणे युक्तिवाद करून आपली बाजू पटवून द्यायला हवी तिथेही काही लोक अकारण हमरीतुमरीवर येतात असे दिसते!

पण हमरीतुमरीवर येतात, म्हणजे नेमके काय? गुजराती भाषेत 'हूँ'चा अर्थ आहे मी. 'अहम्' या संस्कृत शब्दाचे ते गुजराती रूपांतर आहे.

हूँ भी, तू भी, मी पण, तू पण हे दोन वाक्यांश एकत्र करून 'हंबरी तुंबरी' असा एक जोडशब्द तयार होतो, त्याचेच पुढचे रूप आहे 'हमरीतुमरी.'

आजच्या भाषेत 'तू तू मैं मैं'. पण 'तू तू मैं मैं'मधे 'तू'ला प्राथम्य आहे. हमरीतुमरीत 'अहम्' प्रथम येतो! या दृष्टीने हमरीतुमरीत अहंकार अधिक आहे.

■ ■

हरताळ

हरताळ : 'बंद, हरताळ हे आता नित्याचेच झालेले आहेत. कायद्याने बंदी असूनही हे प्रकार चालू कसे शकतात, ते एक सरकारच जाणे!' या वाक्यात बंद आणि हरताळ हे दोन जवळ जवळ समानार्थक शब्द आलेले दिसतात. त्यातला बंद हा शब्द अलीकडचा, तर हरताळ हा शब्द स्वातंत्र्यपूर्वकाळापासून रूढ

असलेला. त्या वेळी हरताळ हे आजच्यासारखे हिंसक होत नसत, तर केवळ व्यवहार बंद, दुकाने बंद, शाळा बंद... वगैरे प्रकार शांततामय मार्गाने होत असत. हा 'हरताळ' शब्द आला कुठून? तर शाईने लिहिलेला अथवा टाईप केलेला मजकूर चुकला आहे असे वाटले, तर आज ज्याप्रमाणे व्हाइटनर लावून तो बाद केला जातो, त्याप्रमाणे पूर्वी हरताळ नावाची पिवळी भुकटी त्यावर फासून तो रद्द ठरविला जाई. 'हरताळ फासणे' असे या क्रियेला म्हणत. त्यावरून मग एखादा व्यवहार आपल्याला नको असेल (उदा. दुकाने उघडी ठेवणे) तर त्या व्यवहाराला 'हरताळ' फासा, म्हणजेच 'हरताळ पाळा' असे म्हटले जाई.

■■

हरिभक्तिपरायण

प्रवचनकार, कीर्तनकार इत्यादिच्या नावामागे ह.भ.प.अशी आद्याक्षरे लिहिलेली आपण पाहातो. श्री. (श्रीयुत), पं.(पंडित), प्रा. (प्राध्यापक), डॉ. (डॉक्टर), कै. (कैलासवासी) अशा काही संक्षिप्त शब्दांनी व्यक्तींची ओळख करून देण्याची पद्धत आहे. तशीच ही ह.भ.प. हीही एक ओळख करून देणारी बिरुदावली आहे. हरिभक्तिपरायण हे या संक्षेपाचे पूर्ण रूप. परायण म्हणजे पर-अयन, सर्वश्रेष्ठ मार्ग. अयन म्हणजे मार्ग. ज्यांच्या दृष्टीने हरिभक्ती हाच जीवनाचा सर्वश्रेष्ठ मार्ग आहे अथवा जीवनाचे श्रेष्ठ लक्ष्य आहे, ते हरिभक्तिपरायण.

एरवी परायण हा घटक स्वार्थपरायणसारख्या शब्दातही आपण वापरतोच.

■■

हा हा कार

हा हा कार : ओरिसात नद्यांना प्रचंड पूर येऊन सर्वत्र एकच हाहाकार झालेला आहे. या वाक्याचा अर्थ सहज समजण्यासारखा आहे. पण मग यातील हाहाकार या शब्दाचा नेमका काय अर्थ आहे?

'हा'चा उच्चार करताना यातील स्वर 'आ' जरा लांबवायचा. हाऽ! दुःख, असहायता व्यक्त करून मदतीसाठी हाक देण्यासाठी हे अव्यय वापरतात. आजारी व्यक्ती पुष्कळदा असा उद्गार काढतात! असे सर्व जण जेव्हा हाऽ हाऽ म्हणत असतात, तेव्हा तो होतो हा हा कार. सर्वत्र असहायतेची, संकटातून कुणीतरी वाचवा हो, अश्या हाकेची स्थिती म्हणजे हाहाकार. मराठी भाषेत कित्येकदा हा

शब्द हाहा:कार असा लिहिला, छापला जातो. या हाहाकाराला जरा अधिक तीव्र करण्यासाठी केलेला हा खटाटोप! संस्कृत शब्द आहे, हाहाकार. तसाच तो मराठीतही वापरावा हे बरे!

■ ■

हाहा:कार/धूम्रपान/दृष्टपणा

हाहा:कार/धूम्रपान/दृष्टपणा : हाहाकार असा विसर्गरहित शब्द असूनही अनेकांच्या बोलण्यात व लेखनात तो हाहा:कार असा विसर्गयुक्त असलेला आढळतो. हा हा हे असहायता दाखवून मदतीची अपेक्षा व्यक्त करणारे शब्द आहेत. हा हा कार म्हणजे अशी अपेक्षा व्यक्त केली जाते. मग आता या हा पुढे विसर्ग (:) कशासाठी?

हाहा:कार या शब्दाचा उच्चार हाहाक्कार असा होतो. यातील एक जोडाक्षर शब्दाचे वजन वाढविते. त्यामुळे शब्द अर्थघन होतो असे वाटते!

आपण मराठी भाषिक लोक धूमपानाचे धूम्रपान करतो, ते याच पद्धतीने. अनेक स्त्रिया 'काय दुष्टपणा आहे हो हा!' असे म्हणताना दुष्टपणाचे रूपांतर 'दृष्टपणा'त करतात, तेही याच पद्धतीने.

■ ■

हांजी हांजी

हांजी हांजी : वरिष्ठांपुढे हांजी हांजी करीतच त्यांनी आपला नोकरीतला कार्यकाळ व्यतीत केलेला दिसतो! – असे एखाद्या व्यक्तीचे वर्णन केले जाते, तेव्हा हे वर्णन काही विशेष गौरवास्पद नाही, हे आपल्या लक्षात येते. हांजी हांजी करणे म्हणजे कुणापुढेही लाचारीचे वर्तन करणे! पण त्यासाठी खास मराठी शब्दबंध आहे का एखादा? चटकन लक्षात येत नाही! हांजी हांजी हाच शब्दबंध मराठी भाषेने स्वीकारलेला आहे. मुळातला तो हिंदी-उर्दू भाषेतला आहे.

वरिष्ठांनी काहीही म्हटले की, त्यांचे म्हणणे मान्य करीत हाँ जी किंवा जी हाँ असे त्यांना उत्तर देण्याची कनिष्ठांची पद्धत असते, ती कदाचित विशेषत्वाने मोंगल सलतनीच्या काळात रूढ झाली असावी. इंग्रजांच्या काळातही या प्रवृत्तीचे पोषणच झाले. या काळात या 'हाँजी'चे रूपांतर 'येस सर', 'येस सर' या शब्दबंधात झाले इतकेच! आजही आपल्याभोवती अशी 'येस सर' करणारी माणसे दिसतीलच.

■ ■

हातखंडा

हातखंडा : 'या चौर्यकर्मात त्याचा अगदी हातखंडा आहे!' इथे 'चौर्य' कर्मात असला, तरी त्याचा हातखंडा आहे, म्हणजे काय? तर तो या कामात अत्यंत कुशल आहे, प्रवीण आहे! हा हातखंडा शब्द तयार कसा झाला? भाषाविज्ञानाच्या पुस्तकांमध्ये 'खंडा' हा एक असाधारण (म्हणजे इतरत्र न आढळणारा) प्रत्यय हात या शब्दाला लागला आहे, असे त्याचे स्पष्टीकरण मिळते! पण जरा विचार केला तर लक्षात येईल की, असा 'असाधारण', 'खास' प्रत्यय मानण्याचे काही कारण नाही. कारण खंडा हा शब्द खांड शब्दाचे परिवर्तित रूप आहे आणि खांड म्हणजे दुधारी शस्त्र असा मराठी शब्द आहे. संस्कृतमधील 'खड्ग' मराठीत 'खांड' रूपाने आले आहे. एखाद्याचा हात हेच त्याच्याजवळचे प्रभावी आणि यशदायी शस्त्र असेल, तर असा मनुष्य नक्कीच इतरांपेक्षा अधिक शूर आहे, असे मानावे लागेल. इतकेच की, हात आणि खंडा हे दोन स्वतंत्र शब्द एकत्र करून हातखंडा हा एक शब्द केल्यामुळे अर्थाबद्दल संभ्रम निर्माण झालेला असावा.

■■

हिमांशु/हिवाळा

हिमांशु/हिवाळा : मुलांची नावे ठेवताना हिमांशु हे एक नाव येते. उच्चारताना या शब्दाचा अर्थही लक्षात घ्यायला हवा.

हिमांशु म्हणजे चंद्र. ज्याचे अंशु म्हणजे किरण 'हिम' म्हणजे थंड असतात, तो! सूर्याला चंडांशु (प्रखर किरणांचा) असे म्हणतात, तद्वत चंद्राला हिमांशु म्हणतात. हिमकाल म्हणजे हिवाळा, थंडीचा मोसम. पूर्वी 'हिवाळा' हा शब्द 'हिंवाळा' असा लिहीत असत. हिम शब्दातीत 'म'चे प्रतिनिधित्व करण्यासाठी 'हि'वर अनुस्वार देत असत. उच्चारातून तो नाहीसा झाल्याने आता 'हिंवाळा' ऐवजी 'हिवाळा' असे लिहितात.

■■

हिरण्यकशिपु

हिरण्यकशिपु : हिरण्यकशिपु ही एक पौराणिक व्यक्ती आहे. प्रह्लादाचा हा पिता. 'तुझा तो देव असतो कुठे?' या प्रश्नाचे 'सर्वत्र' असे पुत्राकडून उत्तर

मिळाल्यावर त्याने जवळचा एक खांब फोडला. तेव्हा त्यातून नरसिंह रूपात प्रकट होऊन विष्णूने त्याचा वध केला, अशी त्याची कथा आहे.

हिरण्य-कशिपु या शब्दाचा अर्थ आहे, ज्याचे आसन हिरण्याचे म्हणजे सोन्याचे आहे तो.

कशिपु हा संस्कृत शब्द आहे. बहुधा कोच या इंग्रजी शब्दाचे हे मूळ रूप असावे. कशिपु म्हणजे चटई, सतरंजी अथवा ज्यावर बसता येईल असे कोणतेही आसन.

हिरण्यकाश्यप असाही हा शब्द वापरला जातो. त्यात काश्यप म्हणजे कश्यपाचा पुत्र असा अर्थ घेता येतो. पण मग हिरण्य-काश्यप या शब्दाचा नेमका काय अर्थ होईल, हा प्रश्नच आहे. म्हणून 'हिरण्यकशिपु' हे रूपच योग्य समजले पाहिजे.

■ ■

हृषिकेश/ हृषीकेश

हृषिकेश/हृषीकेश : हृषीकेश हे कृष्णाचे व विष्णूचे एक विशेषणात्मक नाव आहे. हृषीक म्हणजे इंद्रिये. त्यांचा ईश म्हणजे स्वामी; इंद्रियांवर पूर्ण नियंत्रण असणारा तो हृषीकेश. हा शब्द उच्चारताना 'हृषिकेश' असा उच्चारला तर चालेल का? खरे म्हणजे नाहीच चालणार! अर्थातच, आपल्याला या शब्दाचा विशिष्ट अर्थ अभिप्रेत असेल तर! पण हृषिकेश याही शब्दाचा एक वेगळा अर्थ आहे बरं का! हृषि म्हणजे हर्ष, आनंद! त्याने निर्माण होणारी हालचाल!

आपण आनंदी झालो, तर आपल्या चेहऱ्यावर तो दिसतो ना? म्हणजेच चेहऱ्याचे स्नायूही हालचाल करतात. तसेच आपल्या अंगावरचे केसही आनंदाने, हर्षाने उत्तेजित होतात. अंगांवर रोमांच उठले, असं आपण म्हणतो ना? तसे जे केस, त्यांना म्हणायचे हृषि-केश. अर्थात, अंगावर असे रोमांच आलेल्या व्यक्तीलाही हृषिकेश म्हणावे!

■ ■

हुतात्मा

हुतात्मा : हुतात्मा अनंत कान्हेरे, हुतात्मा मदनलाल धिंग्रा अशा शब्दबंधांमध्ये आलेला हुतात्मा हा शब्द आपल्या परिचयाचा आहे.

या शब्दाचा अर्थ काय? ज्याने आपल्या आत्म्याची आहुती दिलेली आहे,

ज्याने आपला आत्मा हुत केला आहे म्हणजे अग्नीत समर्पण केला आहे, तो हुतात्मा. पण मग या शब्दाबद्दल काही लोक एक शंका व्यक्त करताना आढळतात. ते म्हणतात, आत्म्याला कोणी भिजवू शकत नाहीत, कोणी जखमी करू शकत नाहीत, कोणी जाळू शकत नाहीत; आत्म्याला मरण नसते वगैरे वर्णने जर खरी असतील, तर मग कुणालाही काय आपला 'आत्मा' कोणत्याही प्रकारच्या अग्नीत कसा काय आहुती म्हणून देता येईल?

तेव्हा हा शब्द अर्थदृष्ट्या अयोग्य दिसतो!

आत्मा हा शब्द स्वत: या अर्थाने, इतकेच काय स्वत:चे शरीर याही अर्थाने भाषेत रूढ आहे, हे लक्षात न घेतल्यामुळे ही शंका निर्माण होत असते.

■ ■